Mối Tơ Vương của

Huyền Trân Công Chúa

Quyển sách nầy bắt đầu viết

vào ngày 16 tháng 2 năm 2017

tại Tu Viện Viên Đức

Ravensburg - Đức Quốc

MỐI TƠ VƯƠNG
CỦA HUYỀN TRÂN CÔNG CHÚA
THÍCH NHƯ ĐIỂN

Bản in đặc biệt bìa cứng
Viên Giác Tùng Thư - Đức Quốc
Xuất bản lần thứ nhất: Tháng 12/2018
Tái bản cho ấn bản trên mạng điện tử: Tháng 3/2019
Tái bản qua United Buddhist Publisher, Hoa Kỳ: Tháng 3/2019
Trách nhiệm: Nguyên Đạo
Hiệu đính và layout: Nguyễn Minh Tiến
Bìa: Quảng Pháp

THÍCH NHƯ ĐIỂN

Mối tơ vương của Huyền Trân Công Chúa

2019

Mục Lục

Lời Dẫn Nhập

Xin vô vàn niệm ân tất cả những ai đã quan tâm đến tác phẩm này trong nhiều năm tháng qua, khi tôi có dịp giới thiệu với quý vị ở đâu đó qua những buổi giảng, hay những câu chuyện bên lề một cuộc hội thoại nào đó. Tuy nhiên vẫn có một số vị muốn biết vì sao tôi viết tác phẩm phóng tác lịch sử tiểu thuyết này. Dĩ nhiên là không nói ra, khi xem sách hay xem tuồng cải lương do soạn giả Giác Đạo Dương Kinh Thành ở Việt Nam chuyển thể từ sách này thì độc giả sẽ hiểu nhiều hơn. Nhưng có nhiều vị xem giùm tôi trước khi in ấn đều cho rằng nên có lời dẫn nhập để tác phẩm hoàn chỉnh hơn. Đây là lý do tôi viết những dòng này.

Đứng về phương diện lịch sử dân tộc và lịch sử Phật Giáo Việt Nam, chúng ta nên học và nên có cái nhìn tổng quát qua từng thời đại, cũng không nên chỉ nhìn từ phương diện Quốc Gia mà quên đi phương diện Đạo Pháp. Vì lẽ thuở bấy giờ cả Nhà Lý và Nhà Trần đã trải qua gần 400 năm của lịch sử Đại Việt (1010-1225 và 1226 -1400), hầu như các bậc quân vương không nhiều thì ít đều có gắn bó với cửa chùa trước khi lên làm vua như Lý Công Uẩn, hay sau khi làm vua rồi tìm cách bỏ ngôi báu để xuất gia tìm Đạo như vua Lý Huệ Tông, Trần Cảnh, Trần Nhân Tông v.v... Như vậy, làm vua cũng là họ, Phật Tử cũng là họ và thiền sư cũng là họ. Đây cũng là sự biểu hiện lý nhân duyên sinh trong Kinh Hoa Nghiêm: *"Trùng trùng duyên khởi, trùng trùng biến hiện"*, vì cái này sanh nên cái khác cũng sanh và cái này diệt thì cái khác cũng diệt. Trong nguyên lý duyên sanh này, mọi sự vật không có còn hay mất mà chỉ là một sự thay đổi, chuyển biến. Dĩ nhiên, không phải vì tôi là một tăng sĩ nên xây dựng cái nhìn về những triều đại này phải là Phật Giáo tất cả, nhưng sự thật chính Phật Giáo đã làm nền tảng cho hầu hết những thành tựu tốt đẹp của cả hai triều đại này, cho dù bên cạnh đó họ cũng phạm vào nhiều điểm xấu xa. Tuy vậy, lịch sử vẫn là lịch sử. Chúng ta không có quyền bẻ cong ngòi bút để viết theo những thói thị phi thường tình... Dĩ nhiên, nếu tôi có viết cho tốt hơn về một Triều Lý hay Triều Trần, cũng không vì thế mà các vị vua hay hoàng tộc của họ tốt hơn và dẫu cho những sử gia nào đó không thích Phật Giáo và cứ chê bai điều này điều nọ thì cũng không vì thế mà triều đại xấu đi. Ở đây tôi chỉ mong một điều là hãy hiểu đúng lịch sử của từng giai đoạn như vậy.

Đã có nhiều tiểu thuyết và kể cả truyền hình trong hiện tại thêu dệt rồi phóng đại mối tình của Thượng Tướng Trần Khắc Chung và Huyền Trân Công Chúa khi được Vua Trần Anh Tông cử sang Chiêm Thành để rước em gái vua về lại quê hương Thăng Long của Đại Việt. Nhưng không ngờ vào mùa Hạ năm 1306 ấy có lẽ giông bão nhiều hay gió nồm chưa thổi, nên đoàn thuyền của Huyền Trân Công Chúa đi từ cửa biển Thị Nại ở Quy Nhơn về đến Thăng Long mà phải mất hơn 10 tháng trời, tạo ra những nghi ngờ khiến cho những người làm tuồng tích có dịp thêm mắm dặm muối vào để cho câu chuyện được hấp dẫn hơn. Nhưng với tôi cách lập luận như thế chưa vững và tôi vì những lý do sau đây mà tạo nên quyển tiểu thuyết *"Mối tơ vương của Huyền Trân Công Chúa"* nhằm trả lại những gì của sự thật phải là sự thật, chứ không thể là những sự phán xét, nghi ngờ qua những sự suy đoán phàm tình.

Nhưng ảnh hưởng và uy tín của Trần Khắc Chung đối với Đạo Phật cũng như đối với triều đình nhà Trần không phải là ít. Lúc 6 tuổi Trần Khắc Chung đã được gia đình gởi vào chùa Huyền Giác ở núi Chí Linh để nhờ Sư Trụ Trì ở đó dạy dỗ. Khi lớn lên ông tu Thiền và cũng đã viết lời bạt cho tập *"Tuệ Trung Thượng Sĩ"* do nhà Sư Pháp Loa biên tập và Vua Trần Nhân Tông hiệu đính. Nếu chỉ nhìn ở phương diện này không thôi thì Trần Khắc Chung nhất định phải là người có đạo đức tuyệt hảo và Phật học thâm hậu.

Với đời thường thì Ông là người khoa bảng, đỗ Bảng Nhãn năm thứ ba đời Trần Thánh Tông. Ông cũng đã giữ nhiều chức vụ khác nhau và quan trọng trong 4 triều đại (Trần Nhân Tông, Trần Anh Tông, Trần Minh Tông và Trần Hiến Tông). Ông cũng là người trực tiếp giảng dạy, đào tạo cho 12 vị Tiến Sĩ ở làng Gốm, xã Sơn Đông, huyện Lập Thạch, được gọi là làng Quan Tử. Sau này dân làng thờ Trần Khắc Chung như một vị Thành Hoàng.

Sách này chia ra làm hai phần. Phần trước thuộc về cuối triều Lý, đầu triều Trần và phần sau chỉ riêng nói về nhân duyên của Huyền Trân Công Chúa cũng như mối tơ vương làm sao nên nổi ấy. Nếu quý vị nào nôn nóng muốn đọc thì cũng có thể xem phần sau trước và phần trước đọc sau, không sao cả. Tuy nhiên, cả hai phần trong 13 chương sách này đều có bố cục và sự liên hệ mật thiết với nhau. Sở dĩ tác giả phải viết vậy, vì lẽ nếu không có tích thì sẽ không diễn thành tuồng được; cho nên nguồn gốc của sự kiện vẫn là những điều cốt yếu mà người đọc sách cũng cần phải tham khảo thêm mới trở thành hữu ích. Nếu không có Lý Chiêu Hoàng thì triều Trần cũng khó cướp được ngôi vua qua mưu toan của Trần Thủ Độ. Nếu không có Trần

Thái Tông thì cũng không có Khóa Hư Lục để lại cho đời và nếu không có Trần Thánh Tông, Trần Nhân Tông thì cũng sẽ không có câu chuyện Huyền Trân Công Chúa và hai châu Ô, Lý. Ngoài ra còn có sự kiện ra đi tỵ nạn của Hoàng Tử Lý Long Tường, khiến cho chương "trông vời cố quốc" làm nhiều người tỵ nạn ngày nay phải thương cảm đến nghiệp dĩ của mình nhiều hơn và các chương khác về Trần Thái Tông, Tuệ Trung Thượng Sĩ, Hưng Đạo Vương Trần Quốc Tuấn cũng không thể thiếu được trong quyển sách này.

Kính mong quý độc giả "được ý quên lời" thì tác phẩm *"phóng tác lịch sử tiểu thuyết"* này sẽ giúp quý vị có một cái nhìn tương đối khách quan hơn về Huyền Trân Công Chúa của một thời xa xưa đã đi vào lịch sử Dân Tộc và Đạo Phật Việt Nam.

Viết xong vào một sáng mùa Xuân năm 2018.

Chương I

Nỗi niềm đơn độc của Vua Lý Huệ Tông

Tuy từng là một vị Hoàng Đế Triều Lý nhưng Vua Huệ Tông đã chấp nhận nếp sống Thiền môn một cách nghiêm mật với hạnh đầu đà, sau khi xuất gia vào tháng 10 năm 1224 tại Chùa Bút Tháp và được Sư phụ ban cho Đạo hiệu là Huệ Quang. Đầu cạo nhẵn, áo nâu sồng đã sờn vai và nếp nhăn đã hiện rõ lên trên vầng trán vốn dĩ thông minh, dõng kiệt một thời. Lúc ấy Huệ Tông vừa đúng 30 tuổi, lứa tuổi năng động của một thanh niên cường tráng đầy nhiệt huyết, tinh nhuệ cả văn lẫn võ, nhưng Huệ Tông phải nhường ngôi cho con gái là Lý Chiêu Hoàng mới tròn 8 tuổi để đi xuất gia, quả là điều có một không hai của những bậc đế vương, từ trước đến nay chỉ có trong triều đại Nhà Lý.

Nhiều đêm sau khi thiền tọa, ông đến bên chiếc đơn cô lẻ để tựa người nằm xuống mà không sao chợp mắt được, bởi lẽ có quá nhiều vấn đề khiến ông phải suy tư hồi tưởng lại, và cứ thế ông để mặc cho tư tưởng trôi ngược dòng đời cho đến khi lịm dần vào giấc ngủ. Trong khi ngủ cũng có lắm điều mơ, lúc thì làm vua ban chiếu chỉ, lúc đánh giặc, lúc bên người vợ hiền Trần Thị Dung và cả khi bị thúc ép bởi Trần Thủ Độ. Việc ông xuất gia là điều không tránh khỏi, khi không muốn mình bị một cái chết oan khiên được bày ra bởi Trần Thủ Độ.

Bút Tháp là một ngôi chùa và trong ấy có xây một ngọn tháp cao, vươn lên tận trời xanh, có hình như cây bút, nên gọi là Bút Tháp. Tương truyền chùa này đã có từ thời Ngài Khương

Tăng Hội có mặt tại đất Giao Châu từ năm 280, nghĩa là đã hiện hữu trên dưới 1.000 năm rồi. Do vậy ngôi chùa có một vị thế rất đặc biệt và nhiều vua chúa, hoàng thân, quốc thích hay ngay cả dân dã bình thường cũng hay lui tới chốn trang nghiêm này. Đây là một phước báu của triều đình đã tiếp nối được hạt giống Thánh từ Thiên Trúc truyền qua cả hơn 1.000 năm nay. Cho nên Huệ Quang Thiền sư rất an ổn khi phát tâm bỏ tục xuất gia và thực hành nhiệm vụ của người Tăng sĩ nơi chốn Già lam này. Bình thường ở nơi cung cấm thì ông luôn có kẻ hầu người hạ. Kẻ bưng cơm, người rót nước, kẻ rửa mặt, người đưa khăn... Những điều kiện như thế không còn trong tầm với nữa, mà ông đã chấp nhận một cuộc sống đơn lẻ tại chùa này vì nhiều lý do khác nhau.

Triều Lý kể từ khi khai mở triều nghi từ năm 1010 đến thời điểm này, kể ra cũng đã hơn 200 năm lịch sử. Qua tám đời vua, vua nào cũng có con trai để nối dõi hoàng tộc, nhưng đến đời Lý Huệ Tông chỉ có 2 con gái, nên vua phải phong vương cho Lý Chiêu Hoàng khi vừa tròn 8 tuổi. Cái tuổi thơ ngây khờ dại đâu biết gì, nhưng vì tứ bề thọ địch và nhất là bị sức ép của Trần Thủ Độ, nên Huệ Tông phải nhường ngôi cho con mình khi ông chỉ mới 30 tuổi để lên làm Thái Thượng Hoàng, rồi đi tu. Ngoài ra ông cũng đã gả chị gái của Chiêu Hoàng cho Trần Liễu nữa, đây là người anh em chú bác với Trần Thủ Độ. Nhìn xa rồi lại nhìn gần, cơ nghiệp của Nhà Lý đâu còn gì nữa mà trông, vì chung quanh ông toàn là những nịnh thần hay những người luôn muốn tạo phản để chỉ mong mang mối lợi về cho bản thân hay dòng tộc. Tuy Trần Thủ Độ ác độc, mưu thần chước quỷ không ai lường nổi, nhưng Trần Thị Dung, người chị con nhà bác của Trần Thủ Độ đã một thời làm vợ Vua Huệ Tông và rất được sủng ái. Trong cái họa diệt vong mất nước mà bên mình vẫn còn người đầu ấp tay gối Trần Thị Dung, nên mọi an nguy của xã tắc Huệ Tông đều hững hờ, cứ để cho thế sự xoay vần đến đâu thì hay đến đó. Bởi chính bản thân ông không đủ tài cán và chung quanh cũng không tìm ra người tâm huyết để giúp lèo lái con thuyền quốc gia đại sự đến được nơi chốn an bình, cho dân chúng an cư lạc nghiệp. Nên *"một liều ba bảy cũng liều"*.

Dẫu cho muốn được yên ở chùa, nhưng nào có yên đâu. Vì Bút Tháp vốn là chốn linh thiêng, nên ngày nào cũng có người ra vào lễ bái tấp nập. Trần Thủ Độ nghi ngờ sẽ có người lợi dụng việc này mà sàm tấu chuyện triều ca khi mộng của ông chưa thành. Nghĩa là phải lật đổ Nhà Lý, dựng ngôi Nhà Trần, qua hình ảnh của Trần Cảnh, vốn là anh nhà bác trong gia tộc của mình. Cho nên Trần Thủ Độ thấy chưa an tâm, liền cho người đến Chùa Bút Tháp khuyên Thiền sư Huệ Quang dời đến Chùa Chân Giáo, vốn gần gũi chốn kinh kỳ của đất Thăng Long nghìn năm văn vật, nhằm dễ kiểm soát những hành tung của Huệ Quang hơn và cố chặt đứt hết chân tay của con cháu nhà họ Lý thì lúc ấy Trần Thủ Độ mới an tâm được.

Một hôm Trần Thủ Độ mượn cớ đi lễ chùa, khi đi ngang qua sân cỏ trước vườn chùa, Thủ Độ thấy Thiền sư Huệ Quang đang lui cui nhổ cỏ. Thủ Độ hất hàm bảo:

- Nhổ cỏ thì phải nhổ cả rễ sâu.

Huệ Quang đáp rằng:

- Điều ngươi nói ta đã hiểu rồi.

Một ông vua khôn ngoan như thế, nhưng ở vào lúc thế cùng vào chùa tu niệm cũng chẳng an thân và tự nghĩ rằng: Ngày xưa vì tin duyên nợ, nên để Trần Thị Dung về làm vợ mình, nhưng nào ngờ đâu, đây cũng là nguyên nhân để cho Trần Thủ Độ ép ta vào ngõ bí. Mặc dầu Thái hậu đã bao lần can ngăn bảo hãy diệt Trần Thị Dung đi, nhưng ta nào có nghe, khi mà ái tình mê muội đã làm quên đi chữ hiếu và cái nhục của xã tắc sơn hà, nên ngày nay ta đã mất cả ngôi báu và cả thần dân trăm họ. Ôi cái tình! Đúng là *"cái chi chi"*. Ai mà hiểu, mà làm chủ được khi yêu. Cho nên trong Thập nhị nhân duyên, Phật đã dạy tự ngàn xưa, tuy bắt đầu bằng vô minh, nhưng nếu không tiêu trừ ái dục trước được, thì vòng luân hồi vẫn còn lẩn quẩn đâu đây! Điều ấy thật là chính xác. Cái điều mà Trần Thủ Độ nói chỉ là muốn ta dẹp hết con cháu Nhà Lý thôi, chứ làm sao hiểu sâu như lời Phật dạy là nhổ cho hết cỏ vô minh vốn đã nhiễm sâu nơi cội rễ của mọi người, đó mới là điều đáng nói. Bây giờ thì ta đã an bần lạc đạo, còn mong gì ở chốn triều ca nữa. Ngày xưa Trần Thủ Độ còn rập mình nhìn trước ngó sau tại chốn cung son, sau đó vì ta sủng ái Thị Dung nên đã cất nhắc y lên đến chức Điện tiền Chỉ huy sứ, nắm trong tay không biết bao nhiêu là quyền bính, vào ra tự tại nơi chốn cửu trùng không ai dám hé miệng hở môi. So ra ngày ấy và ngày nay khác xa nhau nhiều lắm.

Khi Thủ Độ rời chùa, Thiền sư Huệ Quang tìm cách tự tử và trước khi chết, Huệ Quang nói rằng: "Thiên hạ ngày nay đã vào tay ngươi, ngươi lại giết ta, ngày sau đến khi thác con cháu ngươi cũng sẽ bị như thế." Đó là lời nói sau cùng của Thiền sư Huệ Quang vào ngày 3 tháng 9 năm 1226 tại Chùa Chân Giáo, thọ mệnh 33 tuổi, qua 14 năm làm vua, 2 năm làm Thái Thượng Hoàng, hai năm xuất gia ở Chùa Bút Tháp và Chùa Chân Giáo. Thông thường với một người đã bỏ tục xuất gia là quên đi tất cả những lụy phiền của cuộc sống trước đó mới vào chùa. Tuy nhiên việc của Huệ Tông là chuyện của một triều đình, không phải chỉ là chuyện ăn cơm, uống nước của thiên hạ hằng ngày, nên Vua Huệ Tông tự tìm cho mình một cái chết cho kẻ sống an lòng dễ hoành hành, để cho cái lợi danh làm chủ, rồi cuối đời của Trần Thủ Độ cũng sẽ như thế thôi. Cho hay nhân quả của nhà Phật không vị tình hay nể trọng một ai, dầu cho đó là một đấng quân vương quyền cao lộc cả, hay là một người hạ tiện bình dân. Tất cả đều bị luật vô thường và nhân quả chi phối. Không ai là kẻ được miễn trừ.

Thiền sư Huệ Quang sinh năm 1194 và mất năm 1226, được

33 tuổi. Là thái tử con Vua Lý Cao Tông, ông nối ngôi vua vào năm 1210. Lúc ấy ông đã 16, 17 tuổi. Cái tuổi của sự trưởng thành nơi cung cấm cũng như đối với nhân gian. Chỉ làm vua 14 năm thôi, nhưng cả cuộc đời ông ghi lại đậm nét bao nhiêu chuyện phế hưng của lịch sử cũng như của một triều đại huy hoàng dựng nước đã 200 năm như thế. Ông tên thật là Lý Sảm (李旵) hay Lý Hạo Sảm. Chữ Sảm (旵) nếu viết theo chữ Hán thì ở trên chữ *"nhật"* (日) và ở dưới chữ *"sơn"* (山). Nếu theo lối nói dân gian thì mặt trời đã xuống đến núi, nghĩa là hoàng hôn đã đến và báo hiệu cho một triều đại sắp đổi thay.

Năm 1217 qua nhiều sức ép khác nhau từ trong cung cấm ra đến chốn triều ca, ông đã bị điên loạn. Điều ấy có thể tin được, vì lẽ ông không chịu đựng nổi sức ép từ Trần Thủ Độ mà ông phải đơn độc một mình gánh lấy, mặc dầu con gái của Trần Lý là Trần Thị Dung luôn ở bên cạnh ông. Với nhan sắc quyến rũ ấy đã làm lung lạc tâm thần của một đấng quân vương khi tuổi đời còn non trẻ. Nhiều khi ông cột tóc lại và trên búi tóc ấy có cắm cây cờ lệnh, rồi rong chơi đây đó để quên đời. Có lúc ông thốt lên rằng:

"Ta đây là tướng của trời.

Hôm nay giáng thế cho người sợ oai"

Dĩ nhiên làm vua phải oai hơn người điên chứ, nhưng người điên muốn nói gì thì nói, chứ làm một đấng quân vương, ngồi trên cả muôn dân, đâu phải muốn làm gì thì làm, muốn nói gì thì nói đâu? Cho nên đôi khi điên cũng có lợi. Đây là cái cớ để ông mạt sát Trần Thủ Độ chăng? Trong thời gian tao loạn ấy, bà Trần Thị Dung bị giáng xuống làm ngự nữ và một thời gian sau lại được Vua Lý Huệ Tông lập lại làm Thuận Trinh phu nhân mà năm 1216 bà đã là Hoàng hậu. Đàm Thái hậu, mẹ của Vua Huệ Tông rất ghét bà Trần Thị Dung, vì Thái hậu biết chắc rằng qua quân sư Trần Thủ Độ lại có Trần Thị Dung, vốn là Hoàng hậu được Vua Huệ Tông sủng ái, nên không sớm thì muộn sơn hà xã tắc của Triều Lý sẽ bị lọt vào tay Nhà Trần. Đã bao lần bà khuyên can Vua Huệ Tông là nên giết Trần Thị Dung đi, nhưng Vua không nghe. Có phải chẳng qua vì hai chữ ái tình và sắc đẹp làm cho Vua mù quáng như thế, để rồi phải giả điên, giả dại, giả khờ che mắt thiên hạ để nói lên những điều mình muốn nói, nhưng không thể nói lên sự thực được khi mình đường đường là đấng quân vương chăng?

Trong thời gian này có Thái sư Đàm Dĩ Mông, vốn là người của Đàm Thái hậu, nhưng tánh tình ông cũng nhu nhược, thiếu học thức. Tuy làm quân sư cho cả một triều đình mà giặc từ bên trong lẫn bên ngoài đang chờ sẵn tại đó, nhưng ông cũng chẳng khuyên can hay nghĩ được mưu kế gì, để cho vua phải một phen dở sống, dở chết như vậy. Thời đó thiên hạ chê cười vua thì ít mà kết án bầy tôi, quần thần thì nhiều với những kẻ chịu ơn vua lộc nước, bổng lộc đầy nhà, nhưng khi việc khó đến thì ai ai cũng thủ khẩu như bình. Xét ra xưa nay ở đâu cũng đều như vậy cả.

Lý Chiêu Hoàng tức là Công chúa Phật Kim, sinh vào tháng 9 năm 1218 và mất tháng 3 năm 1278. Lý Huệ Tông sinh bà ra trong hoàn cảnh của đất nước tang thương và mới một năm sau khi Vua giả điên. Có giả thuyết cho rằng ngày nay chúng ta thấy hình tượng một vị vua mang hia đội mão của một đấng quân vương, hai tay cầm một cái hốt và đang quỳ mọp xuống, trên lưng là một tượng Phật ngồi. Đây có phải là một hình thức do vua Huệ Tông tạo ra để sám hối cho bản thân mình và cầu cho con gái của mình sớm mau ăn, chóng lớn, cũng như hối lỗi cho sự giả điên của mình để cho trong ngoài cung cấm đều không phải dị nghị chăng?

Lúc Chiêu Hoàng 7, 8 tuổi, Trần Thủ Độ đã cho Chiêu Hoàng chơi chung với Trần Cảnh, là người ban đầu chỉ có nhiệm vụ mang thau nước và khăn lau cho Chiêu Hoàng rửa mặt khi ngủ dậy hay đi đâu về, nhưng dần dần hai trẻ này chơi với nhau thật thân mật khiến cho Trần Thủ Độ đắc ý lắm. Trong tâm ông đã sắp đặt sẵn, nếu để cho hai trẻ càng gần nhau trong gang tấc giữa trai gái hằng ngày, thì trước sau gì lửa gần rơm cũng sẽ bén.

Quả thật vậy! Ngoài những toan tính ra, Thủ Độ còn cho Trần Cảnh và Chiêu Hoàng ở riêng với nhau, đến khi được tấu trình tự sự thì Thủ Độ chỉ cần thông báo với triều đình là Trần Cảnh và Chiêu Hoàng sẽ trở thành vợ chồng. Điều ấy chắc quan văn, quan võ cũng biết, Đàm Dĩ Mông cũng rõ ngọn ngành. Đàm Thái hậu ghét cay ghét đắng, tự hỏi làm sao mà cháu nội của mình mới 8 tuổi đã bị ép duyên như thế? Đám cưới này do Trần Thủ Độ dựng lên chứ Huệ Tông và cả Thái Hậu đều không biết, chỉ ngao ngán chấp nhận chuyện đã rồi mà thôi. Lúc này thì Thủ Độ có cớ để bắt Vua Lý Huệ Tông nhường ngôi chính thức cho Lý Chiêu Hoàng vào năm 1224. Bà ở ngôi Hoàng Đế cho đến năm 1225, nghĩa là chưa được 2 năm. Ngôi vị ấy đã nghiễm nhiên lọt vào tay Nhà Trần, mà người đắc ý nhất không phải là Trần Cảnh, mà là Quân sư Trần Thủ Độ, người đã bày ra bao nhiêu mưu lược để mang lại giang sơn gấm vóc cho gia tộc họ Trần. Trần Cảnh hay Lý Chiêu Hoàng chỉ là một hoạt cảnh trong bao nhiêu hoạt cảnh khác về sau này trong lúc Trần Thủ Độ còn sống mà thôi.

Đến năm 1237 Lý Chiêu Hoàng chính thức bị truất phế vì không có con trai để nối dõi tông đường, mặc dầu trước đó bà đã có một người con trai với Trần Cảnh nhưng bị yểu mạng chết non. Vì ngôi vua phải có người thừa kế về sau này nên Trần Thủ Độ tìm mọi cách để truất phế Lý Chiêu Hoàng, chính thức đưa Lý Thuận Thiên, vốn là chị ruột của Lý Chiêu Hoàng lên làm vợ của Trần Cảnh, được tấn phong là Hiển Từ Thuận Thiên Hoàng hậu. Riêng Lý Chiêu Hoàng, bà ở vậy đến năm 1258 thì chính thức lấy Lê Phụ Trần sinh được một con trai và một con gái. Như vậy, chuyện không con của Lý Chiêu Hoàng chỉ do Trần Thủ Độ kiếm cớ mà thôi. Vì Thủ Độ chỉ mong sao thấy được sơn hà xã tắc này sớm có người kế vị, nên một lần nữa lại nhẫn tâm ép Trần Cảnh phải lấy cái bào thai của chị dâu, vợ của Trần Liễu, làm con trai mình. Nếu Trần Thủ Độ không nóng lòng thì trước sau gì Chiêu Hoàng cũng sẽ sinh cho Trần Cảnh một người con trai để nối dõi ngôi Nhà Trần, như sau khi bà tái giá với Lê Phụ Trần. Có như vậy người đời mới xem Trần Thủ Độ là một người mưu mô khét tiếng, không phải tạo cơ hội cho mình làm vua, mà ông đã tố một ván bài lật ngửa hoàn toàn với những tinh binh dễ sai dễ khiến. Ông làm vậy cốt cũng chỉ vì Nhà Trần, nhưng vết nhơ này ai sẽ rửa sạch cho ông đây?

Sử chưa chấm dứt tại đó. Sau khi Lý Huệ Tông đi xuất gia ở Chùa Bút Tháp vào năm 1224 thì Trần Thủ Độ cho Trần Thị Dung trở thành cung nữ và mang về làm vợ của mình. Bà này vốn là chị em chú bác với Trần Thủ Độ và Nhà Trần bắt đầu lấy nhau chỉ trong gia tộc, chứ không phải người ngoài họ, vì sợ rằng ngôi báu sẽ dễ bị soán đoạt. Từ đó chuyện *"loạn luân"* trong cung cấm đã xảy ra như em lấy chị ruột, con chú, con bác, con cô, con cậu lấy nhau là chuyện bình thường. Nếu nhìn chung suốt chiều dài lịch sử của nước Việt, chỉ có Triều Trần suốt gần 200 năm ấy đã làm được những điều tốt như các vua chúa sớm nhường ngôi cho con cái, lên làm Thái Thượng Hoàng. Đây cũng là cơ hội của các Thái Thượng Hoàng tuy ở Thiên Trường nhưng cũng có thể làm cố vấn cho các vua còn trẻ ở Thăng Long, như trong các cuộc chiến thắng Nguyên Mông 3 lần vào năm 1258, 1285 và 1288 là những bằng chứng hùng hồn nhất. Tuy nhiên tục lệ cận huyết mà lấy nhau như vậy do Trần Thủ Độ khởi đầu là việc ông đã lấy bà Trần Thị Dung, chị em chú bác với ông hay ép Trần Cảnh lấy chị dâu của mình là vợ của Trần Liễu. Nếu đứng về phương diện đạo đức cũng như phương diện văn hóa dân tộc cả trước hay mấy ngàn năm sau này, thì chưa hề có những việc như thế xảy ra, mà trong suốt cả Triều Trần đều lặp đi lặp lại nhiều lần từ đầu triều 1226 đến cuối triều năm 1400 cũng vậy. Quả là điều đáng trách biết bao.

Lý Chiêu Hoàng sống đến năm 1278 nghĩa là lúc bà 61 tuổi rồi mới cỡi hạc quy Tây. Tuy sử sách không nhắc nhở đặc biệt gì về lòng tin của bà đối với ba ngôi Tam Bảo, nhưng khi sinh ra bà, Vua Lý Huệ Tông đã đặt tên là Phật Kim, ắt hẳn nhà Vua cũng có ý mong rằng Chiêu Hoàng sáng giá như con Phật. Dĩ nhiên khi Thượng Hoàng đi xuất gia tại Chùa Bút Tháp vào năm 1224, chắc rằng bà và Trần Cảnh đã nhiều lần viếng thăm nơi Phật xá này, mà điều ấy Trần Thủ Độ không bao giờ muốn, luôn có ý cản ngăn. Chữ Phật Kim ấy gắn bó suốt cả một cuộc đời mình cho đến khi bà 61 tuổi. Bà đã có một thời gian tuổi thơ đầm ấm ở trong triều và bà cũng đã có người bạn đời sống chung với nhau từ năm lên 8 tuổi cho đến năm 1237, nghĩa là bà đã ở với Trần Cảnh được 12 năm. Lúc bà mới 19, 20 tuổi, đã bị truất ngôi Hoàng hậu, sống một thời gian đơn lẻ trong cung và sau này kết hôn với Lê Phụ Trần.

Khi Lý Chiêu Hoàng bị truất ngôi Hoàng hậu chắc Trần Cảnh buồn lắm, vì người này đã là kẻ đầu ấp tay gối từ năm lên 8 đến nay và bấy giờ chỉ vì không con, nên phải nhường ngôi Hoàng hậu cho chị ruột của mình và chính Trần Cảnh tức vua Trần Thái Tông phải chịu cái nhục bị ép lấy chị dâu để có người nối dõi lo cho sơn hà xã tắc qua sự chủ trương độc đoán của Trần Thủ Độ. Do vậy mà Trần Thái Tông rất ưu sầu. Nỗi ưu sầu này khác xa với sự ưu sầu của Lý Huệ Tông và cuối cùng nhà Vua cũng đã tìm lên Yên Tử để gặp Quốc Sư Phù Vân đang hành đạo tại đó. Khi gặp, Quốc Sư hỏi:

- Bệ hạ đi đâu mà hoàng bào thấm đượm sương mai như vậy?

- Trẫm vào đây để tìm Phật chứ không tìm gì khác.

- Trong núi vốn không có Phật. Nếu tâm của Bệ hạ yên, tâm ấy chính là tâm Phật.

Nhà Vua ngẫm nghĩ hồi lâu và tự nhủ với lòng mình rằng: "Yên sao được mà yên. Nếu Quốc sư ở triều nội, hằng ngày dõi theo những sự kiện trái ý nghịch lòng như vậy thì chắc Quốc sư cũng chẳng yên đâu. Ngài là vị Lão Tăng đã được Vua Lý Huệ Tông cũng như Trần Thủ Độ kính quý. Tuy nhiên khi thấy Thủ Độ chuyên quyền như vậy chính Ngài cũng không màng lợi danh, nên đã vào núi Yên Tử để tu trì, trong khi ở Bút Tháp hay Chùa Chân Giáo gần kinh đô có nhiều điều kiện hơn, nhưng Ngài đã không bao giờ quan tâm đến."

- Bệ hạ nên suy nghĩ cho thật kỹ - Quốc sư Phù Vân nhẹ nhàng lặp lại như thế.

- Nhưng trẫm đã quyết, dầu bất cứ giá nào thì trẫm cũng chỉ muốn xuất gia đầu Phật để giữ tâm cho an bình, chứ không muốn làm vua, đứng trên cả muôn dân trăm họ, nhưng thực quyền lại chẳng có gì. Tất cả đều nằm trong tay Quân sư Trần Thủ Độ cả.

- Điều ấy ta hẳn biết, Trần Thủ Độ và Trần Thị Dung chính là anh em nhà chú nhà bác. Ông ta có tham tâm lật đổ Nhà Lý, nên mới gả Trần Thị Dung cho Vua Lý Huệ Tông, sau khi Huệ Tông đi tu và bị bức tử thì Trần Thủ Độ giáng xuống làm cung nữ và làm cả tỳ thiếp cho mình. Đó là hình thức của con nhà chú lấy con nhà bác. Triều Trần này bắt đầu có những cuộc hôn nhân cận huyết như thế.

- Kính bạch Quốc sư! Chính vì thế mà trẫm đây áo não, giày vò. Cung son, gái đẹp, đàn ca hát xướng suốt ngày đâu có làm cho trẫm yên, cho nên trẫm trốn vào núi này để mong được yên thân và tìm Phật vậy.

Trần Thủ Độ ở Thăng Long đứng ngồi cũng chẳng yên, mới

sớm mai chầu triều mà không có Vua Trần Thái Tông, nhìn đâu cũng thấy một không khí não nề. Trần Thủ Độ đưa tay vuốt râu và hỏi bá quan văn võ rằng:

- Có vị nào biết Bệ hạ đi đâu mà sớm vậy chăng?

- Hình như là xa giá vẫn còn kia mà. Có một vị quan lên tiếng.

- Đi trốn thì cần gì xa với giá.

- Nhưng mà trốn ai chứ?

- Trốn những sự thật đáng nguyền rủa. Trong số các quan có người buông ra tiếng thở dài và nói nhỏ đủ nghe như vậy.

Cả ngày hôm đó và ngày hôm sau nữa, Thủ Độ cho quan quân dạo khắp chốn kinh thành, tìm đâu cũng không ra bóng hình của Vua cả. Hỏi Hoàng hậu và các cung phi thì ai ai cũng chỉ biết đưa mắt nhìn nhau và cuối cùng thì có tin khẩn báo cho biết là Vua đã rời thành Thăng Long, chỉ đi cùng một ít tùy tùng và vài con ngựa tốt, còn tất cả lụa là gấm vóc đều bỏ lại sau lưng. Được tin, Thủ Độ cho cả binh hùng tướng dũng kéo đến núi Yên Tử và khi gặp Vua Trần Thái Tông, Thủ Độ tâu:

- Muôn tâu Bệ hạ! Dân không thể thiếu người lãnh đạo một ngày, quân không thể không có chủ tướng trong một phút. Thế mà mấy ngày nay Bệ hạ đã trốn vào chốn lam sơn này khiến cho hạ thần và muôn dân đang trông ngóng lo lắng. Xin Bệ hạ hãy hồi cung.

- Ta đã ngán chốn cung cấm lắm rồi. Ngươi hãy về đi.

Nói xong nhà Vua tự mình bỏ vào trong, xem như không có Trần Thủ Độ ở đó.

Thủ Độ ngẩn người ra, nhưng ông quyết không rời chốn này nếu ông không thuyết phục được Vua Trần Thái Tông về lại cung xưa. Ông đã đến gặp Quốc sư Phù Vân để giải bày tự sự. Sau khi Thủ Độ hầu chuyện với Quốc sư xong, ông đến gặp Vua một lần nữa và lần này có cả Quốc sư đi cùng, Quốc sư nói:

- Tâu Bệ hạ! Ở đây là chốn núi rừng hang hiểm, khi đói chỉ có trái cây, khi khát chỉ có nước suối. Cuộc đời của một Tăng nhân chỉ như vậy thôi. Luôn sống độc cư nhàn cảnh đã quen, còn Bệ hạ khó có thể chịu được nổi những cơn gió lạnh của mùa Đông khi trời đổi gió và nhất là bên cạnh mình không còn những phương tiện như xưa nữa.

- Bạch Quốc Sư! Trẫm đã xem ngai vàng như đôi dép bỏ rồi, còn lượm lại làm chi nữa. Hãy vất nó đi vào quên lãng cho trẫm yên thân.

Quốc Sư nhìn Trần Thủ Độ và Trần Thủ Độ nghiêm nghị thưa:

- Nếu Bệ hạ đã quyết chí ở lại chốn này thì xin thưa rằng: *"Bệ hạ ở đâu thì triều đình sẽ ở đó"*.

Nghe câu này lòng Quốc sư chẳng vui, vì lâu nay chốn lam tuyền này vốn đã yên ổn với thú rừng, cây cỏ, một làn gió thổi qua cũng làm cho muôn vật đều đổi thay. Bây giờ cả tam cung lục viện mà được xây dựng nơi chốn này thì làm sao ta có thể an tâm tu học được. Quốc sư Phù Vân suy nghĩ một hồi lâu như vậy, đoạn đưa tay mời Vua Trần Thái Tông vào trong hậu liêu để giải bày tự sự.

- Bệ hạ đã nói được câu: *"Trẫm xem ngai vàng như đôi dép bỏ"*. Chính là Bệ hạ đã liễu ngộ được lý vô thường rồi. Tất cả cái gì có hình tướng, cái ấy đều không thật có mà ngay cả ngai vàng hay giang sơn này cũng vậy nữa. Đã vô thường thì do sự khổ chi phối. Cái khổ của Bệ hạ đối với Nhà Lý và bây giờ là cái khổ nhận bào thai của chị dâu làm con của mình và nhất là…

Nhà Vua đưa hai tay lên chắp lại, vái xá Quốc Sư và thưa rằng:

- Như vậy cũng được! Ta sẽ về, nhưng ban ngày quyết lo chính sự cho xong, đêm đến ta tụng kinh niệm Phật, ngồi thiền và dịch kinh viết sách.

- Như thế thì còn gì hay hơn nữa.

Quốc sư Phù Vân bảo như vậy.

Sau khi Quốc sư và Vua Trần Thái Tông hội kiến xong, cả hai, ai nấy đều vui. Có lẽ duyên lành đã đến. Nhà Vua ra lệnh lên xa giá hồi cung. Nhìn nét mặt của Trần Thủ Độ hân hoan như chưa bao giờ chiến thắng được một cuộc đấu trí như vậy. Xưa nay thắng bại là chuyện thường, nhưng chưa chắc rằng ai đã hơn ai.. Biết đâu Thái Tông còn cao trí hơn Thủ Độ nữa. Cái trí ấy không nằm nơi mưu kế mà nhờ nơi cửa Phật tạo nên. Đó là trí tuệ để soạn ra Khóa Hư Lục và những kinh điển mà nhà Vua đã ngộ được từ cửa Thiền. Cái trí này vượt ra ngoài tam giới và có giá trị cho đến ngày nay cũng như mãi đến ngàn sau.

Người xưa thường nói: "Thua keo này ta bày keo khác", nhưng Thủ Độ thì không, *"Thắng keo này ta bày keo khác"*. Ông biết rằng nếu hậu duệ Nhà Lý mà còn thì sẽ không yên cho Nhà Trần, ông cũng đã biết được Hoàng tử Lý Long Tường cùng đoàn tùy tùng đã lên thuyền chạy trốn khỏi quê hương Đại Việt, nhưng ông hy vọng sóng to gió lớn sẽ không giữ lại mạng sống của những người này. Và để tru diệt hoàn toàn Nhà Lý ông đã nghĩ ra một phương cách quỷ khốc thần sầu: Ông đã tập hợp những người tâm huyết lại, trả lương cho họ thật hậu để chỉ làm việc vào ban đêm, khi không có ánh sáng thái dương soi tỏ, hầu che giấu không cho những người làm việc biết những hầm hố do họ đào gần lăng mộ các vua Nhà Lý, và sau khi hố đào thật sâu rồi, chông được cắm thật nhiều vào đó, đoạn phủ ván mỏng và cỏ xanh lên trên. Thủ Độ chọn một ngày phù hợp cho tảo mộ thăm viếng lăng tẩm của quân vương Triều Lý. Khi mới nghe ra, ai cũng bảo rằng: Thủ Độ có quan tâm. Thủ Độ là một quân sư tài giỏi, tuy trong thời gian qua ông đã gây ra không biết bao nhiêu là tai tiếng trong cung nội cũng như ngoài dân gian, nhưng ông cũng có lòng.

Ngày tảo mộ lăng tẩm các đấng Tiên vương Triều Lý đã đến. Mọi người còn sót lại cũng muốn báo đáp công ơn muôn một của tiền nhân nên quần là, áo lượt, món ngon vật lạ đều đem đến cúng kiến cho các tiên vương. Trong khi con cháu Nhà Lý hì hục cúng bái, kể công, kể tội thì Thủ Độ cho quân lính rút ván dưới chân họ, tất cả đều sụp xuống hầm sâu, nơi đó có những bàn chông sắc nhọn và kể cả rắn độc trồi lên. Thật là một kẻ ác tâm, so với ngày xưa ở Ấn Độ A Xà Thế hại Vua cha, Đề Bà Đạt Đa hại Phật thì cũng không kém chút nào. Thế là tiếng kêu la inh ỏi, nhưng Thủ Độ chẳng màng, miễn sao mưu kế của mình được thành tựu, sau đó ông cho lấp đất lại. Thế là cuộc tàn sát đã thành công, chỉ có Thủ Độ và thuộc hạ là hài lòng, còn Lý Chiêu Hoàng bây giờ đã thuộc về con dâu của Nhà Trần rồi, không biết bà nghĩ sao về thân phận của mình đây. Có tình chung nào khiến cho Thủ Độ dừng tay chăng? Hay bà là người đã hy sinh cả một hoàng tộc Nhà Lý rồi, bây giờ lại còn hy sinh đến thân phận của một Hoàng hậu, bị truất ngôi để làm tăng thêm lợi danh cho những người thừa thắng xông lên làm việc ác? Nói như lời của Huệ Tông trước khi chết là:

- "Thiên hạ ngày nay đã vào tay ngươi, ngươi lại giết ta, ngày nay ta chết, đến khi thác, con cháu ngươi cũng sẽ bị như thế."

Điều ấy cũng đúng với giáo lý nhà Phật mà thôi. Đó là nhân nào thì quả nấy. Không bao giờ có một hạt nhân xấu đem ra ươm trồng, mà lại sanh ra quả tốt bao giờ và ngược lại nếu ta gieo trồng một nhân thiện thì không thể nào gặt hái một quả xấu hết. Tuy nhân và quả có nhiều thời và nhiều giai đoạn, nên cái gì cũng có thể sai và cũng có thể đúng, riêng nhân quả, nếu không đúng thì thôi, quyết không bao giờ sai cả. Đây là định luật nhân quả mà A Xà Thế, Đề Bà Đạt Đa đã nhận lấy, và rồi đây Trần Thủ Độ cũng sẽ như vậy mà thôi.

Nếu chúng ta tham khảo qua 34 trường hợp hôn nhân cận huyết xảy ra trong dòng tộc Nhà Trần do Trần Thủ Độ chủ xướng, mà tác giả Nguyễn Thị Chân Quỳnh năm 1993 đã ghi lại trong bài viết *"Công chúa đời Trần - Mỹ nhân kế - Loạn luân"* thì chúng ta sẽ rõ biết và đau lòng về điều đó.

Một triều đại Nhà Trần kéo dài 175 năm kể từ năm 1225, 1226 đến năm 1400 gồm 13 đời vua như thế, nếu đứng về phương diện văn học, tôn giáo, văn hóa, lịch sử, kiến trúc, ngoại giao, chiến tranh với Mông Cổ v.v... không có triều đại nào trong lịch sử Việt Nam mà hiển hách vinh quang được như vậy. Vì lẽ các Vua Trần có tu, có học, có thọ Bồ Tát giới, nên quyết tâm đem việc thực hành Bồ Tát hạnh đi vào đời, nên giang sơn gấm vóc mới còn lưu giữ lại được như ngày hôm nay. Tuy nhiên vấn đề trong cung cấm, vấn đề thay ngôi đổi chủ, vấn đề hôn phối v.v... khiến cho ta phải suy nghĩ rất nhiều. Vì lẽ ngay từ đầu Nhà Trần, Trần Thủ Độ đã làm cho sơn hà xã tắc điêu đứng, mà cũng chính ông trực tiếp gây dựng nên Nhà Trần. Ông không khác Đào Cam Mộc, Thiền sư Vạn Hạnh của đầu triều Nhà Lý năm 1010 là mấy, khi mà Lê Long Đĩnh đã không còn được lòng dân nữa. Ông cũng giống như Hồ Quý Ly lựa thời cơ chín muồi, cho người nội gián vào cung vua ở cuối thời Nhà Trần và đã giành được giang sơn cũng như thiên hạ vào tay mình, nhưng rất tiếc Hồ Quý Ly cũng chỉ được có 17 năm mà thôi. Trong khi đó Nhà Lý hơn 200 năm và Nhà Trần được 175 năm. Nếu cộng cả Lý và Trần lại thì lịch sử Việt Nam gần 400 năm ấy của hai triều đại này, xuyên suốt cả một dòng sông lịch sử mấy ngàn năm, chưa có triều đại nào được vinh quang như Lý, Trần vậy.

Vả chăng Thủ Độ sợ ngai vàng mất vào tay tộc họ khác, nên mới chủ trương hôn nhân cận phối như thế, mà trước và sau đó không có triều đại nào lại như vậy cả. Cho hay cái công và cái tội bao giờ cũng cận kề nhau. Nếu xét về công thì Thủ Độ có công không nhỏ, nhưng nếu xét về tội của ông thì không bút mực nào miêu tả hết được.

Nỗi đơn độc của Lý Huệ Tông khi đã trở thành Thiền sư Huệ Quang ngồi nhổ cỏ trước sân Chùa Chân Giáo đã bị Trần Thủ Độ nói bóng gió để ám chỉ cho một triều đại đã qua, không nên còn mơ ước gì nữa. Rồi 175 năm sau Hồ Quý Ly cũng như vậy. Ông ta lợi dụng mình là cháu của Minh Từ Thái Phi, mẹ của Nghệ Hoàng, nên ông ta đã xúi Nghệ Hoàng giết hại trung thần, các Hoàng tử, các Thân vương và ngay cả Phế đế cũng bị sự gièm pha của Quý Ly mà bị Nghệ Tông phế bỏ. Con út của Nghệ Hoàng là Trần Ngang, tức Trần Thuận Tông được lập lên ngôi, nhưng cũng không có thực quyền. Con gái lớn của Quý Ly là Khâm Thánh, Hoàng hậu của Thuận Tông, nên mọi việc của Thuận Tông càng bị Quý Ly siết chặt hơn, bởi lẽ Hồ Quý Ly rất gian xảo.

Cho hay tất cả những ông vua đầu triều đại đều là những anh hùng của dân tộc, nhưng những kẻ sau cùng thừa hưởng được giang sơn gấm vóc của tiền nhân, không quý cái nhọc, cái khổ khi dựng nước của những đời trước, nên đã trác táng rượu chè, đam mê nữ sắc khiến cho cả trung thần lẫn nịnh thần đều chán ngán và đó chính là cơ hội để ai có gan thì có thể tóm thâu thiên hạ về cho gia tộc của mình.

Chương II

Trông vời cố quốc

Một triều đại sụp đổ, thay ngôi đổi chủ mang theo không biết bao nhiêu là thay đổi. Từ tộc họ hoàng triều cho đến thi cử, xã hội v.v... tất cả đều phải không giống các triều đại đã đi trước đó. Ví dụ như có Đế hiệu, lăng tẩm riêng, sự truyền thừa nối ngôi cũng như vậy. Ngày xưa ông vua nào lên ngôi cũng mong mình trị vì thiên hạ lâu năm, nên bắt thần dân phải tung hô "vạn tuế". Thế nhưng đâu có ông vua nào làm vua được trăm năm, đừng nói gì đến ngàn năm, vạn năm thì chắc chắn không bao giờ có. Nếu mấy ông vua này mà làm vua ở cõi Sắc giới hay Vô sắc giới thì có lẽ được. Vì ở đó con người có tuổi thọ lâu hơn tuổi thọ của con người ở thế giới Ta Bà này.

Ngày nay trên thế giới này còn rất ít nước theo chế độ Quân chủ, nếu có thì Vua và Hoàng hậu cũng chỉ đóng vai trò tượng trưng mà thôi, như các nước Nhật Bản, Anh Quốc, Thái Lan, Na Uy v.v... Họ cũng đều phải chấp nhận theo trào lưu tiến bộ của xã hội, không ai có quyền độc đoán phán quyết cả, mà người lãnh đạo xã hội ngày nay phải chịu sự kiểm soát phân quyền của 3 cơ quan. Đó là quyền Hành pháp do Tổng thống hay Thủ tướng nắm giữ, quyền Lập pháp do Lưỡng Viện Quốc Hội kiểm soát và quyền Tư pháp do Tòa Án Tối Cao của quốc gia nắm giữ theo Hiến pháp hiện hành của quốc gia đó. Ngày xưa, vua là trên hết, cho nên mới có câu:

"Quân xử thần tử, thần bất tử bất trung"

Nghĩa:

"Vua bảo bầy tôi chết, bầy tôi không chết thì bầy tôi không trung thành với vua."

Tuy nhiên cái trung và cái hiếu ngày nay con người không phải chấp nhận một cách dễ dàng như ngày xưa nữa, mà tất cả đều phải bình đẳng trước pháp luật, dầu cho đó là vua chúa, hoàng hậu, thủ tướng, tổng thống, người giàu có hay kẻ nghèo hèn v.v... Tất cả đều được xét xử bình đẳng như nhau. Ngày xưa thì khác, tất cả đều bị chi phối bởi thế và lực, đồng tiền, thỏi vàng, địa vị... Đó chính là những chỗ lôi cuốn để người ta hướng đến và nghĩ về. Cho nên nói điều nhân nghĩa trong một xã hội quân chủ, thật là đắng cay muôn phần. Tuy nhiên, thỉnh thoảng vẫn có những ông vua tốt biết thương dân như con đẻ của mình, nhất là những ông vua trong đời Trần, nhưng đó không phải là luật của nhà nước, mà là cái lòng thi ân bố đức của một bậc quân vương mà thôi.

Trong sự phế lập một triều đại ấy, có không biết bao nhiêu người vui, và đồng thời cũng có lắm kẻ buồn. Có người muốn tôn thờ vị chúa tể ấy, dòng tộc ấy lâu dài như có thể, nhưng nay thì có người ngoài len lỏi vào, tìm mọi cách để soán ngôi về cho thân tộc mình, nên có nhiều người muốn rời bỏ quê hương xứ sở của mình để đến nơi khác yên ổn hơn, nơi đó không xảy ra chuyện *"nồi da xáo thịt"*, *"huynh đệ tương tàn"* hay *"ngai vàng đẫm máu"* nữa, mà nơi đó phải là chốn an vui để an cư lập nghiệp. Nhất là khi nhìn một hoàng hậu mới 8 tuổi, có cha đi xuất gia, kết hôn với một người khác tộc họ Trần cùng lứa tuổi ấy, rất nhiều người bất bình và ai trong hàng hoàng thân quốc thích cũng đều biết rằng: Đó là âm mưu của Trần Thủ Độ, nhưng ít người dám hở môi, vì sợ liên lụy đến bản thân của mình. An phận chờ thời vẫn hơn là có quan điểm đưa ra dưới ánh sáng lúc này cho mọi người cùng sẻ chia. Không khéo thì cái họa sẽ buộc vào thân của từng người, khiến cho phải chết chùm. Vì dưới cái nhìn của người chủ mới, ấy là những người phản chủ.

Vào năm 1226, nghĩa là sau 2 năm Chiêu Hoàng làm vua và chính thức nhường ngôi cho chồng, Trần Cảnh lên ngôi xưng là Trần Thái Tông. Tất cả đều do một tay của Thái sư Trần Thủ Độ đạo diễn, thật là tuyệt vời, không một giọt máu nào rơi giữa kinh thành Thăng Long, không một ai hở môi bàn tán về việc ấy. Chỉ riêng Hoàng tử Lý Long Tường sinh năm 1174 là con thứ 7 của Vua Lý Anh Tông (1138-1175) và bà Hiền Phi Lê Mỹ Nga, ông thấy bất ổn tứ bề. Vì trong khi dù đã cắt tóc đi tu nhưng Thượng Hoàng Lý Huệ Tông vẫn còn đó, Hoàng đế Lý Chiêu Hoàng vẫn đang tại vị, nhưng Thủ Độ đã bắt tất cả con cháu của Nhà Lý nếu muốn tiếp tục sống thì phải đổi họ Lý ra họ Nguyễn từ năm 1225 và đày tất cả họ lên vùng núi non hiểm trở, sơn lam chướng khí. Và rồi đây biết đâu rằng Trần Thủ Độ sẽ còn xuất nhiều chiêu độc ác hơn nữa, ai có thể đoán trước được việc này? Do vậy Hoàng tử Lý Long Tường đã cùng với 6.000 người trong thân tộc Nhà Lý lên đường tìm nơi tỵ nạn trên 3 chiến thuyền. Sự ra đi của Hoàng tử Lý Long Tường vào thời điểm này là một mốc ngoặc lịch sử rất quan trọng đối với Nhà Trần. Lúc đi Hoàng tử đã mang theo cả vương miện, áo long bào và đặc biệt là thanh *"Thượng Phương Bảo Kiếm"*. Đây là những bảo vật của triều đình, ông quyết giữ lấy đem qua xứ khác, chứ không cho tân triều, tân vương sử dụng đến. Sau một tháng trời lênh đênh trên biển cả, lúc gió ngược, lúc gió xuôi, 3 chiến thuyền đã cập bến hải đảo Đài Loan.

Thăng Long thuở ấy nhiều lắm cũng chưa đến 100.000 người sinh sống tại chốn kinh thành này, mà trong đó có đến 6.000 người rời bỏ quê hương của mình ra đi để *"bài Trần phục Lý"*, quả là một sự kiện không nhỏ, khiến cho bàn dân thiên hạ phải luận bàn. Để giúp cho 6.000 người đủ lương thực và nước uống cho một thời gian ra đi không biết ngày nào đến đích như vậy, thì chắc rằng Hoàng tử Lý Long Tường đã cho tùy tùng của mình chuẩn bị kỹ càng lắm mới khỏi bị chết đói trên hải trình vô định ấy. Khi tấp vào được hải đảo Đài Loan của năm 1226, quả thật không phải như bây giờ của gần 1.000 năm về sau. Tại đó chỉ có núi non và đồng trống, dân cư lại thưa thớt, mà Hoàng tử Lý Long Hiền, con của Lý Long Tường lại ốm nặng, nên 200 người phải ở lại đây để chăm sóc Hoàng tử, còn những người khác vẫn tiếp tục giong thuyền về hướng Bắc. *"Một đi là không nhìn lại cố hương"*. Đây có lẽ cũng là chủ đề để những người ra đi quyết tâm đối đầu với tử thần trên biển cả mênh mông vô định.

Bác sĩ Yên Tử Trần Đại Sỹ hiện đang sinh sống tại Pháp vốn là người giỏi về y học lẫn văn chương chữ nghĩa ngoại ngữ nên suốt trong nhiều năm qua ông đã cố về tận Triều Tiên, chốn ly hương của dòng tộc Nhà Lý, cũng như Đài Loan để truy nguyên nguồn cội và chính ông đã giới thiệu bộ ngoại sử độc đáo này cho người Việt ở trong và ngoài nước trong thời gian qua về một chuỗi bi hùng của lịch sử đã kinh qua gần 1.000 năm như thế. Người Việt đã có mặt tại nước ngoài qua các chính biến đau thương như vậy và đây chính là nguồn sử liệu dồi dào, đầy tính thuyết phục, đã chinh phục mọi người đều hướng về chính sử của nước nhà, chứ không phải là dã sử hay huyền sử hoặc ngụy sử.

Riêng cánh người Nhà Lý ở lại Đài Loan từ năm 1226 đến nay, họ đã sống chung cùng người bản địa và đến thế kỷ thứ 20, nghĩa là trải qua hơn 800 năm như vậy có một người hậu duệ của Nhà Lý tên là Lý Kính Huy đã lên làm Tổng Thống của Đài Loan. Đây là một niềm vui của dân tộc Việt. Tuy nhánh này ít người hơn và cũng không có người nào xuất sắc lắm ngoài Lý Kính Huy, nên phần sử liệu ở Đài Loan về gia tộc Nhà Lý chắc cần phải có thêm thời gian để truy tìm những tài liệu chính xác hơn, nhằm vinh danh dòng họ này đã làm nên lịch sử tại nước ngoài, khi mà những con người ấy đã sống xa ngàn dặm với cố quốc, nơi mà Tổ tiên mình đã được sinh ra và lớn lên tại đó.

Cuối cùng rồi bầu đoàn thê tử của Hoàng tử Lý Long Tường cũng đã đến tỉnh Hoàng Hải nằm bên bờ biển Cao Ly. Lúc ấy Vua Cao Tông của Cao Ly nằm mộng thấy một con chim cực lớn bay từ phương Nam lại. Do vậy nhà Vua đã cho chính quyền sở tại đón tiếp một cách ân cần và Vua đã đồng ý cho Hoàng tử Lý Long Tường cùng đoàn tùy tùng ở lại dung thân. Lúc ấy tên của Hoàng tử được phiên âm theo tiếng Đại Hàn là Yi Yong-Sang và sau cùng trở thành Hoa Sơn Tướng Quân - Hwa San Sang Gum của nước Cao Ly thời ấy. Ngày nay dòng dõi này vẫn còn sống tại Bắc Triều Tiên với tên gọi là Hoa Sơn Lý Thị. Ông ở đó lập trang trại dạy võ thuật, thi phú cho đoàn tùy tùng cũng như những người địa phương. Sử sách chép lại rằng *"đôi khi số người theo học không dưới 1.000 người"*.

Năm 1253 quân Mông Cổ đánh chiếm Triều Tiên và Hooàng tử Lý Long Tường đã lãnh đạo quân dân của mình mang theo, cùng với nghĩa quân địa phương trong vòng 5 tháng đánh trả lại quân Mông Cổ và sau khi thành công dẹp được giặc Nguyên Mông, Vua Cao Tông của Triều Tiên đã phong cho Hoàng tử Lý Long Tường là Hoa Sơn Tướng Quân. Thời kỳ này quân Mông Cổ rất mạnh, đạo quân của Thành Cát Tư Hãn hay của Hốt Tất Liệt, Ô Mã Nhi, Toa Đô đi đến đâu là những nơi ấy trở thành bình địa. Khi tấn công Đại Hàn, quân Nguyên Mông cũng đã tấn công Nhật Bản và năm 1258, đời Vua Trần Thái Tông, quân Mông Cổ cũng đã tiến chiếm Đại Việt. Hầu như tất cả các nước ở Á Châu đều bị vó ngựa của quân Mông Cổ lướt qua, nhưng cuối cùng, chủ nghĩa dân tộc đã bùng lên một cách mạnh mẽ tại Nhật Bản, Đại Hàn cũng như Đại Việt khiến cho quân Nguyên Mông đã trở về lại Trung Quốc không phải với những chiến công hiển hách, mà là tơi tả chiến bào, người ngựa đã thấm mệt, cũng như cái nhuệ khí đi đánh chiếm các nước lân bang không còn mạnh như lúc xua quân ra trận nữa. Tại Triều Tiên sau khi thắng trận, Hoàng tử Lý Long Tường bây giờ được nhà Vua và triều thần nể vì, trọng dụng. Họ không còn xem ông là người của Đại Việt nữa, mà là con cháu của Triều Tiên.

Khi còn ở Hoa Sơn, hằng ngày ông hay lên trên đỉnh núi, đưa mắt đăm chiêu nhìn về cố quốc. Ông hồi tưởng lại *"một thời oanh liệt nay còn đâu"* và ông cũng mừng là cả 6.000 người theo ông không bị cái họa diệt vong do Trần Thủ Độ đã chủ trương sau đó. Ông lắng nghe tiếng hải triều vọng lại, nhưng nào ai có thể giải được nỗi sầu vong quốc cho ông. Bây giờ mặc dầu được Vua Cao Tông quý mến, nhưng dầu sao đi nữa, đó không phải là những tình cảm ruột thịt như tại quê hương mình. Nhưng nếu nghĩ cho cùng, dẫu cho người Triều Tiên so ra với người Đại Việt thì chỉ là người dưng nước lã, nhưng họ đã cho mình và gia quyến nương thân, lại còn cất nhắc lên đến bậc Tướng quân của triều đình Vua Cao Tông, thì người dưng nước lã ấy còn quý hơn cả tình người ở cuối Lý đầu Trần mà Trần Thủ Độ đã chủ trương đối với những người sa cơ lỡ vận.

Ông ngồi trên đỉnh Hoa Sơn này để tự nhủ với lòng mình về chữ trung với vua, hiếu dưỡng với cha mẹ, phải có công với nước... những việc ấy sao bây giờ xa vời quá. Ngôi vua của Nhà Lý đã rơi vào tay Nhà Trần. Thân phụ Lý Anh Tông, đường huynh Lý Cao Tông bây giờ đâu còn nữa, họ là những người vang bóng một thời. Công việc cai dân trị nước của họ cũng giống như thủy triều lên xuống hai lần mỗi ngày, vào buổi sớm mai khi mặt trời chưa ló dạng và khi hoàng hôn xuống, để báo hiệu một đêm dài tăm tối với những đêm không có bóng trăng soi. Tâm sự ấy, nỗi nhớ nhung này, ai biết cho đây và trong đầu ông luôn đặt câu hỏi: Khi nào thì ta có thể quay lại cố hương? Và có phải ta là người bỏ nước ra đi đầu tiên chăng? Ta có bị người đời chê trách là bỏ sơn hà xã tắc của mình, lo đi phụng sự cho một quốc gia ngoại tộc? Hay họ đồng cảm với mình khi *"ăn cây nào phải rào cây đó?"*

Thời gian đầu cả đoàn 6.000 người ấy sống quanh quẩn bên nhau tại Hoa Sơn và trao đổi với nhau bằng Việt ngữ, nhưng khi muốn liên lạc với những người địa phương thì phải dùng giấy bút để làm trung gian, cũng may là Đại Hàn, Nhật Bản và Đại Việt lúc đó dùng chữ viết bằng Hán văn nên khi viết ra cũng giống nhau, chỉ khi phát âm thì khác hẳn, khi nói ra không ai hiểu ai cả. Người Việt phát âm bằng Việt ngữ, người Đại Hàn phát âm bằng Hàn ngữ. Tên Đại Hàn là do người ngoại quốc đặt cho thôi, vì nước này nằm cạnh nước Nga và Trung Quốc ở miền băng giá nên gọi là Đại Hàn; còn tiếng gọi chính của quê hương này là Triều Tiên quốc. Khí hậu, phong thổ, ngôn ngữ chưa rành, nhưng xét ra tình người thì dễ nắm bắt được qua cái nhìn, cái cười hay cái nhún vai v.v... Chỉ ngần ấy động tác cũng đã đủ làm cho người xa xứ rõ biết tâm tư của họ đối với mình như thế nào rồi.

Có ai xa quê thì mới thấy nỗi nhớ quê là khôn nguôi, không có bút mực nào có thể tả hết được nỗi nhớ thương về cố quốc khi ánh trăng thượng tuần vừa ló dạng trên đỉnh Hoa Sơn. Ở đây khí hậu khắc nghiệt nên trên đỉnh này đa phần là đá, cây ít, không cao như núi Yên Tử hay dãy Trường Sơn tại Đại Việt, trăng càng lên cao thì nỗi nhớ về cố quốc lại càng dâng cao hơn trong tâm tưởng. Ông thường ngồi đây và tĩnh lặng, trải qua nhiều năm tháng như thế để chiêm nghiệm về cuộc sống của những kẻ ly hương, rời xa cố quốc. Khi ông chết, người địa phương đã cho khắc 3 chữ Hán *"Vọng Quốc Đàn"* trên một tảng đá to, để ghi lại dấu tích của người xưa đã một thời như thế, và nếu ai đó ngày nay có đến Triều Tiên, tìm đến đỉnh núi Hoa Sơn thì hãy cố gắng tìm lại chốn này, sẽ thấy tấm bia ấy vẫn còn tồn tại, nơi người xưa đã hướng về cố quốc trong những lúc nhớ quê. Cuối cùng rồi ông cũng phải ra đi và thi hài của ông vẫn còn chôn tại Bàn Môn Điếm.

Ông đã trở về với Tổ tiên của Lý triều, ông đã cống hiến công mình để dẹp loạn cho quê hương thứ 2 khi ông tá túc tại Bắc

Triều Tiên và có lẽ ông cũng đã không nghĩ rằng sau này sẽ có người tìm tòi lại lịch sử này và ông cũng chẳng hay chẳng biết là cách hàng mấy trăm năm sau, dòng dõi của ông đã tìm cách trở về lại quê xưa để thăm cố quốc và lăng tẩm của tiền nhân.

Ở ngoại quốc, người có công đi Trung Quốc và Triều Tiên để tìm tòi và phát hiện những sự liên quan ấy là Bác sĩ Cư sĩ Yên Tử Trần Đại Sỹ. Theo thống kê dân số của Triều Tiên và Đại Hàn, hiện những hậu duệ của Hoàng tử Lý Long Tường ở cả hai miền đất nước vào thế kỷ thứ 21 này còn sót lại độ 600 người. Ngày ra đi vào năm 1226 có đến 6.000 người, mà ngày nay trải qua hơn 900 năm lịch sử, chỉ còn lại 600 người. Có lẽ một số người đã thay họ đổi tên để khỏi liên lụy về một quá khứ như thế và có nhiều người đã quy tiên, nên con cháu hậu duệ của Hoàng tử Lý Long Tường ngày nay ở Triều Tiên chỉ còn một số người ít ỏi như vậy.

Tuy nhiên vào ngày 6 tháng 11 năm 1958 khi viếng thăm chính quyền Việt Nam Cộng Hòa của Tổng Thống Ngô Đình Diệm thuở ấy, Lý Thừa Vãn đương kim Tổng Thống Nam Hàn đã tuyên bố rằng: "Tổ tiên ông là người Việt Nam." Nam Bắc Triều Tiên chia đôi năm 1953 và năm 1958 ông làm đến chức Tổng Thống của Nam Hàn, một vị trí, một đẳng cấp ngang hàng với Ngô Đình Diệm lúc đương thời. Thuở ấy ông cũng có ý muốn đi thăm những lăng tẩm của Nhà Lý tại Bắc Ninh, Ninh Bình, nhưng miền Bắc thuộc chế độ Cộng sản, như Bắc Triều Tiên, nên ông đã không thực hiện được ước nguyện này. Mãi cho đến sau năm 1975, Việt Nam đã thống nhất hai miền Nam Bắc và từ dạo đó đến nay có rất nhiều người Triều Tiên và người Đại Hàn đã trở lại Việt Nam, rồi đi ra đến Bắc Ninh, Ninh Bình để viếng thăm lăng tẩm các Vua Nhà Lý. Quả thật câu tục ngữ giữa Đông Tây xưa nay vẫn giống nhau là:

- *Lá rụng về cội*

- *Ẩm thủy tư nguyên*

- Der Apfel fällt nicht weit vom Stamm (Trái táo rụng không xa khỏi gốc táo).

Theo Bác sĩ Trần Đại Sỹ thì Lý Tống Vân là hậu duệ đời thứ 25 của Hoàng tử Lý Long Tường và Lý Xương Căn là hậu duệ đời thứ 31 của Vua Lý Thái Tổ, đồng thời cũng là đời thứ 26, nếu kể từ Hoàng tử Lý Long Tường. Năm 1994 ông này qua Việt Nam đã tìm đến Từ Đường của họ Lý ở làng Đình Bảng, huyện Từ Sơn, tỉnh Bắc Ninh để bái kiến Tổ Tiên và năm 1977 khi từ Việt Nam trở lại Hàn Quốc, ông sinh con trai và đặt tên cho con là Lý Việt Quốc. Cũng lại có người bảo rằng ông này sau đó đã nhập lại quốc tịch Việt Nam.

Thế giới này ở đâu cũng có nhiều điểm tương đồng. Ví dụ như sau năm 1975 có rất nhiều sinh viên và kiều bào Việt Nam sống tại Đức. Sau khi học hành đỗ đạt, họ không muốn trở lại quê cũ của mình, nên xin tỵ nạn hay nhập quốc tịch tại quốc gia này. Việc đầu tiên của chuyện xin vào quốc tịch sở tại là ngôn ngữ, tiếp đó nếu đã nhận được giấy đồng ý cho nhập tịch của Sở Ngoại Kiều rồi thì phải tìm cách từ bỏ quốc tịch nơi mình sinh ra, để chỉ còn một quốc tịch duy nhất mà mình đang sinh sống tại xứ họ. Thật sự ra vấn đề này cũng rất hay là không có lý do gì để mình đứng một chân bên này và một chân bên kia nữa, nhưng cũng có cái dở là bị ngăn cách bởi cội nguồn. Cho nên có người vẫn giữ song tịch để sau này giả sử nếu nước nhà có sự đổi thay thì họ có thể sẽ tái nhập tịch trở lại, như trường hợp của ông Lý Xương Căn là một ví dụ điển hình.

Một Lý Long Tường, một Lý Thừa Vãn, một Lý Kính Huy và còn nhiều nhiều hơn như thế nữa của hơn 3 triệu người Việt Nam hiện đang định cư trên thế giới này, trong đó có hơn 600 người Việt mang dòng họ Lý có quốc tịch Đại Hàn và Triều Tiên, ngày nay đã làm nên lịch sử. Họ ra đi không phải vì miếng cơm manh áo, mà vì hai chữ Tự Do cũng như chính kiến khác nhau. Họ sống nơi xứ người không phải lánh nặng tìm nhẹ, mà để giương cao ngọn cờ độc lập, tự chủ của Tổ Quốc và dầu cho có thay tên đổi họ như thế nào đi chăng nữa, thì gốc gác của họ vẫn có xuất xứ là Việt Nam.

Tại Triều Tiên có một dòng thứ 2 của họ Lý nữa. Đó là Lý Dương Côn, con nuôi của Vua Lý Nhân Tông, đã đến Triều Tiên vào khoảng năm 1127 (gần 100 năm trước Lý Long Tường sang Cao Ly tỵ nạn). Như vậy cũng có thể nói Lý Dương Côn là người Việt Nam đầu tiên ra đi tỵ nạn chính trị chăng? Thuở ấy ông làm đến chức Đô Đốc Thủy Quân nên đã dùng thuyền ra đi tỵ nạn để tránh bị giết trong việc tranh giành ngôi báu thuở bấy giờ. Ông là Đô Đốc nên chắc rằng khi ra đi, không phải chỉ một mình, mà trên thuyền phải có thêm nhiều người nữa, nhưng dòng này thì không đông người và ít nổi tiếng như dòng của Lý Long Tường. Ngày nay tại Triều Tiên gọi dòng này là dòng Lý Tinh Thiện.

Lâu nay sử sách ở trong nước cũng chỉ chú mục theo Đại Việt Sử Ký Toàn Thư hay Khâm Định Việt Sử Thông Giám Cương Mục v.v… nhưng những sử này cũng ít đề cập đến những người đã bỏ nước ra đi và đã làm nên công trạng cho Đại Việt, cũng như những ảnh hưởng to lớn của các vị vua Phật tử, đã dùng căn bản đạo đức nào để dạy cho dân an và nước lạc, cũng như công lao của họ như thế nào trong các Hội Nghị Bình Than và Hội Nghị Diên Hồng để kháng chiến chống quân Nguyên Mông, dưới cái nhìn của Phật giáo thời ấy cũng như thời nay?

Một Tuệ Trung Thượng Sĩ, một Hưng Đạo Vương Trần Quốc Tuấn, một Vua Trần Nhân Tông, một Huyền Trân Công chúa v.v…, dưới nhãn quan của Phật giáo thuở bấy giờ và ngay cả bây giờ cũng đã có nhiều người hay nhiều sử gia lãng quên hay cố tình lãng quên, chỉ vì khi một triều đại nào đó cầm quyền ngả theo Nho, Phật, Lão hay Thiên Chúa thì chỉ tô bồi đạo giáo của mình mà quên đi những chiến công hiển hách một thời.

Nếu không có Phật giáo và những công thần vĩ đại ấy thì làm sao gìn giữ và phát triển được nước Việt cho đến ngày nay.

Xưa nay sử sách từng ghi lại có những cuộc ra đi vĩ đại chỉ để trốn một bậc hôn quân bạo chúa, hay trốn một triều đại thối nát, hay vẫn còn luyến tiếc chế độ xưa như người nhà Minh đã bài Thanh như thế nào vào đầu thế kỷ 17. Họ ra đi cũng chỉ vì không muốn ngai vàng của nhà Minh mất vào tay của nhà Thanh từ năm 1640. Thuở ấy Việt Nam chúng ta bị chia đôi đất nước tại sông Gianh. Đàng Ngoài thuộc sự cai trị của Vua Lê Chúa Trịnh. Đàng Trong từ sông Gianh trở vào thuộc sự cai trị bình định của Chúa Nguyễn Hoàng. Lúc ấy cửa biển Hội An vốn đã phồn thịnh. Những tàu buôn của Âu Châu, Ấn Độ, Trung Hoa, Nhật Bản thường xuyên cập bến cửa biển Hội An để trao đổi nhiên liệu và vải vóc lụa là. Trong khi đó Đàng Ngoài thì không thuận lợi như thế. Đến năm 1640 khi nhà Thanh nổi lên chiếm đoạt vương vị của nhà Minh thì những người bài Thanh đành phải bỏ nước ra đi. Họ đến Hội An và Bình Định cũng như đến Hà Tiên thì có Mạc Cửu. Họ an cư lạc nghiệp tại Việt Nam từ đó đến nay. Trong khi ở Đàng Ngoài thì không được những ưu thế như vậy, vì Vua Lê Chúa Trịnh bị lệ thuộc phương Bắc, trong khi đó Chúa Nguyễn Hoàng ở Đàng Trong thì không phải bận tâm về việc này.

Đây cũng có thể nói là lần đầu tiên Việt Nam chúng ta nhận người tỵ nạn Trung Hoa chăng? Họ đến Hội An và xây dựng nhà cửa, phố xá bên sông Hoài. Chữ Hoài này có nghĩa là hoài cổ, hoài cố hương, nhớ quê xưa như Lý Long Tường đã ngồi nơi *"Vọng Quốc Đàn"* để nhớ về cố quốc. Vả chăng quê cha đất Tổ là trên hết, dầu cho người ta đi đến đâu, làm đến ông gì, bà gì đi nữa thì có ngày cũng phải ngoảnh mặt lại để nhìn cái bản lai diện mục của mình để tạ lỗi với tiền nhân, tổ tiên, cha mẹ. Họ là những người sinh ra mình, nhưng mình chưa một lần đền đáp được ân sâu nghĩa nặng ấy! Đây là cái ân nặng nghìn cân, không ai trong chúng ta có thể trả được, như Đức Phật vẫn thường dạy trong kinh Tạp A Hàm như vậy. Kinh Vu Lan hay kinh Báo Ân Phụ Mẫu cũng đã dựa theo những mẩu chuyện xưa thời Đức Phật mà tạo ra những lời kinh, nhằm xưng tán công cha nghĩa mẹ ở đời này cũng như bao nhiêu đời trong quá khứ lẫn vị lai.

Bản thân mình, tôi đã rời cố quốc Việt Nam từ năm 1972 đến năm 2017 là đúng 45 năm, nghĩa là gần nửa thế kỷ rồi. Trong nửa thế kỷ ấy tôi đã làm gì cho chính mình, cho tha nhân và cho người bản xứ, chắc quý vị đã rõ, nhưng trong tâm khảm của chính tôi, ở bất cứ một bài viết hay bài giảng nào cũng bàng bạc nỗi nhớ quê hương trong muôn thuở, không bút mực nào có thể tả hết được. Nếu viết thành văn, tả thành thơ, sắp thành núi... thì tình cảm đối với quê hương vẫn không phai mờ, khi nhớ về cội nguồn và quê cha đất Tổ xa xôi trong muôn vạn dặm đất trời ấy. Ai biết được nỗi xót xa này? Phải làm thân phận xa quê như Hoàng tử Lý Long Tường, Lý Dương Côn, Lý Thừa Vãn, Lý Kính Huy v.v... hay cả hàng trăm hàng triệu người Việt Nam đã bỏ nước ra đi vì nhiều lý do khác nhau, thì lúc ấy mới rõ được cội nguồn, vì sao lại như thế? Rõ ràng là do duyên sanh như Đức Phật thường dạy. Cái này sanh nên cái khác sanh, cái này diệt nên cái khác diệt. Cái này không có thì cái kia sẽ không có v.v... Đâu có ai nghĩ rằng khi sinh ra, chính mình phải rời xa Tổ quốc để mưu sinh đâu? Dầu cho xứ đó có vàng nhiều như Hoa Kỳ, Úc Châu hay Canada đi chăng nữa, thì đó chỉ là nơi mà cần phải đến, làm xong nhiệm vụ rồi lại về, chứ đâu có ai nghĩ là mình sẽ ở mãi lại một nơi cố định nào, ngoài nơi chôn nhau cắt rốn của mình?

Ra đi không phải để trốn tránh trách nhiệm của tiền nhân hay chạy khỏi một âm mưu thôn tính nào đó đối với cá nhân mình, mà mỗi người ra đi khỏi nước đều mang theo trong tâm khảm, trên đôi vai một nghĩa vụ, một ân tình, một nỗi niềm... khi phải sống xa đất mẹ. Ngày nay người ta đặt ra lắm danh từ để gọi những người ra đi như thế, nhưng đâu có ngờ rằng, khi hỏi lại cho kỹ cũng có rất ít người muốn bỏ nước ra đi. Ra đi lấy chồng xa xứ qua tận nước Chiêm Thành như trường hợp của Huyền Trân Công chúa, con Vua Trần Nhân Tông cũng là một nhân duyên, một nghĩa vụ. Hay ra đi như Ngọc Vạn Công chúa, con của chúa Nguyễn Phúc Nguyên về làm dâu Cao Miên cũng mang một ý nghĩa vô cùng to lớn. Nếu không có hai vị Công chúa của Đại Việt hay hai Hoàng hậu của Chiêm Quốc và Cao Miên thì chúng ta sẽ đã chẳng có châu Ô, châu Lý và Sài Gòn, Gia Định ngày nay. Họ là những tấm gương tuyệt thế giai nhân, anh hùng dân tộc đã đem thân gái dặm trường mở mang thêm bờ cõi của Đại Việt về phía Nam. Nếu không như vậy thì chúng ta không có được một giang sơn gấm vóc có hình cong như chữ S ngày hôm nay.

Nhìn miền Nam của Đại Hàn vào những năm 1967, 1968, rồi nhìn Đại Hàn ngày hôm nay của năm 2017 so sánh với quê hương Việt Nam của chúng ta, quả là đáng xấu hổ vô song. Vì lẽ nó cách xa nhau một trời một vực. Lý do đơn giản là Việt Nam bị tụt hậu so với các nước láng giềng, chỉ vì không đi đúng lòng dân, hay nói gần hơn giữa Bắc và Nam Hàn cũng như vậy. Khi con người có Tự do thì mọi khía cạnh về Tôn giáo, Văn hóa, Chính trị, Giáo dục, Kinh tế v.v… sẽ được thăng hoa. Nếu không là vậy xã hội sẽ đi thụt lùi, chứ không thể tiến bộ được. Thuở xa xưa của năm 1226 chắc có lẽ Triều Tiên hay Cao Ly cũng không phát triển được gì nhiều. Vì đây là ảnh hưởng dây chuyền của các quốc gia quân chủ thời bấy giờ tại Á Châu. Tuy nhiên Phật giáo đã giữ một vai trò quan trọng trong vấn đề cai dân trị nước của các đấng Quân vương. Nếu thế kỷ thứ 13 ấy tại Nhật Bản không có những bậc Đại Sư như Nichiren Shonin (Nhựt Liên Thánh Nhơn), Dogen Zenshi (Đạo Nguyên Thiền sư) v.v… hay Việt Nam không có Phù Vân Quốc Sư, Điều Ngự Giác Hoàng hoặc Đại Hàn không có những bậc Chân Tăng thạc đức thì không thể giữ gìn bờ cõi nước non của mình được, mà dưới trận cuồng phong vũ bão của quân Nguyên Mông xâm chiếm đến đâu, thì các dân tộc kia phải đầu hàng đến đó rồi. Thế cờ đã đổi ngược, Mông Cổ phải quay về Trung Quốc để dưỡng binh và họ đã 3 lần chính thức đánh chiếm Đại Việt trong những năm 1258, 1285 và 1287, nhưng tất cả đều đại bại. Đó chẳng qua vì quân Nguyên Mông đã chẳng lượng được sức mình và coi thường thế nước lòng dân, trong đó Phật giáo giữ một vai trò quan trọng.

Ngày nay nếu ai đó đến chiêm bái chùa Hải Ấn (Heiin Sa), nơi lưu giữ hàng nghìn mộc bản được khắc Đại Tạng Kinh lên đó, mãi cho đến ngày nay vẫn còn, khiến cho thế giới phải khâm phục và tuyên dương công đức của người xưa, bằng cách xếp ngôi chùa Hải Ấn và những mộc bản kinh văn này thuộc về *"Di sản văn hóa thế giới"*. Nếu không có Phật giáo và những bậc quân vương biết thực hành Bồ Tát hạnh thì quê hương Đại Việt, Cao Ly hay Nhật Bản không còn tồn tại giá trị lịch sử được như ngày hôm nay. Chùa Bukkoku Sa (Phật Quốc tự) hay Tondo Sa (Thông Độ tự) v.v... là những gia tài văn hóa khó tìm đâu ra được trên thế giới, vẫn còn tồn tại cả ngàn năm như Nam Hàn ngày nay. Mãi cho đến bây giờ Bắc Hàn vẫn còn đóng khung, khép kín theo chủ nghĩa Cộng sản, nên ít ai được tự do lui tới, nghiên cứu về đền đài cung điện cũ của những vua chúa thời xa xưa hay những chùa viện đã xây dựng từ cả hơn 1.000 năm trước, kể từ thế kỷ thứ 6, thứ 7 đến nay. Khi Phật giáo từ Trung Quốc mới được truyền sang Đại Hàn ở vào giai đoạn ban đầu kia và chắc rằng trong 25 hay 26 đời Lý đã tồn tại ở Nam Bắc Hàn có lẽ cũng đã có nhiều vị xuất gia hay xây dựng chùa viện tại đó. Đây là một dấu hỏi to lớn còn bỏ trống. Mong rằng có cơ hội, chúng ta sẽ tìm hiểu thêm.

Cũng giống như trường hợp Chúa Nguyễn Ánh bôn tẩu ra ngoại quốc (Cao Miên và Thái Lan) trong thời gian Nguyễn Huệ lên làm vua từ năm 1786 đến năm 1792. Chỉ trong vòng

6 năm ngắn ngủi ấy, nhưng trước đó quân của chúa Nguyễn cũng như quân của Tây Sơn đã đọ sức quá nhiều lần. Cuối cùng Nguyễn Ánh thua và phải cùng gia nhân quyến thuộc chạy qua Thái Lan để tỵ nạn. Trong thời gian ở Thái Lan, Chúa Nguyễn Ánh cũng đã hỗ trợ cho Phật giáo và quốc gia Thái Lan không ít, khi giúp vua Rama Đệ nhị đánh thắng giặc Miến Điện đã quấy phá biên thùy Thái Lan vào thuở ấy. Bây giờ 18 đến 20 ngôi chùa Việt Nam được thành lập trên đất Thái vẫn còn đây và ở đó đã gởi hồn dân tộc của những người con xa quê hương Tổ Quốc, khi nhớ đến và nghĩ về nơi chôn nhau cắt rốn của mình. Mặc dầu ngày nay trong những ngôi chùa này không còn bóng dáng một Sư Tăng Việt Nam nào nữa cả, thế nhưng sự truyền thừa của Phật giáo Bắc Tông chay tịnh trong cuộc sống tu hành cũng như hai thời công phu bái sám sáng chiều bằng tiếng Việt Nam ở đây vẫn còn gìn giữ. Đó là cái hồn của Dân Tộc Việt tại xứ người vậy.

Từ đó chúng ta có cái nhìn lùi lại với thời gian quá khứ xa xưa của Hoàng tử Lý Long Tường cùng 6.000 người ra đi tỵ nạn đến Đài Loan và Đại Hàn, không lẽ họ không tạo dựng được một ngôi chùa nào cả hay đã chẳng có một vị chân tu nào khả kính, khiến cho chúng ta phải có những thắc mắc thật không phải nhỏ trong đầu óc của mỗi người. Vì lẽ bắt đầu triều Lý năm 1010 là Ngài Lý Công Uẩn, tức là Lý Thái Tổ, người xuất thân từ cửa chùa, lại là con nuôi của Quốc Sư Vạn Hạnh và là học trò của Thiền sư Lý Khánh Vân. Suốt một triều đại hơn 200 năm lịch sử ấy đã có Lý Huệ Tông sau khi nhường ngôi cho Lý Chiêu Hoàng vào năm 1224, ông vào Chùa Bút Tháp rồi Chùa Chân Giáo để xuất gia và chính khi Lý Chiêu Hoàng nhường ngôi cho Trần Cảnh vào năm 1226 cũng là năm ông bị bức tử và Hoàng tử Lý Long Tường cũng đã bỏ quê hương Đại Việt ra đi. Chắc rằng hình ảnh của những ngôi chùa, những ngọn tháp cao chót vót như Chùa Bút Tháp hay những chùa viện khác tại Bắc Ninh sẽ không thể trong một sớm một chiều mà Hoàng tử Lý Long Tường lại quên đi đời sống tinh thần của các Tiên đế triều Lý được. Vậy chúng ta phải có bổn phận truy nguyên về giai đoạn lịch sử này để cho con cháu Đại Việt được thơm lây. Nó không phải chỉ có thời điểm của năm 1253 Hoàng tử Lý Long Tường đã lập công với vua Cao Tông Đại Hàn, đánh thắng được giặc Nguyên Mông, mà gia tộc Nhà Lý đó cho đến ngày nay năm 2017 vẫn còn tồn tại ở Nam Bắc Đại Hàn qua 25, 26 thế hệ như vậy. Quả là một dòng lịch sử, một chuỗi sự kiện thật là bất khả tư nghì.

Từ năm 1792 đến năm 1802, trong 10 năm trời ấy gọi là nhà Nguyễn trung hưng. Gia Long Nguyễn Ánh và bầu đoàn thê tử đã trở về lại Việt Nam, trú ngụ trên đất Gia Định, Sài Gòn ngày nay. Những ngôi chùa Khải Tường, Từ Ân hay Đại Giác ở Biên Hòa đều là những cơ sở tạm thời của Chúa Nguyễn trước khi an dân, trị quốc và xưng vương vào năm 1802 với đế hiệu là Gia Long. Nếu những ông vua này không cậy nhờ nơi Phật giáo, thì thử hỏi nhân dân có tin cậy mình không? Vì Phật giáo là bóng cây đại thọ, che chở cả hồn dân tộc Việt, chứ không phải chỉ che chở cho Hoàng gia mà thôi.

Câu hò:

"Chiều chiều ra đứng ngõ sau
Trông về quê mẹ ruột đau chín chiều"

Đây có thể là tâm trạng của những cô gái mới lớn, rồi xuất giá theo chồng. Mỗi lần có chuyện không vui thì hay ra ngõ sau để nhìn về quê mẹ. Nơi đó có ai thấu cho nỗi đoạn trường của kẻ xuất giá tùng phu chăng? Còn ở đây, tâm sự như của Hoàng tử Lý Long Tường hay của Chúa Nguyễn Phúc Ánh thì:

... Trông vời cố quốc biết đâu là nhà...

Không phải chỉ có nhà cửa của mình, lăng miếu của Tiên đế, mà còn cả một quê hương xa thẳm trong muôn trùng... tất cả đều để lại sau lưng để cho những người đương quyền chi phối. Bây giờ thì sức mạnh đã quy vào kẻ có quyền rồi, còn những người sức yếu, thế cô chỉ ở vậy để chờ thời, một là quy cố hương trong vinh quang chiến thắng như Vua Gia Long, hay bôn tẩu nơi xứ người để tìm chỗ nương thân mà giữ tròn tiết tháo của mình như Hoàng tử Lý Long Tường đã hơn 900 năm qua vẫn chỉ một lòng với quê hương Đại Việt này. Hay gần đây hơn kể từ năm 1975 đến nay đã có hơn 3 triệu người bỏ nước ra đi, chỉ vì hai chữ Tự Do và có người đã quay về, nhưng cũng có rất nhiều người xin chọn nơi này làm quê hương, chứ không trở lại quê mẹ khi Việt Nam chưa thay ngôi đổi chủ.

Dân tộc nào cũng có nội loạn và ngoại xâm. Không có quốc gia nào luôn bình an muôn thuở, vì con người luôn bị tham, sân, si chi phối và vì tự mình không làm chủ được mình nên mới như vậy. Nếu biết rằng: Tất cả đều vô thường và bị vô thường chi phối, ngay cả ngai vàng hay quyền cao tước trọng đi chăng nữa, vào một sớm mai khi thức giấc, hai chân còn chưa xỏ vào đôi dép đang nằm ở đầu giường ấy được, thì chấp chặt làm chi những danh vọng hão huyền ấy. Do vậy nên mới có nhiều ông vua đi xuất gia học đạo. Ngay cả Thái tử Tất Đạt Đa ngày xưa cũng thế thôi. Vốn là một Đông Cung Thái tử, có thể nối nghiệp trị vì, đứng đầu cả thiên hạ như Vua Tịnh Phạn hằng mong ước, nhưng ngai vàng và tất cả quyền uy, danh vọng, vợ đẹp, con ngoan cũng chỉ là nguyên nhân của mọi sự khổ đau về sau này, nên Ngài đã từ bỏ tất cả. Muốn dẹp cái khổ của sanh, già, bệnh, chết đi thì phải biết tư duy như thế này. Đây không phải là tôi, đây không phải là của tôi và đây không phải là bản ngã của tôi. Người nào trên từ vua chúa, dưới cho đến thứ dân mà hiểu được nguyên lý này tức là hiểu Đạo và Đạo học Tam Pháp Ấn ấy vẫn luôn có giá trị cho đến muôn đời, dẫu cho con người có chết đi, sống lại trong nhiều năm tháng, cũng không bao giờ thay đổi được.

Lịch sử đã trôi qua, sự lặp lại không bao giờ giống như xưa nữa. Nếu có ôn cố tri tân về những bài học lịch sử như thế, không phải để luyến tiếc một thời đã qua, mà để chiêm nghiệm về cuộc thế vô thường. Ngay cả ngai vàng mà Vua Trần Thái Tông còn xem như *"đôi dép bỏ"* thì hà cớ gì mà người đời sau vì cái lợi nhất thời mà mắc bẫy lẫn nhau để tru di tam tộc người khác cho mình được sống? Cuối cùng cũng chỉ là tham vọng của cá nhân mà thôi! Nó cũng giống như Đào Cam Mộc ở triều Lý, Trần Thủ Độ của triều Trần, Nguyễn Trãi của triều hậu Lê v.v... Tất cả đều như thế và tất cả đều sẽ không còn gì ngoại trừ những việc thị phi, nhân ngã của miệng thế. Ví như Trần Thủ Độ, ông ta được gì? Dẫu cho có tiếng là một công thần, được làm đến chức Thái Sư, nhưng đến năm 1264 khi ông 71 tuổi, ông cũng phải trút hơi thở cuối cùng để trở về với cát bụi mà thôi. Ông được truy phong là Thượng Phụ Thái Sư Trung Vũ Đại Vương. Thế nhưng nhiều đời sau và mãi cho đến giờ này tiếng xấu mà ông đã tạo đối với con cháu Nhà Lý đâu có mất được. Không biết khi xa quê, lúc lên Vọng Quốc Đàn để hướng nhìn về cố quốc, lòng của Hoàng tử Lý Long Tường có bao giờ quên được thái độ của Thái sư Trần Thủ Độ?

Một người ra đi, rời xa cố quốc ngậm đắng nuốt cay khi Đông đến Thu về. Thế nhưng 1.000 năm sau Hoàng Tộc Nhà Lý ấy đã có người khôi phục lại, vẫn còn được nhắc nhở nhiều lần qua sách vở và truyền thông ở trong cũng như ngoài nước. Quả là điều lịch duyệt vô cùng.

Chương III

Chốn Kinh Thành

Kể từ đầu triều Nhà Lý kinh đô đã được dời từ Hoa Lư về Thăng Long và kinh thành này vẫn được duy trì sửa đổi qua các đời vua Nhà Lý. Đến khi Nhà Trần thay ngôi đổi chủ thì Thăng Long vẫn là chốn kinh thành hoa lệ và Nhà Trần suốt mấy trăm năm lịch sử cũng giữ lại chốn này, mãi cho đến khi nhà Hồ lên ngôi thì Thăng Long trở thành chốn hoài cổ, mà cuối thời Hậu Lê, Bà Huyện Thanh Quan đã làm một bài thơ Đường để đời, ai trong chúng ta khi đọc đến cũng chạnh lòng:

Tạo hóa gây chi cuộc hí trường
Đến nay thấm thoát mấy tinh sương
Dấu xưa xe ngựa hồn thu thảo
Nền cũ lâu đài bóng tịch dương
Đá vẫn trơ gan cùng tuế nguyệt
Nước còn cau mặt với tang thương
Ngàn năm gương cũ soi kim cổ
Cảnh đấy người đây luống đoạn trường.

Cảnh đời chẳng khác nào một sân khấu, luôn thay đổi, đổi thay. Kinh thành Thăng Long xưa kia là nơi nam thanh nữ tú đến đi, qua lại, học hành, thi cử, múa hát, ca ngâm v.v… Cho đến khi có mặt của Bà Huyện Thanh Quan thì Thăng Long cũng đã trải qua nhiều nắng sớm sương chiều như vậy. Nơi ấy đã hằng ghi lại bao nhiêu dấu tích của vết xe ngựa đã lăn qua, chúng làm mòn cả lối đi cho bao nhiêu mùa Thu của cây cỏ, và lầu vàng gác ngọc ngày xưa ấy quanh năm suốt tháng được che chở bởi những tàn cây xanh mát, để mặt trời khỏi dọi chiếu vào. Thế nhưng những cụm đá được xây thành lâu đài ấy bây giờ vẫn còn nằm im lìm bất động ở đó, chỉ có non sông gấm vóc này vẫn còn lạnh nhạt với bao nhiêu sự đổi thay của các triều đại, không khác nào bãi biển ngày xưa đó, nhưng bây giờ đã trở thành những ruộng dâu rồi. Nếu lấy một ngàn năm để làm tấm gương chiếu hậu, soi lại cho chính mình và cho nước nhà Đại Việt thì kẻ bên này hay người bên kia, kẻ đang được một triều đại tôn phong bao bọc bởi vinh hoa phú quý, rồi nhìn lại người ở đây bị thất sủng chầu rìa, bị bỏ rơi ra ngoài xã hội, thì nỗi đau nào còn sầu thảm hơn thế nữa chăng?

Chỉ 8 câu thơ Đường này thôi cũng đã nói lên được tâm trạng của người đến sau một lần thay ngôi đổi chủ như thế. Thăng Long đã một thời oanh liệt, nay còn đâu? Thăng Long của văn hiến, của ngàn năm văn vật. Trong những năm gần đây người ta đã cho khai quật lại chân dung của thành Thăng Long có từ đời Lý, Trần, cho đến thời Lê Mạt Nguyễn Sơ và đầu thế kỷ 19 vào năm 1802 khi Gia Long lên làm vua thống nhất sơn hà đặt kinh đô tại Huế, thì Thăng Long chỉ còn là hoài niệm. Do vậy Bà Huyện Thanh Quan mới thở than như vậy.

Tâm sự của Bà Huyện Thanh Quan cũng là tâm sự của tất cả chúng ta khi chứng kiến một triều đại đã suy tàn và một người khác hay một tộc họ khác nổi lên để lãnh đạo quần chúng. Chúng ta có thể gọi đây là những phong trào. Phong là gió, mà gió thì không định hướng. Khi nào đất trời thịnh nộ thì phong ba bão táp lại nổi lên. Trào là triều. Ý nói mỗi ngày nước biển lên xuống hai lần, không có lần nào giống lần nào cả. Một triều đại đã thối nát thì cần một sự đổi thay. Đó là chuyện xưa nay là vậy. Nếu ông vua vô đạo mà ngự trị mãi trên ngai vàng thì dân chúng làm sao chịu nổi sự cai trị độc tài, dã tâm như thế được. Nếu ông không tự xuống ngai vàng thì dân chúng cũng nổi lên lật đổ, giống như thời Lê Long Đĩnh v.v… lịch sử đã tái diễn điều đó. Tuy không giống hệt nhau, nhưng tang thương ngẫu lục đều như nhau cả. Nghĩa là có sanh ra thì phải có già đi. Đã già thì phải bịnh, khi bịnh đến giai đoạn cuối cùng thì phải chết. Đâu có ai sống được 1.000 năm mà luôn muốn được xưng hô là "Vạn Tuế".

Trong thời Nhà Trần chúng ta chỉ có thể đề cập đến 4 vị vua đầu và một số danh tướng cũng như Công chúa, Hoàng hậu, Tăng sư v.v… để điểm qua một giai đoạn lịch sử quan trọng như vậy. Còn những vị vua sau thì xin không được đề cập đến, vì sợ quyển sách này quá dày, khiến cho nhiều người không muốn đọc, khi phải nâng quyển sách trên hai tay một cách nặng nề.

- Đầu tiên chúng ta phải đề cập đến vị trí của Vua Trần Thái Tông, ông vua đầu Nhà Trần làm vua từ năm 1226 đến năm 1258.
- Kế tiếp là Vua Trần Thánh Tông làm vua từ năm 1258 đến năm 1278.
- Đời thứ ba là Vua Trần Nhân Tông từ năm 1278 đến năm 1293.
- Và đời thứ 4 là Vua Trần Anh Tông từ năm 1293 đến năm 1314.

Trong 88 năm dài chỉ có 4 đời vua. Như vậy trung bình mỗi ông vua ở ngôi từ 22 năm trở lên. Dĩ nhiên là có ông ngồi trên ngai vàng ít hơn số trung bình ở trên và có ông ngồi gần gấp đôi số đó. Vì tuổi thọ của các vua chúa đời xưa rất ngắn, vì đời sống với nhiều cung tần mỹ nữ, rượu ngon, của quý v.v… tất cả những thứ ấy là những loại độc dược, làm hại đến thân thể và tâm thức, nhưng mấy ai làm chủ được mình, nhất là một đấng Quân vương, nằm trên thiên hạ và tự mình gọi là Hoàng đế hay Thiên hoàng. Hãy nhìn lại vua Lê Long Đỉnh của nhà Tiền Lê thì rõ và trong lịch sử của Trung Hoa, Đại Hàn, Nhật Bản trong quá khứ cũng không thiếu những ông vua như vậy, nhưng đồng thời cũng có những ông vua thuộc loại "minh quân hiền đức" mà xưa nay ít ai có thể bì được như Vua Nghiêu, Vua Thuấn bên Trung Hoa hay như Lý Thái Tổ, Lê Thái Tổ của Việt Nam chúng ta thuở trước!

Nếu nhìn vào "Tộc Phả" các thế hệ vua quan đời Nhà Trần của những thế hệ đầu thì ta thấy như thế này:

Trần Thừa sinh ra Trần Liễu và Trần Cảnh. Như vậy Trần Liễu ở vai anh và Trần Cảnh tức Vua Trần Thái Tông thuộc vai em. Trần Liễu sinh ra Tuệ Trung Thượng Sĩ Trần Quốc Tung, Vũ Thành Vương Doãn, Hưng Đạo Vương Trần Quốc Tuấn và Thiên Cảm Hoàng hậu. Thánh Tông nối ngôi Thái Tông, nhưng trên thực tế Thánh Tông cũng là con của Trần Liễu, chứ không phải là con của Thái Tông. Như vậy khi Thánh Tông lên làm vua lấy Thiên Cảm Hoàng hậu làm vợ mình. Vậy thì đây gọi là tình gì? Một cha khác mẹ hay như thế nào?

Rồi đến Hưng Đạo Vương Trần Quốc Tuấn sinh ra 4 người con trai là: Hưng Vũ Vương Quốc Nghiễn, Hưng Hiến Vương Quốc Uy, Hưng Nhượng Vương Quốc Tảng, Hưng Trí Vương Quốc Hiến và Khâm Từ Hoàng hậu. Sau này Hoàng hậu lấy Vua Trần Nhân Tông sinh ra Anh Tông và Huyền Trân Công chúa. Như vậy Vua Trần Nhân Tông vừa gọi Hưng Đạo Đại Vương là Quốc Trượng (cha vợ), cũng vừa là cậu nếu đứng về phía mẹ của mình là Hoàng hậu Thiên Cảm vợ Vua Trần Thánh Tông, và cũng gọi là bác khi đứng về phía Trần Liễu.

Triều Trần thật là một triều đại quá rắc rối về vấn đề hôn phối cận huyết. Chỉ có một trong nhiều điều hay của Nhà Trần mà trước đó triều Nhà Lý không có, mà cả các triều đại sau này cũng như thế, là không ai có thể dám nhường ngôi cho con mình lúc còn trẻ trung để lên làm Thái Thượng Hoàng cả, ngoại trừ triều Trần.

Ở đây chúng ta thấy vào năm 1258 sau khi đánh thắng quân Mông Cổ lần thứ nhất xâm chiếm Đại Việt thì Vua Trần Thái Tông đã nhường ngôi cho con là Trần Thánh Tông để lên ngôi Thái Thượng Hoàng rồi. Có lẽ sau chiến công hiển hách ấy, Trần Thái Tông muốn lui về ở ẩn chép kinh, viết sách và thực hành ý nguyện ẩn cư như khi đương làm vua mà bỏ kinh thành Thăng Long, trốn vào núi Yên Tử để gặp Quốc Sư Phù Vân và chỉ muốn làm Phật, chứ không muốn làm gì khác và theo sử sách ghi lại rằng suốt cả mấy mươi năm ở ngôi vua như thế, ban ngày lo chăn dân, trị nước, tối lại đốt đèn xem kinh, tọa thiền, vấn đạo. Có lẽ như vậy mà ông đã ngồi trên ngai vàng được đến 32 năm chăng (1226 – 1258). Sau khi đánh bại đại quân của Ngột Lương Hợp Thai người Mông Cổ, Thái Tông truyền ngôi cho Hoàng tử Trần Hoảng và tự xưng là Thái Thượng Hoàng. Từ đấy, Nhà Trần theo lệ truyền ngôi sớm cho Thái tử. Thượng Hoàng tuy nhường ngôi, nhưng vẫn quán xuyến mọi việc, giúp vị vua trẻ quen dần với chính sự. Các vua mới phong vương đóng đô tại Thăng Long, còn các Thái Thượng Hoàng lui về ở tại Phủ Thiên Trường.

Dưới triều đại của Vua Trần Thánh Tông mọi việc chính sự vẫn chu toàn, Nhà Trần tiếp tục thịnh trị. Ông xưng là Nhân Hoàng và niên hiệu cải thành Thiệu Long. Ông ở ngôi vua từ năm 1258 đến 1278. Trong thời gian này Trần Thủ Độ qua đời vào năm 1264, thọ 71 tuổi. Bắt đầu từ Vua Trần Thánh Tông, Nho giáo đã thịnh hành và có ảnh hưởng mạnh trong bộ máy nhà nước. Ông cư xử trong hoàng tộc rất là chí tình, đối với những vương tôn công tử, trừ lúc thiết triều, ông đều hòa mình vào với họ để ăn uống, vui chơi, nên tình thân trong hoàng tộc lại càng bền vững hơn xưa rất nhiều. Ông ở ngôi vua được 20 năm thì nhường ngôi cho con là Trần Nhân Tông.

Năm 1277 Thượng Hoàng Trần Thái Tông băng hà, thọ 58 tuổi, trị vì được 33 năm, làm Thượng Hoàng được 19 năm. Cùng năm đó Trần Thánh Tông nhường ngôi cho Thái tử Trần Khâm, tức là Vua Trần Nhân Tông và lên làm Thái thượng hoàng với Tôn hiệu là Quang Nghiêu Từ Hiếu Thái Thượng Hoàng Đế. Vua Trần Nhân Tông lên ngôi xưng làm Hiếu Hoàng và đổi niên hiệu thành Thiệu Bảo. Khi ấy họa giặc giã từ quân Nguyên ở phía Bắc đang kéo đến. Năm đó quân Nguyên đánh diệt nhà Tống, Tả Thừa tướng nhà Tống là Lục Tú Phu cõng Tống đế nhảy xuống biển chết. Hậu cung và các quan chết theo rất nhiều. Qua 7 ngày có đến hơn 100.000 xác chết nổi trên mặt biển. Xác Tống đế cũng ở trong đó.

Để chuẩn bị cho chiến tranh chống ngoại xâm, Nhà Trần cho tiến hành xét duyệt sổ đinh, chuẩn bị lương thảo lực lượng. Phong cho Hưng Đạo Vương Trần Quốc Tuấn làm Quốc Công Tiết Chế, thống lĩnh quân đội toàn quốc, sai chọn các quân hiệu có tài chỉ huy, chia đi nắm giữ các đơn vị. Cuối cùng quân đội Nhà Trần toàn thắng vào năm 1285 và năm 1288. Đến đây, Nhà Trần bắt đầu bước vào thời thịnh trị lâu dài tiếp theo sau đó. Bản đồ của Đại Việt dưới thời Nhà Trần thuở ấy chỉ mới từ Tam Quan đến Hà Tĩnh, nghĩa là bằng khoảng gần phân nửa đất nước của chúng ta ở thế kỷ thứ 21 này. Dân số không biết là bao nhiêu, nhưng đa phần là nông dân nên chắc chắn sức mạnh rất cường tráng và việc làm phu đi đánh giặc, họ đã chẳng ngại ngùng gì.

Thời vua Trần Thánh Tông giặc phương Bắc chỉ mới ngấm nghé giang sơn bờ cõi Đại Việt mà thôi. Mãi cho đến khi Vua Trần Nhân Tông lên ngôi, từ năm 1278 đến năm 1293 có hai cuộc chống trả toàn thắng quân Nguyên Mông qua hai Hội Nghị Bình Than và Hội Nghị Diên Hồng đã thành công rực rỡ, khiến cho thế giới phải quan tâm. Đây có lẽ cũng là thời đại vàng son nhất của đời Nhà Trần, khi Nhân Tông vẫn còn

Vua cha là Thánh Tông làm Thái Thượng Hoàng. Tuy không trực tiếp ra đánh giặc, nhưng những cố vấn quân sự của Thánh Tông cũng như sự giúp sức đặc biệt của Hưng Đạo Vương Trần Quốc Tuấn và Tuệ Trung Thượng Sỹ Trần Tung, hai người anh em ruột thịt này đã giúp cho gia phong của mình thêm lừng lẫy hơn nữa.

Lần thứ nhất vào cuối năm 1257, đầu năm 1258 tướng Mông Cổ là Ngột Lương Hợp Thai (Uriyangqadai) mang 30.000 quân tiến vào nước Đại Việt qua đường Vân Nam. Vua Trần Thái Tông đích thân cầm quân ra chiến trận. Quân Nhà Trần cố gắng chặn đường nhưng quân Mông Cổ vẫn tiến được vào Thăng Long. Nhân dân Thăng Long đã thực hiện mệnh lệnh của triều đình là "vườn không nhà trống" rút về Thiên Mạc – Hà Nam. Ngột Lương Hợp Thai kéo quân vào Thăng Long chưa đầy một tháng thì bị thiếu lương thực. Nhân cơ hội đó, quân Đại Việt phản công ở Động Bộ Đầu - Từ Liêm Hà Nội. Quân Mông Cổ thua phải rút khỏi Thăng Long, đến vùng Quy Hóa của Yên Bái bị quân của Tộc trưởng Hà Bổng đánh tan tác, quân Mông Cổ thua rút chạy về phương Nam.

Lúc này thì Trần Thủ Độ vẫn còn và Vua Trần Thái Tông sau lần chiến thắng đầu tiên này đã nhường ngôi cho con là Trần Thánh Tông và ông lên làm Thái Thượng Hoàng, lui về phủ Thiên Trường ngày đêm lo kinh kệ. Tuy nhiên những việc triều chính, quốc sự có gì khó khăn thì Thái Tông vẫn cố vấn cho Thánh Tông để việc nước suôn sẻ với vị vua trẻ mới lên ngôi.

Đến năm 1279 quân Mông Cổ diệt được Nam Tống. Từ năm 1280 vua Mông Cổ là Hốt Tất Liệt đã lập ra nhà Nguyên. Để lấy cớ đánh Đại Việt, nhà Nguyên cho Toa Đô mượn đường sang đánh Chiêm Thành. Sau nhiều hoạt động ngoại giao hòa hoãn bất thành, cuối cùng chiến tranh bùng phát.

Tuy ở ngôi Thái Thượng Hoàng, nhưng cuộc chiến chống Nguyên Mông lần thứ hai vào năm 1285 và lần thứ ba vào năm 1287 vẫn có sự điều binh khiển tướng của Trần Thánh Tông để giúp Nhân Tông thành công trong việc đánh chống 2 cuộc xâm lăng của quân Nguyên Mông có tính cách lịch sử này. Họ lợi dụng việc đi đánh Chiêm Thành, mượn cả đường bộ lẫn đường thủy của Đại Việt, nhưng dưới sự anh minh của Nhân Tông qua sự cố vấn của Thánh Tông, họ không thể lấy cớ đó để cướp đoạt Đại Việt được.

Năm 1284 nhà Nguyên liền phái Hoàng tử Thoát Hoan và tướng Toa Đô mang quân đánh hai đường Nam, Bắc kẹp lại để chiếm Đại Việt. Thoát Hoan đi từ Quảng Tây, còn Toa Đô đi đường biển từ cảng Quảng Châu, trước hết đánh vào Chiêm Thành, rồi đánh "gọng kềm" thốc lên từ phía Nam Đại Việt.

Nhà Nguyên mang 50.000 tinh binh để xâm lăng Đại Việt. Đây là cuộc kháng chiến gian khổ nhất của Nhà Trần chống giặc phương Bắc, quyết định sự tồn vong của Đại Việt lúc đó. Cuối cùng rồi chiến thuật "vườn không nhà trống" của Đại Việt đã thành công. Quân nhà Nguyên vào thành Thăng Long không có lương thực để dùng và bị bịnh dịch do không hợp với phong thổ của bản địa. Sau đó Nhà Trần tổ chức phản công vào cuối Xuân, đầu Hè năm 1285. Với những chiến thắng ở Tây Kết, Hàm Tử, Chương Dương, quân Trần đại thắng, bắt giết được Toa Đô, Thoát Hoan thu tàn quân chạy về phương Bắc.

Trong lần kháng chiến thứ 3 chống Nguyên Mông dưới sự lãnh đạo của Tuệ Trung Thượng Sỹ Trần Tung và Hưng Đạo Vương Trần Quốc Tuấn cũng như Vua Trần Nhân Tông và các tướng tài, nên Hưng Đạo Đại Vương đã tâu với Vua Trần Nhân Tông rằng: "Quân ta đã quen việc chiến trận, mà quân nó thì phải sợ đi xa... Theo như thần thấy, phá được chúng là điều chắc chắn." Nhà Trần tiếp tục chủ động áp dụng chiến thuật tránh thế mạnh, triệt lương thảo. Cuối cùng quân Nhà Trần đại phá quân Nguyên ở sông Bạch Đằng vào tháng 4 năm 1288, bắt sống Nguyên soái Ô Mã Nhi, Phàn Tiếp, Tích Lệ Cơ. Thoát Hoan một lần nữa chạy trốn về phương Bắc.

Thật ra sau 3 lần thua xiểng niểng chỉ trong mấy chục năm liên tục, Nguyên Thế Tổ vẫn chưa dừng mộng đánh chiếm Đại Việt, nên những năm sau đó nhà Minh vẫn tiếp tục điều binh sang, nhưng chưa gặp thời cơ thuận tiện. Đến năm 1294 vào cuối thế kỷ thứ 13, Nguyên Thế Tổ Hốt Tất Liệt băng hà, nên cháu nội là Nguyên Thành Tông khi lên ngôi không muốn gây chiến với Đại Việt nữa. Do vậy việc chiến tranh với nhà Nguyên từ đó mới chấm dứt.

Khi nhà Minh ở Trung Hoa lên ngôi, Minh Thái Tổ liền cho xây Tử Cấm Thành và các cung điện phụ thuộc rất tráng lệ nguy nga. Năm 1400 đến năm 1417 nhà Minh chiếm lấy Đại Việt. Đây là Bắc thuộc lần thứ 3 của Đại Việt, sau 400 năm độc lập tự chủ nhờ vào tinh thần dân tộc và triết lý Phật giáo, cả vua tôi Nhà Lý cũng như Nhà Trần đều chọn Phật giáo làm quốc giáo. Ngay như Nhân Tông và Anh Tông đều thọ Bồ Tát giới tại gia cũng như Bồ Tát giới xuất gia sau khi Nhân Tông đã đi tu, nhờ đó nên sơn hà xã tắc mới về được một mối như vậy. Lần thứ 3 Bắc thuộc này, người nhà Minh đã cho mang kinh sách của Đại Việt về thiêu đốt tại Kim Lăng và theo tương truyền rằng ngọn lửa ấy đã trải qua 3 tháng nhưng vẫn còn cháy ngùn ngụt. Việc ấy chứng tỏ cho ta thấy rằng văn học, lịch sử, tôn giáo, giáo dục thịnh hành biết bao nhiêu trong cả hai triều đại Lý - Trần. Do vậy phía Nam thì Chiêm Thành quấy phá muốn xâm chiếm Đại Việt, phía Bắc thì quân Nguyên Mông rồi quân nhà Minh cũng muốn tiêu diệt, vì nhà Minh không muốn Đại Việt sánh ngang hàng với phương Bắc về mọi phương diện. Trong đợt Bắc thuộc lần thứ 3 này nhà Minh đã bắt những người tài giỏi của Việt Nam chúng ta làm tù binh và sau đó áp giải về Trường

An, Bắc Kinh, trong số này có một kiến trúc sư người Đại Việt, đó là Nguyễn An. Tử Cấm Thành ở Bắc Kinh xây dựng từ triều nhà Minh thế kỷ thứ 15 là do Kiến trúc sư Nguyễn An thiết kế và mãi cho đến bây giờ ở thế kỷ thứ 21 này các nhà nghiên cứu về lịch sử kiến trúc cũng như văn hóa đều đưa ra kết luận như trên và tên tuổi của ông được truyền thông Tây Phương nhắc đến rất nhiều.

Chữ Tử ở đây là màu tím, có nghĩa là đẹp. Cũng như Quảng Trường Đỏ ở điện Kremlin tại Moscow Nga Sô không có nghĩa là màu cờ đỏ, mà tượng trưng cho vẻ đẹp, nét đẹp của một thủ đô, một thành phố. Tử Cấm Thành ở Bắc Kinh xây dựng thật là vĩ đại và tốn phí không biết bao nhiêu là của công. Ngày nay nếu ai đó có dịp đến đây để tận mắt xem cách kiến trúc đồ sộ của người xưa, chúng ta cũng phải ngã mũ xuống chào. Vì lẽ những kiến trúc sư tài ba ngày nay chưa chắc gì thực hiện được những công trình kiến trúc vĩ đại như vậy, mặc dầu ngày nay có nhiều phương tiện hơn.

Tử Cấm Thành ngoài những điện chính để Vua thăng đường nghe tâu quốc sự ra, còn có rất nhiều chùa viện, am miếu cũng như chỗ ở của tam cung lục viện, chầu chực bên bệ rồng. Tòa lâu đài nơi Vua ngự có đến 999 phòng dùng để cho các bà Phi và cung tần mỹ nữ ở. Con số 9 là con số tốt, con số đẹp của người Trung Hoa và đồng thời cũng là con số linh thiêng cũng như con số hên của dân tộc này. Tương truyền rằng Vua trời có đến 1.000 bà vợ thì con trời, tức là Thiên Tử của Trung Hoa không được phép hơn Vua cha ở điểm này, nên những Thiên Tử của Trung Hoa chỉ xây 999 phòng mà thôi. Đây có thể là một truyền thuyết, một chuyện hài hước khi nói đến số phòng nhiều, khó đếm hết được. Mỗi năm chỉ có 365 ngày, nếu ngày nào ông Vua cũng đi thăm một bà Phi thì phải 3 năm như vậy mới đi hết 999 phòng này. Chế độ đa thê ngày xưa ở Châu Á hay các nước Hồi Giáo không cấm việc lấy vợ bé, nhất là những kẻ có lắm của nhiều tiền. Còn bây giờ ông Vua, bà Hoàng của Âu Mỹ họ sống cũng mực thước lắm. Tuổi thọ của họ cũng cao. Ví như bà Hoàng Thái Hậu Victoria, mẹ của Hoàng hậu Elizabeth của nước Anh sống đến hơn 100 tuổi, và Hoàng hậu Elizabeth bây giờ cũng đã 90 tuổi và ở ngai vàng đã 70 năm rồi, nhưng trông bà còn rất là phong độ. Mới đây vào năm 2016 Vua Thái Lan đã băng hà ở tuổi 88 và ở ngôi vua trên 60 năm. Như vậy việc thiểu dục tri túc rất cần thiết cho mọi con người, chứ không phải chỉ những người thường mới quan tâm, còn vua quan tướng tá thì không lưu tâm đến. Vì tất cả đều là con người, nên tài, sắc, danh, thực, thùy vốn là những chuyện bình thường và có thể trở thành tầm thường trong nhân thế. Những ai muốn mình trở thành phi thường thì phải kiêng cữ tiết dục mọi điều thì tài trí mới được hanh thông.

Đa phần mỗi ông Vua chỉ có một Hoàng hậu là Chánh cung cũng giống như những bà vợ của vua trời Đế Thích. Trong kinh điển nhà Phật bảo rằng ông ta có đến 3.000 bà vợ, nhưng trong đó chỉ có một bà là Chánh cung Hoàng hậu, còn những bà khác, đều do bà Chánh hậu này hóa thân ra. Đó là cõi Tiên, có nhiều chư Thiên họ có thể biến hóa được. Còn ở chốn Ta Bà, trần gian đầy tục lụy này, con người không thể biến hóa được, cho nên ông vua bằng người trần mắt thịt thường được các quan lại dâng hiến con gái của mình cho vua, để biết đâu mình sẽ trở thành Quốc trượng, khi con gái của mình được lập thành Chánh cung Hoàng hậu. Do vậy trong cung điện, khi Hoàng hậu chưa sinh được Hoàng nam thì đó là mối lo lớn của triều đình, vì không có người kế nghiệp ngôi vua. Nhiều khi sinh được con trai rồi, cũng phải lo nơm nớp, vì sợ như chuyện "linh miêu tráo chúa" của Trung Hoa, đó cũng là một nỗi khổ tâm của những bà Hoàng hậu.

Nếu ai đó có đọc tâm sự của Vua Gia Long, sau khi lên ngôi năm 1802 trong quyển "9 chúa 13 vua" của triều Nguyễn thì ta sẽ thấy được đời sống trong hoàng cung như thế nào. Nó nhiêu khê lắm, không phải chỉ là chuyện "xem hoa ngắm nguyệt" mà lắm chuyện thị phi nhân nghĩa nơi chốn cung đình. Do vậy Vua Gia Long than rằng: "Chúng như những con mèo hoang, tự cấu xé với nhau, khiến cho Trẫm phải bị đinh tai nhức óc!" Ai mà không muốn Quân vương đoái hoài đến mình một lần trong đời làm con gái. Do vậy kế này chước nọ được bày ra trong chốn cung đình hòng để chị em thi thố với nhau, nhằm làm đẹp mắt đấng Quân vương của họ. Vua bảo rằng: "Ở chốn triều đình, hằng ngày ta nghe tấu trình bao nhiêu sự việc, thế mà ta có thể giải quyết được hết cả. Chỉ khi lui về lại cung son, gần với những cung phi mỹ nữ này, khiến ta ngao ngán vô cùng." Họ là những người đẹp được tiến cung, suốt cuộc đời họ chỉ mong chờ được Đức vua đoái hoài, mong nhận được ơn vua lộc nước, nhưng cũng có nhiều nàng cung nữ bị chôn chặt đời mình trong 4 bức tường thành, nên nỗi oán ấy đã dệt thành thơ. Từ đó tác phẩm "Cung oán ngâm khúc" mới được hình thành. Nội dung mô tả một người con gái sống lâu năm trong cung son nhưng không được Vua đoái hoài đến, nên nàng đã mượn tâm sự của mình để viết thành thơ trên lá cây, rồi cho đường mật lên các chữ đã viết, khiến cho kiến ăn mật, đục thủng cả lá cây, đoạn nàng lấy lá cây ấy thả vào những con suối chảy từ trong thành ra ngoài, người ngoài thành nhặt được đọc, khi đó mới rõ biết được tâm sự của những người đã bị cô lập nơi lãnh cung cũng như những cung nhân không được nhà Vua đoái hoài đến.

Trở về lại những câu chuyện lịch sử bên trên của hai triều đại Lý - Trần trong gần 400 năm lịch sử ấy, chúng ta thấy rằng kinh thành Thăng Long là một cung điện chính được xây cất từ khi Lý Thái Tổ mới lên ngôi. Ông xuất thân là một người học trò nghèo, phải nương náu nơi chốn Thiền môn để học hành và tu niệm, làm con nuôi của Thiền sư Vạn Hạnh và là học trò của Lý Khánh Vân, đều là những bậc Danh Tăng thời đầu Triều Lý. Từ đó có câu ca dao:

"Con ai đem bỏ chùa này,

Nam Mô Di Phật! Con Thầy Thầy nuôi."

Việc này cũng giống như việc của Thiền sư Hakuin (Bạch Ẩn Huệ Hạc) của Nhật Bản ở vào cuối thế kỷ thứ 17, đầu thế kỷ 18. Ngày nay chúng ta đọc lại, vẫn thấy có nhiều điểm tương đồng.

Nguyên là trong làng nọ có một nhà Trưởng giả rất giàu, có cô con gái lớn chưa gả chồng. Vì ông bà phú hộ còn muốn tìm chỗ "Môn đăng hộ đối", nhưng chờ mãi cũng chẳng thể tìm ra người vừa ý, mà cô con gái thì càng ngày càng lớn, thân thể đẫy đà, cô cũng mong có được một tấm chồng. Ngày lại tháng qua tìm đâu cũng chẳng ra được như người trong mộng, cuối cùng nàng đã tư tình với một người làm công và mang thai. Thấy bụng con gái càng ngày càng lớn, cha mẹ cô ta sanh nghi mới gạn hỏi:

- Chủ nhân của cái bào thai kia là của ai?

- Dạ! Dạ! Dạ... nàng ngập ngừng không đáp.

- Là của ai?

- Thưa cha, là của… của ông Sư ở trên chùa.

- Vậy sao? Lâu nay ta vẫn tưởng ông ta là người đạo đức, liêm chính đấy chứ?

Đã đến ngày mãn nguyệt khai hoa, nàng thấy đứa bé bụ bẩm, muốn giữ lại nhà, nhưng sợ cha mẹ, vì con gái "không chồng mà chửa" là cái nhục của gia phong, nên nàng âm thầm bồng đứa trẻ lên chùa và lúc gặp Thiền sư Hakuin cô ta bảo:

- Nó là con của ông đó!

- Thế à!

- Ông hãy nuôi nó đi!

- Thế à!

Nhà Sư lẳng lặng bồng đứa bé vào lòng với lòng từ bi vô hạn. Từ sáng sớm sau giờ thiền tọa, đọc kinh, nhà Sư bồng cháu vào xóm nhỏ để xin sữa cho cháu bú. Ai trông thấy cháu bụ bẩm cũng thương, nhưng sau đó lại trề môi nhún mỏ, chỉ trích nhà Sư rằng:

- Sao Sư tu hành mà như vậy?

- Thế à!

- Có phải con của Sư không?

- Thế à!

Ngày lại tháng qua đứa bé mau ăn chóng lớn, khôi ngô tuấn tú vô cùng. Ai thấy cũng mong được ẵm bồng và tập cho đi, tập cho nói.

Cô gái mẹ của chú bé hằng ngày vẫn quan sát con mình đã được nhà Sư chăm sóc ra sao. Nàng rất hài lòng, nhưng trong tâm nàng luôn có nỗi bứt rứt, giày vò khiến cho tâm nàng không an và nàng một lần nữa lại lên chùa với một tâm sự khác.

- Xin ông trả con lại cho tôi!

- Thế à!

- Đứa bé này không phải là con của ông… mà là con của…

- Thế à!

Từ đó nàng bồng con về nhà, ai nấy cũng trầm trồ khen sao mà nhà Sư có tay nuôi con, khiến cho đứa bé "mau ăn chóng lớn" như vậy. Và nàng thưa với cha mẹ rằng:

- Thưa ba mẹ, đây là con của con!

- Ừ! Chứ còn con của ai nữa?

- Nhà Sư Hakuin chỉ là… chỉ là "Thế à" thôi, chứ không có gì khác.

- Vậy nó là con của ai?

- Dạ, con của người làm công ở phía sau nhà mình đó…

Sau khi nghe như vậy, cha mẹ nàng mới cho người gánh gạo muối lên chùa và chính ông bà đã quỳ xin sám hối về tội lỗi của con mình đã gán ghép đứa con hoang ấy cho nhà Sư. Thiền sư Hakuin buột miệng thốt lên một lần nữa:

- Thế à!

Ngài cười thật lớn và biến vào trong am tranh tự thuở nào mà người đứng đó cũng không ai hay biết. Đó là câu chuyện Thiền của Nhật Bản ở vào thế kỷ thứ 13; còn vào đầu triều Lý, hằng ngày Thiền sư Vạn Hạnh vẫn ra vào nơi chốn cung son của các vua thời Tiền Lê, nhưng xét thấy Lê Long Đỉnh hoang dâm vô đạo, bệnh tật, đến nỗi khi thiết triều vì không ngồi được nên ông phải nằm để nghe các quan văn võ tấu trình việc nước, cho nên sử sách về sau này còn gọi ông là Lê Ngọa Triều.

Lý Công Uẩn lúc này cũng đã lớn khôn, nên đã được ông Đào Cam Mộc bàn bạc với Thiền sư Vạn Hạnh là nên thay đổi nhân sự lãnh đạo đất nước. Tuy Công Uẩn là đứa con hoang, nhưng Công Uẩn được lòng mọi người và có tài điều binh khiển tướng. Ông là đứa con rơi bị đem bỏ trước cửa chùa, Vạn Hạnh Thiền sư động lòng trắc ẩn, nên mới mang Công Uẩn vào nuôi và ngày lại tháng qua dù có bị gièm pha gì đó, thì Ngài vẫn an nhiên tự tại: "Nam Mô Di Phật! Con Thầy Thầy nuôi".

Con của ai cũng không sao cả. Miễn sao người con ấy khi

lớn lên, làm bất cứ điều gì mà có lợi cho dân cho nước, thì người con ấy hữu dụng rồi. Dầu có mặt trên quê hương như Lý Công Uẩn, hay xa quê hương đất nước vạn dặm như Lý Thừa Vãn, Tổng Thống của Nam Hàn là hậu duệ của Lý Long Tường hay Tổng Thống Lý Kính Huy của Đài Loan. Tất cả đều mang một ý nghĩa cao cả. Không ai dám bảo rằng: Người con ly hương ấy không làm được gì cho giống nòi của Đại Việt.

Sinh ra và lớn lên, ăn ở nương nhờ nơi chốn Thiền môn như Lý Công Uẩn như vậy, ông biết cái khổ của dân như thế nào rồi và sự chay tịnh cần khổ trong chùa ra sao, nên sau khi lên làm vua, ông luôn nghĩ đến cái khổ của kẻ khác cũng chính là cái khổ của mình; cho nên những chi tiêu cho quốc phòng, binh bị thì nghiêm mật, nhưng không thiếu kém. Còn chi cho việc xây dựng cung vua tại Thăng Long thời Lý lúc bấy giờ cũng rất khiêm nhường, vì nỗi khổ của nhân dân mới gượng dậy được qua bao nhiêu mùa chinh chiến và loạn 12 Sứ Quân của thế kỷ trước vẫn còn tồn đọng lại, nên Lý Thái Tổ rất e dè. Bây giờ khi khai quật thành Thăng Long tại Hà Nội, người ta thấy những văn bia, đá sỏi, gạch vôi v.v… còn sót lại, khiến cho mọi người phải ngưỡng mộ văn hóa của Đại Việt một thời như thế. Ngày xưa cả hằng ngàn năm về trước các vua chúa và triều thần Lý - Trần đã biết đào giếng, dùng hệ thống thoát nước, cống rãnh trong hoàng thành Thăng Long để đảm bảo vệ sinh và nuôi sống cả hằng trăm người nơi đó. Nào là vua, hoàng hậu, hoàng phi, thái tử, người hầu, kẻ hạ, thái giám, cung phi v.v… rồi chùa viện trong cung son để nhà vua và cung tần mỹ nữ đến lễ bái vào ngày Rằm, Mồng Một hay những ngày chay tịnh trong tháng, trong năm. Chỉ ngần ấy việc thôi, chúng ta cũng thấy được sự sinh hoạt của hoàng cung thuở ấy tấp nập biết là bao.

Ở bên ngoài Hoàng thành còn có trường Quốc Tử Giám để cho các hoàng tử và những sĩ tử vào đó để học hỏi thi thơ, trau giồi kinh sử. Các quan lại làm việc ở triều đình trong các Bộ cũng phải có nhà cửa ở gần Hoàng thành. Có như vậy khi vua ra sắc lệnh, kịp có mặt ngay mà ứng xử, kẻo mắc tội khi quân. Đến những ngày Tết, ngày Rằm, ngày làm lễ xuống ruộng cấy cày, ngày Trung thu, lễ vía v.v... tất cả là một quần thể văn hóa, mà con dân Đại Việt lúc bấy giờ đều tập hợp ở Thăng Long để thi thố tài năng của mình ở chốn kinh kỳ muôn thuở này. Người xưa cũng thường nói rằng:

Trai khôn tìm vợ chợ đông
Gái khôn tìm chồng ở chốn ba quân.

Những người dân bình thường muốn vợ mình trở thành người buôn bán tài giỏi, thì cũng hay lặn lội đến những nơi đông người như ở chợ vậy. Tại đó người con gái sẽ thể hiện khả năng nội trợ của mình giỏi giang như thế nào. Nếu hợp nhau, họ sẽ tiến hành đến chuyện hôn nhân về sau này. Còn con gái nếu có kén chồng thì nên lui tới thường xuyên những nơi tập luyện kinh sử, võ nghệ thì mới mong tìm được tấm chồng vừa ý để nương thân.

Ngày xưa thời vua chúa của Việt Nam cũng như của Trung Hoa đều coi trọng vai trò của người phụ nữ về phương diện "tam tùng, tứ đức". Đó là tại gia tùng phụ, xuất giá tùng phu, phu tử tùng tử, nghĩa là khi còn ở nhà thì sống theo sự dạy dỗ của cha mẹ sinh ra mình; khi lấy chồng rồi thì phải theo chồng và khi chồng chết thì theo con. Ngày xưa như vậy gọi là: Trung trinh liệt nữ và ngày nay sau mấy ngàn năm văn hóa đổi thay, chắc rằng cái tam tòng ấy không thấy dân tộc nào giữ cho trọn vẹn cả, kể cả dân tộc Trung Hoa, nơi sản sinh ra chủ thuyết này. Rồi công, dung, ngôn, hạnh nữa. Đây là nét đẹp của người phụ nữ Đông Phương. Ví dụ như thêu thùa, may vá, sắc đẹp tự điểm trang, lời nói dịu dàng và đức hạnh. Ngày xưa người phụ nữ thường bị coi rẻ, không cho đi học, đi thi nên chốn quan trường chỉ là đàn ông. Còn bây giờ ở thế kỷ 21 này, chính sách bình quyền giữa người nam và người nữ đã được thực hiện trọn vẹn ở một số nước văn minh trên thế giới, nên đã có lắm người nữ lên làm cả chức tổng thống hay thủ tướng. Điều này cũng đúng với lời Phật dạy rằng: Tất cả chúng sanh đều có Phật tánh. Với tánh ấy, tất cả nam nữ đều có thể thành Phật, nếu chúng ta biết gạn đục khơi trong và biết tự dọn sạch cái bản ngã của mình.

Và người con trai thì phải biết "Tam cương, ngũ thường", đó là: Quân, Sư, Phụ và Nhân, Nghĩa, Lễ, Trí, Tín. Đầu tiên là Vua rồi đến Thầy và kế tiếp mới đến Cha mẹ.

Nên ngày xưa có câu rằng:

Quân xử thần tử, thần bất tử, bất trung.

Phụ xử tử vong, tử bất vong, bất hiếu.

Nghĩa:

Vua bảo bầy tôi chết, bầy tôi không chết, bầy tôi bất trung.

Cha mẹ bảo con chết, nếu con không chết, con ấy là đứa con bất hiếu.

So ra chữ Trung và chữ Hiếu ngày xưa và nay khác nhau rất nhiều. Cái hiếu của ngày nay không phải chỉ cố gắng làm sao cho cha mẹ vui ở tuổi già mà còn hướng cho cha mẹ vào con đường thiện của Tứ chánh cần nữa. Nghĩa là:

Việc ác chưa sanh thì làm cho nó đừng sanh.

Việc ác đã sanh rồi thì làm cho nó không sanh thêm nữa.

Việc thiện chưa sanh thì làm cho nó sanh.

Viện thiện đã sanh ra rồi thì nên làm cho nó tiếp tục sanh thêm nữa.

Ngày xưa cha mẹ, con cái, cháu chắt, ông bà sống chung

dưới một mái nhà gọi là "Tứ đại đồng đường" hay "Ngũ đại đồng đường". Thế mới là hiếu, nhưng ngày nay con cái đều mong muốn được tự lập, đến 18 tuổi là chúng bắt đầu xin rời xa khỏi mái ấm của gia đình để học hành và làm việc. Như vậy so với ngày xưa là bất hiếu nhưng bây giờ thì không. Cha mẹ về già ngày xưa đem vào Viện dưỡng lão cho người dưng khác họ chăm sóc là chuyện bất hiếu, nhưng ngày nay chuyện ấy được xem là việc bình thường, vì con cái hằng ngày phải đi làm một ngày 8 tiếng đồng hồ, đâu có ai ở nhà suốt ngày với cha mẹ được. Đây cũng không thể gọi là điều bất hiếu, vì sự cấu tạo của xã hội ngày nay, con cái phải sống theo cái guồng máy quay đều của bảo hiểm xã hội theo luật pháp sở tại và ta không có quyền chối từ. Nên đây cũng không gọi là thiếu bổn phận được. Người đi làm đóng thuế và tiền ấy đem nuôi người đi trước và sau này người nhỏ lớn lên đi làm, đóng thuế để nuôi người đi sau, hay nuôi chính bản thân họ.

Còn Nhân, Nghĩa, Lễ, Trí, Tín không biết là ngày nay có còn hữu dụng không?

Nhân là lòng từ - đời nào cũng cần đến. Nếu ông vua mà không có lòng nhân, luôn ác độc với mọi người thì ông vua ấy xem như bỏ đi.

Nghĩa này bao hàm ý về tình nghĩa, như nghĩa cha con, nghĩa Thầy trò, nghĩa chồng vợ, nghĩa bạn hữu. Nói chung nghĩa là sự thể hiện cái bổn phận trách nhiệm đối đãi giữa con người với con người và giữa con người với xã hội…

Lễ đây là lễ nghĩa, là sự tôn trọng trong cách đối xử với mọi người, lúc nào cũng phải biết kính trên, nhường dưới, lễ nghi phân biệt; không phải người hiền thì không nên làm bạn và phải biết thiện, ác phân minh.

Trí đây là đức dục, cái hiểu biết về đạo làm người. Làm người mà không có đạo đức, không lấy lý trí để xét soi mọi nẻo trong chốn đăng trình của cuộc sống thì xem ra anh chàng này "hữu dõng mà vô mưu" đấy!

Tín là lòng tin cậy lẫn nhau. Nếu giữa con người và con người mà không đem niềm tin ra để thể hiện, tin tưởng với nhau nhằm thực hiện một điều gì đó, thì không phải là kẻ sĩ. Kẻ sĩ là kẻ biết mình và biết người. Lấy chữ tín làm đầu. Dầu là trong triều, ngoài xã hội nếu người con trai hay người con gái, đàn ông hay đàn bà, ông già bà cả mà vẫn đối xử với nhau theo lối "ngũ thường" này thì làm gì mà xã hội không an vui, loài người không tiến bộ. Nó gần tương đương với 5 giới của người Phật tử tại gia khi quy y Tam Bảo đã phát ra lời thệ nguyện trước Tam Bảo để ruộng phước của mình được tô bồi thêm.

Tam tòng và tam cương so ra với đạo đức xã hội hiện tại không còn giá trị nhiều nữa; nhưng tứ đức và ngũ thường vẫn còn giá trị miên viễn với thời gian. Khổng Tử xuất hiện ở Trung Hoa, nhưng học thuật về Tứ Thư, Ngũ Kinh và thuật an bang xử thế của ông cả Trung Hoa và các nước lân bang ngày nay vẫn còn ứng dụng đến. Học thuyết của ông tuy không làm cho người ta thoát khỏi ra được sanh tử luân hồi như của Phật giáo, nhưng ông và đồ đệ của ông đã giúp cho thế nước lòng dân trong nhiều triều đại đã được an ổn và phát triển là nhờ vào những lý thuyết chủ đạo này.

Ngày xưa Triều Lý và Triều Trần chủ trương Tam Giáo đồng nguyên. Nghĩa là Nho, Phật, Lão đều cùng một nguồn cội và chủ xướng tinh thần "Trung thần bất sự nhị quân"; nghĩa là: Tôi trung không thờ hai chúa. Do vậy mà ở cuối Triều Lý đầu Nhà Trần đã xảy ra nhiều nạn chém giết, thanh toán khó lường. Có lẽ cũng chỉ vì các chủ thuyết độc tôn này. Thế nhưng cũng là Nho gia, nhưng về sau này có những bậc tôi trung thờ đến 3 đời chúa. Đó là trường hợp của cụ Nguyễn Du, một đại thi hào của đất nước. Con của cụ Nguyễn Nghiễm. Vào thời vua Lê chúa Trịnh thì cụ Nguyễn Nghiễm và cụ Nguyễn Du làm quan vào giữa thế kỷ thứ 18. Đến khi vào Đàng Trong gặp lúc Quang Trung xưng Đế, thấy cụ Nguyễn Du người tài giỏi, nên anh hùng áo vải Tây Sơn cũng đã mời cụ ra làm quan. Khi Gia Long lên ngôi Hoàng đế, ông muốn về quê cư nhàn, nhưng vua quan và triều thần nhà Nguyễn cố thuyết phục ông trở lại chốn quan trường. Nếu không làm quan trong thời gian này, thì ông đâu có cơ hội đi sứ sang Trung Hoa trong khoảng thời gian 1812 đến 1814 ấy. Và sau khi về lại quê hương Đại Việt này, không biết ông dùng chay tịnh được bao nhiêu năm, nhưng ông đã có hơn 300 lần tụng đọc kinh Kim Cang một cách miệt mài, cho đến khi cái "ngã" không còn nữa, ông mới sáng tác nổi truyện Kiều vào khoảng thời gian năm 1814 – 1816. Sau khi viết xong truyện Kiều, ông than rằng:

Bất tri tam bách dư niên hậu
Thiên hạ hà nhân khấp Tố Như?

Nghĩa:

Không biết ba trăm năm về sau
Trong thiên hạ có ai khóc Tố Như chăng?

Có một tài liệu của Nguyễn Sĩ Đại đã nói về ý nghĩa hai câu thơ trên như sau:

Với tác phẩm của Nguyễn Du, có thể nói sự tìm tòi của chúng ta là vô tận. Hai câu thơ

Bất tri tam bách dư niên hậu,
Thiên hạ hà nhân khấp Tố Như

Đó là hai câu kết trong bài thơ chữ Hán Độc Tiểu Thanh ký. Nguyên văn như sau:

Tây Hồ hoa uyển tẫn thành khư
Độc điếu song tiền nhất chỉ thư
Chi phấn hữu thần liên tử hậu
Văn chương vô mệnh lụy phần dư
Cổ kim hận sự thiên nan vấn

Phong vận kỳ oan ngã tự cư
Bất tri tam bách dư niên hậu
Thiên hạ hà nhân khấp Tố Như.

Bài thơ được ông Vũ Tam Tập dịch là:

Hồ Tây cảnh đẹp hóa gò hoang
Thổn thức bên song mảnh giấy tàn
Son phấn có thần chôn vẫn hận
Văn chương không mệnh đốt còn vương
Nỗi hờn kim cổ trời khôn hỏi
Cái án phong lưu khách tự mang
Chẳng biết ba trăm năm lẻ nữa
Người đời ai khóc Tố Như chăng?

Tiểu Thanh là một người con gái tài sắc sống vào thời nhà Minh ở tỉnh Chiết Giang, làm lẽ cho một người họ Phùng. Vợ cả ghen, đuổi lên sống trong một ngôi nhà nhỏ trên núi, nàng buồn đến chết ở đó, khi chưa đầy 20 tuổi, nay vẫn còn mộ. Khi nàng chết, vợ cả chưa hết ghen tức, còn đem đốt những gì Tiểu Thanh viết. Nguyễn Du đọc được những bài thơ còn sót lại của nàng, mới xúc động làm bài thơ này.

Ở câu cuối, xưa nay người ta hiểu: Nguyễn Du sống cách Tiểu Thanh ba trăm năm, vì thế ông mới hỏi, ba trăm năm sau, có ai thương xót ông mà nhỏ lệ.

Cái học nhà Nho ấy nó cũng chỉ kéo dài đến đầu thế kỷ thứ 20 là hết và nhiều người Việt Nam đã học tiếng Pháp, tiếng Anh để thi vào trường này, trường nọ để sau này học hành đỗ đạt, ra làm quan cho Tây cho Mỹ. Cho nên cụ Trần Tế Xương mới mỉa mai cái học ấy rằng:

Cái học nhà Nho đã hỏng rồi
Mười người đi học, chín người thôi
Cô hàng bán sách lim dim ngủ

Thầy Khóa tư lương nhấp nhỏm ngồi
Sĩ khí rụt rè gà phải cáo
Văn chương liều lĩnh đấm ăn xôi
Tôi đâu dám mỉa làng tôi nhỉ
Trình có quan tiên thứ chỉ tôi.

(Cái học nhà Nho)

Đọc xong 8 câu thơ Đường luật này ta thấy rằng nhà Nho cũng đã một thời vang bóng nơi cửa Khổng, sân Trình như vậy. Nào khoa thi Tam trường để chọn người tài giỏi ra làm quan như ông Nghè, ông Cống, ông Trạng, ông Cử. Ở làng thì ngồi chiếu trên, chiếu dưới, mâm trước, mâm sau v.v… tất cả đều nhờ cái học của Nho gia mà có được. Còn bây giờ ở thế kỷ thứ 20, 21 này chữ Hán, Nho sinh v.v… là những danh từ khi gọi lên, khiến trẻ nhỏ phải ngơ ngác, chẳng biết đó là những người học cái gì. Cho nên cái tốt của ngày xưa, chưa hẳn đã là cái tốt của đời nay, nhưng cũng phải nói thêm rằng: Nếu không có xưa thì làm sao có nay được. Quá khứ đã tốt thì hiện tại sẽ tốt và hiện tại tốt thì tương lai sẽ tốt. Cho nên Kinh Nhứt Dạ Hiền Giả trong Nikaya có dạy rằng:

Quá khứ không truy tìm
Tương lai không ước vọng
Quá khứ đã đoạn tận
Tương lai thì chưa đến
Chỉ có pháp hiện tại
Tuệ quán chính là đây
Không động không rung chuyển
Biết vậy nên tu tập
Hôm nay nhiệt tâm làm
Ai biết chết ngày mai
Không ai điều đình được
Với đại quân thần chết
Trú như vậy nhiệt tâm

Đêm ngày không mỏi mệt
Xứng gọi Nhứt Dạ Hiền
Bậc an tịnh trầm lặng.

Kinh này do Đức Phật Thích Ca Mâu Ni nói ra khi Người còn tại thế, cách nay (2017) hơn 2.560 năm và cách thời cuối Lý đầu Trần của Việt Nam độ 1.600 năm. Cho hay lời tụng ấy vẫn có giá trị với muôn đời, chứ không phải chỉ trong một thời gian ngắn của 100 năm hay 1.000 năm hay còn lâu hơn thế nữa. Lâu đài cung điện đã trở thành hoang phế, trải bao nhiêu cảnh thư hùng của một dân tộc như Đại Việt đã đối đầu với quân Nguyên Mông ở thế kỷ thứ 13, nhưng lời Kinh này thì vang vọng mãi mãi cho đến tự ngàn sau.

Chương IV

Nhà Vua
Trần Nhân Tông

Sau khi thắng hai trận đánh lịch sử với Nguyên Mông vào năm 1285 và 1288 Vua Trần Nhân Tông đã nhường ngôi cho con mình là Trần Anh Tông để xuất gia tìm đạo. Thầy của ông là Tuệ Trung Thượng Sỹ Trần Tung, cũng là người cậu, anh của mẹ. Vì Tuệ Trung Thượng Sỹ và Thiên Cảm Hoàng hậu đều là em ruột của Hưng Đạo Vương Trần Quốc Tuấn. Trần Nhân Tông gọi Trần Quốc Tuấn là cậu và cũng là bác vì Trần Quốc Tuấn là con của Trần Liễu, còn Nhân Tông là con của Vua Thánh Tông, cháu nội của Vua Trần Thái Tông (tức Trần Cảnh). Nhân Tông lấy Khâm Từ Hoàng hậu, con của Hưng Đạo Vương, sinh ra Trần Anh Tông. Như vậy ông và Khâm Từ Hoàng hậu là bà con cô cậu lẫn chú bác, nên đây cũng là trường hợp hôn nhân cận huyết.

Trần Nhân Tông tên thật là Trần Khâm, sinh ngày 11 tháng 11 âm lịch năm Mậu Ngọ niên hiệu Thiệu Long thứ 1 (nhằm 7 tháng 12 năm 1258. Ông là con trai trưởng của Trần Thánh Tông và Nguyên Thánh Thiên Cảm Hoàng hậu Trần Thị Thiền. Theo mô tả của Đại Việt Sử Ký Toàn Thư, Trần Khâm ngay từ khi sinh ra đã được tinh anh thánh nhân, thuần túy đạo mạo, sắc thái như vàng, thể chất hoàn hảo, thần khí tươi sáng, nên Vua cha và ông nội – Thái Thượng Hoàng Trần Thái Tông gọi ông là Kim Tiên Đồng Tử. Từ nhỏ ông đã được dạy rất kỹ về những hệ thống tư tưởng của Phật, Nho, Lão và rất am hiểu tường tận giáo lý nhà Phật. Ông cũng đạt được trình độ cao về các lãnh vực như quân sự, âm nhạc, lịch số học và thiên văn học.

Trong nhiều kinh điển khác nhau, Đức Phật cũng thường hay nói về phước đức của đời hiện tại hay nhiều đời trong quá khứ đã gieo trồng. Khi chiêm ngưỡng dung nhan của Đức Phật có 32 tướng tốt và 80 vẻ đẹp, chúng ta biết đến phước báu của Ngài đã gieo trồng từ bao đời nên mới được như vậy. Còn một bậc Chuyển Luân Thánh Vương khi sinh ra trong đời này cũng phải nhờ đến phước báu của bao đời trước đã gieo trồng, nên kiếp này mới làm được bậc nhân chủ, ngồi trên ngai vàng và đứng đầu trong thiên hạ. Khi Thái tử Tất Đạt Đa sinh ra ở Ấn Độ, có vị tiên tri là A Tư Đà tiên đoán rằng: "Nếu Thái tử ngày sau đi xuất gia, sẽ trở thành một vị Phật; một bậc giác ngộ, toàn trí toàn năng. Còn nếu Thái tử ở lại với đời, Ngài sẽ trở thành một bậc Chuyển Luân Thánh Vương trong thiên hạ." Khi vua Tịnh Phạn nghe lời tiên đoán ấy ông không vui và chỉ muốn con mình trở thành Vua chứ không muốn con mình trở thành Phật. Vì vậy trong suốt tuổi thơ, Thái tử đã được Vua cha cho những vị Bà La Môn giỏi về toán số, chính trị, thơ văn, võ nghệ dạy cho, cốt làm sao Thái tử phải tập trung tư duy về cách nhìn của một vị vua thì Tịnh Phạn Vương mới an lòng. Nhưng càng lớn lên Thái tử tư duy nhiều hơn về mặt tâm linh, nhất là sau khi đi dạo chơi bốn cửa thành, đã tận mắt chứng kiến hết các cảnh sanh, già, bệnh, chết. Từ đó Thái tử càng suy tư hơn về cuộc đời vô thường đối với nhân thế.

Nếu xưa kia Thái tử Tất Đạt Đa không đi xuất gia tầm đạo, chỉ sống một cuộc đời êm đềm lặng lẽ nơi chốn hoàng cung rồi sinh con đẻ cái, rồi già, rồi chết... dẫu có minh quân hiền đức đến đâu đi chăng nữa, thì cuộc đời trị thế của Tất Đạt Đa cũng chỉ có giá trị trong cõi nước Ấn Độ mà thôi. Nhưng ở đây, Ngài đã xả bỏ tất cả để được tất cả. Chính nhờ công năng quả mãn và tìm ra giáo lý thượng thừa giúp cho chúng sanh thoát khổ ấy, mà con người vĩ đại kia ngày nay không phải chỉ tồn tại nơi Ấn Độ, mà cả năm châu bốn biển trên quả địa cầu này ai ai cũng nghe đến hồng danh của Đức Phật và giáo lý thậm thâm vi diệu của Ngài.

Còn Thái tử Trần Khâm, con Vua Trần Thánh Tông được ông nội là Thái Thượng Hoàng Trần Thái Tông nhìn vào tướng đi, điệu đứng, nụ cười, cách cư xử v.v... đã đặt cho cái tên với 4 chữ là: "Kim Tiên Đồng Tử". Kim là vàng, quý như vàng hay có làn da óng ánh như vàng. Tiên đây là cốt cách của tiên nhơn, người ở cõi trời giáng sinh vào ngôi vua, chứ không phải là một kẻ bình dân sinh được vào đây. Đồng Tử là đứa bé trai ngoan hiền, bụ bẫm. Trần Khâm không những chỉ được dạy về Nho học mà còn học cả Lão giáo cũng như Phật học nữa. Vậy thì đây chính là điều kiện cốt yếu để sau này ông thấu rõ lý vô thường mà đi xuất gia học đạo, nhất là sau 2 lần chiến thắng quân Nguyên Mông, có bao nhiêu kẻ bị tai bay họa gởi, nơi chiến trường các chiến sĩ đã chết không toàn thây. Lúc còn nhỏ học Phật là cái nhân và khi chứng kiến những cảnh khổ đau của nhân thế qua hai trận thư hùng ấy, Vua Trần Nhân Tông đã quyết chí xuất gia tầm đạo để sau này trở thành một vị Phật của Việt Nam. Đó là cái quả mà thôi.

Năm 1274, khi Trần Khâm 16 tuổi, ông được vua Trần Thánh Tông chỉ định làm Thái tử nối ngôi. Theo sách Thánh Đăng Ngữ Lục (một tác phẩm khuyết danh về sự nghiệp tu Phật của 5 vị vua đầu thời Trần, được viết vào khoảng thế kỷ 14) thì Trần Khâm đã nhiều lần từ chối ngôi Thái tử và thuyết phục Vua cha Trần Thánh Tông lập em lên thay, nhưng không được Vua cha chấp thuận. Thậm chí có lần định trốn lên núi Yên Tử để ẩn tu, khiến Vua Trần Thánh Tông phải sai quan quân đi tìm và thỉnh cầu ông về kinh đô. Trần Khâm đành chấp nhận ngôi Thái tử, nhưng ông vẫn duy trì nếp sống thanh tịnh trên tinh thần Phật giáo. Ông cũng dùng nhiều thời gian để đàm đạo với Thiền sư Tuệ Trung Thượng Sĩ (tức Hưng Ninh Vương Trần Quốc Tung, anh họ của Trần Thánh Tông và là vai cậu của ông trong hoàng tộc) và tôn xưng vị này làm Thầy.

Khi xưa Trần Thái Tông, tức Trần Cảnh là ông nội của Trần Khâm, vì không chịu đựng nổi những việc do Trần Thủ Độ chủ trương nên cũng đã trốn vào núi Yên Tử để đi xuất gia, nhưng sau đó Quốc sư Phù Vân khuyên can cũng như những trận đòn tâm lý ép uổng Thái Tông của Trần Thủ Độ, nên ông phải về lại với triều đình. Còn Trần Khâm mới 16 tuổi, cái tuổi thanh niên còn căng đầy nhựa sống, ăn chưa no, lo chưa tới mà đã nghĩ đến chuyện ẩn tu, quả là một câu chuyện không phải tầm thường so với những người muốn cướp đoạt ngai vàng để làm của riêng cho mình trong bao thế kỷ xưa nay. Vậy Yên Tử là chốn như thế nào? Ta hãy nghe nhà thơ Chu Mạnh Trinh tả cảnh này như sau:

Bầu trời, cảnh Bụt

Thú Hương Sơn ao ước bấy lâu nay
Kìa non non, nước nước, mây mây
Đệ nhất động hỏi là đây có phải?
Thỏ thẻ rừng mai chim cúng trái
Lững lờ khe Yến cá nghe kinh
Thoảng bên tai một tiếng chày kình
Khách tang hải giật mình tan giấc mộng
Này suối Giải Oan, này đền cửa Võng
Này am Phật Tích, này động Tuyết Quynh
Nhác trông lên, ai khéo vẽ hình
Đá ngũ sắc long lanh như gấm dệt
Thăm thẳm một hang lồng bóng nguyệt
Chập chờn mấy lối uốn thang mây
Chừng giang sơn còn đợi ai đây
Hay tạo hóa khéo ra tay xếp đặt?
Lần tràng hạt niệm "Nam Mô Phật"
Cửa từ bi công đức biết là bao
Càng trông phong cảnh càng yêu!

Chu Mạnh Trinh một Tiến Sĩ, một nhà nho, một nhà thơ sinh ra và đi thi Tam trường cùng thời với cụ Tam Nguyên Yên

Đỗ Nguyễn Khuyến vào cuối thế kỷ thứ 19, đầu thế kỷ thứ 20. Ông thích thơ nên tìm đến thiên nhiên để ngoạn cảnh, trong đó có núi Yên Tử. Ngày nay nếu có ai đến Yên Tử để trẩy hội Chùa Hương, có lẽ không còn cảm nhận được cái thanh bình yên ả như thời của Chu Mạnh Trinh vào cuối thế kỷ thứ 19 nữa, lại càng không giống phong cảnh ở thế kỷ thứ 13 khi Quốc sư Phù Vân và sau này Vua Trần Nhân Tông tu tại Ngọa Vân Am này. Cho hay "Cảnh đấy người đây luống đoạn trường" như tâm sự của bà Huyện Thanh Quan khi nhìn thấy thành Thăng Long đổ nát vào thời Lê mạt Nguyễn sơ mà thôi. Cái may của Việt Nam và Ấn Độ là cả hai nước đã có một vị Vua và một Thái tử vì lợi ích cho dân tộc và chúng sinh mà quên đi hạnh phúc cá nhân.

Vua Trần Nhân Tông, sau khi nhường ngôi báu cho con là Trần Anh Tông, lên núi Yên Tử tu hạnh đầu đà và cuối đời trở thành Điều Ngự Giác Hoàng, và Ngài là vị Sơ Tổ của phái Thiền Việt Nam, đó là Trúc Lâm Thiền Phái, sau các phái Thiền từ Ấn Độ sang Trung Hoa rồi được truyền sang Việt Nam như: Tỳ Ni Đa Lưu Chi, Vô Ngôn Thông, Thảo Đường v.v... Đây là cái phúc của dân tộc Việt Nam đã có được một ông Vua biết hy sinh hạnh phúc cá nhân của mình để đi tìm cái chung cho dân tộc là vậy. Dĩ nhiên ông không thể so sánh với Phật Tổ Thích Ca Mâu Ni của Ấn Độ được vì ông chỉ là một học trò hàng cháu chắt của Ngài từ Thiên Trúc đến Trung Hoa rồi Việt Nam qua cả mấy chục đời như vậy, nhưng ông là một ông Vua tuyệt vời trên tất cả những sự tuyệt vời khác.

Đến Yên Tử để thấy một rừng núi bạt ngàn, mênh mông với mây trời và cây núi, nên Chu Mạnh Trinh mới gọi là "Bầu trời cảnh Bụt"; còn Từ Hy Thái Hậu ở thế kỷ thứ 19 từ Trung Hoa sang Mã Lai du hành thì có 4 chữ ở chùa Cực Lạc tại Peanang là "Hải Thiên, Phật Địa". Biển của trời tức là của Thiên tử, của vua; còn đất thì thuộc về Phật. Còn Việt Nam chúng ta có câu tục ngữ là "Phép vua thua lệ làng" cũng như: "Đất vua, chùa làng, phong cảnh Bụt" cũng đã nói lên được tất cả tính cách công lao như trời như biển ấy của Phật. Chu Mạnh Trinh lâu nay đã ao ước và bây giờ mới được đi. Còn kẻ viết sách này cũng chỉ biết Yên Tử qua hình ảnh, văn thơ… chứ chưa bao giờ đặt chân đến đó. Ước gì sẽ có một ngày, tôi đặt chân lại trên đất mẹ thân yêu để thăm đây đó từ Bắc chí Nam. Lúc đó mới thỏa chí tang bồng hồ thỉ. Thế giới có trên 200 quốc gia và tôi đã có cơ duyên đi đến, thăm viếng trên 73 nước; nghĩa là hơn một phần ba của thế giới, trong đó có quê hương đất nước của mình nhưng chưa được ngắm những cảnh như Chu Mạnh Trinh đã giới thiệu về núi Yên Tử qua bài thơ này. Những danh từ như: Rừng mai, khe Yến, suối Giải Oan, đền cửa Võng, hang Phật Tích, động Tuyết Quynh… quả là tuyệt vời với cảnh trí thiên nhiên đẹp như thế.

Tháng 8 năm 1299, Trần Nhân Tông lên núi Yên Tử tu khổ hạnh. Theo truyền thuyết, Vua Trần Anh Tông sợ cha cực khổ nên cho nhiều cung nữ đến Yên Tử chăm sóc, nhưng Trần Nhân Tông từ chối, bảo các cung nữ trở về. Một số cung nữ đã trầm mình xuống suối tự vẫn. Trần Nhân Tông thương tiếc, làm lễ cầu siêu, đặt tên suối là suối Giải Oan.

Ngày xưa ở Trung Hoa trong một số triều đại, khi vua chết, hoàng hậu và thứ phi phải ra lăng tẩm để sống ở đó, cư tang đúng 3 năm mới được trở về nhà. Có nhiều bà phi cũng nguyện chết theo vua. Còn Chiêm Thành có tục lệ là khi vua băng hà, chánh cung hoàng hậu tự nguyện thiêu thân cùng vua trên giàn hỏa. Đó là đạo vợ chồng chung thủy của ngày xưa. Bây giờ ít ai thấy được những tấm gương trung trinh tiết liệt như vậy.

Vua Trần Nhân Tông từ nhỏ đã được học giáo lý Đạo Phật từ Tuệ Trung Thượng Sĩ Trần Quốc Tung, là anh ruột của Hưng Đạo Vương Trần Quốc Tuấn (ông ngoại của Vua Nhân Tông). Tuệ Trung Thượng Sĩ là một Thiền sư nhưng là một người có tài an bang tế thế.

Trong hai cuộc chiến thắng quân Nguyên Mông năm 1285 và 1288 qua Hội Nghị Bình Than và Hội Nghị Diên Hồng đều có sự tham gia đóng góp ý kiến của Tuệ Trung Thượng Sĩ cho Vua Trần Thánh Tông và Trần Nhân Tông. Tuy ông đang tu trên núi Yên Tử, nhưng khi quân Nguyên Mông đến, ông cũng đã "xếp áo nhà tu mặc chiến bào" để ra nghinh chiến với giặc. Khi giặc giã xong, ông trở về núi sống đời tĩnh lặng của mình, chỉ tiếc rằng trong lịch sử Việt Nam ít người viết sử chú tâm về điểm này, chỉ quẩn quanh bên danh tướng Trần Hưng Đạo, mà quên đi Trần Quốc Tung, chính là Tuệ Trung Thượng Sĩ. Nếu không có Tuệ Trung Thượng Sĩ, nếu không có hình ảnh của Thượng Hoàng Trần Thái Tông cũng đã một lần thân chinh xuất gia tầm đạo, thì sự ra đi của Nhân Tông sau này nó mang một ý nghĩa khác chứ không phải là một sự truyền thừa có ý chỉ từ trước như vậy.

Vào ngày 22 tháng 10 âm lịch năm Mậu Dần (tức ngày 8 tháng 11 năm 1278) Trần Khâm được Vua cha truyền ngôi, trở thành Vua Trần Nhân Tông. Ông tự xưng làm Hiếu Hoàng và lấy niên hiệu Thiệu Bảo vào mùa Xuân năm 1279. Thánh Tông lên làm Thái Thượng Hoàng và cùng trị vì với Nhân Tông cho đến khi mất năm 1290. Trong suốt thời kỳ trị vì của mình, Nhân Tông đã xử dụng hai niên hiệu là Thiệu Bảo (1279-1285) và Trùng Hưng (1285-1293). Ngày xưa khi vua lên ngôi hay xưng đế hiệu nhất nhất đều phải được các chiêm tinh gia, bốc sư, bói toán, xem ngày đoán mộng để chọn điều lành, cốt làm sao cho dân được yên, nước được thịnh. Có lẽ vì vậy mà Vua Nhân Tông đã thay đổi niên hiệu. Với niên hiệu Thiệu Bảo là giới thiệu những việc trân quý của bản thân mình và sau khi đại thắng quân Nguyên Mông lần thứ hai năm 1285 nhà Vua đã đổi niên hiệu lại là Trùng Hưng. Trùng có nghĩa là thêm cao, thêm dày hơn một lần nữa và Hưng chính là hưng long đế nghiệp. Điểm này đã ứng với việc đại thắng quân Nguyên Mông lần thứ ba vào năm 1288 vậy. Trước khi Vua Trần Nhân Tông xuất gia, ông đã xây dựng mối quan hệ tích cực với nước Chiêm Thành ở phía Nam. Tháng 12 năm 1282 nhà Vua đã gởi 20.000 quân cùng 500 chiến thuyền để hỗ trợ người Chiêm chận đánh quân Nguyên của Toa Đô tấn công vào đường biển. Nhưng trong các văn thư gởi cho nhà Nguyên, triều đình Nhân Tông một mực phủ nhận việc này. Đây chính là thủ thuật của chính trị trong khi ngoại giao, vì Nhân Tông hiểu rằng: Nếu Chiêm Thành mất vào tay nhà Nguyên thì Đại Việt trước sau gì cũng mất theo. Do vậy nếu có nói thật cho nhà Nguyên nghe là Nhân Tông đã giúp cho Chiêm Thành như thế, liệu có ích gì cho việc giữ gìn bờ cõi của Đại Việt về phương Nam cũng như phương Bắc chăng? Giúp cho Chiêm Thành quân lính và chiến thuyền để đối đầu với quân Nguyên phía Nam, thì Nhân Tông và các tướng tài của Nhà Trần có thời gian cũng như dồn hết sức lực để phản công vào mặt trận phía Bắc, đánh cho quân Nguyên Mông tơi tả mới thôi. Thế nhưng cũng như lần thắng trước vào năm 1258, chính quyền của Trần Nhân Tông đã học gương của Thái Tông, vẫn cho người sang triều cống nhà Nguyên, nhưng nhất quyết là không thần phục và khi xưng vương Đại Việt, các vua Nhà Trần không phải tấu trình việc này trước với Nguyên Mông. Ngay cả khi các vua Nguyên Mông cho lệnh sang chầu, các vua Nhà Trần của Đại Việt chỉ gởi cống sứ và phẩm vật đến biếu tặng, chứ chưa có một ông vua Trần nào, trước hay sau khi đăng quang, theo lời dụ dỗ của nhà Nguyên mà phải thân chinh qua triều kiến. Điều này đã làm cho Nguyên Thế Tổ bực dọc và có những cuộc tấn công Đại Việt sau này, ngoài mục đích chiếm thêm đất đai và mở rộng giang sơn Trung Quốc ra, họ còn muốn trị tội vua quan Đại Việt là bất kính đối với Thiên Triều. Giữa xưa và nay cách ngoại giao khác nhau quá nhiều.

Trước khi va chạm thực tế với quân Nguyên Mông lần thứ hai (1285), vua Trần Thánh Tông và Trần Nhân Tông cho quan quân, tướng lãnh và triều đình họp tại một ngôi chùa, gọi đây là Hội Nghị Bình Than và lần thứ ba (1288) gọi là Hội Nghị Diên

Hồng. Ngày xưa cũng như nay ngôi chùa đối với dân tộc Việt Nam rất là quan trọng trong lúc đất nước hưng thịnh cũng như suy vong. Ngày nay Chùa Quán Sứ còn tồn tại ở Hà Nội là một bằng chứng. Nếu có ai đó hỏi người dân Hà Nội là tại sao gọi là Chùa Quán Sứ thì ít có người biết. Quán có nghĩa là nơi ở và Sứ là sứ thần. Các sứ thần của Ai Lao, Cao Miên, Chiêm Thành, Trung Quốc trước khi vào chầu vua, họ đều phải đến kinh đô Thăng Long trước đó nhiều ngày và trong những ngày này các sứ thần phải tá túc tại chùa trước khi gặp vua để bệ kiến. Sau này nơi chốn rộng rãi hơn, trong triều ngoài nội đã có nơi nghinh tiếp các sứ thần, nên chỗ ở ấy đã biến thành chùa cho dân chúng tới lui lễ bái nguyện cầu do đó gọi là Chùa Quán Sứ.

Vua Gia Long khi bôn tẩu tránh quân Tây Sơn truy nã, cũng đã trốn ở chùa Ông Nồi, chùa Đại Giác ở miền Nam và sau khi về lại nước để trung hưng nhà Nguyễn từ năm 1792 đến 1802 Vua và triều thần đã nương náu nơi chùa Từ Ân và Khải Tường tại Sài Gòn Gia Định. Khi Vua Gia Long băng hà, năm 1819 Minh Mạng lên nối ngôi, ông Vua này được sinh ra tại chùa Khải Tường ở Gia Định trong những năm loạn lạc chiến chinh. Như vậy ngôi chùa đã giữ một vai trò quan trọng đối với lịch sử cũng như nhân dân, dân tộc Việt Nam từ thời lập quốc đến nay, nên chúng ta phải trân quý những giá trị vật thể này. Nào Chùa Lý Quốc Sư, Chùa Kiến Sơ, Việt Nam Quốc Tự v.v... đã nói lên đầy đủ tư cách của dân tộc Việt đã phụng thờ Tam Bảo qua hình ảnh của những ngôi chùa như thế nào rồi.

Ngày 24 tháng 6 năm 1285 Thánh Tông và Nhân Tông tiến đánh quân Toa Đô tại Tây Kết (Khoái Châu). Toa Đô bị chém chết tại trận. Quân của vua Trần đã bắt sống 50.000 quân Nguyên và tịch thu vô số khí giới. Theo Đại Việt Sử Ký Toàn Thư, khi Nhân Tông thấy thủ cấp của Toa Đô đã nhận xét "Người làm tôi phải nên như thế này", rồi cởi áo ngự phủ lên và sai người khâm liệm tử tế. Đây là hành động nhân từ của một bậc quân vương thấm nhuần giáo lý của nhà Phật. Câu "Người làm tôi phải như thế này" của Vua Nhân Tông có ý khen cho con người Toa Đô tuy đã chết, nhưng đã trung với vua Nguyên, nên mới bị hy sinh như vậy và hành động cởi áo ngự của mình đắp lên Toa Đô có nghĩa là: Chết thì không còn ta hay địch nữa. Nghĩa tử là nghĩa tận đã đúng với hành vi tử tế của Vua, lại còn cho người tẩn liệm nữa. Quả thật hành động của Vua Trần Nhân Tông xưa nay chưa có ai bằng được.

Cũng mùa Đông năm ấy lạnh cắt da, ông nhìn Công chúa Thiệu Trân con của mình và nói với các quan đứng hầu bên cạnh rằng: "Con ta sống trong chăn êm nệm ấm mà cái lạnh còn buốt da, hà huống gì là những tù nhân, vì họ không hiểu luật, nên mới sai phạm, các quan nên chu cấp thêm mùng mền và lương thực cho họ". Đây là câu phán của một bậc quân vương có lòng độ lượng từ bi ít ai sánh kịp. Ông thương dân như con ruột của mình. Không may cho họ là vì không rành luật lệ của triều đình ban ra, nên họ đã phạm phải, cũng chỉ vì cái tội ít học, nghèo khó mới sinh ra như vậy. Nhân Tông rõ biết tất cả lòng dân, dầu cho là những người đang bị tù tội đi nữa. Cho nên dân rất thương và rất quý Ngài. Sau đó những mùa đói kém liên tục lại tiếp diễn, nhất là sau những lần chiến chinh loạn lạc với quân Nguyên Mông của năm 1285 và 1288. Ông đã cho quan ngự kho mở cửa và mang những lương thực còn dự trữ của triều đình ra để ban phát cho những người đói khổ. Từ đó về sau Nhà Trần luôn được người dân tin yêu và ủng hộ.

Trong những vị tướng tài giúp vua Thánh Tông và Nhân Tông trong hai trận chiến trên, ngoài Hưng Đạo Đại Vương ra còn có Tướng Phạm Ngũ Lão và Tướng Trần Bình Trọng cũng như Tuệ Trung Thượng Sĩ Trần Quốc Tung nữa. Trần Bình Trọng giữ đạo quân ở Thiên Mạc để chận đường rút của Toa Đô, nhưng tại đây vào năm 1258 ông đã bị quân giặc bắt, muốn ông đầu hàng, nhưng ông đã khẳng khái nói không, và câu

"Thà làm quỷ nước Nam còn hơn làm vương đất Bắc" vẫn còn truyền lại cho đến ngày nay. Người ta truy tán công đức của ông qua bài thơ sau:

Trần Bình Trọng

Trần Bình Trọng anh hùng ngàn thu trước
Đem tấm thân bảy thước chống sơn hà
Mảng lo đền nợ nước trả thù nhà,
Trong tâm khảm nặng tình yêu tổ quốc,
Nhưng than ôi tài trai dầu thao lược,
Hùm thiêng kia khôn địch một bầy hồ
Vì sa cơ nên bị bắt cầm tù
Tan mộng đẹp, anh hùng đành thất thế!
Tướng giặc thấy người tài nên rất nể
Đem quan sang, chức trọng, dụ Ngài hàng.
Quân bay lầm! Dù đem cả ngai vàng,
Khó lay chuyển lòng ta thờ tổ quốc!
Đừng tưởng bả vinh hoa mà mua được
Lòng trung quân ái quốc của ta đâu.
Bắt được ta thôi chớ nói gì lâu
Cứ đem chém ta không hề than tiếc.
Hễ còn sống ta là dân nước Việt,
Chết thà đành làm qui nước non ta!
Ôi anh hùng tử, khí hùng nào tử
Soi gương trong sách sử để ngàn thu!

Á Nam Trần Tuấn Khải

Đó là cái dũng của một bậc làm tướng nơi trận địa. Nghe tin Trần Bình Trọng bị bắt và với dũng khí đã trả lời lại quân Nguyên như vậy, tuy Thánh Tông và Nhân Tông nghe đến xót xa không ít, nhưng hai vua cũng rất hài lòng và khi so sánh cái chết của Toa Đô đối với nhà Nguyên và việc bị bắt của Trần Bình Trọng nếu đem lên bàn cân để cân thì phải nói rằng: Tất cả đều trên cả tuyệt vời! Đây là bài học của nhân thế, mà ngày nay mọi người có thể soi chung.

Hai anh em Trần Quốc Tuấn và Trần Quốc Tung (Tuệ Trung Thượng Sĩ) đã mở nhiều cuộc tấn công lớn trên bờ sông Hồng và quét sạch cánh quân của Thoát Hoan khỏi đất nước Đại Việt. Ngày 9 tháng 7 năm 1285 hai vua ca khúc khải hoàn trở về Thăng Long. Đây là một chiến công hiển hách lần thứ hai và đến ngày 19 tháng 4 năm 1288 quân Nguyên đã bị đánh bật ra khỏi Đại Việt qua trận thủy chiến Bạch Đằng Giang mà muôn đời sử sách cũng còn ghi lại cho con cháu soi chung.

Nếu vua giỏi mà không có tướng tài thì cũng khó mang đến thắng lợi vẻ vang cho dân tộc. Nếu tướng mà không có quan quân ứng tiếp chầu hầu, lâm trận thì đó cũng là những bại tướng. Tuy chưa ra chiến trường mà đã thất bại ngay giữa ban ngày. Trong 3 cuộc chiến của Nguyên Mông trong những năm 1258, 1285, 1288 Nhà Trần đã có những dũng tướng phò vua giúp nước như:

- Trần Tự Khánh (Kiến Quốc Đại Vương) 1175–1223

- Tô Trung Từ (Đại Tướng Quân) ? – 1211

- Trần Thị Dung (Linh Từ Quốc Mẫu) ? – 1259

- Trần Thủ Độ (Thượng Phụ Thái Sư Trung Vũ Đại Vương) 1194 – 1264

- Trần Quốc Tuấn (Hưng Đạo Đại Vương) 1232 – 1300

- Trần Quang Khải (Chiêu Minh Vương) 1242 – 1294

- Trần Nhật Duật (Chiêu Văn Vương) 1255 – 1330

- Trần Bình Trọng (Bảo Nghĩa Vương) 1259 – 1285

- Phạm Ngũ Lão (Điện Súy Thượng Tướng Quân quan nội hầu) 1255 –1320

- Trần Quốc Toản (Hoài Văn Hầu) 1267–1285

- Trần Khánh Dư (Nhân Huệ Vương) ? – 1340

Những vị đã nêu danh bên trên là những tướng tài trong những triều vua đầu Trần, kể từ Thái Tông đến Thánh Tông, Nhân Tông và Anh Tông. Những vị này hoặc trực tiếp hay gián tiếp có công dẹp giặc Nguyên Mông trong 3 lần. Còn những vị sau đây cũng có công rất lớn với Nhà Trần, nhưng không liên hệ trực tiếp với 3 cuộc kháng chiến chống Nguyên Mông như bên trên. Đó là:

- Chu Văn An (Văn Trinh Công) 1292 – 1370

- Mạc Đĩnh Chi (Tả Bộc Xạ Hầu Tước) 1280 – 1346

- Đoàn Nhữ Hài (Tri Khu Mật Viện Sự) 1286 – 1335

- Trương Hán Siêu (Thái Phó) ? – 1354

- Trần Khắc Chân (Đại Tướng Quân), mưu trừ Hồ Quý Ly mà thất bại) 1370 – 1399.

Vua Trần Nhân Tông lên ngôi năm 1279 và ở ngôi được 14 năm cho đến năm 1293 thì lên làm Thái Thượng Hoàng và năm 1296 nhà Vua chính thức xuất gia ở chùa Chân Giáo. Như vậy từ cuối thế kỷ thứ 13 cho đến cuối thế kỷ thứ 14, cả hằng 100 năm như thế, nhưng không thấy có tướng tài nào xuất hiện. Chỉ có Đoàn Nhữ Hài và Trần Khắc Chân. Cả hai ông này đều không có những chiến công hiển hách đánh với Chiêm Thành hay Ai Lao, như những vị tiền nhiệm dưới thời Thái Tông, Thánh Tông và Nhân Tông. Chu Văn An, Mạc Đĩnh Chi, Trương Hán Siêu đều thuộc về những bậc văn tài xuất chúng của Đại Việt, chứ không phải là những võ tướng. Tuy vậy họ cũng đã đóng góp cho quê hương những công trạng to lớn mà lịch sử không bao giờ quên.

Đời Ngô Quyền chiến đấu với quân Nam Hán, hay Nhà Lý với quân Nhà Tống, sau khi thắng trận Bắc Phương, các vua chúa của Đại Việt trong những thế kỷ trước vẫn tiếp tục cho người sang triều cống các vua Trung Hoa để cố giữ lấy chữ Hòa và chữ Nhẫn. Thật ra kẻ thắng người bại, sau một trận thư hùng nẩy lửa giữa hai cánh quân, khi tàn cuộc và tiếng pháo trận chấm dứt, ấy là xong một trận đánh. Ai thua ai thắng đã rõ ràng, nhưng Đại Việt ta cũng vẫn thế dù đã chiến thắng Nguyên Mông, nhưng các vua chúa Nhà Trần vẫn phải cống lễ hằng năm. Nào vàng, nào bạc, nào ngà voi, sừng tê giác, quế, trầm hương và những món trân bảo của quê hương Đại Việt như lụa là gấm vóc đều phải hiến dâng, Nhà Vua đau lòng lắm, nhưng vì muốn giữ hòa khí chứ không phải vì thuần phục. Có lần Trạng Nguyên Mạc Đĩnh Chi được cử làm sứ giả dẫn đoàn tùy tùng sang nhà Nguyên để triều cống ông đã được vua dặn rằng:

- Việc Đại Việt sang triều cống Nguyên triều vì lẽ muốn hai nước luôn giữ hòa khí an bình để dân hai nước an cư lập nghiệp và không gây chiến với nhau nữa. Chắc các Khanh hiểu ý ta?

- Muôn tâu Thánh thượng! Chúng hạ thần đã hiểu, nhưng nếu họ hỏi rằng: Tại sao Thánh thượng không đến chầu thì hạ thần phải trả lời sao đây?

- Này Trạng Nguyên! Ông là người đứng đầu trong nền văn học của nước nhà, lẽ nào không thể trả lời câu hỏi ấy của Nguyên triều?

- Muôn tâu! Nhưng tôn ý của Thánh thượng thì như thế nào?

- Từ xưa đã có câu "Nam Quốc sơn hà Nam Đế cư".

- Thần đã hiểu. Xin phụng mạng.

Thế rồi ngày đi đêm nghỉ, ngày lại tháng qua, cuối cùng đoàn tùy tùng đã đến Vân Nam và quân biên phòng cho người báo về Trường An là Phái đoàn của Đại Việt triều cống đã đến biên cương và muốn đến bái kiến Thiên triều. Tất cả mọi việc đều trôi chảy, chỉ có vài điều xảy ra ngoài ý muốn mà Nguyên triều chẳng lấy gì làm vui.

- Tại sao Thánh Tông hay Nhân Tông không chầu?

- Muôn tâu! Nước một ngày không thể không vua, nên...

- Ai phong vương cho chúng?

- Muôn tâu! Đất nước của hạ thần đã rõ ràng từ thế kỷ thứ 9, sau khi quân Nam Hán đã rút khỏi Đại Việt.

- Nhưng Việt tộc cũng gốc từ Bách Việt mà ra?

-Thế nhưng các Việt khác không còn tồn tại nữa, chỉ còn có Lạc Việt và họ đã có văn hóa, ngôn ngữ, phong tục riêng, đâu có dính dấp gì với Thiên quốc?

- Ngươi bảo không dính dấp?

- Muôn tâu! Thưa vâng!

- Các ngươi vẫn dùng chữ của nhà Hán mà?

- Thế thì Nhật Bản, Triều Tiên cũng là người của nhà Hán?

- Khen thay cho Trạng Nguyên.

Mạc Đĩnh Chi luôn luôn ứng đáp những câu hỏi và sự thử thách do Thiên triều đặt ra một cách tài tình khiến cho Thiên Triều khâm phục. Cũng có lần trong thời gian sứ bộ lưu ở Yên Kinh có một công chúa nhà Nguyên chết, sứ thần Việt, Mạc Đĩnh Chi được cử đọc văn tế. Để thử tài sứ giả nước Việt, quan Bộ Lễ trao cho ông trang giấy chỉ có 4 chữ Nhất. Thật là một tình thế hết sức hiểm nghèo, nhưng rồi ông rất bình tĩnh ứng khẩu đọc:

Thanh thiên nhất đóa vân,
Hồng lô nhất điểm tuyết,
Thượng uyển nhất chi hoa,
Dao trì nhất phiến nguyệt.
Y! Vân tản, tuyết tan, hoa tàn, nguyệt khuyết!

Dịch nghĩa:
Một đám mây trên trời xanh
Một bông tuyết trong lò lửa đỏ
Một nhành hoa trong vườn thượng uyển
Một vầng trăng Dao trì
Ôi! Mây tán, tuyết tan, hoa tàn, trăng khuyết!

Quả là tuyệt vời! Chỉ có một chữ nhất mà đã làm được một bài thơ Đường thuộc loại ngũ ngôn tứ tuyệt đầy ý nghĩa. Câu tự thán nếu phân tách ra thì giống như một bài thơ Haiku của Nhật Bản:

Ôi!
Mây tán
tuyết tan
hoa tàn
trăng khuyết.

Chỉ chừng ấy chữ và chừng ấy câu thôi, cũng đủ hàm ý là công chúa không còn nữa.

Nhờ Mạc Đĩnh Chi có tài trí ứng phó trôi chảy nhiều thử thách do Thiên Triều đưa ra nên nước Đại Việt được Thiên Triều nể vì và chính bản thân Mạc Đĩnh Chi cũng được phong làm "Lưỡng quốc Trạng Nguyên".

Người đời sau ở thế kỷ thứ 20 muốn truy tán công đức của tiền nhân, cũng có 2 câu thơ, như sau:

文如超适無前嘆
詩到從綏失盛唐

Văn như Siêu, Quát vô tiền Hán
Thi đáo Tùng, Tuy thất thịnh Đường

Thật là quá tuyệt vời!

Văn mà giống như Trương Hán Siêu và Cao Bá Quát thì trước đời nhà Hán không ai được như vậy.

Thơ thì cho đến như Tùng (Thiện Vương) và Tuy (Lý Vương) thì thời thịnh của nhà Đường cũng phải thua.

Quả thật ông cha ta, những người con của nước Đại Việt phải khí phách như vậy, chứ không phải là Trần Ích Tắc của nhà Trần và Lê Chiêu Thống đời Hậu Lê hay những người quỳ gối khom lưng, uốn lưỡi với Thiên triều của đời nay.

Vua Minh Mạng con Vua Gia Long có trên 100 người con và chia ra nhiều dòng phả hệ khác nhau, trong đó có Tùng Thiện Vương tức là Ưng Bình Thúc Giạ Thị và Tuy Lý Vương là 2 nhà thơ chữ Hán siêu đẳng của Việt Nam vào cuối thế kỷ thứ 19 và đầu thế kỷ thứ 20. Sau này hậu duệ của những vị này là bà Tôn Nữ Hỷ Khương và Ni Trưởng Thích Nữ Trí Hải là những người chân tu thực học, thi phú, văn thơ trên cả tuyệt vời!

Việc thưởng phạt của Thánh Tông và Nhân Tông cho những người có công và có tội cũng rất công bình, như vào tháng 4 năm 1289, nghĩa là sau khi đại thắng quân Nguyên Mông lần thứ 3, Hưng Đạo Vương Trần Quốc Tuấn được thăng lên Đại Vương. Còn Tuệ Trung Thượng Sĩ Trần Quốc Tung, anh ruột Hưng Đạo Vương cũng có công cùng em tham gia 2 trận đánh vào năm 1285 và 1288 nhưng không thấy sử sách nhắc tới. Hoặc giả hai vua có phong chức tước, nhưng ông nghĩ rằng mình là người tu hành đâu có cần đến những hư danh giả huyễn đó làm gì, nên không nhận chăng? Trong khi cháu ông, con của Hưng Đạo Vương như Hưng Vũ Vương Quốc Nghiễn được phong là Khai Quốc Công; Hưng Nhượng Vương Quốc Tảng nhận chức

Tiết Độ Sứ; Nguyễn Khoái được phong tước Liệt Hầu và được cấp hẳn một hương làm thực ấp. Hai Vua cũng phong quan tước cho các Tù Trưởng người thiểu số có công như Lương Uất và Hà Tất Năng. Bên cạnh đó, Nội Minh tự Đỗ Hành là người đã bắt Ô Mã Nhi trong trận Bạch Đằng, nhưng chỉ được phong Quan Nội Hầu, vì không đem Ô Mã Nhi nộp cho Hoàng Đế đương triều mà nộp cho Thượng Hoàng Thánh Tông. Ở đây cũng có thể nhận dạng thêm được đại cuộc của các vua Nhà Trần thuở ấy. Tuy là những ông Vua cha đã nhường ngôi cho con lên làm Thái Thượng Hoàng và lui về ở Thiên Trường chứ không ở Thăng Long, nhưng quyền bính vẫn còn không nhiều thì ít lúc thời bình cũng như trong khi tao loạn, nên quan quân cũng khó xử sự trong những tình huống như vậy. Trong khi đó Đỗ Hành nghĩ rằng đem dâng kẻ địch bắt được cho Thái Thượng Hoàng Thánh Tông có lẽ được trả công to hơn, mà ở đây thì ngược lại.

Hưng Trí Vương Quốc Hiện con Hưng Đạo Vương cũng không được thăng chức, vì cố chặn đánh tàn quân Nguyên ở biên giới, vì nhà Vua đã ra lệnh không truy kích. Có lẽ hai Vua cũng nghĩ rằng: “Đánh kẻ đến chứ ai lại đánh người thua” cho nên ông này không được phong tước là vậy. Điều này nó cũng chứng tỏ được lòng từ của hai Vua, khi mình đã toàn thắng đại cuộc rồi. Đối với những người từng đầu hàng quân Nguyên, quan lại thì bị xử tử hoặc bắt đi đày, còn quân dân thì được tha chết, nhưng phải chịu những loại hình phạt khổ sai như: “Chở gỗ đá, xây cung điện để chuộc tội”, hoặc phải làm lính hầu, nô tỳ cho Vương hầu và Tể tướng.

Đây là việc ân đền oán trả của người xưa. Trường hợp của Thúy Kiều ở triều nhà Minh bên Trung Hoa cũng như vậy. Sau khi về với Từ Hải, việc đầu tiên là ân cũ phải đền, trong đó có Sư Giác Duyên và Lão bà; oán phải trả như Khuyển Ưng, Khuyển Phệ, Bạc Bà, Bạc Hạnh đều bị bêu đầu; còn Hoạn Thư thì nửa công, nửa tội nên cuối cùng Kiều cũng tha cho. Chúng ta thấy việc ân thưởng của người xưa rất rõ ràng và minh bạch, không vì ở thế mạnh mà áp đảo người ở thế cô. Không phải có quyền bính muốn phong hàm tướng, tá cho ai cũng được. Đây cũng đúng với thuyết nhân quả của nhà Phật là "nhân nào quả nấy" vậy. Nhân không tốt thì cái quả liền sau đó trong đời này hay đời sau nữa, không thể nào tốt được. Nếu ai cũng đều biết được rằng cái nhân của đời này là cái quả của đời sau và cái quả của đời này là cái nhân của đời trước, thì không ai dám tạo ra những điều bất thiện cả.

Về guồng máy chính quyền Vua Trần Nhân Tông cũng giới hạn tối đa những người làm quan chức, vì sợ hao tốn tiền thuế má của dân, nên sau khi làm Thái Thượng Hoàng có lần ông đã bảo với Trần Anh Tông rằng: "Sao lại có một nước bé bằng bàn tay, mà phong quan tước nhiều như thế?" Vì lẽ Anh Tông bổ nhiệm quá nhiều quan chức. Đây là cái nhìn của một vị Bồ Tát tại gia vì chúng sanh, chứ không phải vì mình. Khi chúng sanh khổ thì mình phải ra sức gánh chịu cái khổ đó, cho đến khi nào chúng sanh hết khổ thì mình mới vui. Ví dụ như năm 1289 – 1290 nông nghiệp sản xuất bị đình trệ, vì sự chuyển biến thất thường của thời tiết thì Vua Nhân Tông chỉ thị phát chẩn thóc cho người dân và bãi bỏ thuế nhân đinh. Đây chính là những việc đi sát và đi vào lòng dân của Vua Trần Nhân Tông, nên khi nền công nghiệp và nông nghiệp phát triển mạnh sau những trận đói được vua quan tâm như vậy, họ đã giúp triều đình tu bổ, xây mới toàn bộ những cầu cống, đường sá và cung điện đã bị đốt phá trong chiến tranh. Đây mới chính là:

Dân vi quý, xã tắc thứ chi, quân vi khinh.

Nghĩa là:

Dân là quý, đất nước thứ nhì, vua lại là nhẹ.

Nếu nhà Vua biết hy sinh hạnh phúc riêng của mình cho đất

nước và dân tộc thì dân suốt đời sẽ hỗ trợ trong những cung bậc của nhà Vua khi suy cũng như khi thịnh.

Sau khi nhường ngôi cho con là Trần Anh Tông vào ngày 16 tháng 4 năm 1293 rồi lên làm Thái Thượng Hoàng, có nơi thì bảo rằng đến năm 1296 Nhân Tông mới đi xuất gia tại chùa Chân Giáo, nhưng có nơi lại bảo năm sau 1294 Thượng Hoàng xuất gia tu Phật tại hành cung Vũ Lâm (Ninh Bình) và Anh Tông truy tặng cho Vua cha là Hiếu Nghiêu Quang Thánh Thái Thượng Hoàng Đế. Dựa trên dữ liệu của "Thánh ngữ đăng lục", Giáo sư Tiến sĩ Trí Siêu Lê Mạnh Thát phỏng đoán rằng Nhân Tông đã nhận được tâm ấn từ Tuệ Trung Thượng Sĩ. Bên cạnh đó Nhân Tông vẫn tham gia cùng Anh Tông trị nước.

Tháng 8 năm 1294 quân Ai Lao xâm lăng Đại Việt lần thứ hai và Thượng Hoàng lại thân chinh đánh dẹp. Quân Việt do Nhân Tông chỉ huy đã đánh tan quân Ai Lao, đồng thời thu được nhiều tù binh và chiến lợi phẩm.

Năm 1295 vẫn chủ trì tiếp đón phái bộ Lý Trọng Tân – Tiêu Phương Nhai của nhà Nguyên và năm sau 1296 hai vua Nhà Trần đã sai Trần Khắc Dụng và Phạm Thảo qua Nguyên để thỉnh Đại Tạng Kinh về Đại Việt và được Nguyên Thánh Tông chấp nhận.

Khi người xuất gia làm lễ thế phát, Thầy Bổn Sư có đọc bài kệ rằng:

"Hủy hình thủ khí tiết
Cát ái từ sở thân
Xuất gia hoằng thánh đạo
Thệ độ nhứt thiết nhân"

Nghĩa:

"Thay hình, giữ chí khí
Cắt ái, bỏ người thân

Xuất gia làm việc Thánh
Nguyện độ hết mọi người"

Ý nghĩa của việc xuất gia có 3 phần. Đó là xuất thế tục gia, xuất phiền não gia và xuất tam giới gia. Cái nhà thế tục mà Vua Trần Nhân Tông đang ngự trị đó có cả hoàng hậu, công chúa, thái tử, thứ phi, bá quan văn võ v.v... thế mà Vua đã bỏ tất cả như Thái tử Tất Đạt Đa xưa kia tại Ấn Độ đã làm, thì quả là điều thế gian này hiếm có và khó gặp. Trong cái nhà ấy không biết bao nhiêu là não phiền, giận hờn, ân oán với nhau, thế nhưng Nhân Tông vì lòng từ bi mà đã vượt lên trên tất cả. Có lúc cạo đầu làm người Tăng sĩ tu hạnh đầu đà, nhưng khi giặc ngoài vào thì nhà Vua đã đổi áo nhà tu để khoác chiến bào lâm trận. Đây là hành động của những người xuất gia đặt tinh thần Dân tộc, Tổ quốc lên trên Tôn giáo hay lý tưởng của mình đang hành trì.

Cho đến cuối đời của Vua Trần Nhân Tông qua các việc trước tác, thiền định, dạy chúng v.v... nhất là lưu lại xá lợi sau khi trà tỳ, điều ấy chứng tỏ là nhà Vua đã ra khỏi 3 cõi xuống lên của Dục giới, Sắc giới và Vô sắc giới. Vua được người đời sau xưng tán là Giác Hoàng Điều Ngự hay Trúc Lâm Đại Sĩ. Giác Hoàng là bậc vua đã giác ngộ. Điều Ngự chính là Phật, là Thế Tôn. Cho nên có người gọi là Phật Hoàng Trần Nhân Tông cũng không ngoài ý nghĩa này. Trúc Lâm là rừng Trúc nơi núi Yên Tử. Am của Ngài tu gọi là Ngọa Vân Am (Am mây ngủ), nghĩa là mây bay la đà sát am tranh ấy. Sau này Huyền Trân Công chúa từ Chiêm Quốc trở lại thăm Vua cha và nàng cũng đã được Thượng Hoàng dạy đạo tại Ngọa Vân Am này. Đại sĩ là bậc Thầy thuộc 4 hạng trong đạo Phật, 4 hạng đó là: Hạ Sĩ tiếng dùng để gọi những người mới nhập Đạo; Trung Sĩ là những người đã tu lâu năm; Đại Sĩ là những bậc Thánh Tăng; và Thượng Sĩ là những người trong đời ít có ai sánh bằng.

Hai Vua lại cho người sang Trung Hoa thỉnh Đại Tạng Kinh bằng chữ Hán về Đại Việt nữa. Đây là một việc làm có ý nghĩa vô cùng của những bậc quân vương biết quy hướng về Tam Bảo. Thật ra trong thời thịnh Lý, thịnh Trần, Việt Nam chúng ta vẫn chưa sáng tạo được gì nhiều, ngoại trừ việc dựa vào Trung Quốc qua văn tự chữ nghĩa, học thuật và ngay cả điều hành quốc sự, thi cử v.v… Tất cả đều rập khuôn giống như Trung Quốc, chỉ có phát âm là Việt ngữ, nhưng khi viết phải dùng chữ Hán chứ không có chữ nào khác để thay thế. Tại Trung Quốc, Phật giáo đã có mặt trên 1.300 năm rồi, một số chư Tăng như Ngài Nghĩa Tịnh, Huyền Trang, Khuy Cơ đời nhà Đường đã cho phiên dịch trực tiếp từ tiếng Sanskrit sang chữ Hán, nên đời Đường đã dịch đủ cả kinh, luật và luận rồi. Sau đó đến đời nhà Tống, rồi nhà Nguyên. Mỗi thời kỳ, Đại Tạng Kinh đều được bổ sung và sửa đổi, nên giá trị văn học của Đại Tạng chữ Hán đã được định hình từ những thế kỷ của thịnh Đường như vậy. Riêng Việt Nam thì chinh chiến triền miên, nên sách vở, nhân tài, Tăng tài v.v… khó mà tập hợp thành một cơ ngơi thống nhất được, nên nhất nhất đều phải rập khuôn theo Trung Hoa. Từ thế kỷ thứ 13 chúng ta đã đọc Đại Tạng Kinh bằng chữ Hán và mãi cho đến thế kỷ thứ 20 chúng ta vẫn phải đọc chữ Hán, chỉ khi vào cuối thế kỷ thứ 20, đầu thế kỷ thứ 21, có một bậc Danh Tăng thạc đức người Việt Nam du học tại Đài Loan từ năm 1967, đến năm 2016 chủ trương phiên dịch Đại Tạng này ra chữ Việt hoàn toàn và điều đó đã trở thành hiện thực ở đầu thế kỷ thứ 21 này.

Để triển khai phần này một cách chi tiết, nhân đây cũng xin giới thiệu cả Đại Tạng Nam Truyền được dịch từ tiếng Pali và Anh văn sang Việt ngữ từ năm 1964 đến nay, do Cố Hòa Thượng Tiến Sĩ Thích Minh Châu, Viện Trưởng Viện Đại Học Vạn Hạnh Sài Gòn đề xướng và nay thì Đại Tạng Nam Truyền này đã có mặt khắp nơi trên thế giới gồm 3 tạng: Kinh, Luật, Luận với 13 quyển, tổng cộng gần 10.000 trang kinh sách, đó là:

Trường Bộ Kinh 1 quyển
Trung Bộ Kinh 2 quyển

Tương Ưng Bộ Kinh 2 quyển
Tăng Chi Bộ Kinh 2 quyển
Tiểu Bộ Kinh 6 quyển

Tất cả 7 quyển đầu đều do chính tay của Cố Hòa Thượng Tiến Sĩ Thích Minh Châu, Viện Trưởng Viện Đại Học Vạn Hạnh phiên dịch từ tiếng Pali sang tiếng Việt và độ chính xác hầu như không còn nghi ngờ gì nữa, vì Ngài giỏi cả Hán văn, Pháp văn và Anh văn, lại du học ở Tích Lan và tốt nghiệp văn bằng Tiến Sĩ tại Đại Học Nalanda ở Ấn Độ, nên đọc qua những bản văn trên của Ngài dịch, chúng ta có thể cảm nhận được điều này. Công đức thật là bất khả tư nghì.

Sáu quyển còn lại của Tiểu Bộ Kinh đã được nữ cư sĩ Giáo Sư Nguyên Tâm Trần Phương Lan dịch thẳng từ Anh văn sang tiếng Việt. Đây cũng là những tài liệu tiêu chuẩn khi nghiên cứu về tiền thân của Đức Phật cũng như những Đệ tử của Ngài. Như vậy chỉ trong vòng cuối thế kỷ 20 và đầu thế kỷ 21 này chúng ta đã có một bộ Đại Tạng Kinh Nam Truyền hoàn toàn bằng Việt ngữ, mà bao đời nay bao nhiêu người cưu mang, nay mới thành tựu được. Lại nữa chư Tăng Ni và các vị Cư Sĩ đã cất công đọc vào băng tất cả Kinh tạng Nikaya này và chính tôi đã nghe mỗi ngày 24 tiếng đồng hồ, suốt cả một tháng trời mới xong gần 10.000 trang kinh ấy. Dĩ nhiên là khi ngủ không nghe nhưng máy vẫn chạy, cho nên phải nghe đi nghe lại nhiều lần như thế mới thâm nhập được.

Sau khi Giáo Hội Phật giáo Việt Nam Thống Nhất ra đời tại Việt Nam từ năm 1964 các Ngài trong Hội Đồng Lưỡng Viện - Viện Tăng Thống và Viện Hóa Đạo đã bắt đầu chủ trương cho phiên dịch Đại Tạng Bắc Truyền bằng Hán văn sang Việt ngữ. Đây là một công trình cần phải có nhiều người mới thực hiện được. Bước đầu là những bộ kinh lớn như: Pháp Hoa, Hoa Nghiêm, Niết Bàn, Địa Tạng, Di Đà, Đại Bảo Tích v.v… đã được Cố Hòa Thượng Thích Trí Tịnh dịch ra Việt ngữ từ lâu và Phật tử cũng như chư Tăng Ni trong các chùa lâu nay vẫn hành trì, sẽ sung vào phần Kinh Tạng. Ngoài ra Cố Đại Lão Hòa Thượng Thích Trí Nghiêm đã dịch bộ kinh Đại Bát Nhã 600 quyển. Hòa Thượng Thiền Tâm đã dịch những kinh văn liên quan về Tịnh Độ. Cố Hòa Thượng Viên Đức đã dịch những kinh văn bên Mật Tông ra tiếng Việt. Hòa Thượng Hành Trụ, Hòa Thượng Đổng Minh, Hòa Thượng Phước Sơn đã dịch Luận Tạng. Ngoài ra các bộ sớ giảng cũng như Luận Tạng đã có một số quý vị Pháp Sư dịch thuật rồi. Nhưng mãi cho tới năm 1994 thì việc này mới trở thành hiện thực.

Năm 1967 Cố Hòa Thượng Thích Tịnh Hạnh đã được Bộ Giáo Dục quốc gia Đài Loan cấp học bổng qua đó học chương trình Cao Học và Tiến Sĩ, sau nhiều năm tu học ở Đài Loan, Ngài đã tốt nghiệp học vị Tiến Sĩ và làm giáo sư tại Đại Học Sư Phạm Đài Bắc trong nhiều năm. Đến năm 1994 Hòa Thượng trở về nước gặp các vị Trưởng Lão trong nước mong muốn thực hiện tiếp tục công việc phiên dịch Đại Chánh Tân Tu Đại Tạng Kinh (Taishō Shinshū Daizōkyō) qua Việt ngữ. Bộ này gồm 100 tập, mỗi tập dày độ 1.000 trang trở lên, có chia 3 bậc thượng, trung, hạ trong mỗi trang, chữ nhỏ li ti. Nếu dịch mỗi trang chữ Hán trong Đại Chánh Tân Tu Đại Tạng Kinh ra tiếng Việt thì phải trở thành 4 đến 5 trang đánh máy khổ A4. Thuở bấy giờ Tăng Ni sinh học trong các Phật Học Viện không ít và chư vị này cũng không đủ phương tiện tài chánh để lo cho việc học hành, nên Hòa Thượng đã nhờ các Tăng Ni sinh trong các lớp Hán Nôm hay Hán Văn dịch ra Việt ngữ và Hòa Thượng trả khuyến khích cho mỗi trang chữ Hán là 10 đến 15 USD để giúp đỡ về công dịch thuật ấy. Ngoại trừ những bản kinh căn bản bên trên đã được các bậc Tôn túc dịch từ xa xưa, nay chỉ cần giảo chánh lại và cho vào Đại Tạng Kinh tiếng Việt, mà Ngài Tịnh Hạnh lấy tên là Linh Sơn Pháp Bảo Đại Tạng Kinh. Ngay từ khi Ngài còn hiện tiền, đợt đầu tiên in được 69 quyển, đợt thứ 2 in từ quyển thứ 70 đến quyển 93, đợt thứ 3 in từ quyển

94 đến quyển 187. Tất cả những quyển này được in ấn lúc Ngài còn khỏe cho đến khi Ngài lâm bịnh và xả báo thân vào năm 2016 vừa qua, hưởng thọ trên 80 tuổi. Bây giờ còn lại từ bộ 188 đến bộ cuối 203 sẽ được các Đệ tử xuất gia cũng như tại gia ở Đài Loan in ấn và gởi đến các nơi để cúng dường.

Việc đại sự này ngày xưa phải tốn hằng thế kỷ. Bây giờ chỉ trong 20 đến 30 năm chúng ta đã có một Đại Tạng Kinh tiếng Việt Bắc Truyền có độ dày mỗi quyển trên dưới 1.000 trang. Nếu tính tổng cộng lại cũng không dưới 250.000 trang kinh sách. Nếu ai đó dành thời gian mỗi ngày đọc 200 trang như thế trong mỗi năm 365 ngày không ngừng nghỉ, thì phải cần đến 15 năm liên tục như vậy mới trì tụng bộ Đại Tạng Kinh này xong. Cá nhân tôi cũng được một phước duyên là trước đây trong những mùa An Cư Kiết Hạ tại chùa Viên Giác Hannover, tôi dành 5 mùa An Cư, mỗi năm 3 tháng như thế để dịch xong quyển thứ 32 thuộc Luận Tập Bộ Toàn, nếu in hết, ngoại trừ Đại Trí Độ Luận và Đại Thừa Khởi Tín Luận, thì phần dịch của tôi cũng đến 5.000 trang A4 đánh máy. Công việc này phải kiên trì hằng ngày, hằng tháng, hằng năm mới có thể thành tựu được. Nếu mỗi ngày cứ đứng lên ngồi xuống nhiều lần và di chuyển đi đây đi đó, thì không mong gì có được những dịch phẩm như ý. Có lẽ nhờ phước báu dịch Đại Tạng Kinh này mà chỉ trong một đời sống ngắn ngủi này, cá nhân tôi đã được đảnh lễ, trì tụng, nghe băng của hai Đại Tạng cả Bắc lẫn Nam Truyền như thế này. Đúng là một phước báu vô ngần. Nếu không có nơi Tam Bảo để nương tựa thì làm sao cá nhân tôi có những hạnh duyên và cơ hội tốt như vậy được. Phước báu này con xin dâng tất cả lên mười phương chư Phật chứng minh và gia hộ.

Nếu nhìn lại quá khứ từ xa xưa đến nay, Việt Nam chúng ta đã trải qua nhiều triều đại huy hoàng như Lý Trần hay hưng thịnh như nhà Nguyễn, và trong hàng trăm năm đó chúng ta vẫn có những bậc Danh Tăng thạc đức, nhưng để làm một việc đại sự là in ấn phát hành Đại Tạng Kinh ngay cả bằng chữ Hán vẫn chưa kham nổi, đừng nói chi là tiếng Việt. Còn bây giờ bắt đầu chỉ một cá nhân Cố Hòa Thượng Thích Tịnh Hạnh đề xướng, chư Tôn Đức và Tăng Ni ở trong cũng như ngoài nước trợ duyên vào, nay thì mọi việc đã thành tựu. Việt Nam Phật giáo ngàn đời sau vẫn còn ghi ân Hòa Thượng và những bậc Đại Tăng đã làm nên lịch sử phiên dịch này. Nếu những chiến công hiển hách triệt phá quân Nguyên Mông của vua Trần Thánh Tông và Trần Nhân Tông là lịch lãm trong đường gươm chiến đấu thành công, thì gia tài Pháp Bảo Đại Tạng Kinh tiếng Việt này còn cao cả, giá trị hơn nghìn lần sự chiến thắng kia. Nếu không phải vậy thì Vua Trần Nhân Tông tại sao phải đi xuất gia làm gì cho nhọc công, tốn sức, mà nên ở lại ngai vàng cũng như cung điện và cung phi mỹ nữ để hưởng những sự phú quý vinh hoa về vật chất vẫn hơn? Dĩ nhiên phải có những điều cao thượng hơn cả ngai vàng nên Ngài mới xuất gia học và hành đạo.

Vào tháng 10 năm 1299, Nhân Tông rời núi Yên Tử (Quảng Ninh) lấy Pháp danh là Hương Vân Đại Đầu Đà và tu theo "Thập nhị đầu đà" (mười hai điều khổ hạnh). Ông còn có đạo hiệu là Trúc Lâm Đại Đầu Đà hay Trúc Lâm Đại Sĩ và Giác Hoàng Điều Ngự. Từ khi Đức Phật còn hiện thế, Ngài Ma Ha Ca Diếp là Tổ sư của hạnh tu khổ hạnh này. Ngài thường ngồi hay ngủ tại các nghĩa địa, đêm về thường quán đến các tử thi hay xác chết (bạch cốt) để hiểu rõ lý vô thường mà Đức Phật đã dạy cho các đệ tử nghe hằng ngày. Đến cuối đời già yếu, Đức Phật và các vị Đại Đệ tử như Ngài Xá Lợi Phất và Ngài Mục Kiền Liên khuyên Ngài là ban đêm nên về Tịnh Xá để tịnh tu thiền tọa, nhưng một mực Ngài nhất quyết là không. Ngài giữ hạnh đầu đà như thế cho đến cuối đời. Đây có lẽ là quan điểm của Ngài, cho nên trong kỳ kết tập kinh điển lần thứ nhất tại động Thất Diệp, sau khi Đức Phật nhập diệt 100 ngày, thì Ngài chỉ triệu tập 500 vị Đệ tử A La Hán có cùng quan điểm tu khổ hạnh và Thiền định như Ngài mới được tham dự, và theo Ngài Thánh Nghiêm, Tiến Sĩ Phật giáo Nhật Bản cho rằng: Chính vì thế mà những vị chứng A La Hán có khuynh hướng Đại Thừa trong kỳ kết tập Kinh Điển lần thứ nhất này vắng mặt, chỉ đến lần thứ 2 và thứ 3 cách đó cả 100, 200 năm sau khuynh hướng Đại Thừa mới được phát biểu trong những lần kết tập về sau này.

Từ thế kỷ thứ 6 đến thế kỷ thứ 13 tại Đại Việt chủ yếu được cấu tạo bởi những dòng Thiền lớn như: Tỳ Ni Đa Lưu Chi, Vô Ngôn Thông và Thảo Đường. Điều Ngự đã hợp nhất các dòng Thiền này vào Trúc Lâm. Đây được xem là một Tông Phái thống nhất đầu tiên của Đạo Phật tại Việt Nam. Thiền phái Trúc Lâm vừa tiếp thu nền tảng Phật giáo Ấn Độ, Trung Hoa, vừa sử dụng văn hóa Việt Nam và khuyến khích Phật tử cống hiến cho xã hội trên nền tảng Từ Bi – Trí Tuệ của Phật giáo. Bản thân của Điều Ngự không phải chỉ ở yên nơi Yên Tử, mà còn tổ chức nhiều buổi thuyết pháp cho Tăng chúng ở các chùa như Phổ Minh ở Thiên Trường, Sùng Nghiêm tại Chí Linh, Vĩnh Nghiêm ở Lạng Sơn và Báo Ân – Siêu Loại, nay thuộc Gia Lâm – Hà Nội. Ông xây dựng nhiều tự viện và đi giáo hóa khắp nơi trong nước từ thôn quê đến thành thị. Trên cương vị là Thượng Hoàng Thiền Sư, ông đã dạy dân bài trừ các tập tục mê tín, dị đoan và tu dưỡng đức hạnh theo giáo pháp Thập Thiện. Ông cũng khuyên bảo Anh Tông từ bỏ rượu chè, đồng thời đóng góp ý kiến cho các quốc sách của nhà Vua.

Một điều đặc biệt của những Tông phái Thiền ở Việt Nam là vừa ngồi thiền vừa lấy hạnh đầu đà hay giới làm căn bản. Vừa ngồi thiền vừa niệm Phật như tâm Thiền Lâm Tế về sau này. Điều này chỉ ở Việt Nam mới có, còn các nước như Trung Hoa, Nhật Bản, Triều Tiên thì Thiền chỉ chuyên Thiền mà thôi. Nếu có tụng kinh thì chỉ là Kinh Bát Nhã, còn tông Tịnh Độ chỉ niệm Phật và tụng kinh A Di Đà chứ không tụng những bản kinh văn khác. Trong khi đó Phật giáo Việt Nam lại không phải vậy, kinh cũng tụng, thần chú cũng đọc, Thiền vẫn ngồi và Phật vẫn niệm. Đây là một tổ chức Phật giáo tổng hợp của các Tông Phái. Cho nên ta thấy rằng Giáo Chủ của Thiền Phái Trúc Lâm mà Ngài có dạy Thiền cho dân chúng là chính đâu, vì lẽ căn cơ của dân chúng không đủ để tiếp nhận tâm Thiền này, nên Ngài đã chỉ dạy Thập Thiện, tức là 10 giới căn bản của người tại gia, gồm có: 3 giới thuộc về Thân là không sát sanh, không trộm cướp, không tà dâm; Miệng có 4 giới là không nói dối, không nói lưỡi đôi chiều, không nói lời thêu dệt và không nói lời hung ác; Ý có 3 giới đó là không tham, không sân và không si. Nếu một dân tộc mà giữ tròn 10 điều lành này thì dân tộc đó rất hạnh phúc, giống như dân chúng nước Bhutan trong hiện tại. Còn ngược lại với các điều trên là Thập Ác.

Ở đây giới không có nghĩa là trừng phạt mà là một sự bảo hộ cho mỗi người. Chính nhờ việc giữ Giới mà ta sinh Định và từ Định sẽ phát Huệ. Thượng Hoàng với hình thức là Tăng nhơn, đi đến đâu cũng bình dị, nên gần gũi dân chúng. Đây là cơ hội để thăm dân, để tiếp nhận những lời thật mà khi ngồi trên ngai vàng với áo mão, long bào nơi chốn hoàng cung ít ai dám gần gũi để thố lộ. Cũng như thế, Đức Phật không nhất thiết phải đi khất thực hằng ngày, nhưng chính bản thân Ngài mong được gần gũi dân chúng, tạo cho dân chúng có cơ hội học căn bản về thân khẩu ý cũng như ý nghĩa của sự bố thí được phước báu như thế nào, nên Ngài mới thực hành hạnh khất thực như vậy. Trong khi bố thí nếu:

Người bố thí thanh tịnh, kẻ nhận của bố thí cũng thanh tịnh.
Người bố thí không thanh tịnh, kẻ nhận bố thí thanh tịnh.
Người bố thí thanh tịnh, kẻ nhận bố thí không thanh tịnh.
Cả người nhận bố thí và người bố thí đều không thanh tịnh.

Ba phần đầu đều có phước báu khác nhau nhứt định, chỉ có phần sau cùng là cả người cho và kẻ nhận đều không tạo ra một phước báu nào cả.

Đức Phật nguyên là một Đông cung Thái tử quyền quý cao sang mà Ngài còn từ bỏ tất cả để đi đến từng xóm làng để khất thực, chắc hẳn không vì sự nghèo đói, mà chỉ vì lòng từ bi muốn cho tất cả chúng sanh được trồng vào mảnh đất tâm linh những điều lương thiện. Điều Ngự Giác Hoàng cũng giống như thế, Ngài từ bỏ vương vị lên làm Thái Thượng Hoàng từ năm 1293, sau hai lần đại thắng quân Nguyên Mông vào năm 1285 và 1288. Đây cũng là hạnh Đầu Đà mà Ngài muốn thực hiện. Đi đến đâu Ngài khuyên dân thực hành chánh tín, quy y Tam Bảo để được lợi mình và lợi người, bài trừ những sự tin càn, hiểu sai giáo lý của nhà Phật. Thái Thượng Hoàng chỉ làm một số động tác như thế thôi cũng đủ làm cho nhân dân quy ngưỡng muôn đời rồi. Thiền tuy trực tiếp không dạy cho dân chúng nhưng qua thân giáo, khẩu giáo và ý giáo này của Thượng Hoàng đã làm cho dân chúng phải khâm tuân và không trái với ý chỉ. Chắc rằng Thiền học và Thiền tập, Ngài đã dạy cho Pháp Loa, cho Huyền Quang khi tham học với Ngài. Hai vị này kế nghiệp làm Tổ thứ hai và thứ 3 của Trúc Lâm, nên người đời sau gọi là Trúc Lâm Tam Tổ.

Tháng 3 năm 1301, Giác Hoàng Điều Ngự du hóa đến Bố Chính - một vùng đất địa đầu phía Nam của Đại Việt và cho dựng am Trì Kiến. Từ Bố Chính, ông sang Chiêm Thành và ở lại đây 9 tháng. Bài của Trần Quang Chỉ trong tranh Trúc Lâm Đại Sĩ xuất sơn đồ, đã mô tả về chuyến đi này rằng: Có lúc Ngài viễn du hóa độ cho các nước lân bang, phía Nam đến tận Chiêm Thành, đã từng khất thực ở trong thành. Vua nước Chiêm Thành biết được điều đó, hết sức kính trọng thỉnh mời, dâng cúng trai lễ, sắp sẵn thuyền bè nghi trượng, thân hành tiễn Ngài về nước.

Địa lý, Mê Linh và Bố Chính vẫn còn là những địa đầu ở Quảng Bình, Quảng Trị ngày nay. Sau khi Anh Tông gả Huyền Trân Công chúa về đó thì Đại Việt mới có thêm châu Ô và châu Lý. Hai châu này là đất Thuận Hóa và một phần của Quảng

Nam Đà Nẵng bên đèo Hải Vân ngày nay. Vì lẽ Mỹ Sơn gần Trà Kiệu hiện nay vốn là Kinh đô cũ của Chiêm Thành vào những thế kỷ thứ 3 thứ 4, có rất nhiều cung điện và chùa tháp, nên Chế Mân lấy ranh giới ở phần này để làm sính lễ cưới Huyền Trân Công chúa, con Vua Trần Nhân Tông, em Vua Anh Tông về làm vợ của mình. Thuở ấy Kinh đô chính thức của Chiêm Thành là Đồ Bàn, nay thuộc Bình Định. Ngày ấy xa xưa lắm rồi, ngày đi đêm nghỉ và chắc là Thượng Hoàng không đi ngựa, vì đang vận trên mình chiếc áo nhà tu, đầu cạo nhẵn, hai tay bưng bình bát đi khất thực hằng ngày để thể hiện hạnh đầu đà của mình đồng thời tạo cơ hội gần gũi dân chúng. Đó là ý chỉ của Thượng Hoàng, cho nên kiệu cáng hay xe ngựa của quan dân trên đường đi đến nước Chiêm, chắc chắn sẽ bị Thượng Hoàng từ chối. Từ Bố Chính đến Mỹ Sơn chắc đi bộ đường trường cũng hết một tháng, rồi từ Mỹ Sơn đi đến Kinh đô Đồ Bàn cũng phải hơn một tháng nữa và ở lại đó đến 9 tháng sau khi gặp Chế Mân. Lúc ấy không biết là Thượng Hoàng có cần người thông dịch đi theo hầu, hay Ngài nói chuyện với Chế Mân và triều đình Chiêm Thành bằng Chiêm ngữ? Hoặc giả Chế Mân biết Hán văn và cả hai bậc quân vương đều dùng bút đàm để nói chuyện với nhau? Dĩ nhiên là tốn thời giờ lắm! Nếu không thân tình và không hiểu nhau thì ở chi đến 9 tháng? Chắc rằng cảnh sắc của Chiêm Thành phải đặc biệt lắm, nên Chế Mân mới cùng Thượng Hoàng đi thăm viếng hết xứ sở của Chiêm Bang. Lúc ấy chắc hẳn phải đi đến Nha Trang, Phan Rang, Phan Rí? Ngày nay khi gọi tên những địa phương này, ta vẫn còn mường tượng tiếng Chiêm Thành vẫn còn sót lại đâu đây?

Đến đâu Thượng Hoàng cũng đều đi khất thực, ai cho gì ăn nấy, không bận bịu như ở chốn hoàng cung phải sắm sửa nào cao lương mỹ vị, nào hải yến, cao sâm… Tất cả đều tự do, tự tại, tiêu diêu, phiêu bồng để ngắm cảnh non nước trời mây. Không biết là Thượng Hoàng có làm bài thơ nào để lại trong thời gian 9 tháng ở tại Chiêm Quốc không? Hay chỉ trà đàm, bút đàm cũng như tham dự những lễ nghi của dân chúng? Ngày xưa và nay khác nhau nhiều quá. Bây giờ cái gì cũng ghi lại thành lời, viết thành sách để đời sau nếu ai đó có muốn tìm lại điều gì thì dễ dàng tra cứu, còn ngày xưa ngay cả các vị Đại Thiền Sư, các Ngài đến đi như chim trời, cá nước và chẳng để lại vết tích gì, cho nên người đời sau muốn tìm lại dấu chim Di xưa kia, thì thật không phải là điều đơn giản.

Khi thâm tình đã thấm sâu, thì những câu chuyện chính mới trải lòng ra và vì quá cảm mến Chế Mân nên Thượng Hoàng đã hứa gả Huyền Trân Công chúa cho, lúc ấy Công chúa còn nhỏ lắm. Điều này Vua Anh Tông cũng chưa biết và chính Huyền Trân Công chúa lại càng chẳng hiểu gì cả khi nghe được tin này. Tại sao lại thế? Nhưng lúc đó, một lời hứa của những bậc quân vương không thể một sớm một chiều mà thay đổi được. Việc xin dâng châu Ô và châu Lý để làm sính lễ cưới Huyền Trân sau này là do phái bộ của Chế Mân cũng như hảo ý của Chế Mân, hay sự sắp xếp áp đặt của Anh Tông thì không rõ, nhưng với tâm từ bi của Thượng Hoàng lúc ấy có lẽ Ngài không bao giờ đề nghị đến việc này. Vì đó không phải là mục đích chính của chuyến đi này.

Sau cuộc vân du Chiêm Thành, Điều Ngự về lại phủ Thiên Trường vào tháng 1 âm lịch năm 1303 để mở hội Vô Lượng Pháp ở chùa Phổ Minh, bố thí vàng bạc, tiền lụa để chẩn cấp cho dân nghèo trong nước và giảng kinh giới thí (Theo Đại Việt Sử Ký Toàn Thư). Điều Ngự đã được Vua Chiêm là Chế Mân trọng đãi, tiếp đón và đưa tiễn về Đại Việt bằng thuyền buồm. Từ Đồ Bàn ở Bình Định đi đến Thăng Long nếu không có gió Đông Bắc thổi, thì cũng cần nhiều tháng mới đến. Đó là chưa kể những cơn giông bão bất thường trên biển cả mênh mông kia mang lại. Khi ở Champa chắc chắn Điều Ngự đã tiếp xúc với các truyền thống văn hóa Phật giáo khác nhau như: Bà La Môn, Hồi Giáo, Phật giáo Nam Truyền và Phật giáo Bắc Truyền. Vì

Chiêm Thành thuở ấy có biên giới phía Nam, không xa nước Phù Nam là mấy, mà nước Phù Nam như trong Đại Tạng Kinh Bắc Truyền bằng Hán văn, thỉnh thoảng ta vẫn thấy những vị Tăng sĩ Ấn Độ đến đây và dịch kinh viết sách để lại cho đến ngày nay. Lại cũng có nơi gọi là Lâm Ấp. Lâm Ấp thuộc vùng đất miền Trung của Việt Nam bây giờ. Đời Tần gọi là nước Lâm Ấp, qua đời Hán gọi là huyện Tương Lâm, đến đời Hậu Hán thì độc lập hẳn từ Trung Hoa. Từ đời Đường trở về sau, người ta thường gọi là Champa. Lâm Ấp có nhiều trầm và đóng vai trò mậu dịch trung gian giữa Ấn Độ và Trung Hoa. Từ khoảng năm 758 cho đến những năm 850, nước Lâm Ấp đổi thành Hoàn Vương, một cái tên mới rất đỗi xa lạ (Phan Rang ngày nay), nằm về phía Nam; sau những năm 850 Hoàn Vương lại đổi thành Chiêm Thành. Vì những bia mộ sau thế kỷ thứ 4 thường được viết bằng chữ Sanskrit, nên chúng ta có thể phỏng đoán tiếng Lâm Ấp bắt đầu được Ấn hóa từ lúc đó.

Phật Triết là một người được sinh ra tại đây và năm 736 Ngài đã sang Nhật Bản với vị Cao Tăng người Ấn Độ là Bồ Đề Tiên Na (Bodhisena) 704-760, Ngài Phật Triết đã sang Ấn Độ (bằng cách gì chưa rõ) có thể đi bằng thuyền từ Phan Rang đến Bombay hay Calcutta chăng? Hay đi bộ qua Cao Miên rồi Miến Điện và cuối cùng thì đến đất nước Ấn Độ? Ngài nhận Bồ Đề Tiên Na làm Thầy, học Phật Pháp và thông mật chú. Giữa năm Khai Nguyên, Ngài cùng với Bồ Đề Tiên Na qua nước Trung Hoa (thời Đường), rồi cùng sang Nhật Bản. Đó là năm Thiên Bình (Tempei) thứ 8, tức năm 736. Ngài ngụ tại chùa Đại An (Daian) và được các quan rất sùng kính. Đời Thiên Bình Thắng Bửu (Tempyò Shôhô) thứ 4, tức năm 752 lúc đó có lễ khai nhãn cúng dường Đại Phật Tỳ Lô Giá Na bằng đồng tại chùa Đông Đại (Todaiji) ở Nara, Ngài thừa lệnh cùng Bồ Đề Tiên Na dự pháp hội và nghe tấu vũ nhạc. Ngài được tôn làm tổ sư của các điệu múa Bồ Đề, Bạt Đầu và nhạc Lâm Ấp, những điệu múa và âm nhạc ấy là do công phu của Ngài cả. Không biết Ngài mất khi nào và tại đâu, hưởng thọ bao nhiêu tuổi? Ngài đã viết sách Tất Đàm (Thành Tựu Cát Tường), Chương Thứ Nhất. Tiểu truyện của Ngài có đăng ở Todaiji Yòroku dai 2, Wamei ruijushò dai 4, Genkyò Yakusho dai 15.

Như vậy có thể nói Ngài Phật Triết người nước Lâm Ấp, sau này là Chiêm Thành, bây giờ là Việt Nam sinh lúc nào và mất lúc nào không ai rõ, nhưng chúng ta biết chắc một điều là Ngài phải nhỏ hơn Thầy mình là Ngài Bồ Đề Tiên Na người Ấn Độ (704-760). Có thể Ngài sinh sau Thầy mình chừng 5 đến 10 năm và mất sau Thầy một thời gian ngắn. Cũng có thể nói Ngài là người đầu tiên sang Ấn Độ từ Lâm Ấp sau thời của Ngài Huyền Trang chăng? Thuở ấy Phật giáo rất thịnh hành và Đại Học Nalanda có khi lên đến 10.000 Tăng Sĩ lưu trú và tu tập học hỏi tại đó. Tại Ấn Độ Ngài học tiếng Phạn và khi cùng Thầy mình về lại Lâm Ấp, Ngài cùng Thầy đã truyền lại Phạn Chú cho chư Tăng tại đó. Tại Lâm Ấp Ngài cũng đã học những điệu múa và nhã nhạc hoàng cung, nên sau khi đến Nhật, mới có cơ hội dạy lại cho những tăng nhân và cung nữ tại chùa Đông Đại (Todaiji) ở Nara vào thời điểm trước và sau năm 752.

Như vậy ta có thể nói rằng: Khi Điều Ngự Trần Nhân Tông đến thăm Champa vào thế kỷ 13, nghĩa là cách thời của Ngài Phật Triết đến 600 năm, nên Phật giáo, đặc biệt là những nghi lễ liên quan đến chú thuật đã được truyền bá rộng rãi trong dân gian nước Chiêm Thành lúc bấy giờ rồi. Khi Điều Ngự được vua Chiêm Thành là Chế Mân mời đi thăm các chùa viện tại Chiêm quốc, thấy họ đã làm được nhiều việc cho dân chúng như bố thí cho người nghèo và mở những Pháp Hội để cho dân chúng đến lễ bái nguyện cầu. Pháp Hội ở đây có thể hiểu là những Đàn Tràng Thủy Lục, chư Tăng tụng kinh siêu độ cho những người quá vãng và cũng là nơi bố thí Pháp bởi những vị giảng sư nổi tiếng được thỉnh mời. Ngay cả Điều Ngự cũng được thỉnh thăng tòa thuyết pháp, Ngài kể lại những chuyện mắt thấy tai nghe tại Chiêm Thành qua 9 tháng vân du và cư trú tại đây, đồng thời lồng những lời dạy của Đức Phật vào những câu chuyện đời thường mà Điều Ngự đã gặp khi đi khất thực đó đây, để cho dân chúng dễ thu thập; trong đó có Thập Thiện giới v.v... Điều này cũng giống như Ngài Thạch Liêm Thích Đại Sáng vậy, nghĩa là sau khi thăm Đại Việt hay nói đúng hơn là xứ Đàng Trong vào giữa thế kỷ thứ 17, Ngài về lại Trung Hoa viết nên tập "Hải Ngoại Ký Sự" bằng Hán văn rất bổ ích cho những ai muốn nghiên cứu về phong tục, tập quán, tôn giáo của xứ Đàng Trong vào thời các Chúa Nguyễn trị vì. Nếu không có chuyến đi đầu của Ngài gặp Chúa Nguyễn Phúc Chu, thì cũng sẽ không có việc nhà chùa cho thỉnh mời Ngài Nguyên Thiều, cùng 10 vị Đại Sư đến Việt Nam vào cuối thế kỷ thứ 17, để truyền giới cho chư Tăng Ni cũng như vua chúa tại các chùa Thập Tháp ở Bình Định, Di Đà ở Hội An hay ở kinh đô Huế. Chính ở Giới đàn vào cuối thế kỷ thứ 17 này tại Phú Xuân, Chúa Nguyễn Phúc Chu đã thọ Bồ Tát giới tại gia với Đạo hiệu là Thiên Tùng Đạo Nhân.

Ngày xưa Việt Nam chúng ta theo chế độ Quân chủ, nông nghiệp vốn là nghề chính, vua chúa, quan lại sống nhờ vào thuế thân, thuế đất đai và thuế nông, lâm, hải sản. Chế độ vua chúa gọi là chế độ "phong kiến" bao hàm ý "phong tước và kiến địa", nghĩa là nhà vua có quyền hành trên tất cả, phong chức tước cho các quan và lấy hương điền, hương thổ cấp cho từng vị quan theo từng chức vụ và dựa vào đó để đánh thuế dân qua các nông, hải, lâm sản thu được. Năm nào được mùa thì cất vào kho và khi đói kém theo lệnh của vua phải mang ra cấp phát lại cho dân nghèo, nếu không thì dễ bị nổi loạn. Nếu ông vua đạo đức, ông vua có thọ Bồ Tát giới tức là giới vì người chứ không phải cho mình, thì việc cho đi của cải để thể hiện tấm lòng từ bi, vốn cũng là chuyện bình thường nơi cửa Phật. Chỉ có những ông vua và quan lại tham nhũng, không thương dân, ngay cả khi dân bị đói khổ, tất cả đều chỉ muốn vơ vét vào túi tham của mình cho đầy, thì dân sẽ không nể vì, mà còn tạo nên nội loạn nữa. Có lẽ vì thế mà Điều Ngự vào năm 1304 khi đến kinh đô Thăng Long đã tiến hành lễ thọ giới Bồ Tát cho Vua Trần Anh Tông cùng các vương hầu, quan lại trong triều đình. Việc này đối với các triều đình Nhà Trần ngày xưa không phải hiếm, vì Vua cha đã là một Thiền sư, phải thọ giới Tỳ Kheo, mà giới Tỳ Kheo vốn thuộc Thanh Văn thừa, nên tất cả những vị xuất gia sau khi thọ giới Tỳ Kheo theo truyền thống Tứ Phần Luật, đều phải thọ Bồ Tát giới xuất gia gồm 10 giới trọng và 48 giới nhẹ. Đây gọi là Đạo Tục Thông Hành giới. Từ đó việc thể hiện lòng từ mới dễ dàng, và khi truyền giới cho Vua Anh Tông có lẽ các Thiền sư bậc Thầy của Điều Ngự đã cho Anh Tông thọ 10 giới trọng và 48 giới nhẹ. Sau này có một số các vị Đại Sư căn cứ theo Ưu Bà Tắc Giới Kinh mà cho các Đệ tử tại gia thọ 6 giới trọng và 28 giới nhẹ. Nhưng theo Kinh Đại Bát Niết Bàn, Đức Phật dạy rằng: "Là Bồ Tát, không thể thiếu lòng từ bi đối với chúng sanh, nên cuối cùng cần phải giữ cho đủ những giới trọng này".

Thiền Phái Trúc Lâm khởi nguyên từ các vị như:

- Đạo Viên, Thông Thiền, Nhật Thiền, Tức Lự

- Chí Nhàn, Ứng Thuận, Tiêu Dao

- Tuệ Trung Thượng Sĩ, Trần Thái Tông

- Trần Nhân Tông, Thạch Kim

Chắc hẳn Điều Ngự đã cho thỉnh những vị Đại Sư còn sống thời ấy như Tuệ Trung Thượng Sĩ, Thạch Kim và ngay cả Ngài nữa, ngồi chứng minh trong đàn tràng Bồ Tát giới này. Nếu đứng về phương diện huyết thống thì Tuệ Trung Thượng Sĩ là Thầy và cũng là cậu của Vua Trần Nhân Tông (Điều Ngự Giác Hoàng). Và Nhân Tông là thân phụ của Anh Tông, nên Vua Anh Tông thọ Bồ Tát giới tại gia theo sự khuyến thỉnh của Thân phụ mình cũng là điều hữu lý thôi.

Đến năm 1304 khi đang hoằng hóa tại huyện Nam Sách (Hải Dương), Điều Ngự đã gặp và thâu nhận Pháp Loa (Đồng Kiên Cương 1284-1330) làm đệ tử xuất gia của mình. Sau đó Ngài đào tạo cho Pháp Loa trở thành người kế thừa Trúc Lâm Thiền Phái. Lễ truyền đăng cho Pháp Loa được cử hành tại chùa Báo Ân Siêu Loại và được tường thuật qua sách Tam Tổ Thực Lục như sau:

"Ngày Mồng Một tháng Giêng năm Mậu Thân, Hưng Long năm thứ 16 (1308) Sư vâng lệnh làm Trụ Trì nối dòng pháp ở Cam Lộ đường, chùa Siêu Loại. Để khai đường và làm lễ trao truyền, Vua cho đặt bài vị của liệt Tổ, tấu đại nhạc, đốt hương thơm. Điều Ngự dẫn Sư lên lễ Tổ đường xong. Sau khi ăn cháo, sai tấu nhạc, đánh trống pháp, tập hợp đại chúng lên Pháp đường. Bấy giờ Anh Tông xa giá đến chùa. Sau khi đặt ngôi chủ khách xong, Vua Anh Tông vì là đại thí chủ của Phật Pháp, đứng vào ngôi khách ở Pháp đường, Thượng Tể sắp bá quan ở dưới sân. Điều Ngự lên tòa thuyết pháp. Giảng xong, bèn đi xuống đỡ Sư lên tòa. Điều Ngự đứng đối diện chắp tay hỏi han. Sư đáp lễ xong, nhận Pháp y mặc vào. Điều Ngự bèn bước sang một bên, ngồi trên giường khúc lục, nghe Sư thuyết pháp. Đem chùa Siêu Loại của sơn môn Yên Tử sai Sư kế thế trụ trì làm đời thứ hai của dòng phái Trúc Lâm. Lại đem ngoại thư kinh sử 100 hộp và Đại Tạng 20 hộp nhỏ chép bằng máu chích ra, để mở rộng việc học nội và ngoại điển" (theo Tam Tổ thực lục).

Như vậy chúng ta thấy Điều Ngự thật là phước báu vô cùng. Lần thứ nhất Ngài đã truyền ngôi cho con mình là Anh Tông, lên ngôi Thái Thượng Hoàng vào năm 1293, sau đó mấy năm thì xuất gia tu học, không màng đến danh lợi gì cả. Cuối cùng là Sáng Tổ của Trúc Lâm và đã có người truyền thừa, kế pháp để giáo pháp ấy mãi lưu truyền đến ngày nay. Lần truyền thừa ngôi vị Tổ thứ 2 của Trúc Lâm thật là trang trọng như chúng ta vừa đọc bên trên. Bên Sơn Môn chùa Siêu Loại thì có chư Đại

Pháp Sư và các vị Đại cư sĩ hộ đạo. Bên triều đình có cả Hoàng đế đương triều Trần Anh Tông cũng xa giá cùng bá quan văn võ đến đây để tham dự lễ truyền trao tâm ấn này. Đó là Y áo cà sa, là Kinh điển, là Phật pháp là nguồn Thiền. Lần đầu Vua Trần Nhân Tông truyền ngôi cho Anh Tông là ngai vàng là triều đình và bá quan văn võ. Lần này Điều Ngự truyền cho Pháp Loa là tâm Thiền là pháp phục của cửa không. Thượng Hoàng lúc đó chắc là an lạc lắm, vì ngôi báu lâu nay đã có người thừa kế và chùa viện thuộc Sơn Môn Yên Tử cũng có người để mà truyền thừa. Niềm vui của Điều Ngự bây giờ thật không có niềm an lạc nào có thể so sánh được.

Ngày xưa khi Đức Phật Thích Ca Mâu Ni truyền tâm ấn cho Ngài Ma Ha Ca Diếp chỉ bằng một cái mỉm cười, khi Ngài Ca Diếp thấy Đức Phật đưa lên một cành hoa sen và từ hình ảnh ấy, Phật giáo đã hiện hữu suốt hơn 2.500 năm đây đó, chưa bao giờ có sự gián đoạn cả. Sau này tùy theo mỗi Tông Phái mà có cách truyền thừa khác nhau, nhưng đại loại là khi Thầy truyền cho trò, người học trò ấy phải hội đủ những điều mà người Thầy mong muốn. Cho nên trong Thiền môn cũng có câu là:

"Đệ tử tầm Sư dị, Sư tầm Đệ tử nan"

Nghĩa:

Trò tìm Thầy dễ, Thầy tìm trò thật khó.

Vì sao vậy? Vì đã là Thầy thì phải hội đủ nhiều điều kiện mới được làm Thầy, cho nên là Đệ tử tìm ra một vị Thầy để nương thân, không phải là việc khó. Chỉ khi nào trong cả trăm, cả ngàn người Đệ tử, vị Thầy thấy chỉ có một vị xứng đáng, lựa chọn ra để truyền thừa mạng mạch của Phật pháp, nên đây gọi là khó.

Bây giờ ở Việt Nam đa phần việc truyền thừa cũng có nhiều cách khác như: Khi còn sống, vị Thầy không còn làm Trụ Trì một ngôi chùa lớn, một Tổ Đình liền trở về ngôi Viện Chủ, giống như một chức vụ đã về hưu. Ở Trung Hoa thì gọi là Phương Trượng và vị Đệ tử được chỉ định lên kế thế Trụ Trì với sự giám sát, giúp đỡ tinh thần của vị Thầy Viện Chủ này. Riêng phần tôi, vào năm 2003, sau 25 năm làm Trụ Trì và sáng lập chùa Viên Giác tại Đức Quốc, tôi đã trở về ngôi Phương Trượng và giao quyền Trụ Trì lại cho Thầy Thích Hạnh Tấn là Đệ nhất Trụ Trì Viên Giác tự cho đến năm 2008. Lễ truyền thừa gồm có Y áo và một bản Kinh Kim Cang làm Pháp Bảo với sự chứng minh của các bậc Trưởng Lão trong Giáo Hội, của Môn Phong Pháp Phái Lâm Tế Chúc Thánh trong cũng như ngoài nước và của những tử đệ xuất gia và tại gia. Đến năm 2008 Thầy Hạnh Tấn truyền chức Trụ Trì lại cho Thầy Hạnh Giới làm Đệ nhị Trụ Trì Viên Giác với Pháp Y và Pháp Bảo cũ của lần đầu. Năm nay 2017 sau gần 10 năm Thầy Hạnh Giới làm Trụ Trì, Thầy Hạnh Bổn sẽ được truyền thừa làm Trụ Trì đời thứ 3 của Viên Giác tự tại Hannover, Đức Quốc. Tôi trở thành sáng lập Trụ Trì và sẽ là người Tăng Sĩ đầu tiên có mặt cũng như xiển dương Phật Pháp tại xứ Đức này từ năm 1977 đến 2017, đúng 40 năm như vậy và cũng được hân hạnh là chứng minh cho cả 3 đời truyền thừa Trụ Trì tiếp theo sau đó khi tôi còn sinh tiền. Năm 2015 khi chúng tôi ghé Waldbröl để thăm Thiền sư Nhất Hạnh tại Viện Phật Học Ứng Dụng Âu Châu, Ngài cũng đã tuyên dương trước đại chúng hôm đó về việc này và ngôi chùa Viên Giác tại Hannover được thành lập từ năm 1977, nay trở thành ngôi Tổ Đình của Phật giáo Việt Nam tại xứ Đức và cho tất cả những ngôi chùa Việt Nam khác được thành lập tại đây sau năm 1978.

Sự truyền thừa nó mang một dấu ấn khó quên đối với người Đệ tử, và người xuất gia ấy lúc nào cũng phải tâm tâm niệm niệm lo giữ gìn cũng như phát triển nền đạo, để Phật Pháp còn tồn tại mãi trên thế gian này.

Sau Pháp Loa là Hương Sơn, Pháp Cổ.

- Huyền Quang, Cảnh Huy, Quế Đường

- Chuyết Chuyết, Chân Nguyên, Liễu Quán, Hương Hải

Đệ Tam Tổ Trúc Lâm cũng là một vị Sư đặc biệt. Ngài tên thật là Lý Đạo Tái, Pháp hiệu là Huyền Quang. Lúc nhỏ Ngài theo Nho học, thi đỗ Tiến sĩ và sau một thời gian làm quan, lại từ bỏ chốn quan trường mà học Phật.

Khi Ngài còn là một Nho sinh, hàn vi, thiếu thốn, nhưng có ai ngó ngàng gì đến đâu. Mãi đến khi đỗ Trạng Nguyên, ngày vinh quy bái Tổ, thì cả nghìn mối tơ duyên không biết từ đâu mà xuất hiện, nay mối này, mai mối khác. Bữa nay người đẹp này được giới thiệu, mai mỹ nữ kia đến diện kiến, thưa trình v.v... rồi Ngài thấy không vui ở chốn quan trường. Đó chỉ là chỗ "tranh bá đồ vương" nên đã khoác áo nhà tu và sau này được Pháp Loa truyền tâm ấn, trở thành Đệ Tam Tổ của môn phong này. Cho nên người đời thuở ấy đã có hai câu thơ để diễn tả tâm trạng của những người đỗ đạt:

"Khó khăn thì chẳng ai nhìn
Đến khi đỗ Trạng tám nghìn nhân duyên"

Ở Việt Nam vào giữa thế kỷ thứ 20 và đầu thế kỷ thứ 21 này, Thiền sư Thanh Từ, vốn xuất thân từ Phật Học Đường Lưỡng Xuyên, học trò của Cố Hòa Thượng Thiện Hoa, Viện Trưởng Viện Hóa Đạo Giáo Hội Phật giáo Việt Nam Thống Nhất từ năm 1966 đến năm 1973. Ngài Thiện Hoa là Đệ tử của Cố Hòa Thượng Thích Khánh Anh, chuyên tu về Pháp môn Tịnh Độ và xuất thân từ môn phái Chúc Thánh ở Quảng Ngãi, sau truyền vào Trà Ôn, nhưng đến đời Ngài Thanh Từ thì Ngài chọn Thiền Trúc Lâm Yên Tử để nối dòng Thiền này. Trên thực tế dòng Thiền này đến đời Ngài Hương Hải, thời Trịnh Nguyễn phân tranh không còn tồn tại nữa. Vì lẽ Thiền Tông này đa phần dành cho người có tư duy cao và những bậc vua chúa quan lại, nên khó phổ cập vào quần chúng, do đó đã thất truyền. Bây giờ

Hòa Thượng Thanh Từ khôi phục lại cũng là điều quý hiếm, nhưng nếu đứng về dòng kệ Lâm Tế Chúc Thánh thì Ngài sẽ có pháp danh là chữ Thị đứng đầu và nối dòng pháp đời thứ 42 từ Ngài Lâm Tế Nghĩa Huyền và Đệ tử của Ngài lẽ ra phải cho Pháp danh là chữ Đồng để đến Pháp tự sẽ đặt là Thông, thuộc dòng Lâm Tế Chúc Thánh truyền thừa đời thứ 43. Trong tương lai nếu Ngài viên tịch thì thuộc dòng thứ mấy của Yên Tử? Vì lẽ trong hiện tại Ngài xây dựng rất nhiều chùa Trúc Lâm tại Đà Lạt, Yên Tử và một số chùa thuộc miền Bắc Việt Nam. Điều ấy hẳn tốt, nhưng chúng ta cần nên phân định lại xuất xứ của mỗi vị đệ tử ngày sau dễ truy tầm.

Trong cuốn "Lịch sử Phật giáo Đàng Ngoài" (xuất bản năm 1995 của tác giả Nguyễn Hiền Đức nhận định rằng: "Trúc Lâm muốn rằng Vua Anh Tông và các đại thần trong triều đình phải chánh thức tôn kính Pháp Loa như bậc Thầy, giống như tôn kính Trúc Lâm vậy. Ngoài ra, Trúc Lâm cũng muốn cho biết rằng: Từ Vua, triều thần cho đến tất cả chư Tăng Ni, Phật tử cả nước phải công nhận Pháp Loa là vị Tổ thứ hai, thay thế cho Trúc Lâm lãnh đạo Giáo Hội Phật giáo Việt Nam Thống Nhất từ thời Trần, tức lãnh đạo phái Thiền Trúc Lâm do Trúc Lâm Đầu Đà khai sáng." Còn sách Trần Nhân Tông toàn tập xuất bản năm 2006 của Giáo sư Tiến sĩ Trí Siêu Lê Mạnh Thát còn có nhận xét rằng việc ban tặng "Ngoại thư kinh sử" cho Pháp Loa chứng tỏ Điều Ngự yêu cầu Đệ tử phải biết kết hợp lý tưởng Bồ Tát của Phật pháp với lý tưởng trượng phu của thế gian. Thật ra cả 2 nhận xét của hai sử gia Phật giáo này không sai. Tuy nhiên theo tôi, cái uy quyền tinh thần sẵn có nơi Điều Ngự trao thẳng cho một người có năng lực nội tại như Pháp Loa là điều phải thể hiện nơi chốn công cộng có cả bá quan văn võ triều thần cũng như Phật tử như thế, để chứng tỏ uy đức của một bậc quân vương và cái nhiệm mầu của lẽ đạo để mọi người khi tiếp nhận một giáo chỉ nào từ Pháp Loa sau này sẽ không cần phải phân vân gì cả.

Tháng 12 năm 1308, Điều Ngự Trần Nhân Tông viên tịch trên đỉnh Ngọa Vân của Yên Tử sơn. Về ngày mất của Điều Ngự, sách Đại Việt Sử Ký Toàn Thư chép rằng Ngài thị tịch vào ngày 3 tháng 11 năm Mậu Thân (nhằm ngày 16.12.1308); trong khi Thánh Đăng ngữ lục viết là ngày 1 tháng 11 âm lịch (tức ngày 14 tháng 12). Trong Thánh Đăng ngữ lục đã tường thuật về cuộc đối thoại cuối cùng giữa Điều Ngự với Thị giả Bảo Sát như sau:

"Ngày mồng 1 tháng 11, nửa đêm sao trời sáng tỏ, Điều Ngự hỏi: Hiện giờ là giờ gì?

Bảo Sát thưa: Giờ Tý

Điều Ngự đưa tay mở cánh cửa sổ nhìn ra bảo: Chính là giờ ta đi!

Bảo Sát hỏi: Tôn Đức đi đâu?

Điều Ngự đáp:

Tất cả pháp chẳng sanh
Tất cả pháp chẳng diệt
Nếu hay hiểu như thế
Chư Phật thường hiện tiền
Nào có đến đi gì?

Bảo Sát thưa:

- Chỉ như khi chẳng sanh chẳng diệt thì như thế nào?

Điều Ngự liền vả vào miệng Bảo Sát, bảo:

- Chớ nói mớ!

Nói xong Ngài nằm theo thế sư tử lặng lẽ mà tịch.

Qua đêm thứ hai, Bảo Sát vâng theo lời di chúc, làm lễ hỏa táng ngay nơi am Ngài ở, có mùi hương lạ xông lên thoảng ra xa, nhạc trời trên không, mây năm sắc che trên giàn hỏa.

Ngày xưa khi Đức Phật còn tại thế, một hôm Ngài Asista (A Thuyết Thị) chậm rãi đi khất thực trong thành. Lúc ấy Ngài Xá Lợi Phất còn tu theo ngoại đạo, thấy vị Thầy này sao mà an nhiên tự tại quá, nên mới cất tiếng hỏi rằng:

-Thầy tu theo pháp môn gì? Và Thầy của Ngài là ai vậy?

-Thầy ta là Đức Cồ Đàm Gautama, đã chứng thành Phật quả, hiệu là Phật Thích Ca, dòng dõi Vua Tịnh Phạn ở nước Ca Tỳ La Vệ và Thầy ta đã dạy cho ta pháp duyên sanh.

-Thế nào là duyên sanh?

- Nghĩa là:

"Tất cả các pháp đều do nhân duyên sanh
Tất cả các pháp đều do nhân duyên diệt
Tự tánh của các pháp vốn là không".

Sau khi nghe xong 3 câu kệ này, Ngài Xá Lợi Phất đã nhập vào quả Dự Lưu, một trong 4 Thánh Quả và tiếp tục hỏi pháp Ngài A Thuyết Thị, nhưng Ngài A Thuyết Thị viện dẫn pháp học của mình còn kém nên khuyên Ngài Xá Lợi Phất trực tiếp đến gặp Đức Phật để thưa trình. Sau này Ngài Xá Lợi Phất đến trước Đức Phật xin quy y không phải duy nhất chỉ một mình, mà còn cả Ngài Mục Kiền Liên và mấy trăm đệ tử của họ nữa.

Thuyết Duyên Sanh chỉ do Đức Phật lặp lại lời chư Phật dạy trong quá khứ, chứ không phải của Ngài lập nên. Đó là: Cái này sanh nên cái khác sanh. Cái này diệt nên cái khác diệt. Nếu cái này không có thì cái kia sẽ không có và tự tánh của Vạn Pháp là không sanh, không diệt, không còn, không mất, không đến, không đi v.v... Bây giờ sau mấy ngàn năm thì Điều Ngự Giác Hoàng cũng chỉ nói ngần ấy việc, chứ chẳng nói gì khác. Pháp ấy là tất cả mọi hiện tượng, kể cả có hình và không hình tướng. Tất cả những pháp ấy thật ra chúng không đến, không đi, không còn, không mất. Sở dĩ đến, đi, còn, mất là do con người chứ không phải do Pháp. Ví dụ như người ngồi trong phòng đi ra bên ngoài phải qua một cánh cửa thì bảo rằng: Đi ra và ngược lại một người từ ngoài đi vô bên trong thì gọi là đi vào. Vào, ra là hai động tác khác nhau, nhưng cánh cửa là một vật, một pháp, nó bị động, nó không vào mà cũng chẳng ra gì cả. Nếu có, chẳng qua là do sự chấp trước của con người, chứ tự thể của nó không có. Vì tự thể của mỗi pháp vốn là không, nhưng nhờ duyên nên nó thành tựu và nhờ duyên nên chúng tan hợp, đến đi. Nếu ai đó trụ vào chỗ tan, hợp, đến, đi đó, nghĩa là người ấy chưa liễu đạo. Cho đến khi nào sự đến đi kia chỉ là một trò lừa bịp của nhãn quan của tâm thức mà người hành đạo nhận thấy được qua tánh của mình, thì lúc ấy gọi là liễu đạo hay đạt đạo.

Phật thì luôn hiện hữu, còn chúng sanh thì hay thay đổi. Lúc làm người, lúc làm thú, lúc làm chư Thiên, chư tiên, lúc ở địa ngục, ngạ quỷ, súc sanh… thường là vô định và không tự làm chủ mình. Khi ở cảnh giới nào thì nhìn Phật theo cái thị giác của cảnh giới ấy. Còn Phật thì tuyệt nhiên không thay đổi: Không đến, không đi, không còn, không mất, không tăng, không giảm, không một mà chẳng phải khác một. Như vậy thì chỉ chỗ chẳng sanh, chẳng diệt mà làm gì? Điều Ngự giờ cuối trong đời mà còn tỉnh táo lấy tay vả vào miệng Thị giả Bảo Sát và bảo là đừng mớ ngủ. Vậy thì kẻ chưa hiểu đạo, có mắt cũng như mờ. Kẻ đã liễu đạo rồi thì dù ở cảnh giới nào cũng thấy mình luôn được an tịnh giải thoát. Do vậy giữa chứng đạo và chưa chứng đạo khác nhau là như thế.

Ngày thứ tư Tôn giả Phổ Tuệ (Pháp Loa) từ núi Yên Tử vội vã đến, dùng nước thơm rưới lên giàn hỏa làm lễ. Xong, Pháp Loa thu lấy ngọc xá lợi, được xá lợi năm màu hơn 500 hạt lớn, còn hạt nhỏ cỡ hạt lúa, hạt cải thì nhiều vô số kể. Vua Anh Tông, Quốc Phụ Thượng Tể cùng đình thần đem thuyền rồng đến lễ bái dưới chân núi, gào khóc vang trời, sau đó đón ngọc cốt và xá lợi xuống thuyền rồng đưa về kinh. Từ triều đình đến thôn quê đều rất mực thương tiếc.

Bên trên chúng ta cũng đã rõ, khi Bảo Sát vâng mệnh làm lễ hỏa táng ngay nơi am Ngài ở thì có mùi hương lạ xông lên, lại thoảng bay ra xa và nhạc trời trên không chúc tụng, mây năm sắc che trên giàn hỏa. Đây là những điềm lành của những người khi sinh ra cũng như lúc mất đi. Nhớ lại khi xưa mới sinh ra, Ông nội Thái Tông và Phụ hoàng Thánh Tông nhìn thân hình ông sáng sủa mà đặt cho tên là Kim Tiên Đồng Tử, nay khi mất đi lại được nhạc trời chúc tụng và mây 5 màu vần vũ bay che trên hư không cũng như mùi thơm thoảng bay ra từ nơi giàn hỏa, sau khi thiêu xong lại có vô số xá lợi nữa. Việc này ngày xưa Thế Tôn đã từng có và hiện tượng ấy đã được nhắc nhở lại trong sách vở rất nhiều là xá lợi có nhiều loại và nhiều màu sắc khác nhau.

Loại lớn hơn đầu đũa, loại trung bình như hạt gạo và loại nhỏ nhất như hạt mè. Xá Lợi của Đức Phật một phần tự di chuyển về lăng cung, một phần các Vua Trời đến xin mang về và phần còn lại chia ra làm 8 phần để vua các xứ trong Ấn Độ mang về nơi của mình thờ phụng và cung chiêm Xá Lợi. Đây là kết quả của sự tu hành trong mấy mươi năm của Đức Phật cũng như các Đệ tử của Ngài. Ngày nay Vua Nhân Tông tức Điều Ngự Giác Hoàng, đã lìa ngôi báu đi xuất gia sau hai trận chiến thắng Nguyên Mông vào năm 1285 và 1288 và chính thức tu học từ năm 1296 đến năm 1308. Trong 12 năm đó nhà Vua quyết tâm đoạn tận những thứ như không chấp thủ, không chấp ái và không chấp ngã, nên Niết Bàn an lạc đã đến với Ngài; khi chết lại còn lưu xá lợi và người đời sau muốn tôn vinh Ngài nên gọi là Phật Hoàng Trần Nhân Tông cũng không sai lời dạy của Đức Phật. Bởi lẽ sau 45 năm thuyết pháp độ sanh, Đức Thích Ca Mâu Ni đã dạy cho tất cả chúng sanh phương pháp tu học để thành Phật và thành Tổ, nên Phật và Tổ hiện thân bằng nhiều hình thức khác nhau, xuất hiện trong cõi Ta Bà này cũng như những cõi khác.

Xá Lợi của Điều Ngự được Anh Tông chia ra làm ba phần: Một phần được tôn thờ trong Bảo tháp Huệ Quang (Yên Tử), ngày nay nếu ai lên Yên Tử Sơn vẫn còn cơ hội để đảnh lễ mộ tháp của Đức Điều Ngự; một phần được chôn cất chung với lăng tẩm của Thái Tông và Thánh Tông ở Quy Đức (Phủ Long Hưng), và phần còn lại được lưu giữ tại Chùa Phổ Minh (Thiên Trường), nơi mà các Thái Thượng Hoàng hay lui về ở đó sau khi truyền ngôi cho con mình. Chùa Phổ Minh hay tháp Phổ Minh bây giờ vẫn còn, mặc dù không được tốt đẹp như xưa, vì ít người chăm sóc, nhưng tất cả cũng đều đã trải qua một thời kỳ vàng son rực rỡ của một đấng Quân vương như thế. Trên đây là 3 nơi mà lúc sinh thời Đức Điều Ngự đã từng gắn bó, lưu dấu.

Vua Anh Tông còn cho đắp hai pho tượng Điều Ngự bằng vàng để thờ ở chùa Vân Yên (Yên Tử) và chùa Báo Ân (Siêu Loại). Vàng tượng trưng cho vật quý giá, hiếm có, bền vững qua năm tháng và thời gian. Thân Phật cũng phát ra 2 lần hào quang trong sáng là sau khi thành đạo dưới cội Bồ Đề ở thành Gaya và lúc Đức Phật nhập Niết Bàn, nên từ xưa đến nay chúng ta đi đến bất cứ chùa nào thuộc các nước Phật giáo trên thế giới đều thờ hình tượng của Ngài có màu vàng hay bằng vàng thật, để nói lên sự tôn kính của các đệ tử đời sau đối với giáo pháp của Ngài như vậy. Ở đây Anh Tông vì là vua, đồng thời là con ruột, lấy của kho xuất ra mấy ngàn lượng vàng đúc 2 tượng của Giác Hoàng để thờ ở hai chùa nói bên trên cũng không sai tinh thần Bồ Tát hạnh của Anh Tông đã thọ Bồ Tát giới vào năm 1304 là mấy. Triều đình dâng Điều Ngự miếu hiệu là Nhân Tông và Thụy hiệu là Pháp Thiên Sùng Đạo Ứng Thế Hóa Dân Long Từ Hiển Hiệu Thánh Văn Thần Võ Nguyên Minh Duệ Hiếu Hoàng Đế. Bây giờ chúng ta thử tìm hiểu từng bốn chữ một của Thụy hiệu bằng Hán văn này để tỏ tường hơn về một bậc minh quân, hiền đức như vậy.

Pháp Thiên Sùng Đạo có nghĩa là giáo pháp ấy, cao tận thiên cung cũng được sùng bái đạo mầu kia; Ứng Thế Hóa Dân là một bậc quân vương ra đời, xuất hiện nơi cõi phàm trần này để hóa độ nhân dân khắp nơi trong thiên hạ; Long Từ Hiển Hiệu có nghĩa là lòng từ bi cao cả thịnh hưng được biểu hiện ra ở mọi chốn và mọi nơi. Hãy nhớ lại việc vua đem ngự bào của mình đắp lên thủ cấp của Toa Đô thì đủ rõ; Thánh Văn Thần Võ là văn chương chữ nghĩa của Ngài như bậc Thánh và võ nghệ của Ngài giống như một vị Thần. Điều này cũng phải thôi. Vì lẽ hai trận đánh thắng quân Nguyên Mông cũng đã nói lên được thần trí và mưu lược của Ngài như thế nào rồi; Nguyên Minh Duệ Hiếu là vị vua đó sáng suốt, hiền từ, hiếu thuận; Hoàng Đế là ngôi vị của một đấng quân vương. Đây có thể là do Pháp Loa truy phong lẫn triều đình bá quan văn võ hội ý, nên mới có được một Thụy hiệu mang đầy đủ ý nghĩa của việc nhập thế cũng như xuất thế của Đức Điều Ngự Giác Hoàng như vậy.

Thông thường các bậc Chơn Tăng ra đi không ghi lại dấu vết, nên người đời sau muốn truy tìm những vết tích ấy phải dựa vào những hành tung và tác phẩm của người xưa để lại. Từ đó mới cảm nhận được tấm lòng của một kẻ đã xuất hiện nơi đời. Huống gì ở đây Vua Trần Nhân Tông xuất hiện tại Đại Việt vào một thời điểm không thiếu những Tiến Sĩ văn học và những nhà tướng đại tài, nên vua tôi đã nhiều lần có cơ hội đàm đạo văn chương chữ nghĩa với nhau, nhờ vậy mà người đời sau đã viết thành những tác phẩm nhằm tưởng niệm một bậc Thầy vĩ đại đã ra đi. Có những sách tự mình viết, mà cũng có những sách vở do người đời sau sưu tầm, nghiên cứu và ghi lại. Trong đó có:

-Thiền Lâm Thiết Chủy Ngữ Lục (Ngữ lục về trùng độc thiết chủy trong rừng Thiền). Đây có thể là những câu nói của các Thiền sư Trung Hoa hay Việt Nam trước thời của Nhân Tông, mà cũng có thể là những lời dạy của chính ông khi thuyết pháp hay dạy chúng, nên gọi là ngữ lục.

-Tăng Già Toái Sự (chuyện vụn vặt của Sư Tăng). Những chuyện ấy là những chuyện gì? Chắc chắn không đi ra ngoài 250 giới như: Bốn tội Ba La Di, 13 tội tăng tàn, 2 pháp bất định, 30 tội xả đọa, 90 tội đọa, 4 pháp hướng bỉ hối, 100 pháp chúng học và 7 pháp diệt tránh. Thời của Vua Thái Tông hay Thánh Tông cũng phải căn cứ vào những giới luật của Phật chế cho người xuất gia mà tu hành, nhưng trong đó có một số giới thuộc phần oai nghi như 100 pháp chúng học hay 30 xả đọa nói về y áo v.v… thì quê hương Đại Việt chúng ta theo Phật giáo Đại Thừa nên cũng có những giới luật không phù hợp với chư Tăng chăng? Hoặc giả những chuyện bình thường khi sinh sống trong chùa như hái rau, gánh nước, bửa củi v.v… cũng là những toái sự?

- Thạch Thất Mị Ngữ (Lời nói mê trong nhà đá). Thông thường những vị Sư tu Thiền lâu năm muốn mình nhập thất nơi hang động để thiền tọa. Có thể là 10 ngày, 20 ngày hay một tháng, nhẫn đến một năm, hai năm, ba năm v.v… và trong khi thiền tọa như thế những lời nói phát xuất lúc hôn trầm, tâm không định tĩnh, nên gọi là mị ngữ.

- Đại Hương Hải Ấn Thi Tập (Tập thơ ấn chứng của biển lớn nước thơm). Đây là sự tập hợp lại những bài thơ của Điều Ngự lúc đi vân du nơi Chiêm Thành hay khi ở trên Yên Tử hoặc Thiên Trường. Sau này các đệ tử gom lại để xuất bản, nhằm ghi lại những văn bản của Thầy mình. Thơ thời này đa phần làm theo lối 8 câu, mỗi câu 7 chữ hay 4 câu, mỗi câu 5 chữ. Người đời thường gọi là thơ Đường. Vì những âm, vận ấy phải theo niêm luật hẳn hoi của 2 câu đề, 2 câu thực, 2 câu luận và 2 câu kết. Luật thơ rất gò bó, nhưng ý thơ rất dồi dào.

- Trần Nhân Tông thi tập (Tập thơ Trần Nhân Tông). Trong này chắc chắn là những bài thơ được làm khi Nhân Tông còn là Thái tử, hay khi chiến thắng quân Nguyên Mông, hoặc lúc ngao du sơn thủy khi chưa đi xuất gia đầu Phật.

- Trung Hưng Thực Lục (2 quyển). Chép việc chống quân Nguyên xâm lược. Sau lần đầu thắng trận vào năm 1285, Trần Nhân Tông và quan quân thứ dân đều vui mừng khôn xiết, chính ông đã đặt bút ghi lại những sự kiện của chiến trường, nơi ông thân chinh cầm quân hay lúc thua trận chạy tơi tả để trốn mặt quân thù. Tiếp đến năm 1288 một lần nữa ông và quân Đại Việt đại thắng quân Nguyên Mông tại sông Bạch Đằng sau thời gian Hội Nghị Diên Hồng là "nên Hòa hay nên Chiến". Cuối cùng mọi người đều thừa thắng xông lên qua sự điều binh khiển tướng của tướng tài Trần Hưng Đạo và Trần Quốc Tung (Tuệ Trung Thượng Sĩ). Chính hai Vua Thánh Tông và Nhân Tông đã chứng kiến cảnh Toa Đô bị giết, các tướng sĩ quy hàng và cả 50.000 quân Nguyên đều bị bắt sống. Có lẽ vua cũng đã ghi lại những việc truy phong cho những khai quốc công thần và có lẽ ông cũng đã thuật lại hình ảnh của những người làm tôi mọi cho giặc và bây giờ kẻ được thăng quan, người bị giáng chức, bị đày đi rừng thiêng nước độc hay vào tù ra khám nơi chốn biên thùy.

Nhưng rất tiếc là tất cả những tác phẩm trên đều thất lạc. Lý do vì sao cũng dễ hiểu thôi. Vì lẽ khi quân nhà Minh sang xâm chiếm nước Đại Việt chúng ta vào đầu thế kỷ 15 họ đem tất cả những sách vở có được trong thời Lý, thời Trần trong suốt 400 năm lịch sử ấy về tận Kim Lăng bên Trung Quốc để thiêu rụi. Vì họ không muốn thấy những thành tích vẻ vang của vua tôi Nhà Lý phá Tống bình Chiêm hay vua tôi Nhà Trần đại thắng quân Nguyên Mông đến 3 lần vào những năm 1258, 1285 và 1288, nên những gì được ghi lại bằng chữ viết đều bị đốt hết. Do vậy mà ngày nay chúng ta chỉ còn lại những tên gọi qua khẩu truyền trong dân gian về những tác phẩm ấy mà thôi. Đây thật là một điều trớ trêu của lịch sử. Không phải chỉ riêng Đại Việt của chúng ta thuở ấy, mà hầu như tất cả những nước nào bị thua trận hay bị làm thuộc địa của một nước lớn, thì việc xâm thực văn hóa bản địa là nhiệm vụ của những người đi chiếm lãnh lúc bây giờ. Ngày nay chỉ còn sót lại 32 bài thơ, kệ chép trong Thánh Đăng Ngữ Lục, Thiền Tông bản hạnh, An Nam chí lược, Nam Ông mộng lục, Việt âm thi tập và Toàn Việt thi lục, cộng thêm 3 đoạn phiến trong Đại Việt Sử Ký Toàn Thư và An Nam chí lược. Theo đánh giá trong Thơ văn Lý Trần (tập 2 quyển thượng) do Nguyễn Huệ Chi, Trần Thị Băng Thanh, Đỗ Văn Hỷ và Trần Tú Châu biên soạn, thì thơ Trần Nhân Tông mang tính chất "kết hợp nhuần nhuyễn giữa cảm quan triết học và cảm quan thế sự, có tinh thần lạc quan, yêu đời, tấm lòng vị tha của một nhân cách cỡ lớn và sự rung động tinh tế, lòng yêu tự do thích thanh thản của một nhà nghệ sĩ". Sự nhận xét như vậy cũng không sai chút nào khi chúng ta điểm qua 3 bài thơ tiêu biểu dưới đây. Một bài tả về phong cảnh của một sáng sớm mùa Xuân, một bài thơ tả phủ Thiên Trường và một bài phú về Cư Trần Lạc Đạo.

Xuân Hiểu

Thụy khởi khải song phi
Bất tri Xuân dĩ quy
Nhất song bạch hồ điệp
Phách phách sấn hoa phi.

Buổi sớm mùa Xuân

Ngủ dậy ngỏ song mây
Xuân về vẫn chửa hay
Song song đôi bướm trắng
Phất phới sấn hoa bay.

(Bản dịch của Ngô Tất Tố)

Thức dậy vào một buổi sáng, mở khung cửa sổ, nhìn thấy bướm lượn vờn hoa... Những hình ảnh ấy báo hiệu sự hiện hữu của mùa Xuân, nhưng tự bao giờ tác giả đã chẳng hay. Phải chăng tác giả đã có sự an lạc bình yên nội tại, nên quên đi tất cả những cảnh vật chung quanh mình, dù cho đó là mùa

Xuân, một trong những mùa đẹp nhất của đất trời. Nhưng nếu tư duy sâu sắc hơn cho bài thơ của một vị chân tu, có lẽ chúng ta sẽ thấy hình ảnh mở cửa, nhận biết mùa Xuân đến, đôi bướm phơi phới bay, tìm đến đóa hoa, dường như có hàm ý diễn đạt về hành trình của một đời tu qua các từ "mở cửa", "nhận biết", "bay tìm" "đóa hoa". Hoa chính là tâm Phật.

Đến bài thứ hai thuộc loại tả chân về sự vật, loại Đường thi thất ngôn, bát cú như sau:

Thiên Trường Phủ

Lục ám hồng hi bội tịch liêu
Tể vân thôn vũ thổ hoa tiêu.
Trai đường giảng hậu Tăng quy viện,
Giang quán canh sơ nguyệt thượng kiều.
Tam thập thiên cung hoành dạ tháp,
Bát thiên hương sát động xuân triều.
Phổ Minh phong cảnh hồn như tạc,
Phảng phất canh tường nhập mộng Nghiêu.

Phủ Thiên Trường

Lục rậm, hồng thưa cảnh quạnh hiu,
Mây quang, mưa tạnh đất tan rêu.
Phòng trai gián đoạn, Sư về viện,
Cầu bến canh đầu, bóng nguyệt treo.
Ba chục cung tiên, giường ngủ đặt,
Tám nghìn bóng tháp, nước triều reo.
Phổ Minh phong cảnh, chùa như cũ,
Trong giấc mơ màng Thuấn thấy Nghiêu.

(Bản dịch của Ngô Tất Tố)

Dịch giả vừa giỏi Hán văn, vừa giỏi cách gieo vận của thơ Đường và giỏi về tứ thơ cả Đời lẫn Đạo. Đây cũng xứng là một bậc Thi Sư trong văn học Việt Nam của chúng ta. Bài thơ này có lẽ Nhân Tông làm khi đã xuất gia và không còn ở Phủ Thiên Trường như lúc mới lên làm Thái Thượng Hoàng. Bây giờ trở lại chốn xưa thì thấy cảnh trí đìu hiu, cỏ cây hoa lá, người, vật v.v… đều thay đổi quá nhiều, khiến cho Điều Ngự phải giật mình và sau đó tĩnh tọa làm một bài thơ đầy ý vị như vậy. Kể từ thời Thái Tông, rồi Thánh Tông và ngay cả Nhân Tông, nơi Phủ Thiên Trường này là chốn ẩn cư của bậc Thái Thượng Hoàng sau khi nhường ngôi cho Thái tử và sau này Anh Tông cũng dùng nơi đây để điều hành việc nước sau khi đã thành Thái Thượng Hoàng.

Lục rậm có thể là cây lục, mà cũng có thể là màu xanh của cây cỏ mọc chung quanh Phủ Thiên Trường bây giờ không còn như xưa nữa, ngay cả những cây hồng ngày xưa khi Thượng Hoàng còn cư ngụ nơi đây đã cho ra nhiều quả rất ngon ngọt, nhưng bây giờ trông lại chỉ thấy lác đác còn lại mấy cây. Ngay như cây cỏ vô tình mà chúng cũng cảm nhận được cái cảnh chia ly khi vắng chủ như vậy. Mây bay lảng đảng trên trời cao, nhưng cũng có lúc tạo thành mưa, làm cho đất thấm ướt và rong rêu cũng phải bị tan vỡ theo. Những gian phòng dùng để nấu nướng, ăn uống bây giờ không còn ai ở đây nữa, tất cả trống vắng hoang sơ, bởi vì các Sư và ngay cả Nhân Tông cũng đã về núi Yên Tử rồi, nên nhìn đâu cũng chỉ thấy cảnh vắng lặng. Những tháp canh chung quanh Phủ Thiên Trường vào những lúc canh một, canh hai cho đến canh năm của mỗi ngày do người giữ cửa trông coi, bây giờ cũng chỉ thấy ánh trăng dọi vào nơi đó một cách lạnh lẽo hoang vu, chứ bóng người thì không còn nữa. Ngày còn làm Thái Thượng Hoàng, Vua Trần Nhân Tông khi ở Phủ Thiên Trường này có đến 30 cung phi mỹ nữ, Hoàng hậu theo hầu, mà nay nơi giường ngủ ấy vắng tanh không một bóng người. Đúng là thời oanh liệt nay còn đâu! Tám nghìn bóng tháp là ý nói cho số nhiều chùa viện nằm cạnh Phủ Thiên Trường, cũng như chùa Phổ Minh, vì lẽ nơi nào có vua chúa ngự thì những cung bậc khác cũng sẽ được phụ họa theo bên cạnh. Bây giờ Đức Vua không còn ngự ở đây nữa nên chùa miếu, phong cảnh đâu đây cũng chỉ giống như nước thủy triều mỗi ngày lên xuống hai lần mà thôi. Chùa Phổ Minh, ngày xưa là chỗ để cho Thái Thượng Hoàng, Thái Hậu và cung tần mỹ nữ đi lễ Phật nguyện cầu vào những ngày sóc, vọng; ngày nay phong cảnh tuy không thay đổi mấy, nhưng sự trang nghiêm tráng lệ không còn như ngày xưa cũ nữa. Khi thăm chùa Phổ Minh và Phủ Thiên Trường về lại núi Yên Tử, Điều Ngự Giác Hoàng thấy tâm mình rỗng rang, nhẹ nhõm an lành, như sống trong đời thanh bình thịnh trị của Vua Nghiêu, Vua Thuấn thời xa xưa bên Trung Quốc vậy.

Bài thứ 3 là một bài thơ tiêu biểu cho tâm hạnh thoát tục của Điều Ngự Giác Hoàng như sau:

Cư Trần Lạc Đạo

Cư trần lạc đạo thả tùy duyên
Cơ tắc xan hề khốn tắc miên
Gia trung hữu bảo hưu tầm mịch
Đối cảnh vô tâm mạc vấn Thiền.

Ở đời vui đạo

Ở đời vui đạo hãy tùy duyên
Đói cứ ăn đi, mệt ngủ liền.
Có báu trong nhà thôi tìm kiếm,
Vô tâm đối cảnh hỏi chi Thiền.

(Lê Mạnh Thát dịch)

Đây có lẽ là bài thơ liễu đạo hay nhất trong thơ văn của Trần Nhân Tông. Bởi vì khi còn làm vua, ông nhìn sự vật khác, khi đánh giặc tâm ông thay đổi theo thế trận, lòng dân. Khi thắng trận Nguyên Mông tâm ông thấy hưng phấn, khi về làm Thái Thượng Hoàng tâm ông lại cũng có sự đổi thay, mãi cho đến khi ông xuất gia rồi thì ông mới rõ hai chữ Sắc Không, nên không bận lòng chi với những đổi thay, thay đổi của cuộc đời.

Do vậy việc an bần lạc đạo phải tùy theo nhân duyên và hoàn cảnh chung quanh mình, người xuất gia phải dùng cái tâm không đối đãi để ngắm nhìn sự vật, nên gọi là tùy duyên. Việc tốt đến mình cũng không vui, việc xấu qua mình cũng chẳng buồn, vì lẽ buồn vui chỉ là những hiện tượng chứ không phải là bản chất chơn thật của sự việc. Tâm mình phải làm chủ mình, chính mình phải làm chủ ngoại cảnh chứ không phải ngoại cảnh làm chủ mình. Làm việc cần làm, làm đúng lúc và không trái với qui luật tự nhiên, cũng giống như chuyện khi đói thì cứ ăn, khi mệt thì đi ngủ. Người tu Phật phải biết rằng: Ai ai cũng có Phật trong nội tâm mình. Nếu rõ biết bên trong, thì bên ngoài tự nhiên mình sẽ rõ. Không nên lo chạy vạy tìm cầu sự giác ngộ bên ngoài, trong khi đó tự sâu thẳm của tâm hồn mình đang có một Đức Phật ngự trị mà không nhận ra. Đây mới chính là điều đáng nói và đáng trách. Thiền có nghĩa là như như bất động. Tâm ấy đối trước cảnh, dầu cho thế nào đi chăng nữa thì ta và người, tâm và vật không hai. Nó không trong mà cũng chẳng bên ngoài. Đến đây thì tâm ta thư thái, tự do tự tại phiêu bồng nơi cảnh giới sắc không này và đạt đến chỗ vô ngã chân thật của Niết Bàn vắng lặng.

Qua bài thơ Cư Trần Lạc Đạo này ta thấy Đức Điều Ngự đã vẹn đường tu, chứng thành Thánh quả không còn vướng bận bất cứ một sự trói buộc nào trên con đường tìm sự giác ngộ giải thoát của Ngài. Và với tâm rỗng không ấy, Ngài đã trao truyền cho Pháp Loa làm Đệ nhị Tổ của Trúc Lâm, từ đó Thiền phái này phát triển mãi cho đến thế kỷ 16, 17. Nay ở thế kỷ 20, 21 này Hòa Thượng Thích Thanh Từ đã xiển dương lại Thiền Phái này tại Việt Nam cũng như hải ngoại và mong rằng với tâm nguyện này Ngài sẽ được thành tựu, và một lần nữa ngọn lửa tam muội của Điều Ngự Giác Hoàng sẽ được cháy sáng khắp nơi nơi.

Chương V

Tuệ Trung Thượng Sĩ

Ông sinh năm 1230 và viên tịch năm 1291. Tên thật là Trần Tung hay Trần Quốc Tung, là một thành viên trong Hoàng tộc Nhà Trần với tước hiệu là Hưng Ninh Vương và là một Thiền sư Việt Nam. Ông là người hướng dẫn Vua Trần Nhân Tông vào cửa Thiền và có nhiều ảnh hưởng đến tư tưởng của vị vua sáng lập ra Thiền Phái Trúc Lâm Yên Tử.

Ông là người Tức Mặc, phủ Thiên Trường, nay thuộc tỉnh Nam Định. Ông là con trưởng của An Sinh Vương Trần Liễu, anh ruột của Hưng Đạo Vương Trần Quốc Tuấn và Hoàng hậu Nguyên Thánh Thiên Cảm húy Thiều, vợ của Vua Trần Thánh Tông. Nhìn lại Tộc Phả của họ Trần thì ta thấy Trần Thừa tuy không làm vua, nhưng sau khi con là Trần Cảnh lên làm vua (Trần Thái Tông) đã phong cho ông là Thái Tổ, ông có được 2 người con trai, đó là Trần Liễu và Trần Cảnh.

Trần Liễu là anh và nhánh của ông sau này chỉ sinh ra những tướng tài như Tuệ Trung Thượng Sĩ Trần Tung, Hưng Đạo Vương Trần Quốc Tuấn hay Hoàng hậu như Thiên Cảm (vợ của vua Thánh Tông). Đến đời cháu nội của Trần Liễu (con của Hưng Đạo Vương) thì có đến 4 tướng tài. Đó là Hưng Vũ Vương Quốc Nghiễn sau khi đánh thắng quân Nguyên Mông hai lần vào năm 1285 và 1288 được Vua Trần Nhân Tông phong đến chức Khai Quốc Công Thần; rồi Hưng Hiển Vương Quốc Uy; Hưng Nhượng Vương Quốc Tảng và Hưng Trí Vương Quốc Hiện. Cũng có một Hoàng hậu, đó là Khâm Từ Hoàng hậu (vợ Vua Trần Nhân Tông.)

Còn bên phía Trần Cảnh thì làm vua suốt cả nhiều đời trong triều đại Nhà Trần. Từ Trần Thái Tông, đến Thánh Tông, Nhân Tông, Anh Tông v.v... nhưng có một điểm đặc biệt trong Triều Trần là anh em nhà Chú lấy anh em nhà Bác hay ngược lại. Nếu đánh giá về huyết thống và gia phong thì nó quá gần gũi, đôi khi trở thành "loạn luân" với nhau, mà chuyện này không phải là không có, sau này có cảnh em ruột thông dâm với chị mình theo lời khuyên của một lão phù thủy. Việc này thực khó chấp nhận trên hành vi đạo đức, nhưng nếu đứng về phương diện luân hồi nhân quả thì có thể hiểu được. Trần Thánh Tông lấy Thiên Cảm làm vợ, tức là con nhà Chú lấy con nhà Bác và sinh ra Trần Nhân Tông. Còn Tuệ Trung Thượng Sĩ là anh ruột của Hưng Đạo Vương, Vũ Thành Vương Doãn và Thiên Cảm Hoàng hậu, như vậy Thánh Tông phải gọi Tuệ Trung Thượng Sĩ là Sư huynh và Nhân Tông phải gọi Tuệ Trung là Cậu. Cậu cháu chắc chắn gặp nhau rất thường nơi cung nội cũng như những nơi tiêu dao ở Thượng Uyển. Có lẽ vì vậy mà Tuệ Trung có nhiều cơ hội để nói cho cháu mình nghe về đạo lý của nhà Phật. Từ đó Nhân Tông mới thấm nhuần giáo lý này.

Vậy thì vai trò của ông cũng rất quan trọng, nhưng trong lịch sử nước nhà ít được nhắc đến, nếu có chăng chỉ đề cập Trần Quốc Tung anh ruột Trần Hưng Đạo. Thêm nữa, trong 2 lần chiến thắng quân Nguyên Mông năm 1285 và 1288 đều có sự góp sức của ông, nhưng lịch sử cũng thờ ơ không ít. Ở đây người biên tập bộ "Tiểu thuyết phóng tác về lịch sử cuối Lý đầu Trần" này muốn trả lại những giá trị lịch sử đích thực cho những người làm nên lịch sử về lại với chỗ đứng của họ trong lòng dân tộc Việt, nên chỉ ghi thêm đậm nét đặc biệt của những vị vua, quan, tướng, Hoàng hậu, Công chúa dưới thời Lý cũng như Trần để sau này nếu ai đó đọc đến lịch sử Việt Nam thì có thể hiểu rõ ràng cho một thời đại như thế. Nếu không có những bậc nhân tài hiền đức như vậy xuất thân, thì Việt Nam chúng ta sẽ xoay qua một hướng khác, có thể không độc lập tự chủ được một thời gian dài trong 400 năm như thế.

Trong cuộc kháng chiến chống quân Nam Tống vào năm 1258, Tuệ Trung Thượng Sĩ đã 28 tuổi (ông sinh năm 1230), nhưng không thấy sử sách ghi công trạng của ông và ông đã làm gì trong thời gian này, đến năm 1285 và 1288 trong hai lần kháng chiến chống quân Nguyên Mông này ông đều trực tiếp tham gia. Sử chép rằng ngày 10 tháng 6 năm 1285 ông cùng với Hưng Đạo Vương đem hơn 20.000 quân giao chiến với tướng nhà Nguyên là Lưu Thế Anh và đuổi Thoát Hoan chạy dài đến sông Như Nguyệt (sông Cầu) và trong cuộc kháng chiến lần thứ 3 năm 1288, ông còn được giao những nhiệm vụ ngoại giao quan trọng, từng đến đồn trại đối phương vờ ước hẹn trá hàng, làm cho họ mất cảnh giác, sau đó cho quân đến đánh phá.

Chỉ xem một đoạn sử ngắn như bên trên chúng ta cũng thấy vị trí của Tuệ Trung Thượng Sĩ là gì. Ông đã cùng Trần Hưng Đạo, tức là em ruột của mình chiến đấu với tướng của nhà Nguyên và đuổi Thoát Hoan thua chạy đến sông Như Nguyệt. Với 20.000 quân tinh nhuệ dưới sự cầm đầu của ông và Trần Hưng Đạo, các tướng sĩ của nhà Nguyên và ngay cả Thoát Hoan cũng phải liều mình chạy trối chết, thì thử hỏi ông không phải là một người cầm quân đại tài sao? Nhưng tại sao sử sách ta chỉ thấy nhắc nhở đến Trần Hưng Đạo mà ít đề cập đến ông? Có lẽ vì ông đã đi xuất gia đầu Phật. Khi thấy quê hương đất nước lầm than chinh chiến bởi quân Nguyên Mông, ông đã cởi bỏ áo cà sa lại chùa, sát cánh cùng em mình chống giặc mãnh liệt, khiến cho Thoát Hoan phải chạy trối chết. Sau khi chiến trận thành công, ông cũng chẳng màng lợi danh gì cả nên không cần cháu mình là Nhân Tông phong vương hay phong tướng. Vả lại những chức vụ ấy chỉ là hư danh nơi chốn triều đình, chứ có ý nghĩa gì đâu so với một bậc xuất trần làm Thượng Sĩ!

Đến lần thứ 3 năm 1288 thì ông lại được giao cho việc ngoại giao, có nhiệm vụ đến đồn trại của đối phương vờ ước hẹn trá hàng, làm cho họ mất cảnh giác và sau đó cho quân đến đánh phá. Như vậy lúc này ông mặc đồ tu hay đồ trận? Trong luật Phật chế thì "người xuất gia không được ở lại nơi quân trận quá 3 đêm", có lẽ nơi đó là chốn đấu tranh kiên cố, thưởng phạt kẻ có công cũng như người có tội, cho nên Phật không cho phép người xuất gia hiện diện. Nhưng ở đây Tuệ Trung Thượng Sĩ cùng với Nhân Tông hay Hưng Đạo Vương vốn là người nhà, mà đất nước đang lâm nguy thì người trong một nhà không thể làm ngơ ngồi đó mà tu hành được, nên ông phải phương tiện giúp đời dưới hình thức là một vị tướng, nhưng với tâm thức và hành động của một nhà tu, lời nói dịu dàng, văn chương bút đàm linh hoạt, đượm vẻ từ bi, trí tuệ nên quân giặc tin chăng? Và cuối cùng ở những buổi bút đàm ấy làm cho quân giặc mất cảnh giác và họ đã bị thua qua tài trí, mưu lược của một Tuệ Trung Thượng Sĩ. Nếu ông không phải là một người tài thì chắc rằng ông không được tin dùng, để làm một gạch nối giữa đôi bên như vậy.

Sau khi kháng chiến tuy ông cũng được phong cho chức Tiết Độ Sứ cai quản phủ Thái Bình, nhưng không lâu sau ông lại lui về ấp Tịnh Bang (nay là huyện Vĩnh Bảo), ngoại thành Hải Phòng) lập Dưỡng Chân Trang để nuôi dưỡng nghiệp Thiền. Như vậy cả hai bên chính quyền của Vua Trần Nhân Tông vẫn không quên công cán của ông, nhưng với ông việc được phong chức tước Tiết Độ Sứ ấy nó không cần thiết, nên ông về lại Tịnh Bang để an dưỡng nơi Dưỡng Chân Trang để tìm lại chính mình. Đây là hành động thật cao cả của những bậc Chân Tăng xưa nay trong thiên hạ vậy. Không nhất thiết chỉ là Việt Nam mới có những bậc Cao Tăng, thạc đức, hữu học như vậy, mà đa phần những vị vua hay tướng của Trung Hoa, Triều Tiên, Nhật Bản, Việt Nam, Mông Cổ, Thái Lan, Miến Điện v.v...đều làm như vậy cả. Vì vinh hoa phú quý đối với họ giờ đây không có ý nghĩa gì. Suốt một cuộc đời làm vua, làm tướng hay công hầu nơi chốn triều ca, cuối cùng rồi cũng chỉ là một bả hư danh rỗng tuếch và tất cả đều bị luật vô thường chi phối. Họ đã hiểu được điều này, nên mới xử sự như vậy.

Năm 1291, Tuệ Trung Thượng Sĩ viên tịch, thọ 69 tuổi và suốt một cuộc đời dài hơn 60 năm ấy, lịch sử cho ta thấy ngay khi còn trẻ ông cũng không thích công danh, có lẽ do ông sinh ra trong một gia đình có quá nhiều nghịch cảnh về vấn đề hôn nhân cận huyết giữa bên nội lẫn bên ngoại nên ông chẳng tha thiết gì với đời sống gia đình, ông đã tìm đến Thiền sư Tiêu Dao để học đạo rất sớm. Ông vừa học Thiền, thực hành giải thoát tâm trong đời sống gia đình theo hình thức cư sĩ, vừa đảm trách các công việc xã hội mà triều đình giao phó. Ông đã trực tiếp tham dự vào những thời khắc quyết định của lịch sử về vận mệnh đất nước, do đó ông đã nhận định rất rõ về chân tính cuộc đời và chọn lối sống hòa ái, tự tại. Tư tưởng chính của Tuệ Trung Thượng Sĩ thể hiện qua lời đáp: "Hãy quay về tự thân mà tìm lấy tông chỉ ấy, không thể đạt được từ ai khác" cho câu hỏi của Vua Trần Nhân Tông: "Tông chỉ của Thiền là gì?"

Ông được Vua Trần Thánh Tông nể vì, do kiến thức uyên bác về nội ngoại điển, được Vua tôn làm Đạo huynh. Ông sáng tác nhiều thi, kệ, một số được kết tập trong "Thượng Sĩ Ngữ Lục" rất nổi tiếng.

Hiện thơ ông còn tất cả 49 bài, được xếp trong bộ Thượng Sĩ Ngữ Lục và ở đây xin trích dẫn 4 bài để nắm bắt được phần nào tư tưởng của ông.

Dưỡng Chân

Suy táp hình hài khởi túc vân,
Phi quan lão hạc tị kê quần,
Thiên thanh vạn thúy mê hươngquốc,
Hải giác thiên đầu thị dưỡng chân.

Nuôi dưỡng chân tính

Thân xác đau gầy há đáng than,
Phải đâu hạc cả lánh gà đàn,
Nghìn xanh muôn thúy mờ non nước,
Góc biển lưng trời, nơi dưỡng chân.

Sau khi đọc 4 câu thơ này ta thấy ý tứ của Thượng Sĩ rất thoát tục, dầu cho có ở góc biển hay chân trời nào đi chăng nữa thì non xanh nước biếc, vốn là chốn bồng lai tiên cảnh, đâu phải nệ hà gì là chỗ nọ, chỗ kia. Cho nên đừng phân biệt bỉ thử nữa làm gì cho hao gầy thân xác. Hãy quán cảnh ấy và thân này là một, vì Phật tánh không ngoài chân tâm mà có, chân tâm ấy không thể tìm cầu bên ngoài được, mà mỗi người hãy tự trở về với chính mình thì mới nên.

Giản đề tùng

Tối ái thanh tùng chủng kỷ niên,
Hưu ta địa thế sở cư thiên,
Đống lương vị dụng nhân hưu quái,
Dã thảo nhàn hoa mãn mục tiền.

Cây tùng ở đáy khe

Thương cội tùng xanh tuổi bấy niên
Đừng than thế mọc lệch cùng xiên
Cột rường chưa dụng người thôi lạ,
Cỏ dại hoa hèn trước mắt chen.

Bài này tả cảnh một cây tùng bị mọc chen vào giữa một khe đá. Ý nói như ông, sinh ra trong đời này chung quanh bị vây hãm bởi thị phi nhân nghĩa, nhưng tâm ông không ganh ghét với người tài giỏi hay kẻ kém hèn hơn ông, mà ông quan niệm rằng nếu cây tùng ấy chưa làm được gì thì cũng miễn cho đi. Dẫu sao đi nữa ở trước đám cỏ dại và hoa hèn, thì tùng cũng đang ngẩng cao mặt lên với trời đất để vươn thẳng cành lá vào không trung đấy!

Chiếu thân

Tiêu đầu lạn ngạch bị kim bào,
Ngũ thất niên gian thị xưởng tào,
Túng dã siêu quần kiêm bạt tụy
Nhất hồi phóng hạ nhất hồi cao.

Soi mình

Sém đầu giập trán vận kim bào,
Ta bấy năm nay chốn xưởng tào,
Hễ đã hơn người và vượt bậc
Vẻ vang rồi lại đến lao đao.

Sau khi chiến thắng quân Nguyên Mông hai lần vào năm 1285 và 1288 với em ruột mình là Hưng Đạo Vương Trần Quốc Tuấn, ông đã được chú (cậu) mình là Vua Trần Thánh Tông cùng cháu mình là Trần Nhân Tông phong làm Tiết Độ Sứ cai quản phủ Thái Bình, nhưng ông nhận thấy áo mão cân đai của quan lại không phù hợp với mình, nên ông hay tự xét mình qua hình ảnh của một ông quan trước vua chúa và triều thần bá quan văn võ phải tung hô vạn tuế và giập trán, cúi đầu dạ dạ vâng vâng. Bao nhiêu năm như thế ở chốn công đường, thấy xảy ra nhan nhản không biết bao nhiêu là chuyện ganh tị, đố kỵ lẫn nhau. Nếu ai đó giỏi giang hơn người khác và trội lên về những phương diện chuyên môn của văn hay võ thì việc ấy vẫn bị gièm pha dị nghị như thường. Đúng là vẻ vang đó, nhưng lao đao lận đận ở chốn quan trường cũng đó.

Cố Hòa Thượng Thượng Thủ Thích Tâm Châu cũng đã dịch nhiều bài thơ chữ Hán của Tuệ Trung Thượng Sĩ khi Ngài còn sanh tiền và sau đây là bài "Xuất trần", cũng nói lên được cái ý thoát tục của Tuệ Trung Thượng Sĩ vậy.

Xuất trần

Tằng vi vật dục dịch lao khu,
Bài lạc trần hiêu thế ngoại du.

Tán thủ ná biên siêu Phật Tổ.
Nhất hồi đầu tẩu, nhất hồi hưu.

Ra khỏi cảnh trần

Tấm thân vật dục cuốn lôi,
Xa rời trần cảnh, rong chơi cõi ngoài.
Bên kia Phật Tổ thảnh thơi,
Một thời gột rửa, một thời an vui.

Cái đạo làm người nó quá gian nan đi chứ! Vì lẽ con người luôn bị vật dục như: Tài, sắc, danh, thực, thùy cuốn trôi, làm cho thân thể phải mệt nhọc. Muốn ra khỏi chốn trần lao não phiền ấy để rong chơi bên ngoài thị phi, nhơn nghĩa thì phải buông bỏ cảnh huyên náo của trần tình. Buông bỏ hết để vượt qua cảnh giới của chư Phật, sau khi đã gột rửa được hết tất cả những não phiền, thì đó mới là sự an lạc miên viễn. Chỉ có nội tâm phong phú, an lạc tự tại thì ta mới mong cảm hóa được người bên cạnh, nếu không phải là vậy, tất cả đều chỉ là sự thể của thế gian mà thôi.

Ông là con nhà quan, nhà tướng, hoàng tộc, sĩ phu và là người tiêu dao tự tại nơi cửa thiền nên khi ông còn sống cũng có nhiều giai thoại rất thiền, rất đặc biệt như sau:

Một hôm Hoàng Thái Hậu Thiên Cảm mở tiệc trong cung điện. Trên bàn có cả thức ăn mặn và thức ăn chay. Tuệ Trung Thượng Sĩ gắp thức ăn không phân biệt chay hay mặn.

Hoàng Thái Hậu hỏi: "Anh tu Thiền mà ăn thịt cá thì làm sao thành Phật được?"

Ông cười đáp: "Phật là Phật, anh là anh. Anh chẳng cần làm Phật, Phật chẳng cần làm anh. Em không nghe các bậc cổ đức nói: Văn Thù là Văn Thù, giải thoát là giải thoát đó sao?"

Đúng là câu nói của những Thiền sư đã đạt đạo. Chỉ những

người liễu đạt được tánh không thì mới trả lời được như vậy. Cái không ấy vượt lên trên tất cả cái có và cái không; nghĩa là Thiền sư khi làm động tác ấy không trụ vào có mà cũng không trụ vào không, mà ông trụ vào chỗ vô trụ; nghĩa là làm cũng như không làm, không làm nhưng mà làm. Đó là bản chất của Thiền, là sự tiêu dao tự tại của những Thiền sư lâu nay vốn vẫn là như vậy. Trong bữa tiệc này có cả Vua Trần Nhân Tông, Vua rất thắc mắc về việc này và chưa hiểu rõ ý nghĩa câu trả lời của Tuệ Trung Thượng Sĩ, nhưng chưa tiện hỏi. Vua Trần Nhân Tông gọi Tuệ Trung Thượng Sĩ là cậu. Khi ông đến với triều đình trong bữa tiệc này với tư cách là một Thiền sư, vì ông đã học Thiền với Thiền sư Tiêu Dao rồi. Do vậy mà Trần Nhân Tông lưu ý đến câu nói cũng như hành động của ông qua sự tra hỏi của Hoàng Thái Hậu Thiên Cảm, mẹ của ông đối với cậu ruột của mình. Câu "Văn Thù là Văn Thù, giải thoát là giải thoát". Có nghĩa là sự giải thoát này nó không liên quan gì tới Văn Thù hết. Ăn là ăn, tu là tu, Thiền là Thiền… mỗi cái đều độc lập với nhau, không xen lẫn vào nhau. Đây cũng là tư tưởng của Vua Trần Nhân Tông sau này khi đã trở thành Điều Ngự Giác Hoàng của Phái Trúc Lâm Yên Tử:

Ở đời vui đạo hãy tùy duyên
Đói cứ ăn đi mệt ngủ liền
Có báu trong nhà thôi tìm kiếm
Vô tâm đối cảnh hỏi chi Thiền.

Thiền này là Thiền tự tại. Ví như đói thì cứ ăn, mệt thì cứ nghỉ. Khi đói không nên tìm cách cưỡng lại cái đói và khi mệt thì không cần phải cố gắng gì hơn nữa cả. Trong tâm hiện đã có Phật tánh sẵn rồi, khi đối cảnh thì tâm ấy đã là tâm Phật rồi, không cần phải tìm kiếm đâu xa xôi gì nữa cả.

Có nhiều sử gia vẫn lầm tưởng ông là Trần Quốc Tảng, cũng không phải là Trần Quốc Tuấn, mà ông là Trần Quốc Tung, anh ruột của Trần Quốc Tuấn, tức là Hưng Đạo Vương. Có lẽ lâu nay sách sử ít đề cập về cuộc đời của ông một cách chi tiết, nên mới như vậy. Trong thời gian gần đây các Sử gia Phật giáo như Thiền sư Thích Nhất Hạnh, Học giả Thích Tuệ Sỹ, Giáo sư Trí Siêu Lê Mạnh Thát và nhất là Thiền sư Thích Thanh Từ đã chú giải những bài thơ và viết nên lịch sử của Tuệ Trung Thượng Sĩ một cách rõ ràng, nên nhiều người mới quan tâm đến. Là Phật tử, là người Việt Nam, chúng ta không thể quên công ơn to lớn của ông đã cùng Trần Hưng Đạo đánh thắng quân Nguyên Mông, nên ngày nay chúng ta mới có cơ hội tồn tại trên dải đất hình cong như chữ S này.

Ngoài ra những ai nhận phái Trúc Lâm Yên Tử làm tông phái của mình để tu hành thì không thể không biết đến Ngài Tuệ Trung Thượng Sĩ, vốn là Thầy của Vua Trần Nhân Tông, người sáng lập ra Thiền phái này. Sự truyền thừa của Trúc Lâm Tam Tổ rất rõ ràng. Đó là Điều Ngự Giác Hoàng, Pháp Loa và Huyền Quang, nhưng nếu không nhờ hình bóng của Tuệ Trung Thượng Sĩ ở chốn triều đình, thì làm sao ai có thể ảnh hưởng đến Vua Trần Nhân Tông được? Do vậy chúng ta cũng có thể kết luận rằng: Tuệ Trung Thượng Sĩ chính là người mở đường dẫn lối cho Vua Trần Nhân Tông đi vào cửa Đạo và sau này trở thành Sơ Tổ của Phái Trúc Lâm Yên Tử vậy.

Chương VI

Hưng Đạo Vương
Trần Quốc Tuấn

Trần Thừa sanh ra Trần Liễu và Trần Cảnh. Vì lúc nhỏ Trần Cảnh hay theo cha vào cung, nên Trần Cảnh hay nô đùa chơi giỡn với Lý Chiêu Hoàng. Đây là hình ảnh mà Trần Thủ Độ thấy cũng rất hợp với ý của mình và ông mong rằng tương lai ngôi vua không còn lệ thuộc nơi Nhà Lý nữa, mà phải chuyển sang Nhà Trần, thì Trần Cảnh chính là đích đến mà ông đã nhắm. Ngày lại tháng qua Trần Thủ Độ tạo ra không biết bao nhiêu cơ hội để cho hai đứa trẻ đùa nghịch chơi giỡn với nhau cho đến lúc lên 7 lên 8 tuổi. Thế rồi ông tìm đủ mọi cách cho hai người chơi chung với nhau bằng những trò chơi con nít thân mật hơn và họ phao tin với nhau rằng Trần Cảnh và Lý Chiêu Hoàng đã thành thân với nhau và đây là cái cớ để cho Trần Thủ Độ vịn vào và làm ông mai để dựng nên việc chồng vợ giữa hai triều đại khác nhau. Lý Chiêu Hoàng chỉ làm vua được 2 năm, từ năm 1224 đến 1226, thì bị truất phế và nhường ngôi cho Trần Cảnh. Khi Trần Cảnh lên làm vua, ông ta xưng đế hiệu là Trần Thái Tông, nhưng mọi việc quyền bính trong triều đình đều do một tay của Thái Sư Trần Thủ Độ lo toan cả. Ngày qua ngày nhưng không thấy Chiêu Hoàng sinh con đầu lòng để nối ngôi, nên ông mới lo. Thật sự ra thì Chiêu Hoàng có sinh một đứa con trai đầu lòng với Trần Cảnh, nhưng đứa bé bị chết yểu chứ nếu nói Chiêu Hoàng không có con thì không đúng, sau này bà tái giá vẫn sinh cả con trai và con gái như thường. Ngày xưa khi hai vợ chồng không con cái thường thường cái lỗi ấy người vợ phải lãnh đủ, nhưng ngày nay khi khoa học đã tiến bộ thì việc không sinh sản được cũng bị ảnh hưởng bởi người đàn ông nữa.

Thủ Độ thấy không xong, nhân thấy vợ Trần Liễu đang mang thai 3 tháng, nên ông ép Trần Cảnh phải bỏ Lý Chiêu Hoàng để lấy chị dâu của mình, để có người nối dõi Trần triều. Dầu sau này Trần Thái Tông đã có Trần Thánh Tông nối ngôi, nhưng cái oan ấy Trần Liễu phải đổ thừa cho ai đây. Cho nên Trần Liễu muốn báo thù và việc này phải là trách nhiệm của những người con của mình, đó là Tuệ Trung Thượng Sĩ Trần Quốc Tung, Vũ Thành Vương Doãn, Hưng Đạo Vương Trần Quốc Tuấn và Thiên Cảm Hoàng hậu. Đây là 4 người con tuyệt vời của Trần Liễu và ông đã mất năm 1251. Trần Liễu đã lộ ý chí phục thù rõ nét trong việc ông chuẩn bị tương lai cho người con thứ của ông là Trần Quốc Tuấn (1226-1300). Khi Quốc Tuấn mới sinh ra, một Thầy tướng tiên đoán rằng: "Người này ngày sau có thể giúp đời". Đến khi Quốc Tuấn lớn lên, Trần Liễu tìm rước những người tài giỏi về dạy cho Quốc Tuấn. Lúc sắp mất Trần Liễu trối trăn với Quốc Tuấn tâm sự của mình và nói rằng: "Con không vì cha lấy được thiên hạ, thì cha chết dưới suối vàng cũng không nhắm mắt được." Trần Quốc Tuấn ghi nhận di huấn của cha, nhưng không có phản ứng cụ thể nào. Vì sao vậy?

Vì nghĩ cho cùng thì có tranh giành ngôi vua của Thánh Tông, cũng là anh em chú bác với mình, điều ấy Trần Quốc Tuấn đâu có muốn. Theo lời trăn trối thì có lẽ Trần Liễu nghĩ rằng ngôi vua của Nhà Trần phải thuộc về Trần Liễu, chứ không thể là Trần Cảnh được. Vì Trần Cảnh không có gì đặc biệt hơn Trần Liễu. Nếu có chăng, chẳng qua là do cơ may Trần Cảnh đã làm thân với Lý Chiêu Hoàng và những cơ mưu của Trần Thủ Độ sắp đặt, chứ thực ra công cán của Nhà Trần đều do phía Trần Liễu chứ không phải bên phía Trần Cảnh. Trần Cảnh chỉ nhờ cái phước đón hờ mà nên danh phận, còn ông mới chính là người có công trong việc an bang tế thế này. Nhiều đêm trằn trọc suy nghĩ mãi chẳng biết sao.

Năm 1282 Hốt Tất Liệt sai Toa Đô cầm quân theo đường biển xuống đánh Chiêm Thành và dòm ngó Đại Việt. Vua Trần Nhân Tông liền họp các Vương hầu và tướng lãnh ở Bình Than thuộc Chí Linh, Hải Dương để tìm kế chống quân Nguyên. Cuối năm sau (1283) Trần Nhân Tông bổ nhiệm Trần Quốc Tuấn làm Quốc Công, Tiết Chế thống lĩnh chư quân. Năm 1284 Hốt Tất Liệt sai một cánh quân khác do Thái tử là Trấn Nam Vương Thoát Hoan tiến xuống bằng đường bộ, nhắm trực chỉ Đại Việt. Trong khi đó Toa Đô ở phía Nam (Chiêm Thành) đánh bọc lên. Đây là lần thứ hai quân Nguyên sang xâm lăng nước ta (1284-1285). Được tin này nhà Vua ra lệnh Trần Quốc Tuấn tổ chức cuộc duyệt binh lớn ở Đông Bộ Đầu (bến Đông Tân sông Hồng ngày nay) chuẩn bị chống xâm lăng.

Nhìn sự phong chức tước của Nhân Tông cho Quốc Tuấn là để an ủi cha vợ và cốt ý làm giảm cái thù nhà để lo việc nước. Khi Hưng Đạo chiến đấu, ông ta sẽ dễ quên đi mối thù bên trong mà cha mình là Trần Liễu đã gởi gắm; nhưng nay thì khó phân bua với ai được, vì em gái mình là Thiên Cảm đã là vợ của Thánh Tông rồi. Bây giờ Nhân Tông con Thánh Tông lại là rể của mình, làm sao ông trả thù bằng cách nào đây? Thôi để lo trả nợ nước trước đã, sau đó tình nhà mới nghĩ đến, thì có thể yên thân chăng? Lúc đó Trần Quốc Tuấn chẳng những nắm hết binh quyền trong tay mà ông còn ảnh hưởng rất lớn về chính trị, vì ngoài thế lực bản thân của ông, ông còn là anh ruột của Hoàng Thái Hậu và là cha của Hoàng hậu đương triều. Đây chính là cơ hội thuận tiện để Trần Quốc Tuấn thực hành di mệnh của Phụ thân. Di chúc ấy là mối hận thù và hoài bão lớn lao suốt đời của Trần Liễu đã ấp ủ. Bây giờ Trần Quốc Tuấn phải hành xử như thế nào trong hoàn cảnh này đây?

Đại Việt Sử Ký Toàn Thư ghi lại rằng khi quân Nguyên sang xâm chiếm Đại Việt, Trần Quốc Tuấn lúc đó đã nắm hết uy quyền trong tay, đem di mệnh của Phụ thân hỏi hai người gia nô thân tín và trung thành là Yết Kiêu và Dã Tượng. Hai ông vốn xuất thân nghề làm biển, lặn sâu và lâu dưới nước như rái cá mà không biết mệt. Chính hai ông đã lặn xuống nước và đục lủng thuyền của giặc Nguyên Mông trong cả 2 trận chiến khốc liệt vào năm 1258 và 1288. Cả hai ông đều bộc trực, nên đã trả lời Quốc Tuấn rằng: "Nếu thi hành kế ấy, dù có giàu sang được một lúc, mà tiếng xấu để mãi đến ngàn đời. Đại Vương bây giờ chả phải đã giàu sang rồi ư? Chúng tôi tình nguyện chết già làm người nô bộc, mà được như người mổ dê tên Duyệt ở thời Xuân Thu ngày trước, chứ không làm sự bất trung, bất hiếu để cầu may." Quốc Tuấn nghe những lời này cảm động rơi nước mắt.

Người xưa có những tấm gương trung trinh tiết liệt như vậy, nên vua mới nhờ và nước mới thịnh. Nếu ngày nay mà nước nào có được những bậc anh hùng liệt nữ như vậy, thì đất nước sẽ được độc lập tự cường và nở mặt, nở mày với năm châu bốn biển. Người giàu lại muốn giàu thêm, người có quyền lại muốn có quyền thêm, trong khi đó bàn dân thiên hạ lại chịu sự hy sinh to lớn cho đại cuộc nhưng đâu có được bù đắp một việc gì? Cuối cùng rồi cái tham nó cũng sẽ dễ dàng ngự trị, nếu người ấy không biết sự tự chủ của chính mình. Một mặt Hưng Đạo nhớ lời cha dặn năm xưa trước khi nhắm mắt, nhưng mặt khác, khi nghe những người gia nô làm việc trong nhà mình mà còn tâu lên được những lời tâm huyết như vậy, thì ông nỡ lòng nào!

Một lần khác, Trần Quốc Tuấn dò ý con là Hưng Vũ Vương Trần Quốc Nghiễn và hỏi như thế này:

"Cổ nhân giàu có cả thiên hạ (ý nói là Vua), để truyền cho con cháu về sau, việc ấy con nghĩ thế nào?"

Quốc Nghiễn thưa rằng: "Việc ấy đối với người khác họ cũng không nên làm, huống chi là cùng một họ."

Trần Quốc Tuấn rất bằng lòng, lại cũng dùng câu trên để hỏi người con thứ ba là Hưng Nhượng Vương Trần Quốc Tảng.

Quốc Tảng hăng hái nói: "Tống Thái Tổ là người làm ruộng, chỉ nhờ gặp được thời vận mà lấy được thiên hạ."

Trần Quốc Tuấn giận quá, kể tội Quốc Tảng: "Những người bầy tôi phản loạn chính là do những đứa con bất hiếu mà ra." Ông rút gươm định giết Quốc Tảng, may nhờ Quốc Nghiễn can thiệp, xin tha tội.

Sau khi đại thắng quân Nguyên Mông 2 lần vào cuối thế kỷ thứ 13 Trần Nhân Tông phong cho Hưng Vũ Vương Trần Quốc Nghiễn làm Khai Quốc Công Thần. Qua câu trần tình với thân phụ mình, chứng tỏ Quốc Nghiễn rất chững chạc, vì ông cũng là con trưởng trong 4 người anh em trai và một em gái, nên cách trả lời như thế không làm cho cha giận. Đúng là tư cách của một bậc khai quốc công thần.

Sau khi hai trận đánh kết thúc vua Thánh Tông và vua Nhân Tông đều có thưởng phạt công minh. Phong cho Trần Quốc Tuấn là Hưng Đạo Đại Vương; Hưng Nhượng Vương Trần Quốc Tảng được phong làm Tiết Độ Sứ. Tư cách làm nên con người chứ không phải sự giàu có hay quan quyền. Nếu Hưng Đạo Vương không nhờ lời khuyên của Yết Kiêu và Dã Tượng cũng như Quốc Nghiễn thì chắc rằng Hưng Đạo sẽ trả thù mối hận của cha mình là Trần Liễu năm xưa dưới một hình thức khác.

Và cũng nhờ lời nói bộc trực của Quốc Tảng, tuy không phải có ý nói cha mình là kẻ vũ phu, nhưng so sánh như vậy khiến cho Hưng Đạo Vương giận dữ. Tuy nhiên cũng nhờ "trung ngôn nghịch nhĩ" như vậy, nên đã khiến mọi mưu toan trong đầu óc của ông cũng dần quên đi, nhất là khi nghĩ lại làm Đại Vương trong quân ngũ, làm anh của Hoàng hậu và làm Quốc Trượng của Hoàng Đế Nhân Tông đương triều thì triều đình có ai hơn được như thế?

Tháng 12 năm 1258, Thái tử nhà Nguyên là Thoát Hoan dẫn quân qua ải Chi Lăng, Lạng Sơn, nhắm Thăng Long trực chỉ. Trần Quốc Tuấn lui về Vạn Kiếp. Vua Trần Nhân Tông được tin này, dùng thuyền nhỏ qua Hải Đông (Hải Dương), cho người mời Trần Quốc Tuấn đến bảo: "Thế giặc mạnh như vậy, ta hãy chịu hàng để cứu muôn dân." Trần Quốc Tuấn khẳng khái trả lời rằng: "Nếu Bệ hạ muốn hàng, xin hãy chém đầu thần trước rồi hãy hàng."

Cả hai câu nói, một của Vua và một của tướng tài. Vua Nhân Tông thể hiện tình thương dân như con ruột của mình, vì nếu có bề nào thì dân chịu khổ trước, Vua Nhân Tông không muốn nhìn thấy cảnh chinh chiến ấy kéo dài, khiến cho mọi người lại bị đói rách lầm than nữa, nên mới thốt ra lời nhân từ nơi cửa miệng của mình như thế. Phàm làm tướng như Hưng Đạo Vương Trần Quốc Tuấn phải có cái khí phách của bậc anh hùng, những câu trả lời như thế khiến vua an tâm, vì vua nghĩ rằng: Vẫn còn những người trung với vua và hiếu với nước, dân và quân, vua và tôi lâu nay người ta vẫn ví như cá với nước là vậy. Nếu cá mà không có nước thì làm sao cá có thể sống được, còn nước mà không có cá thì sự hiện hữu của nước ấy không mang lại được một ý nghĩa nào cả, nên trong cái này phải có sự hiện hữu của cái kia và trong cái kia phải có sự hiện hữu của cái này là vậy. Ai hiểu được nguyên tắc này, người ấy sẽ tồn tại mãi mãi trên thế gian này, dầu người đó ngày sau này có đi vào thiên cổ đi chăng nữa.

Quân Nguyên tiến chiếm Thăng Long. Trần Quốc Tuấn rước vua và Thượng hoàng chạy vào Thanh Hóa. Khi đi theo phò tá vua, Trần Quốc Tuấn thường cầm cây gậy bằng gỗ, đầu trượng có cắm mũi sắt nhọn, nên nhiều người liếc mắt trông chừng Trần Quốc Tuấn. Người ta nghi ngờ ông có thể sát hại vua. Ông hiểu ý, bỏ mũi sắt nhọn, chỉ cầm cây trượng gỗ để mọi người yên tâm. Nếu Trần Quốc Tuấn âm mưu lật đổ Nhân Tông và Thượng Hoàng Thánh Tông trong lúc này cũng chẳng được mối lợi gì cả, vì giang sơn gấm vóc đang bị vùi sâu vào máu lửa, cùng với những trận đánh dở sống dở chết với quân Nguyên Mông, nên còn lòng dạ nào mà Trần Quốc Tuấn nỡ đang tâm làm việc ấy, để cho thiên hạ ngày sau có thể chê cười.

Cuối cùng sau các chiến thắng lẫy lừng của quân dân Nhà Trần qua sự lãnh đạo của Hưng Đạo Vương Trần Quốc Tuấn ở Hàm Tử, Chương Dương, Tây Kết (cả 3 đều trên sông Hồng, phía nam Thăng Long, Vạn Kiếp (giao lưu với sông Lục Nam và sông Thương) vào giữa năm 1285, Thoát Hoan trốn trong ống đồng, đặt trên xe cho quân sĩ đẩy về Trung Hoa. Vua Trần Nhân Tông cùng Thượng Hoàng Thánh Tông trở về Thăng Long. Nước ta được thái bình trở lại, nhưng chỉ một thời gian ngắn trong 2 năm, sau đó quân Nguyên đã trở lại để xâm lăng Đại Việt.

Thoát Hoan là Thái tử con vua và cũng là một vị tướng, ông thống lĩnh một đội quân tinh nhuệ, mang sang Đại Việt, tiến vào Thăng Long như vào vườn không nhà trống, tưởng là đã thắng trận to, không ngờ đây là kế sách của Nhà Trần. Vua, quan, hoàng hậu, thứ phi đều đi lánh nạn xa, giãn dân ra bên ngoài thành để tránh bớt sự chết chóc và ý chính vẫn là chặn đường tiếp tế lương thực bên ngoài vào. Khi bên trong không có gì nuôi quân, thì lính sẽ đói lại thêm phong thổ không hợp, sự đói khát và tật bệnh hoành hành, lúc đó quân dân ta đánh úp vào thành thì đại thắng. Đó là lấy nhu để thắng cương, lấy nhược để thắng cường là vậy... Thoát Hoan lúc mang quân ra đi, chắc hẳn tin rằng lần này sẽ thắng, nhưng nào ngờ phải rúc vào ống đồng để cho quân lính đẩy về Tàu, thật là nhục nhã biết bao! Nếu không có Vua Trần Nhân Tông ra lệnh cho Hưng Nhượng Vương Trần Quốc Tảng không nên đánh tiếp kẻ thua đã bỏ chạy, thì thân phận của Thái tử Thoát Hoan cũng đã bị vùi thây nơi chiến trường Đại Việt rồi.

Năm 1287 là lần thứ 3 quân Nguyên Mông xâm lấn Đại Việt, cùng với quyết tâm trả thù cho 2 lần thất bại trước. Lần này quân Nguyên tràn vào Đại Việt bằng cả đường bộ lẫn đường biển. Trên bộ, quân Nguyên chia làm hai cánh, Thoát Hoan tiến qua ải Nam Quan. Còn Áo Lỗ từ Vân Nam theo đường sông Hồng tiến xuống. Trên biển, bằng đường sông Bạch Đằng, Ô Mã Nhi, Phàn Tiếp đi trước và Trương Văn Hổ tải lương đi sau.

Thoát Hoan chiếm Vạn Kiếp, tấn công Thăng Long. Vua Nhân Tông và Thượng Hoàng Thánh Tông chạy vào Nam. Quân Nguyên đóng ở Thăng Long lâu ngày thiếu lương thực. Thoát Hoan sai Ô Mã Nhi trở ra biển đón đoàn thuyền lương thực của Trương Văn Hổ. Khi qua cửa Vân Đồn, Ô Mã Nhi thắng, quân của Trần Khánh Dư để cho Ô Mã Nhi đi qua và chận đánh tan tành đoàn thuyền tải lương của Hổ. Đây là lối đánh nhử địch, vờ thua, đôi khi lại trá hàng, nhưng là mưu lược của những kẻ cầm binh khiển tướng. Kế sách này chắc chắn từ Hưng Đạo Vương ban ra, nên quan quân mới thần phục và thực hành theo những hiệu lịnh đã bàn tính trước như vậy.

Lâu ngày hết lương, Thoát Hoan phải lui binh. Ô Mã Nhi dẫn thủy quân trở ra biển, bị chặn đánh ở sông Bạch Đằng. Còn Thoát Hoan theo đường bộ trở về Tàu, bị phục kích chặn đánh ở Lạng Sơn. Quân Nguyên thua to, Thoát Hoan một lần nữa bỏ trốn về Trung Hoa. Đất nước chúng ta lại thanh bình nhờ quân dân hết lòng đoàn kết chiến đấu chống ngoại xâm dưới sự lãnh đạo của các vua đầu đời Nhà Trần, với sự giúp đỡ đắc lực của danh tướng Trần Hưng Đạo.

Khi giặc Nguyên Mông vào xâm chiếm nước ta lần thứ 3,

Thượng Hoàng Thánh Tông và Vua Trần Nhân Tông đã triệu tập các bô lão ở điện Diên Hồng trong cung vua để hỏi ý kiến là: "Nên hòa hay nên chiến?" Lâu nay các bô lão đa phần là nông dân sống với ruộng đồng làm ăn lam lũ. Nay lại được Thượng Hoàng và đương kim Hoàng Đế mời vào cung vua để hỏi, nên các bô lão đồng thanh là "đánh", đánh cho đến cuối cùng. Đây là một thế tâm lý chiến, mà vua quan Nhà Trần đã lấy được nơi lòng dân. Cho nên người xưa thường nói rằng: "Có được lòng dân là có tất cả". Nếu vua, tướng "hô" mà dân quân không "ứng" thì chắc rằng cuộc tranh đấu chống ngoại xâm ấy khó mang lại thắng lợi về phần mình. Vả lại mới chiến đấu thành công sau hai năm, bao nhiêu nhân lực và vật lực đã hao mòn, nay lại còn tả xung hữu đột nữa thì làm sao mà dân quân chịu đựng cho nổi, nên tinh thần Hội Nghị Diên Hồng có tính cách dân chủ ấy đã quyết định tánh thành công về phía của chúng ta. Tuy là các bô lão không xông pha nơi trận mạc, nhưng tinh thần của các bô lão đã động viên con cháu mình hy sinh để giữ gìn Quốc Tổ. Đây là điều mà những bậc trưởng thượng đã thề nguyền với vua là "đánh" thì phàm làm con, làm cháu sao có thể cam tâm chịu nhục nhã, thấp hèn khi phải hàng giặc sao? Do đó già trẻ, lớn bé, nam phụ lão ấu đều tham gia đánh giặc sau Hội Nghị Diên Hồng này. Cho nên lịch sử Việt Nam gọi đây là cuộc Hội Nghị lịch sử cũng không sai chút nào.

Sau hai cuộc kháng chiến chống quân Nguyên Mông thành công, triều đình xét định công trạng. Năm 1289 Vua Trần Nhân Tông (trị vì 1279-1293) gia phong Trần Quốc Tuấn làm Đại Vương. Cuối cùng khi hết làm quan dưới triều Trần Anh Tông (trị vì 1293-1314), Trần Quốc Tuấn lui về trí sĩ ở Vạn Kiếp. Như vậy ông làm quan và làm tướng chỉ huy cho cả 4 đời vua Nhà Trần. Đó là Trần Thái Tông, Trần Thánh Tông, Trần Nhân Tông và Trần Anh Tông. Khi quân Nguyên Mông xâm chiếm Đại Việt từ năm 1257 Vua Thái Tông đã hạ mệnh lệnh sai ông đem quân đi trấn giữ biên thùy phía Bắc rồi. Trong cả 4 triều đại này ông đã hiểu rõ thế giặc và lòng người, nên ông là một vị tướng nổi bật nhất ở trong triều đình cũng như trước ba quân tướng sĩ.

Thông thường người xưa theo Nho học thì có 2 lối xử sự với đời. Đó là xuất và xử.

Xuất có nghĩa là ra làm quan sau khi đã học hành thi cử đỗ đạt ở chốn học đường. Sau một thời gian làm quan có thể là 5, 10, 15 năm hay cho đến trọn đời vẫn giúp vua giữ nước, nếu trường hợp quê hương có giặc ngoại xâm như Hưng Đạo Vương, nhưng cũng có nhiều trường hợp "từ quan" khi thấy chốn kinh thành vua, tôi vô đạo v.v…. Trong chốn Hoàng triều cũng vậy, đôi khi cũng có những vị vua sau một thời gian ngự trị đã rời bỏ ngai vàng theo quyết định của mình chứ không vì sự cưỡng bức. Trong triều Trần ta thấy các vua thường nhường ngôi cho con mình lúc còn trẻ, tuổi đời chưa đến 50 để lên làm Thái Thượng Hoàng. Có lẽ như thế vua sẽ an tâm hơn, khi các thái tử nhiếp chính thì mình có cơ hội để trao truyền những kinh nghiệm của mình với vai trò là Thái Thượng Hoàng thì dễ dàng hơn. Thế nhưng cũng có những ông vua không ham danh lợi quyền quý khi đã giành được chiến thắng về mình như Vua Trần Nhân Tông sau hai lần đại thắng quân Nguyên Mông vào năm 1285 và 1288; đến năm 1293 ông đã nhường ngôi cho con mình là Trần Anh Tông để lên ngôi Thái Thượng Hoàng và năm 1296 ông đã chính thức xuất gia đầu Phật. Trong lịch sử Phật giáo Thế giới không thiếu những ông vua như vậy như ở Ấn Độ, Bhutan, Trung Hoa, Đại Hàn, Nhật Bản. Đây là những hình ảnh rất đẹp một cách tiêu biểu về đạo đức con người, mà người đời sau nên nhìn ra để học hỏi những bài học trong kinh nghiệm sống của một đời người.

Còn xử chính là việc xử thế ở đời, làm sao cho chính danh là một quân tử trong trời đất. Là một kẻ sĩ, một đấng quân vương hay một kẻ hàn Nho cũng không thể lãng quên trách nhiệm này.

Tại Vạn Kiếp, sau cuộc kháng chiến chống quân Nguyên thành công, Vua Trần Nhân Tông ra lệnh xây dựng Sanh từ cho Trần Quốc Tuấn, tức là đền thờ của ông trong khi ông còn sống. Khi soạn bài văn bia đặt tại Sanh từ của Trần Quốc Tuấn, Thượng Hoàng Trần Thánh Tông (cha của Nhân Tông) đã kính cẩn gọi Trần Quốc Tuấn là "Thượng Phụ". Trong lịch sử Việt Nam, Trần Quốc Tuấn là người duy nhất được vua tôn vinh là "Thượng Phụ" (Ngô Sĩ Liên, Đại Việt Sử Ký Toàn Thư, bản dịch của nhà xuất bản Khoa Học Xã Hội, tập II, Hà Nội 1998, trang 80).

Thật ra việc này cũng không khó hiểu mấy. Sau đây là những lý do chính.

Đầu tiên là việc đại thắng quân Nguyên Mông, cả 3 lần đều có sự cầm quân chống giặc của Trần Quốc Tuấn. Đứng về phương diện quốc gia, sơn hà xã tắc thì không ai có công hơn ông được, nên lập đền thờ để tôn phong ông lúc còn sống cũng là chuyện bình thường mà Vua nào cũng phải làm như thế thôi.

Lý do thứ hai, đứng về phía tình nhà thì Trần Thánh Tông gọi Trần Quốc Tuấn là anh con nhà bác mà cũng là anh vợ của mình, vì Thánh Tông lấy Thiên Cảm là em gái của Trần Quốc Tuấn về làm Hoàng hậu. Nhân Tông là con của Thánh Tông và Thiên Cảm nên phải kêu Quốc Tuấn là bác nếu đứng về phía cha, kêu bằng cậu nếu đứng về phía bên mẹ, và Nhân Tông lại lấy Khâm Từ con gái của Hưng Đạo Vương Trần Quốc Tuấn làm vợ, nên Nhân Tông phải gọi Trần Quốc Tuấn là cha vợ.

Vậy thì chữ "Thượng Phụ" mà cả Thái Thượng Hoàng Thánh Tông lẫn Hoàng Đế đương triều Nhân Tông phong cho ông cũng là điều bình thường thôi và biết đâu cả Thượng Hoàng và Hoàng Đế đương triều biết được thù xưa của Quốc Tuấn muốn trả cho cha mình là Trần Liễu, nên phong cho một hàm "Đại Vương" và một hàm "Thượng Phụ" to tát như vậy ngõ hầu làm cho Hưng Đạo Đại Vương vui lòng để mà còn lo cho chuyện sơn hà xã tắc chăng?

Trần Quốc Tuấn rất quý trọng nhân tài. Ông đã tiến cử nhiều người tài ba để phụng sự đất nước như: Phạm Ngũ Lão, Trần Trì Kích, Trương Hán Siêu, Yết Kiêu, Dã Tượng v.v… Bên cạnh cách dùng người trong nghệ thuật chỉ huy, Trần Quốc Tuấn còn có biệt tài về dụng binh, tự mình soạn bộ "Binh gia diệu lý yếu lược" là 4 quyển sách nói về lý thuyết mầu nhiệm và phương lược cốt yếu của nhà binh, để dạy cho tướng sĩ, ông viết bài "Hịch tướng sĩ văn", lời văn rất hùng tráng để kích thích lòng quân. Ngoài ra Trần Quốc Tuấn còn soạn bộ binh thư "Vạn Kiếp tông bí truyền" nay đã bị thất lạc. Ông là một nhà tướng văn võ toàn tài.

Dưới đây là hai bản dịch Hịch Tướng Sĩ (Dụ chư tỳ tướng hịch văn) của Trần Hưng Đạo do Ngô Tất Tố dịch trong "Việt Nam Văn Học: Văn Học đời Trần". Nhà xuất bản Đại Nam, Sài Gòn 1960.

"Ta thường nghe: Kỷ Tín lấy thân chết thay, cứu thoát được vua Cao Đế; Do Vu chìa lưng chịu giáo che chở được vua Chiêu Vương; Dự Nhượng nuốt than để trả thù cho Thầy; Thân Khoái chặt tay để gánh nạn cho nước; Uất Trì Cung một viên tướng nhỏ còn biết che đỡ Đường chủ ra khỏi vòng vây của Thế Sung; Nhan Cảo Khanh là bầy tôi xa còn biết mắng chửi Lộc Sơn, không nghe lời dụ của nghịch tặc. Từ xưa những bậc trung thần nghĩa sĩ lấy thân theo nước, đời nào là không có đâu? Nếu mấy người kia, chăm chăm học thói nhút nhát của con gái trẻ con, chẳng qua cũng đến chết rũ ở dưới cửa sổ, đâu được ghi tên vào trong thẻ tre lụa trắng, danh tiếng cùng trời đất lâu bền?

Các người đời đời là con nhà võ, không biết chữ nghĩa, nghe những chuyện ấy, thảy đều nửa tin nửa ngờ. Thôi thì những việc cổ xưa, hãy để đó không nói đến nữa. Nay ta hãy đem chuyện nước Tống, dòng Thát (là chuyện gần đây) kể cho các người cùng nghe: Vương Công Kiên là người gì? Nguyễn Văn Lập tùy tướng của y lại là người gì, chỉ có vòng thành Điếu Ngư nhỏ bằng cái đấu, hai người ấy chống nổi toán quân trăm vạn của Mông-Kha, khiến cho con dân nước Tống, đến nay hãy còn nhớ ơn. Đường Ngột Ngại là người gì? Xích Tu Tư tùy tướng của y lại là người gì? Xông pha lam chướng trên đường muôn dặm, hai người ấy đánh được quân Nam Chiếu trong vài tuần, khiến cho vua chúa dòng Thát nay còn để tiếng!

Huống chi ta với các ngươi, sinh ở buổi rối ren, lớn lên nhằm khi khó nhọc, chính mắt ngó thấy sứ ngụy đi lại đường sá nghênh ngang, chúng múa cái lưỡi cú quạ làm nhục chốn triều đình, chúng giơ cái thân chó dê, kiêu ngạo với quan Tể phụ; chúng nhờ mệnh lệnh của chúa Mông Cổ mà đòi nào ngọc, nào lụa, sự vòi vĩnh thật vô cùng; chúng mượn danh hiệu của vua Vân Nam mà hạch nào bạc nào vàng, của kho đụn đã hồ hết, cung đốn cho chúng giống như đem thịt mà liệng cho cọp đói, sao cho khỏi lo về sau?

Ta thường tới bữa quên ăn, nửa đêm vỗ gối, ruột đau như cắt, nước mắt đầm đìa, chỉ căm tức chưa xẻ thịt lột da, nuốt gan, uống máu của quân thù. Dẫu cho một trăm cái thân của ta phải phơi ngoài nội cỏ, một nghìn cái xác của ta phải đem bọc vào da ngựa, ta cũng vui lòng. Các ngươi lâu nay ở dưới cửa ta cầm giữ binh quyền, thiếu áo thì cởi áo cho, thiếu ăn thì sẻ cơm cho no lòng, quan nhỏ thì cho lên chức, bổng ít cho thêm lương, đi thủy cấp thuyền, đi bộ cấp ngựa, những khi trận mạc, sự sống thác Thầy chung với trò, những lúc mừng khao, tiếng vui cười ai cũng như nấy. So với Công Kiên làm chức Thiên Lý, Ngột Ngại ở ngôi Phó nhị, có khác gì đâu.

Thế mà các ngươi thấy chủ bị nhục chẳng lấy làm lo, gặp nước bị dơ chẳng lấy làm thẹn, làm tướng nhà nước phải hầu mấy đứa chum mường, mà không có lòng căm hờn, nghe khúc nhạc thờ đem thết một tên ngụy sứ, mà không có vẻ tức giận; kẻ thì chọi gà cho thích, kẻ thì đánh bạc mua vui, có người chỉ chăm vườn ruộng, cốt nuôi được nhà, có người chỉ mến vợ con, lấy mình làm trọng, cũng có kẻ chỉ lo làm giàu làm có, việc quân quốc chẳng thèm đoái hoài, cũng có người chỉ ham về săn bắn mà quên việc binh, hoặc là đam mùi rượu, hoặc là mê tiếng hát hay.

Một khi giặc Mông đến nơi, thì cựa gà nòi không thể đâm thủng áo giáp của giặc, thuật ở bàn bạc không thể đem làm mưu mẹo ở trong quân; vườn ruộng tuy giàu, tấm thân ấy nghìn vàng khôn chuộc; vợ con tuy sẵn, trong đám ba quân khó dùng, của cải tuy nhiều, không thể mua được đầu giặc; chó săn tuy khỏe, không thể đuổi được quân thù; rượu ngon không đủ để cho giặc phải mê; hát hay không đủ làm cho giặc phải điếc; lúc đó thầy trò ta sẽ cùng bị trói, đáng đau đớn biết chừng nào! Nếu thế, chẳng những là Thái Ấp của ta không còn, mà bổng lộc của các ngươi cũng bị kẻ khác chiếm mất; chẳng những là gia quyến của ta phải đuổi, mà vợ con của các ngươi cũng bị kẻ khác bắt đi; chẳng những xã tắc của tổ tông ta sẽ bị giày xéo, mà đến mồ mả cha mẹ các ngươi cũng sẽ bị kẻ khác đào lên, chẳng những thân ta kiếp này chịu nhục, trăm kiếp tiếng nhơ khó rửa, tên xấu vẫn còn mà gia thanh của các ngươi cũng chẳng khỏi mang tiếng là nhà bại tướng. Đã đến khi đó các ngươi muốn chơi bời cho thỏa, được chăng?

Nay ta báo rõ các ngươi: Cái chuyện dấm lửa đống củi phải lo, mà câu sợ canh thổi rau nên nhớ. Các ngươi hãy nên huấn luyện quân sĩ, rèn tập cung tên, khiến cho người người giỏi như Bàng Mông, nhà nhà đều là Hậu Nghệ, bêu đầu Tất Liệt dưới cửa khuyết, ướp thịt Thoát Hoan trong trại rơm. Như thế chẳng những là Thái Ấp của ta mãi mãi là của gia truyền, mà bổng lộc của các ngươi cũng được suốt đời hưởng thụ; chẳng những gia quyến của ta được yên giường nệm, mà vợ con các ngươi cũng được sum họp đến già; chẳng những là tông miếu ta sẽ được muôn đời tế lễ, mà tổ tông các ngươi cũng được thờ cúng quanh năm; chẳng những thân ta kiếp này đắc chí, mà đến các người dưới trăm đời nữa tiếng thơm vẫn lưu truyền; chẳng những tên tuổi ta không bị mai một; mà đến tên họ các người cũng để tiếng thơm trong sử xanh. Khi ấy các ngươi không muốn vui chơi, được chăng?

Nay ta lựa chọn binh pháp các nhà, làm một quyển sách, đặt tên là sách "Binh Thư Yếu Lược". Nếu các ngươi biết chuyên tập sách ấy, nghe lời dạy bảo của ta, ấy là duyên thầy trò kiếp xưa. Nếu các ngươi bỏ bê sách ấy, trái lời dạy bảo của ta, ấy là mối cựu thù kiếp xưa. Sao vậy? Bởi vì như vậy tức là kẻ thù không đội trời chung, thế mà các ngươi không nghĩ tới, điềm nhiên không lo đến sự rửa thẹn, không tính; đến việc trừ hung, không nhớ đến chuyện dạy tập quân sĩ. Thế là giơ giáo hàng giặc, nắm tay chống giặc. Rồi đây, sau khi dẹp yên quân giặc, các ngươi sẽ phải thẹn muôn đời, còn mặt mũi nào đứng giữa khoảng trời đất che chở? Ta muốn các ngươi biết rõ bụng ta, nhân viết mấy lời đó làm hịch."

Sau đây là bài dịch "Hịch Tướng Sĩ" của Cử nhân Nguyễn Văn Bình thành lối song thất lục bát, như sau:

Xưa Kỷ Tín liều thân chịu chết,
Cứu Hán Vương thoát khỏi Hoàng Dương.
Do Vu cháu Sở Chiêu Vương,
Giơ lưng đỡ giáo tìm đường cứu Vua.
Kìa Dự Nhượng thuở xưa người Tấn,
Từng nuốt than lận đận phục thù.
Kìa Thân Khoái một Tể Phu,
Chặt tay theo nạn với vua nước Tề.
Quan nhỏ như Uất Trì Kính Đức,
Giúp Thái Tông khỏi bước trùng vi.
Cảo Khanh quan ở biên thùy,

Già mồm chửi giặc không hề tiếc thân.
Bậc nghĩa sĩ trung thần từ trước,
Từng diệt thân cứu nước có nhiều.
Những người kia nếu chẳng liều,
Chết suông như đám nữ lưu xó nhà.
Còn danh tiếng đâu mà chép lại,
Cùng kiền khôn truyền mãi không ngầm.
Các ngươi dòng dõi vũ thần,
Xưa nay nào có hiểu văn nghĩa gì.
Nghe câu chuyện bán nghi bán tín,
Sự muôn năm nhắc đến chi vay?
Nay ta hãy nói cho hay,
Thử xem Tống, Thát truyện này ra sao?
Vương Công Kiên người nào thế vậy?
Tướng Nguyễn Văn Lập ấy người nào?
Điếu Ngư thằng bé tẻo teo,
Chống quân Mông Cổ ồn ào trăm muôn.
Khiến quân Tống thắng luôn mấy trận,
Đến bây giờ dân vẫn hàm ân.
Ngột Lang là tướng Đốc quân,
Với Tỳ Tướng Xích là nhân phẩm nào?
Ngoài muôn dặm quản bao nước độc,
Trong mấy ngày phá rốc quân Nam.
Lòng vua Thát Đát đã cam,
Đến nay lừng lẫy tiếng thơm nhường nào?
Ta với ngươi sanh vào đời loạn,
Vừa gặp bao cơn vận hạn gian nan.
Sứ Nguyên lai vãng bao lần,
Mọi nơi đường sá muôn vàn nôn nao.
Triều đình bị cú diều soi mói,
Tể tướng thì lang sói rẻ khinh.
Mượn oai Hốt Liệt tranh giành,
Lấy bao của báu chưa đành lòng tham.

Cậy thế chúa Vân Nam nạt nũ,
Đòi bạc vàng hết cả kho ta.
Thịt nuôi hùm đói mãi a?
Sao cho thoát khỏi lo xa sau này.
Ta đây những hàng ngày quên bữa,
Lúc đêm thâu ngồi dựa gối kiêu.
Giọt châu tầm tã tuôn trào,
Như nung gan sắt, như bào lòng son.
Chí những muốn moi gan lấy tiết,
Lòng những toan xẻ thịt vằm da.
Dù thân dầu với cỏ hoa,
Dù da ngựa bọc thân đà cũng vui.
Các người vốn là người môn thuộc,
Được trông nom mọi việc binh cơ.
Áo không, ta cởi áo cho,
Cơm không, ta sẻ cơm cho no lòng.
Quan nhỏ thì ta phong chức cả,
Lộc ít thì ta trả lương thêm.
Đi sông ta cấp cho thuyền,
Đi đường ta cũng lệnh truyền ngựa đi.
Cho cầm quân an nguy cùng lối,
Cho nằm yên, vui nói cùng hàng
So Vương Kiên với Ngột Lang,
Đãi chư Tỳ Tướng mọi người kém chi.
Nếu vua nhục, ngươi thì chẳng đoái.
Mà nước nguy, ngươi lại làm ngơ
Đứng hầu tướng giặc không dơ,
Nghe ca thết sứ vẫn trơ tráo ngồi.
Khi gà chọi, khi thời cờ bạc,
Cuộc vui chơi, gỡ gạc đủ trò.
Ruộng vườn muôn sự ấm no,
Vợ con vui thú riêng cho một mình.
Ham lập nghiệp, quên tình nhà, nước,

Mãi đi săn, nhát việc ngăn ngừa.
Rượu chè hôm sớm say sưa,
Hát hay, đàn ngọt sớm trưa thỏa lòng.
Đúng có lúc quân Mông, Thát tới,
Cựa gà không chọc nổi áo da.
Những nghề cờ bạc tinh ma,
Phải đâu kế hoạch của nhà cầm quân?
Ruộng nương nào đủ phần chuộc mạng,
Vợ con nào đã cáng quân nhu?
Của đâu chuốc được đầu thù?
Chó săn đâu đủ sức khua giặc trời!
Rượu ngon khó làm mồi bã giặc,
Hát hay không làm điếc tai thù.
Bây giờ chẳng xót lắm ru?
Vua tôi đều bị trói gô một đàn!
Tước ấp ta bị tan nát cả,
Bổng lộc người cũng chẳng còn gì.
Gia đình ta bị đuổi đi,
Vợ ngươi cũng phải đến khi nhọc nhằn.
Tông xã ta, địch quân xéo nát,
Phần mộ ngươi cũng bị quật lên.
Đời ta khổ nhục liên miên,
Cái tên nhơ nhuốc lưu truyền mãi sau!
Nhà các ngươi cũng đều mang tiếng,
Không khỏi làm những tướng bị thua.
Các ngươi đang lúc bây giờ,
Muốn mong vui thích như xưa được nào?
Lời ta nhủ thấp cao ngươi nhớ,
Phải coi nằm trên lửa là nguy,
Kiềng canh đưa cũng thổi xùy.
Luyện quân sĩ tốt tập nghề đao cung.
Khiến ai nấy nức lòng mạnh mẽ,
Sức Bàng Mông, Hậu Nghệ cũng ham,

Bêu đầu Hốt Liệt cho cam,
Phơi luôn thịt Chúa Vân Nam bên đường.
Tước ấp ta chăn thường ấm chỗ,
Bổng lộc ngươi hưởng có trọn đời
Gia đình ta được yên vui,
Vợ con ngươi cũng lo đời trăm năm.
Tông miếu ta nghìn năm hương lửa,
Tổ tiên ngươi muôn thuở cương thường.
Ta đây phỉ chí bồng tang,
Các người dường cũng vẻ vang vô cùng.
Huy hiệu ta tôn sùng mãi mãi,
Tính danh ngươi ghi với sử xanh.
Bấy giờ vui thú linh đình,
Các ngươi đều muốn buồn tênh được nào?
Này binh pháp chọn theo đời trước,
Là "Binh Thư Yếu Lược" ban ra.
Các ngươi theo đúng sách ta,
Ấy là thần, chủ một nhà từ xưa.
Nếu bỏ sách thờ ơ lời dạy,
Ấy kẻ thù đã mấy đời nay.
Tại sao mà lại thế này?
Là thù không đội trời này được chung.
Nếu các ngươi lòng không biết hổ,
Không coi điều "Sát lỗ" là cần.
Lại không vâng dạy luyện quân,
Ấy là quay giáo, bó thân quy hàng.
Giặc yên rồi còn mang tiếng mãi,
Mặt mũi nào đứng với cao đây?
Muốn ngươi hiểu rõ lòng đây,
Vậy nên thảo bức hịch này cho nghe.

Đọc bản văn "Hịch Tướng Sĩ" bằng chữ Hán của Hưng Đạo Vương Trần Quốc Tuấn viết và Ngô Tất Tố đã dịch ra văn xuôi tiếng Việt, xem ra rất bi hùng. Nội dung khuyến khích, hỗ trợ quân sĩ, đôi khi có chút hăm dọa: Nếu để thua giặc thì sơn hà xã tắc, vợ con, ruộng vườn, nhà cửa, thú vui v.v... đều tiêu tan hết, nên phải cố gắng chiến đấu để giết chết quân thù. Câu văn giọng nói đúng là của một vị tướng văn võ song toàn. Sau này Cử nhân Nguyễn Văn Bình dịch sang lối thơ Việt Nam song thất lục bát cũng rất tuyệt vời. Xem như thơ đã lột tả được hết ý tác giả qua sự diễn dịch này. Từ cổ tích cho đến những việc làm cần thiết trong hiện tại cho mình, cho quân, cho tướng, cho vua, cho quan, cho sơn hà xã tắc... đều gói gọn trong ý tứ của những câu thơ trên. Đây thật là một áng văn tuyệt vời, đã hơn 800 năm trôi qua, nhưng khi đọc đến, chúng ta vẫn phải cúi đầu trước cái dũng của những bậc làm tướng ngày xưa, khi quê hương của chúng ta bị người phương Bắc đến đánh phá nhiều lần như vậy. Họ ỷ lớn, đi dọa nạt các nước nhỏ, nhưng khi đến Việt Nam bao nhiêu lần là bấy nhiêu keo đại bại. Thế mà họ không từ. Chẳng biết tại sao họ không sợ nhục? Việc này cả mấy ngàn năm qua, đến nay vẫn vậy. Lại có những kẻ bán nước cầu vinh như Lê Chiêu Thống, Trần Ích Tắc và cũng đã có rất nhiều anh hùng tướng sĩ oanh liệt một thời như Hai Bà Trưng, Trần Bình Trọng, Nguyễn Phi Khanh v.v...

Trần Quốc Tuấn đã tách bạch giữa những người lãnh đạo quốc gia và lý tưởng cao cả của kẻ sĩ là phục vụ đại cuộc quốc gia. Những người lãnh đạo có thể sai lầm, nhưng kẻ sĩ không thể vì thế mà bỏ đi lý tưởng của riêng mình. Vào thời đại Trần Quốc Tuấn, lý tưởng đó là lòng trung quân ái quốc, khuông phò xã tắc chống ngoại xâm. Lòng ông thẳng thắn, không gợn một chút manh tâm phản trắc, ông chỉ một mực trung thành với vua, với nước. Ông dứt khoát bỏ qua thù riêng, tránh hẳn sự cám dỗ của quyền lực và lý tưởng kẻ sĩ ấy sau này Nguyễn Công Trứ cũng đã thể hiện qua vai trò Uy Viễn Tướng Công của mình như sau:

Tước hữu ngũ sĩ cư kỳ liệt
Dân hữu tứ sĩ vi chi tiên

Có giang sơn thì sĩ đã có tên
Từ Chu, Hán vốn sĩ này là quý.
Miền hương đảng đã khen rằng hiếu nghị
Đạo lập thân phải giữ lấy cương thường
Khí hạo nhiên, chí đại chí cương
So chính khí đã đầy trong trời đất
Lúc vị ngộ hối tàng nơi bồng tất
Hiêu hiêu nhiên, điếu Vị, canh Sằn
Xe bồ luân dầu chưa gặp Thang, Văn
Phù thế giáo một vài câu thanh nghị
Cầm chính đạo để tịch tà cự bí
Hồi cuồng lan nhi chướng bách xuyên
Rồng mây khi gặp hội ưa duyên
Đem quách cả sở tồn làm sở dụng
Trong lang miếu, ra tài lương đống
Ngoài biên thùy sạch mũi can tương
Làm sao cho bách thế lưu phương
Trước là sĩ sau là khanh tướng.
Kinh luân khởi tâm thượng
Binh giáp tàng hung trung
Vũ trụ chi gian giai phận sự
Nam nhi đáo thử thị hào hùng.
Nhà nước yên mà sĩ được thung dung
Bây giờ sĩ mới tìm ông Hoàng Thạch.
Năm ba chú tiểu đồng lếch thếch
Tiêu dao nơi hàn cốc, thanh sơn
Nào thơ, nào rượu, nào địch, nào đờn
Đồ thích chí chất đầy trong một túi
Mặc ai hỏi, mặc ai không hỏi tới
Gẫm việc đời mà ngắm kẻ trọc thanh
Này này sĩ mới hoàn danh.

Sĩ, nông, công, thương là bốn nghề chính trong dân chúng và kẻ sĩ được đứng đầu. Cho đến ngày nay cái học từ chương ấy không còn nữa, nhưng cái tư cách làm người của một con người thật đúng nghĩa, thì phải học hạnh của người xưa vậy. Có như thế xã hội mới thanh bình và đời sống muôn dân mới lạc nghiệp.

Chính nhờ vừa có tài dụng binh, vừa có tài dùng người, vừa sống hài hòa với cấp dưới, vừa trung thành với vua, với nước, Trần Quốc Tuấn đã giúp Nhà Trần chiến đấu kháng Nguyên thành công rực rỡ. Lúc đầu trong triều đình Nhà Trần có nhiều nghi kỵ đối với Trần Quốc Tuấn vì vấn đề Trần Liễu là thân sinh của ông dặn dò trước khi chết là "phải trả thù nhà"; nhưng dần dần cung cách xử sự của ông đã thuyết phục được mọi người. Vả lại ông đặt việc nước lên trước, tình nhà lên sau trên hai vai của mình, ông đã xử sự theo sĩ khí của kẻ sĩ đúng thời và đúng lúc, nên cuối cùng ông trở thành một tướng tài của Nhà Trần nói riêng và lịch sử Việt Nam nói chung qua các triều đại và muôn thuở sử sách phải nêu danh.

Trần Quốc Tuấn đã xử sự quang minh chính đại đối với các vua Nhà Trần, tuy là bà con nhưng cũng là cựu thù của cha ông và xử sự ngay thẳng với tất cả mọi người. Điều này là một tấm gương sáng về tình gia đình, về tinh thần đoàn kết quốc gia, khiến cho sĩ chúng thời Trần trên dưới một lòng, cùng nhau sát cánh tạo sức mạnh tổng lực chiến đấu chống ngoại xâm, bảo vệ nền độc lập quốc gia. Vì lẽ đó mà ngay khi Trần Quốc Tuấn còn sống, ông đã được vua Trần gọi là Thượng Phụ, kính trọng như cha của mình. Khi Trần Quốc Tuấn từ trần tại Vạn Kiếp vào ngày 20 tháng 8 năm Canh Tý (1300) ông được Vua Trần Anh Tông tặng tước Thái Sư Thượng Phụ Thượng Quốc Công Nhân Vũ Hưng Đạo Đại Vương. Riêng việc phong tước "Hưng Đạo Đại Vương", tức vị đại vương đã chấn hưng đạo làm người, cho thấy nhà Vua và triều đình lúc bấy giờ nêu cao tinh túy ý nghĩa công nghiệp của Trần Quốc Tuấn, một tướng lãnh đức độ, tài ba, văn võ song toàn.

Khi Trần Hưng Đạo sắp từ trần, Vua Trần Anh Tông đến thăm và hỏi Trần Hưng Đạo rằng: "Khi Thượng Phụ một mai khuất núi, phỏng có quân Bắc lại sang thì phải làm thế nào?"

Trần Hưng Đạo trả lời rằng: "Đại để kẻ kia cậy có trường trận, mà ta thì cậy có đoản binh, lấy đoản chống nhau với trường, phép dùng binh thường vẫn phải thế. Còn như khi nào quân giặc kéo đến ầm ầm, như gió, như lửa, thế ấy lại dễ chống. Nếu nó dùng cách dần dà, như tằm ăn lá, thong thả mà không ham của dân, không cần lấy mau việc, thế ấy mới khó trị, thì ta nên kén dùng người giỏi, liệu xem quyền biến, ví như đánh cờ, phải tùy cơ mà ứng biến, dùng binh phải đồng lòng như cha con một nhà, thì mới có thể đánh được. Cách ấy cốt phải tự lúc bình thì khoan sức cho dân, để làm kế sâu rễ bền gốc, đó là cái thuật giữ nước hay hơn cả." (Quốc sử triều Nguyễn, Khâm định Việt sử thông giám cương mục, Hà Nội: Nhà xuất bản Giáo Dục, 1998, bản dịch tập 1, tr. 558-559).

Trần Anh Tông gọi Hưng Đạo Vương là ông Ngoại, vì Trần Nhân Tông, cha của Anh Tông lấy Khâm Từ con gái Hưng Đạo Vương Trần Quốc Tuấn làm Hoàng hậu, nên khi Hưng Đạo Vương dạy những lời binh pháp như trên tuy là của một vị tướng về hưu, nhưng cũng là những lời tâm tình với cháu ngoại của mình thật là thâm sâu ý vị; trong đó vừa có tình nước non và tình nghĩa gia đình nữa. Cũng may là thời của Anh Tông không còn loạn phương Bắc nữa, mà sau đó cả 100 năm vào cuối Nhà Trần, quân nhà Minh mới trở lại xâm chiếm đất nước ta lần nữa và đặt sự đô hộ lần thứ 3 trên quê hương Đại Việt. Do đó anh hùng áo vải Lam Sơn Lê Lợi đã khởi nghĩa chống quân Minh dưới sự cố vấn chỉ đạo của Quân sư Nguyễn Trãi qua bài "Bình Ngô Đại Cáo" cũng không thua gì "Hịch Tướng Sĩ" của Hưng Đạo Đại Vương. Qua lời dặn dò chí tình chí thiết của Hưng Đạo Đại Vương cho Trần Anh Tông năm 1300 có thể được xem như một "chúc thư chính trị" của danh tướng Trần

Hưng Đạo để lại cho tất cả những nhà cầm quyền hậu thế trong công cuộc bảo vệ đất nước. (Chương này đã sao chép nguyên văn một phần lớn của Sử gia Trần Gia Phụng, hiện đang sinh sống tại Canada. Bài này đã được đăng trên báo Viên Giác số 216 xuất bản vào tháng 12 năm 2016 tại Hannover, Đức Quốc).

Nhân việc đọc lại "Hịch Tướng Sĩ" của Trần Hưng Đạo thì chúng ta cũng nên đọc lại "Bình Ngô Đại Cáo" của Nguyễn Trãi đã viết bằng chữ Hán vào thế kỷ thứ 15 khi kháng chiến chống quân Minh, mà Ngô Tất Tố ở thế kỷ thứ 20 đã dịch ra Việt văn như sau:

Thay trời hành hóa, Hoàng thượng chiếu rằng,
Từng nghe:
Việc nhân nghĩa cốt ở yên dân
Quân điếu phạt trước lo trừ bạo
Như nước Đại Việt ta từ trước
Vốn xưng nền văn hiến đã lâu
Nước non bờ cõi đã chia
Phong tục Bắc Nam cũng khác
Từ Triệu, Đinh, Lý, Trần bao đời xây nền độc lập
Cùng Hán, Đường, Tống, Nguyên mỗi bên hùng cứ một phương
Tuy mạnh yếu có lúc khác nhau
Song hào kiệt lúc nào cũng có.

Cho nên:
Lưu Cung tham công nên thất bại
Triệu Tiết thích lớn phải vong thân
Cửa Hàm Tử giết chết Toa Đô
Sông Bạch Đằng bắt sống Ô Mã
Việc xưa xem xét, chứng cớ còn ghi

Vừa rồi :
Nhân họ Hồ chính sự phiền hà
Để trong nước lòng dân oán hận

Quân cuồng Minh thừa cơ gây họa
Bọn gian tà bán nước cầu vinh
Nướng dân đen trên ngọn lửa hung tàn
Vùi con đỏ xuống dưới hầm tai vạ
Dối trời lừa dân đủ muôn ngàn kế
Gây binh kết oán trải hai mươi năm
Bại nhân nghĩa nát cả đất trời
Nặng thuế khóa sạch không đầm núi.
Người bị ép xuống biển dòng lưng mò ngọc,
Ngán thay cá mập thuồng luồng.
Kẻ bị đem vào núi đãi cát tìm vàng,
Khốn nỗi rừng sâu nước độc.
Vét sản vật, bắt chim trả chốn chốn lưới giăng.
Nhiễu nhân dân, bẫy hươu đen, nơi nơi cạm đặt.
Tàn hại cả giống côn trùng cây cỏ,
Nheo nhóc thay kẻ góa bụa khốn cùng.
Thằng há miệng, đứa nhe răng,
Máu mỡ bấy no nê chưa chán,
Nay xây nhà, mai đắp đất,
Chân tay nào phục dịch cho vừa?
Nặng nề những nỗi phu phen
Tan tác cả nghề canh cửi.
Độc ác thay, trúc Nam Sơn không ghi hết tội,
Dơ bẩn thay, nước Đông Hải không rửa sạch mùi
Lẽ nào trời đất dung tha
Ai bảo thần nhân chịu được?

Ta đây:
Núi Lam Sơn dấy nghĩa
Chốn hoang dã nương mình
Ngẫm thù lớn há đội trời chung
Căm giặc nước thề không cùng sống
Đau lòng nhức óc, chốc đà mười mấy năm trời

Nếm mật nằm gai, há phải một hai sớm tối.
Quên ăn vì giận, sách lược thao suy xét đã tinh
Ngẫm trước đến nay, lẽ hưng phế đắn đo càng kỹ
Những trằn trọc trong cơn mộng mị,
Chỉ băn khoăn một nỗi đồ hồi
Vừa khi cờ nghĩa dấy lên
Chính lúc quân thù đang mạnh

Lại ngặt vì:
Tuấn kiệt như sao buổi sớm,
Nhân tài như lá mùa Thu,
Việc bôn tẩu thiếu kẻ đỡ đần,
Nơi duy ác hiếm người bàn bạc,
Tấm lòng cứu nước vẫn đăm đăm muốn tiến về Đông
Cỗ xe cầu hiền, thường chăm chắm còn dành phía tả.

Thế mà:
Trông người, người càng vắng bóng,
Mịt mù như nhìn chốn bể khơi
Tự ta ta phải dốc lòng,
Vội vã hơn cứu người chết đói.
Phần vì giận quân thù ngang dọc,
Phần vì lo phận nước khó khăn,
Khi Linh Sơn lương hết mấy tuần,
Lúc Khôi Huyện quân không một đội.
Trời thử lòng trao cho mệnh lớn
Ta gắng trí khắc phục gian nan.
Nhân dân bốn cõi một nhà,
Dựng cần trúc ngọn cờ phất phới
Tướng sĩ một lòng phụ tử,
Hòa nước sông chén rượu ngọt ngào
Thế trận xuất kỳ, lấy yếu chống mạnh
Dùng quân mai phục, lấy ít địch nhiều.

Trọn hay:
Đem đại nghĩa để thắng hung tàn
Lấy chí nhân để thay cường bạo
Trận Bồ Đằng sấm vang chớp giật,
Miền Trà Lân trúc chẻ tro bay.
Sĩ khí đã hăng, quân thanh càng mạnh
Trần Trí, Sơn Thọ nghe hơi mà mất vía
Lý An, Phương Chính, nín thở cầu thoát thân.
Thừa thắng đuổi dài, Tây Kinh quân ta chiếm lại
Tuyển binh tiến đánh, Đông Đô đất cũ thu về.
Ninh Kiều máu chảy thành sông, tanh trôi vạn dặm
Tụy Động thây chất đầy nội, nhơ để ngàn năm.
Phúc tâm quân giặc: Trần Hiệp đã phải bêu đầu
Mọt gian kẻ thù: Lý Lượng cũng đành bỏ mạng.
Vương Thông gỡ thế nguy,
Mà đám lửa cháy lại càng cháy
Mã Anh cứu trận đánh
Mà quân ta hăng lại càng hăng.
Bó tay để đợi bại vong,
Giặc đã trí cùng lực kiệt
Chẳng đánh mà người chịu khuất,
Ta đây mưu phạt tâm công.
Tưởng chúng biết lẽ ăn năn
Nên đã thay lòng đổi dạ
Ngờ đâu vẫn đương mưu tính
Lại còn chuốc tội gây oan.
Giữ ý kiến một người,
Gieo vạ cho bao nhiêu kẻ khác,
Tham công danh một lúc,
Để cười cho tất cả thế gian.

Bởi thế:
Thằng nhãi con Tuyên Đức động binh không ngừng
Đồ nhút nhát Thạnh, Thăng đem dầu chữa cháy

Đinh Mùi tháng Chín,
Liễu Thăng đem binh từ Khâu Ôn kéo lại
Năm ấy tháng Mười,
Mộc Thạnh chia đường từ Vân Nam tiến sang.
Ta trước đã điều binh thủ hiểm
Chặt mũi tiên phong
Sau lại sai tướng chặn đường
Tuyệt nguồn lương thực.
Ngày mười tháng Tám, trận Chi Lăng, Liễu Thăng thất thế
Ngày hai mươi, trận Mã Yên, Liễu Thăng cụt đầu
Ngày hăm lăm, Bá tước Lương Minh đại bại tử vong
Ngày hăm tám, Thượng thư Lý Khánh cùng kế tự vẫn.
Thuận đà ta đưa lưỡi dao tung phá
Bí nước giặc quay mũi giáo đánh nhau
Lại quân bốn mặt vây thành
Hẹn đến giữa tháng Mười diệt giặc
Sĩ tốt kén người hùng hổ
Bề tôi chọn kẻ vuốt nanh
Gươm mài đá, đá núi cũng mòn
Voi uống nước, nước sông phải cạn
Đánh một trận, sạch không kình ngạc.
Đánh hai trận tan tác chim muông.
Cơn gió to trút sạch lá khô,
Tổ kiến hổng sụt toang đê vỡ
Đô Đốc Thôi Tụ lê gối dâng lời tạ tội,
Thượng Thư Hoàng Phúc trói tay để tự xin hàng.
Lạng Giang, Lạng Sơn, thây chết đầy đường
Xương Giang, Bình Than, máu trôi đỏ nước
Ghê gớm thay! Sắc phong vân phải đổi,
Thảm đảm thay! Ánh nhật nguyệt phải mờ.
Bị ta chặn ở Lê Hoa,
Quân Vân Nam nghi ngờ, khiếp vía mà vỡ mật
Nghe Thăng thua ở Cần Trạm,

Quân Mộc Thạnh xéo lên nhau, chạy để thoát thân.
Suối Lãnh Câu máu chảy thành sông,
Nước sông nghẹn ngào tiếng khóc
Thành Đan Xá, thây chất thành núi,
Cỏ nội đầm đìa máu đen.
Cứu binh hai đạo tan tành, quay gót chẳng kịp
Quân giặc các thành khốn đốn, cởi giáp ra hàng.
Tướng giặc bị cầm tù,
Như hổ đói vẫy đuôi xin cứu mạng
Thần Vũ chẳng giết hại,
Thể lòng trời ta mở đường hiếu sinh
Mã Kỳ, Phương Chính, cấp cho năm trăm chiếc thuyền,
Ra đến biển mà vẫn hồn bay phách lạc
Vương Thông, Mã Anh, phát cho vài nghìn cỗ ngựa,
Về đến nước mà vẫn tim đập chân run.
Họ đã tham sống sợ chết mà hòa hiếu thực lòng
Ta lấy toàn quân là hơn, để nhân dân nghỉ sức
Chẳng những mưu kế kỳ diệu
Cũng là chưa thấy xưa nay
Xã tắc từ đây vững bền
Giang sơn từ đây đổi mới
Càn khôn bĩ rồi lại thái
Nhật nguyệt hối rồi lại minh
Ngàn năm vết nhục nhã sạch làu
Muôn thuở nền thái bình vững chắc
Âu cũng nhờ trời đất Tổ tông
Linh thiêng đã lặng thầm phò trợ
Than ôi! Một cỗ nhung y chiến thắng,
Nên công oanh liệt ngàn năm
Bốn phương biển cả thanh bình,
Ban chiếu duy tân khắp chốn.
Xa gần bá cáo,
Ai nấy đều hay.

Bình Ngô Đại Cáo này được Nguyễn Trãi viết bằng chữ Hán vào mùa Xuân năm 1428, thay lời cho Bình Định Vương Lê Lợi để tuyên cáo kết thúc cuộc kháng chiến chống quân Minh, giành lại độc lập cho Đại Việt. Về mặt văn chương, bài hịch này được người đương thời, ngay cả hậu thế, đều rất thán phục và coi là thiên cổ hùng văn. So với "Hịch Tướng Sĩ" của Hưng Đạo Vương Trần Quốc Tuấn thì đây là 2 bản tuyên ngôn, giữ nền tự chủ độc lập của nước nhà qua các triều đại Lý, Trần và hậu Lê. Nếu không có những chiến lược gia, quân sư, nhà tướng, nhà văn như Hưng Đạo Vương hay không có những người tài như Lê Lợi, Lê Lai qua sự cố vấn làm quân sư của Nguyễn Trãi thì Việt Nam chúng ta mãi bị quân phương Bắc làm ẩu, làm càng. Cứ ỷ thế mạnh mà lấn chiếm Đại Việt. Dù họ đã biết rằng: Đánh Đại Việt chỉ chuốc lấy thua là cái chắc, nhưng vì cái sĩ diện của kẻ nước lớn, dân đông, nên họ không quản ngại hy sinh thân xác của quân sĩ để củng cố ngai vàng và địa vị của họ nơi chốn triều đình, còn ai chết mặc ai, không cần biết đến. Trong khi đó, chúng ta xem xong Hịch Tướng Sĩ của Hưng Đạo Đại Vương và Bình Ngô Đại Cáo của Nguyễn Trãi thì thấy rằng vua và tướng xem quân dân như con đẻ của mình, đói cho ăn, lạnh cho mặc. Lúc vui lúc buồn, lúc thịnh lúc suy, lúc nào cũng xem nhau như thân thích cha con, anh em ruột thịt trong gia đình, nên giặc ngoài dầu có mạnh bao nhiêu đi chăng nữa thì cũng không thể đâm ngang bẻ dọc được.

Lấy một thí dụ dễ hiểu như sau: Một cây thật to, cao nhưng đứng chơ vơ ở giữa trời đất, khi gió đến cây lại bị động lay, dẫu cứng cáp đến đâu đi nữa, có ngày cây kia cũng phải bị gãy cành, cây nát. Còn ở đây dùng thế yếu để thắng kẻ mạnh, chúng ta phải góp sức chung lưng lại với nhau ví như bó đũa tuy nhỏ, nếu bẻ từng chiếc thì bị gãy, nhưng nếu bẻ một bó thì không thể nào gãy được. Những tướng tài của Việt Nam hầu như trong bất cứ chiến tranh chống ngoại xâm nào đi nữa, họ đã sử dụng chiến thuật này. Trước để lấy lòng dân quân và sau nhiều năm trường kỳ kháng chiến thì sự thành công sẽ mang đến cho tất cả những ai có đầy đủ sự kiên nhẫn để chống lại ngoại xâm.

Nhìn xuyên suốt cuộc đời hành hoạt của Hưng Đạo Đại Vương Trần Quốc Tuấn qua suốt 4 đời vua Thái Tông, Thánh Tông, Nhân Tông và Anh Tông, ông đã một lòng vì quốc gia đại sự và với tâm nguyện quên thù nhà để trả nợ nước, nên qua 3 cuộc kháng chiến chống quân Nguyên Mông vào năm 1258, 1285 và 1288 chúng ta đều thấy rõ nét sự hy sinh của ông lúc xông trận đánh giặc, lúc phò vua cứu giá, lúc thưởng phạt cho binh sĩ, lúc ra hịch thúc quân v.v..., lúc nào cũng như lúc nào bốn chữ: Trung Quân Ái Quốc vẫn nằm trong tâm khảm của ông và chưa một lần thất bại, dầu ở trận đánh nào. Cho nên Thượng Hoàng Thánh Tông và Hoàng Đế đương triều Nhân Tông phong cho ông là "Thượng Phụ" cũng quá xứng đáng cho một đời chinh y đầy bụi, và sĩ khí can cường kia đã làm cho người đời sau phải tự nghiêng mình trước những nghĩa cử cao cả của Hưng Đạo Đại Vương.

Chương VII

Công Chúa Hoàng Triều

Từ bao đời nay, những người sinh ra và lớn lên ở bất cứ nơi nào đó trên cõi đời này đều có sự liên hệ với quá khứ của mình cả. Dầu cho đó là quá khứ của một kiếp hay hai kiếp sống trước đó, nhưng cũng có rất nhiều trường hợp phải trải qua nhiều kiếp như thế, thì chu kỳ sinh diệt và nhân quả mới gặp lại để trả ân hay trả oán, để hưởng phước lộc hay bị khổ lụy nơi chốn đọa đày. Với Phật giáo, thuyết nhân quả Đức Phật đã dạy tự ngàn xưa và cũng không phải do Đức Phật sáng tạo, mà Ngài chỉ là người chỉ rõ cho chúng sanh thấy về nhân duyên và nghiệp lực để thực hành với tư cách là một người Phật tử xuất gia hay tại gia. Ngài cũng chỉ giống như một kẻ dẫn đường, còn chúng ta chỉ cần theo dấu chân của người đi trước đã vạch sẵn, thì chúng ta sẽ có một lộ trình ngay ngắn, thẳng tắp trên đoạn đường sinh tử của mình.

Khi Thái tử Tất Đạt Đa ra đời nơi vườn Lâm Tỳ Ni và sau đó được đưa trở lại Hoàng cung của Vua Tịnh Phạn, thì có vị tiên tri A Tư Đà tu lâu năm trong núi Hy Mã Lạp Sơn xin vào đoán tướng Thái tử. Sau khi xem dung mạo của Thái tử thì A Tư Đà tâu rằng:

"Muôn tâu Bệ hạ! Hoàng Nhi là người có phúc báu lớn mới sinh vào chốn này. Sau này lớn lên, nếu Hoàng Nhi tiếp tục sống đời sống thế tục thì sẽ trở thành bậc Chuyển Luân Thánh Vương, nghĩa là làm vua trên tất cả những vì vua khác. Còn nếu đi xuất gia học đạo sẽ trở thành bậc Chánh Giác."

Nghe như vậy, vua Tịnh Phạn chỉ muốn đúng một trong hai điều đó là mong Thái tử sẽ nối ngôi của mình. Tiên A Tư Đà xem tướng Thái tử sở dĩ biết được tương lai, vì lẽ đã sanh vào cung vua nào đó, thì chắc rằng kẻ ấy phải có phước báu, nếu không thì không thể nào. Người đó ở đời trước hay nhiều đời trước nữa đã gieo trồng những căn lành, nên bây giờ mới được như vậy. Phúc đức ấy tuy hữu lậu như xây chùa, đắp tượng, đúc chuông, giúp người cơ nhỡ, xây dựng đường sá, cầu cống, trường học v.v… tất cả những việc như thế thuộc về phúc lợi của thế gian, thì những hành động ấy chính là những hạt giống đang ươm mầm để cho hiện tại và tương lai có cơ ngơi trổi dậy khi mà ánh thái dương đã đủ độ ấm áp, phân bón, nước non v.v… Đây chính là những ngoại duyên mà khi làm phước phải cần hội đủ, thì cái nhân lành kia mới phát triển được.

Đức Vua đương triều đang miên man suy nghĩ về hai cuộc chinh chiến chống quân Nguyên Mông vừa qua của năm 1285 và 1288. Tuy là Đại Việt toàn thắng, nhưng trông nhìn Hoàng cung cũng như Phủ Thiên Trường của Thái Thượng Hoàng tiêu điều không kém, bởi vì qua 2 cơn binh biến ấy nhân tình xao xuyến, thế đạo lòng dân mệt mỏi quá nhiều rồi nên bây giờ chính là lúc phải nghỉ ngơi để cho quân dân dưỡng sức, rồi từ từ sẽ phục chế lại những thành quách đã đổ vỡ bởi quân giặc phá phách khi chiếm cứ Thăng Long, trong khi Thái Thượng Hoàng và Hoàng Đế đương triều Nhân Tông phải lánh mặt đi nơi khác, nhằm cứu nguy sơn hà, xã tắc bằng chiến thuật điệu hổ ly sơn hay vườn không nhà trống theo kế sách "Hịch Tướng Sĩ" của Thượng Phụ Hưng Đạo Vương Trần Quốc Tuấn. Đang ngồi nhâm nhi tách trà Bắc Thái, Nhân Tông được tin báo.

- Muôn tâu Thánh thượng! Có quan Nội giám muốn vào hầu.

- Hãy cho vào.

- Muôn tâu Hoàng thượng! Hoàng hậu đã hạ sanh một Công chúa!

- Thế sao?

- Như vậy là ta đã được 2 trai 2 gái!

Nhà Vua thong thả đi vào hậu cung và cho người đánh xa giá để đến gặp Khâm Từ Hoàng hậu. Đến nơi nhà Vua ở bên ngoài và cho người vào trong báo tin là Hoàng thượng đã đến. Hoàng hậu vui mừng xiết kể, gượng ngồi dậy ra chào Hoàng thượng bà khẽ nhún mình.

- A kìa! Ngươi hãy bình thân.

-Muôn tâu! Ngọc thể như thế nào?

- Ồ! Ta vẫn chỉ lo cho Khanh thôi! Chứ còn ta vó ngựa đường xa, đã quen bao phen chinh chiến rồi, nên không có gì đáng quan tâm lắm. Nhưng này Khanh! Ta với Khanh đã có Trần Thuyên và Quốc Chẩn, rồi Khanh cũng đã sanh cho ta Công chúa Lệ Thánh thật là thông minh diễm tuyệt, nay lại thêm một Công chúa nữa. Vậy thì Khanh hãy chọn tên cho Công chúa của chúng ta đi.

- Nếu Bệ hạ cho phép.

- Ừ thì nữ thuộc về Khanh, còn nam thì ta mới đặt tên cho.

- Nếu Bệ hạ rộng lòng thì thần thiếp xin phép được chọn là Huyền Trân.

- Ồ! Hay thế nhỉ! Huyền là màu đen, mà Huyền cũng có nghĩa là đẹp và Trân là trân bảo, trân quý, trên đời ít có. Thôi hãy gọi con là Trần Huyền Trân vậy.

- Ta đã có 2 con trai và 1 con gái, bây giờ sinh thêm 1 gái nữa Bệ hạ có vui không?

- Chắc chắn là vui rồi, vì chúng ta có cả 2 trai và 2 gái để chúng chơi đùa và học tập cùng nhau, chắc sẽ là tâm đầu ý hợp đó!

- Muôn tâu! Xin tạ ân Bệ hạ đã chiếu cố quang lâm.

- Thôi! Ta hồi cung.

Đêm hôm đó Nhân Tông thức trắng để hưởng trọn niềm vui, vì Hoàng hậu Khâm Từ đã mang đến những người kế nghiệp ngai vàng cho dòng họ mình, thì không vui sao được. Nhưng nếu ngẫm cho cùng thì cả Khâm Từ và Nhân Tông đều cùng có cái gốc gác giống nhau. Đó là cháu nhiều đời của cụ Trần Thừa, tuy ông không làm vua, nhưng được truy tặng danh hiệu là Thái Tổ. Từ Thái Tổ mới sinh ra ông nội là Thái Tông và Vua cha là Thánh Tông, nhưng lẽ ra dòng dõi ấy phải thuộc về ông bác Trần Liễu mới đúng, chứ không phải là phổ hệ của mình. Nhưng dẫu sao đi nữa thì con gái của Hưng Đạo Vương làm vợ của ta cũng không phải là người xa lạ, chỉ mới cách nhau 2 đời của con nhà chú và nhà bác đấy thôi! Thiên hạ bên ngoài cũng đàm tiếu nhiều lắm cho những việc hôn nhân cận huyết này, nhưng Thái sư Trần Thủ Độ chủ trương vương quyền không được lọt vào tay ngoại tộc, nên từ xưa đến nay Hoàng tộc ta cũng vậy. Đây có thể là điều đúng mà cũng có thể là điều sai. Nhưng tiên triều không có lệ này, chỉ có Trần triều mới sinh ra việc như vậy. Đây có thể là cái lo xa của Thái sư Trần Thủ Độ vì đã ép Nội Tổ của ta lấy chị dâu của mình, để ngai vàng có người kế nghiệp và mục đích chính là đẩy Nhà Lý ra khỏi cơ nghiệp của Nhà Trần thì Thái sư mới an tâm chăng? Nhưng nếu không có Hoàng đế Lý Chiêu Hoàng thì ai là người truyền lại ngôi cao lộc cả cho Nội Tổ của ta được? Bao nhiêu câu hỏi cứ thôi thúc Nhân Tông như vậy, nhưng ông còn bận không biết bao nhiêu việc triều chính khác nữa, nên chuyện gia phong bên trong từ từ sẽ chỉnh đốn sau.

Nhà Vua muốn các con của mình được tài giỏi nên đã tuyển chọn những vị quan văn tài võ giỏi dạy cho các Hoàng tử và Công chúa học chung với các vương tôn công tử khác trong Trường Quốc Tử Giám. Một hôm xảy ra một chuyện tranh cãi nho nhỏ trong sân trường của vườn Ngự Uyển, Trương Hán Siêu thấy cả Anh Tông, Quốc Chẩn, Lệ Thánh và Huyền Trân đều có mặt. Hỏi ra mới biết rằng họ đang bàn cãi với nhau về người bên trong và người bên ngoài, người cùng họ và khác họ, người cùng chủng tộc và kẻ khác chủng tộc như sau:

Anh Tông: Các em biết gì về người cùng họ và người khác họ?

- Ví dụ như người họ Trần và người họ Lý, hai nhà này có gốc gác khác nhau! (Quốc Chẩn đáp).

- Thế thì chúng ta với Ông cậu Trần Hưng Đạo là cùng họ hay khác họ? (Lệ Thánh Công chúa hỏi).

- Sao em hỏi vậy?

- Thì em thấy cùng họ Trần mà tại sao lại lấy họ Trần?

- Tại em còn nhỏ chưa biết. Khi nào lớn lên sẽ rõ.

Huyền Trân còn quá nhỏ để quan tâm đến chuyện này, nhưng hỏi chị rằng:

- Tại sao trong cung của Mẫu hậu, có những người không giống mình? Họ nói tiếng khác?

- Đó là người hầu của Mẹ đến từ Chiêm Quốc.

- Em thấy tiếng ấy, khi người ta nói như chim hót. Vậy em có học được không chị?

- Để chị hỏi lại Vương huynh và Mẫu hậu xem sao.

Đó là lần đầu tiên khi lên 4 lên 5 tuổi mà Huyền Trân đã nhận thấy cũng như phân biệt được thế nào là người cùng họ, khác họ hay người ngoại quốc rồi. Cô bé được các cung nhơn nuông chiều lo cho ăn uống, tắm rửa, giặt giũ. Tối đến họ còn kể chuyện Phù Đổng Thiên Vương đại phá giặc Ân, rồi nào là Sơn Tinh Thủy Tinh, Cây tre trăm đốt, Sự tích cây Nêu ngày Tết, chuyện Công chúa Tiên Dung và Chử Đồng Tử, Đầm Dạ

Trạch v.v... chuyện nào cũng mang vẻ liêu trai, khó hình dung hết được. Khi nghe đến câu chuyện nào Huyền Trân cũng chăm chú lắng nghe và khi các cung nữ kể đến chỗ hấp dẫn thì Huyền Trân không chịu ngủ, mà còn hỏi vặn lại nhiều điều như câu chuyện cổ tích về "Cây Nêu ngày Tết" như sau:

"Ngày xửa ngày xưa khi đất trời mới hình thành thì loài người và quỷ phải ở chung, vì loài quỷ hung dữ chiếm hết đất đai, nên loài người trở thành kẻ mướn đất làm thuê cho chúng, nhưng bản tính của loài quỷ vốn tham lam vô độ, cứ tăng dần số lợi tức phải nộp, cuối cùng chúng ra thể lệ là "lấy ngọn cho gốc" nên loài người phải nộp tất cả lúa thóc thu hoạch được, trở nên đói khổ vô cùng. Đức Phật A Di Đà ở phương Tây muốn cứu giúp nên mới bày kế cho loài người thay vì trồng lúa như mọi năm thì trồng khoai lang. Năm đó loài người được no vì theo lệ cũ loài người nhận phần củ còn quỷ chỉ nhận được phần lá. Bọn quỷ tức giận đổi điều lệ là "lấy luôn cả gốc và ngọn", Phật cho loài người hạt ngô để làm giống trồng khắp nơi. Lại thêm một lần nữa không nhận được gì, loài quỷ tức giận đòi đất lại không cho loài người thuê nữa. Thấy vậy Phật mới bảo với đại diện của quỷ rằng:

- Ta muốn mua lại một ít đất đai cho loài người.

- Ngài muốn bao lớn?

- Chỉ bằng bóng chiếc y của ta thôi!

- Chừng đó thì không sao!

Và hai bên đã giao ước ngoài bóng của chiếc y là của quỷ, trong bóng là của người.

Thế rồi Ngài cho dựng lên một cây thật cao, trên đó có treo một chiếc y của Ngài và loài quỷ đâu có biết rằng Ngài có phép thần thông, nên chiếc y mỗi lúc một lớn dần, cho đến khi bóng của chiếc y bao phủ cả mặt đất, loài quỷ không còn chỗ nương thân trên đất liền nữa, chúng phải chạy ra biển Đông và từ đó loài người ngự trị vĩnh viễn trên năm châu lục cho đến ngày nay. Thế nhưng loài quỷ cũng không dừng lại đó, đã bao phen chúng tìm cách đánh chiếm lại, nhưng loài người được Phật giúp đỡ nên bọn quỷ không làm gì được. Một hôm chúng thưa với Phật rằng:

- Mồ mả, ông bà Tổ tiên của chúng con đều chôn trên đất liền, mà bây giờ loài người lại làm chủ thì làm sao chúng con có thể về thăm ông bà quá cố của chúng con được?

- Vậy thì mỗi năm cứ đến những ngày Tết âm lịch thì các ngươi hãy về và Tết xong lại đi.

Khi loài người nghe Phật dạy vậy cũng tin, nhưng không tin được loài quỷ, vì sợ chúng sau khi vào đất liền chúng lại tìm cách ở luôn lại đây, nên loài người mới cung thỉnh Phật cho một phương pháp nào đó để trị quỷ thì Phật A Di Đà bảo rằng:

- Trước mỗi nhà, từ ngày 23 tháng chạp nên dựng lên một cây nêu và trên cây nêu ấy hãy gắn những màu xanh đỏ, cùng những loại tạo nên âm thanh khiến cho loài quỷ khi nghe đến tiếng động này thì chúng không dám lại gần nữa.

- Đó là một cách hay! Nhưng Bạch Thế Tôn! Còn cách gì nữa không?

- Chung quanh nhà, sau khi quét dọn sạch sẽ hãy rải vôi màu trắng và rải thành một hình cung tên hướng ra biển Đông, khiến cho quỷ thấy hình ảnh này chúng sẽ sợ và không còn dám lai vãng ở mãi trên đất liền được.

- Chúng con xin thâm tạ ơn Ngài".

Công chúa Huyền Trân nằm yên thiêm thiếp nghe kể những câu chuyện cổ tích của Việt Nam chúng ta ngày xưa, thấy chuyện nào cũng thật là ý vị, chỉ riêng câu chuyện "Cây Nêu Ngày Tết" thì Huyền Trân quan tâm nhất và hỏi các cung nhơn rằng:

- Phật là gì vậy chị?

- Ừ! Là kẻ đã xuất trần.

- Nhưng Phật A Di Đà ở đâu?

- Ở cách đây xa lắm!

- Nhưng tại sao Ngài không ở với mình?

- Vì loài người còn tham, sân nhiều quá.

- Còn quỷ có giống với quân Nguyên Mông không chị?

- Nguyên Mông là người, nhưng tâm hồn không khác quỷ là mấy. Vì chúng chỉ muốn mối lợi cho chúng, chứ chúng xem Đại Việt chúng ta chẳng ra gì.

- Vậy mình có làm cung tên không chị?

- Các chú, các bác đã lo cho việc này rồi. Bổn phận của em chỉ có việc phải ngủ yên thôi, để ngày mai còn đi học nữa.

Tối hôm đó Công chúa Huyền Trân ngủ thật là ngon giấc, nhưng trong đầu của trẻ thơ Huyền Trân luôn có nhiều thắc mắc và gợi nhớ, nên để dành cho ngày mai, khi thức dậy và đi học xong thì sẽ gặp Mẫu hậu để thưa trình.

- Hôm nay con ngoan của mẹ học ở Quốc Tử Giám ra sao rồi đó?

- Thưa Mẫu hậu! Hôm nay con có nghe thầy dạy sử kể về chuyện Đường Tăng đi Ấn Độ thỉnh kinh. Câu chuyện quá hay phải không Mẹ?

- Theo con thì chỗ nào hay nhất ?

- Con nghe đến Trư Bát Giới là vui rồi!

- Nhưng con không nghĩ mình cũng thể hiện đúng những gì mà Trư Bát Giới đã biểu hiện chăng?

- Xin Mẹ nói rõ.

- Ừ! Thì Bát Giới thích gì nào?

- Thưa Mẹ! Ông ta thích ăn, thích ngủ và đặc biệt là thích gái.

- Vậy con xem trong chúng ta có những loại ấy chăng?

- Thưa Mẹ, con chưa hiểu.

- Thì đây này! Phật đã dạy rằng:

Mắt ưa xem huyễn cảnh hằng ngày
Tai thích tiếng mật đường dua nịnh
Mũi quen ngửi mùi thơm bất tịnh
Lưỡi dệt thêu lắm chuyện gay go
Thân ham dùng gấm vóc se sua…

- Phật dạy hay quá phải không Mẹ.

- Trư Bát Giới là tượng trưng cho năm loại bị che khuất trong chúng ta đó!

- Còn ông Tề Thiên Đại Thánh nữa. Con thích ông này ghê!

- Đúng! Ông ta tượng trưng cho tâm ý của con người đó con! Ý của mình cứ chạy rong như ngựa không dây cương và không khác nào con khỉ chuyền cành, hết cây này qua cây nọ.

- Nhưng ông ta thì luôn thương Ngài ĐườngTăng phải không Mẹ?

- Đúng vậy! Ông nào cũng thương hết. Nhưng ông bảo thủ nhất là Sa Tăng. Ông này giống như bà Hoàng hậu bảo thủ ông vua là của riêng mình vậy.

- Có phải Mẹ lúc nào cũng gần gũi Phụ Vương con như vậy không?

- Con còn nhỏ chưa biết gì nhiều, nhưng khi con lớn lên rồi thì con sẽ thấy và gặp cái cách chấp ngã của từng con người, nên Phật dạy cho các Thầy Tỳ Kheo kỹ lắm. Hằng đêm phải quán rằng: Đây là không phải tôi, đây không phải thuộc về tôi và đây không phải là bản ngã của tôi!

- Khó quá con không hiểu, nhưng tại sao Ngài Đường Tăng lại quá dễ dàng với ma chướng vậy hả Mẹ?

- Không đâu con! Ngài lúc nào cũng giữ tâm ý thật thanh tịnh, nhưng Ma vương đâu có tha. Vì trong vô lượng kiếp, Ngài cũng đã thương, đã yêu, đã lụy vì tình, nên kiếp này mặc dầu được Đường Thái Tông phong làm Đường Ngự Đệ, xem như em ruột của mình nhưng cái mà hay chứa chấp cái ta đó, cũng như cái bị chứa và cái chấp về ái dục, ái tình v.v… nó vẫn còn luôn tồn tại nếu người ta chưa chuyển nó thành trí được.

- Ôi thôi là khó quá!

- Con hãy chờ lớn hơn một chút nữa thì con sẽ hiểu nhiều hơn.

- Vâng thưa Mẹ!

Đến năm 1293 thì Huyền Trân cũng đã lên 7 tuổi, tuy mới 7 tuổi mà trông như đứa bé đã lớn khôn nhiều rồi. Vì Thầy dạy học cũng như Hoàng thất ai ai cũng muốn các Công tôn Vương tử phải là những người đặc biệt. Phải học chữ Hán và Tứ Thư, Ngũ Kinh, phải biết xem ngày, xem hướng và đặc biệt là phải biết rành rẽ giáo lý của Phật giáo. Thời kỳ này được gọi là thời kỳ "Tam Giáo Đồng Nguyên"; nghĩa là 3 Tôn Giáo đều cùng một nguồn cội, được tôn trọng như nhau, nên không chỉ bên trong trường Quốc Tử Giám các Công tôn Vương Tử phải được luyện tập cả Hán Học, Lão Học và Phật Học mà trường ở ngoài dân gian cũng phải vậy. Tuy không được học nhiều và bài bản như trong triều nội, nhưng ai ai cũng am hiểu điều này một cách căn bản.

Huyền Trân nhớ có lần Tuệ Trung Thượng Sĩ là Ông cậu ruột của mình từ Yên Tử xuống thăm bà Nội Thiên Cảm và cả Phụ hoàng cũng như Tổ phụ của mình nữa. Lâu lâu nghe người lớn nói chuyện với nhau, Huyền Trân tuy chưa hiểu gì, nhưng thấy cũng hay hay nên đứng hầu bên cạnh Nội, nghe cuộc đối đáp như sau:

- Sao Anh tu Thiền mà dùng cá thịt và đồ chay lẫn lộn như vậy thì làm sao thành Phật được?

- Phật là Phật. Anh là Anh. Anh chẳng cần làm Phật, Phật chẳng cần làm Anh. Em không nghe nói Văn Thù là Văn Thù, giải thoát là giải thoát đó sao?

- Vâng! Vâng! Vâng!

Ngay cả Thái Hậu và Vua cha là Trần Nhân Tông ngồi trong bữa yến tiệc hôm đó sau khi nghe việc đối đáp giữa Tuệ Trung Thượng Sĩ và Thiên Cảm Hoàng hậu, ông còn không hiểu thì làm sao mà Anh Tông hay Huyền Trân hiểu được. Tuy nhiên đây là những câu nói rất có ý nghĩa, nên cả Thái Hậu, Phụ hoàng và các Vương tôn Công tử có mặt hôm đó đều rất an vui khi đón được ông cậu của mình từ Yên Tử sơn về lại triều đình.

Năm 1293 cũng là năm mà Vua Trần Nhân Tông chính thức nhường ngôi cho con là Trần Anh Tông và ông lên làm Thái Thượng Hoàng, lui về ở Phủ Thiên Trường, còn Vua Anh Tông vẫn ở lại Thăng Long để lo tu bổ kinh thành đã bị hoang phế qua hai cuộc chiến vừa qua. Ngày qua ngày Huyền Trân thấy

Phụ vương mình đăm chiêu nhiều hơn mà không biết lý do gì. Một hôm ở hậu cung của Phủ Thiên Trường, Huyền Trân nghe lén được câu chuyện của Phụ hoàng và Mẫu hậu như sau:

- Bệ hạ định đi tu? Và sơn hà xã tắc này để lại cho ai?

- Đã có Anh Tông lo lắng thay ta.

- Thế nhưng các con nhỏ khác, nhất là Huyền Trân mới lên 7 tuổi, cái tuổi của sự dại khờ, vẫn còn trông đợi sự chăm sóc của Bệ hạ lắm.

- Ngày xưa Đức Phật cũng đi tu khi La Hầu La còn nhỏ dại, có sao đâu?

- Nhưng đó là chuyện của Ấn Độ, còn nước Đại Việt ta thì… Khi Thái Tông trốn vào núi Yên Tử để chỉ cầu làm Phật, nhưng nhờ Thái sư Trần Thủ Độ can ngăn, nên mới được như vậy. Còn bây giờ ai có thể ngăn cản Bệ hạ đây?

- Ngày xưa Thái Tông chưa có người nối nghiệp vua, nên Thái sư mới ngăn chặn, còn bây giờ đã có Anh Tông lo cho rồi!

- Thế còn thần thiếp thì sao?

- Khanh hãy lo cho các con còn nhỏ dại, còn ta sẽ cận kề bên Thượng Sĩ, vốn là anh ruột của Khanh để tầm sư học đạo và nếu sau này…

- Nếu sau này các con của chúng ta cũng sẽ xuất gia như La Hầu La?

- Điều ấy biết đâu được, nhưng việc từ bỏ Ngai vàng đâu phải là điều xấu xa gì. Nhất là cả hai lần chiến thắng Nguyên Mông ta còn không màng tới cái lợi danh này, cứ ở lại hoài nơi cung cấm để hưởng lộc, mà ta nhân cơ hội này sẽ xả bỏ tất cả để được tất cả. Hiện giờ ta đã có Anh Tông thì còn phải lo toan gì hơn nữa? Vả lại kho báu, gạo thóc vẫn còn đầy, Khanh và các con đâu có đói mà phải bận tâm?

- Không phải là chuyện đói no, muôn tâu Bệ hạ, mà là tình nghĩa phu thê mà thần thiếp đã nghe lời "Thượng Phụ" về xe tơ kết tóc với Ngài, chỉ mong cho đến chết mới trọn nghĩa tào khang, sống đồng tịch đồng sàng và chết đồng quan đồng quách.

- Đó chỉ là lẽ thường tình của thế gian, còn luân hồi sanh tử thì ai chịu trách nhiệm đây? Nếu trong 12 nhân duyên ấy mà không cắt đứt dây ái trước thì cái vòng vô minh nó vẫn là vô minh. Yêu để rồi đau khổ, dầu cho có ở tột đỉnh cao sang quyền uy và danh vọng như ta hay các vua chúa đời trước hay đời sau đi chăng nữa, thì làm sao tránh khỏi được sanh, lão, bệnh, tử của một kiếp nhân sinh? Khanh có thể bảo đảm với ta là vẫn ở đời sống tại gia, mà ta được giải thoát chăng? Nếu được như vậy thì Thái tử Tất Đạt Đa đâu cần phải bỏ cung vàng điện ngọc, vợ đẹp con ngoan để đi tìm đạo làm gì?

- Nhưng thực tế thì quá phũ phàng, thưa Bệ hạ!

- Khi làm tướng phải biết thế mạnh thế yếu của giặc, phải biết lúc nào tấn lúc nào thối, chứ lúc nào cũng chường mặt ra cho giặc bắn tên mình thì còn gì là cái uy, cái dũng của một người cầm quân? Phải như Trần Bình Trọng, chứ ta không thể như Toa Đô hay Ô Mã Nhi được. Vả lại bây giờ nước non không còn chinh chiến nữa, xã tắc đã an bình, liệu ta có ở lại chốn kinh kỳ này thêm bao nhiêu năm nữa, thì có ích gì cho thiên hạ và ngay cả khanh nữa, nên ta đã quyết định xuất gia.

- Thưa Bệ hạ! Nếu chí của Bệ hạ đã quyết thì thần thiếp cũng không dám cản ngăn, nhưng hãy cho thiếp theo cùng, như Da Du Đà La vậy.

- Ấy là ngày ta chứng đạo trở về lại nơi Phủ Thiên Trường thì được, còn bây giờ tâm ta chưa an thì làm sao ta an cho người khác được. Thôi Khanh hãy vào hậu liêu an nghỉ, còn ta sẽ liên lạc với Ngài Thượng Sĩ để xem ý ra sao về việc quyết định của ta.

Huyền Trân mở tròn đôi mắt ra, áp tai vào sát tường để nghe cha mẹ đối đáp như trên, lòng của con trẻ bâng khuâng khôn tả, vì lâu nay anh em trong nhà cũng như thúc bá và các Vương tôn Công tử chơi đùa học tập với nhau dưới một mái nhà chung, mà bây giờ Phụ hoàng nỡ bỏ Mẫu hậu, rồi cả ta nữa. Nghe đâu Phụ hoàng sẽ vào Chùa Bút Tháp để xuất gia đầu Phật, bỏ lại hết tất cả sau lưng, không mang theo một vật gì cả, ngoại trừ tâm nguyện của mình là "Thượng cầu Phật đạo, hạ hóa chúng sanh".

Hôm đó là ngày mồng Tám tháng Hai năm 1294, ngày mà 1889 năm trước Đức Phật Thích Ca ở Ấn Độ đã rời cung thành Ca Tỳ La Vệ để ra đi xuất gia tìm đạo ở tuổi 29, còn rất thanh xuân, và hôm ấy tại nước Đại Việt này nơi Chùa Bút Tháp có một lễ xuất gia rất là đặc biệt dưới sự Chủ trì của Ngài Tuệ Trung Thượng Sĩ và Chư sơn Thiền Đức trong môn phong Yên Tử. Bên triều đình thì có Hoàng đế Anh Tông và các Công chúa, Thái tử và trong sự kiện này không thiếu sự hiện diện của cô Công chúa út của Hoàng thượng đó là Huyền Trân. Lần này thì Huyền Trân không cần phải đứng núp đâu đó nữa để nghe lén cha mẹ mình đối đáp, mà nàng đã quỳ mọp trước một tôn tượng Quan Thế Âm rồi đưa mắt nhìn về phía Phụ hoàng cùng chư Tăng và đặc biệt là Ông cậu Tuệ Trung Thượng Sĩ. Huyền Trân lặng yên trong không khí trầm lắng ấy, bỗng đâu nghe tiếng dõng dạc của Ngài Thượng Sĩ đọc lớn lên rằng:

Thiện tai Thiện Nam tử
Năng liễu thế vô thường
Khí tục thú Nê Hoàn
Công đức nan tư nghì
Nam Mô Thanh Lương Địa Bồ Tát Ma Ha Tát

Huyền Trân mới lần đầu nghe Ông cậu mình đọc câu ấy thấy hay hay, vì trong đó có nói hai chữ vô thường và có lẽ Phụ hoàng ta đã rõ biết cuộc đời là mộng ảo, mặc dầu có làm vua, làm Thái

Thượng Hoàng đi nữa, thì cũng bị luật vô thường chi phối mà thôi! Nhưng Nê Hoàn là gì nhỉ, ta phải hỏi ai đây? Đoạn Huyền Trân thấy Ông cậu Thượng Sĩ đặt con dao lên đầu của Phụ hoàng mình và cắt mấy sợi tóc đã điểm sương rồi đọc tiếp:

Hủy hình thủ khí tiết
Cát ái từ sở thân
Xuất gia hoằng Thánh đạo
Thệ độ nhứt thiết nhân
Nam Mô Ly Cấu Địa Bồ Tát Ma Ha Tát.

Lần này Huyền Trân lại nghe đến chữ ái, chữ thân cũng như chữ nhân, khiến nàng cũng thầm hiểu là chuyện ái ân chồng vợ xưa nay vốn là sự ràng buộc chăng? Nên người xuất gia quyết phải ra khỏi chốn ấy và ngay cả người thân thương nhất như Mẫu hậu của ta mà Phụ hoàng ta còn không đoái hoài đến, cắt bỏ tất cả để ra đi, thì chắc rằng phải có một mục đích gì đó to lớn hơn nữa, chứ không phải tầm thường. Còn Thánh đạo là gì? Đạo vợ chồng, đạo Thầy trò, nay còn nghe thêm hai chữ Thánh đạo nữa. Huyền Trân thắc mắc mà chẳng biết hỏi ai nên nàng để ý người ngồi bên kia là chú Trần Khắc Chung và nghĩ rằng sau lễ xuất gia của Phụ hoàng, Huyền Trân sẽ hỏi chú và nhờ chú giải thích cho nghe những chữ còn nghi ngờ. Bình thường chú mặc đồ tướng oai vệ lắm, còn hôm nay ở Chùa Bút Tháp này trông chú rất hiền từ giống như một người Phật tử thuần thành vậy, rồi nàng suy nghĩ tiếp, từ thời Thái Tổ cho đến Thái Tông, rồi ông nội ta, cha ta và cả bên ngoại của Ông cậu Trần Hưng Đạo cũng có người đi xuất gia và bây giờ cha ta lại dấn thân theo con đường khổ hạnh ấy, thì phải biết rằng Đạo Phật đã ăn sâu vào văn hóa của dân tộc này nhiều rồi. Không phải một sớm một chiều gì mà cả một đại gia tộc như vầy có tín tâm với một Tôn Giáo vốn có mặt tại Ấn Độ từ hơn 1.500 năm về trước.

Sau lễ xuất gia của Phụ hoàng, Huyền Trân thấy cha mình bây giờ trang nghiêm quá dưới Pháp phục của một Tăng nhân, đầu cạo nhẵn, mình mặc chiếc áo cà sa màu hoại sắc. Tuy không rườm rà như hoàng bào khi Phụ vương mặc lúc lâm triều, nhưng với chiếc áo này, nó làm cho cha ta tăng thêm một nghị lực là đã chiến đấu và đã tự thắng mình, dầu cho trước đó có không biết bao nhiêu là sự cản trở.

- Thưa chú Khắc Chung! Chú thấy Phụ Vương con hôm nay có đẹp không?

- Ấy đừng nói thế! Con còn nhỏ chưa biết gì nhiều nhưng nhà Phật không gọi là đẹp mà gọi là trang nghiêm.

- Vậy thưa chú việc xuất gia ai cũng có thể làm được, hay chỉ có vua chúa mới có quyền?

- Phật ngày xưa đâu có cấm đoán ai. Ngay cả Ngài Ưu Ba Ly làm thợ cạo tóc còn xuất gia đầu Phật được mà!

- Vậy thì sau này con lớn lên, con có thể xuất gia được không?

- Việc xuất gia nó không đơn thuần như con nghĩ, nghĩa là phải tự chọn cho mình một con đường và phải quyết chí tu thân cho đến ngày thành đạo, chứ không phải vào chốn Thiền môn để vui ca múa hát như chốn hoàng cung đâu. Vả lại con là một công chúa thông minh, bé bỏng của triều đình, hãy khoan và đừng bao giờ nghĩ gì đến chuyện đại sự này cả. Sau này con lớn lên rồi con sẽ biết.

- Nhưng tại sao phải xuất gia chú? Con thấy Phụ hoàng con ở Thiên Trường vẫn được nhiều người hầu kẻ hạ mà tại sao phải lên núi Yên Tử để tu hạnh đầu đà và đầu đà là sao hả chú?

- Đầu đà có nghĩa là khổ hạnh. Ví dụ như ở cung son, mỗi ngày ta ăn ba bữa, khi ngủ có chăn êm nệm ấm để đắp. Còn đầu đà thì...

-Thì sao hở chú?

-Thì ngược lại những điều trên nghĩa là mỗi ngày chỉ ăn có một hay hai bữa, còn ngủ thì đơn giản hơn ở hoàng cung nhiều.

- Nhưng tại sao Phụ vương con lại từ bỏ chỗ đang sung sướng mà đi tìm chỗ cực khổ như vậy?

- Việc này con nên thưa với Phụ hoàng của con sau này khi con có dịp diện kiến Ngài. Nhưng mà quên! Bây giờ thì phải gọi khác đấy, không được phép gọi là Phụ hoàng nữa mà phải gọi Pháp danh của Ngài.

- Pháp danh? Pháp danh là gì hả chú?

- Là tên gọi trong Đạo.

- Vậy con phải gọi là gì ?

- Là Giác Hoàng!

- Ồ! Hay quá! Miễn sao có chữ Hoàng trong đó là con dễ nhớ rồi.

- Mà con biết không, cậu Tuệ Trung ban Pháp danh cho Thân phụ của con là Giác Hoàng cũng có nhiều ý nghĩa lắm đấy!

- Ý gì vậy chú?

- Giác có nghĩa là giác ngộ, thành Phật và Hoàng này cũng có nghĩa là ông vua. Ông vua này chắc chắn sau khi đi tu sẽ thành Phật.

- Hay quá hả chú và con xin cảm ơn chú nhiều về những sự giải thích rành mạch vừa qua.

Cũng trong năm 1294 này Giác Hoàng cùng một số Chư Tăng tại Chùa Bút Tháp đã đăng sơn, lên tận núi Yên Tử để tu hành và Ngài đã cho những người giúp việc lập nên một am tranh nhỏ và Ngài tự đặt cho tên gọi là "Ngọa Vân Am". Am ấy rất xinh xắn và tĩnh lặng. Mỗi khi trăng lên, từ am này người ta có thể nhìn khắp núi Yên Tử với trùng trùng điệp điệp cây rừng. Thỉnh thoảng đâu đây ta nghe được tiếng của chim rừng ca hót vào những buổi sớm tinh sương khi mặt trời chưa ló dạng. Chiều xuống có những áng mây la đà bay trên mái am, nên gọi nơi này là "Ngọa Vân Am" hay "Am Mây Ngủ" cũng quá tuyệt vời! Tại đây Giác Hoàng đã thiền định tu tập ngày đêm sáu thời như thế và đây là sự hành trì hằng ngày của Ngài, cho nên sau này những môn Phong của Yên Tử lấy cách thực tập này và nương theo kinh của Ngài Giác Hoàng soạn về sáu thời để hành trì.

Sau khi chứng đạo Ngài có bài thơ Cư Trần Lạc Đạo rất hay. Bài này ý nói: Ở cảnh trần gian, nhưng vẫn vui được với đạo mà mình đã chứng.

Ở đời vui đạo hãy tùy duyên
Đói cứ ăn đi, mệt ngủ liền
Có báu trong nhà thôi tìm kiếm
Đối cảnh vô tâm chớ hỏi Thiền.

Vậy thì Thiền có nghĩa là bây giờ và ở đây. Cái gì xảy đến hãy để cho nó tự đến, cái gì ra đi hãy để cho nó tự đi, đừng bắt buộc, đừng kiềm hãm, những gì xảy ra trong tâm niệm của chúng ta cũng giống như đói và mệt. Nếu đói thì cứ ăn, đừng cưỡng lại việc đói và mệt thì cứ nghỉ. Hãy đừng cố gắng so đo với thời gian làm gì, khiến cho ta phải khổ tâm nhọc trí. Nói thì nói vậy chứ không phải đơn giản vậy đâu, vì đối cảnh mà vô tâm thì chỉ có những người chứng đạo mới làm được.

Ngày lại tháng qua cũng đã mấy năm rồi, Huyền Trân đã được gia nhân đưa lên núi Yên Tử để lễ Phật và nhất là để thăm lại Ngài Giác Hoàng. Gặp lại Vua cha, nàng mừng rỡ nhưng không vồn vả, rối rít vì bây giờ thì nàng đã lớn hơn xưa nhiều rồi, đã hơn 10 tuổi rồi còn gì, lứa tuổi của sự hồn nhiên, nhưng cũng là tuổi bắt đầu chớm nở cho sự trưởng thành. Huyền Trân nhỏ nhẹ thưa:

- Thưa Phụ hoàng! Thưa Bệ hạ!

- Không phải như vậy đâu con, mà hãy bắt đầu bằng hai chữ "Mô Phật".

- Mô Phật, thưa Ngài!

- Cũng không đúng nữa. Con phải gọi ta bây giờ là Thiền sư.

- Thiền Sư? Thiền sư là gì vậy Bệ hạ? À quên! Vậy Thầy?

- Thiền là thiền định, tư duy, tập trung lại một chỗ và giải quyết việc sanh tử ngay trong sự suy nghĩ của mình. Còn Sư là vị Thầy. Chỉ đơn giản thế thôi.

- Thưa con có thể làm như thế được không Thầy?

- Con còn nhỏ lắm. Hãy trở lại hoàng cung học tập với anh và chị của con đi, sau này lớn lên, con sẽ hiểu nhiều về cuộc đời, về sự thế, lúc ấy mọi sự quyết định mới đúng đắn.

- Con xin vâng!

Thế rồi Huyền Trân cùng những cung nữ chạy nhảy lượn quanh khe suối, hóc đá, có lúc lại trèo lên tận những cây cao để nhìn xem phong cảnh của chốn non bồng nước nhược này, mà Phụ Vương đã chọn để tu hành. Cảnh trí thiên nhiên ở đây đã làm cho Huyền Trân tâm đắc vô cùng, nàng nghĩ biết đâu một ngày nào đó cũng sẽ được lên đây để tọa thiền và sớm chiều kinh kệ. Khi đến động chính nàng ngước mặt nhìn lên trời, thấy thiên nhiên thật là kỳ tú, diễm ảo, mà mắt trần khó định phân được. Đây chính là động Hương Tích mà người xưa đã gọi. Hương Tích cũng là tên một cõi trời khác ở trong Nam Diêm

Phù Đề và cơm tại đó mang về cõi này ăn hoài không hết, đã có lần Ngài Duy Ma Cật cúng dường Cơm Hương Tích lên cho Ngài Xá Lợi Phất và các vị Thánh Tăng, chỉ có một cái nồi nhỏ thôi mà cả Đại chúng mấy ngàn người dùng không hết, cho nên Hương Tích tại núi Yên Tử này cũng có cái gì đó quá đặc biệt.

Rồi Huyền Trân đến suối Giải Oan để nghe kể lại tấm chân tình mà các cung nữ đã thể hiện sự sống chết một lòng với ông Cố Trần Thái Tông, người đã bỏ ngôi báu vào đây xuất gia. Chuyện này đã xảy ra cách đây hơn 80 năm về trước và bây giờ đến đây nàng vẫn còn cảm nhận được tấm chân tình của những người xưa đối với Thượng Hoàng như thế nào.

Huyền Trân tuy là thân gái, nhưng trong nàng luôn luôn mang một tâm niệm là: "Tại sao nam nhi thực hiện được, mà nữ nhi lại quá thường tình như vậy?" Thế rồi từ đó, nhất là sau chuyến đăng sơn Yên Tử để thăm Phụ hoàng lần này, nàng mới cảm nhận được rằng cõi Phật mới chính là cõi giải thoát sanh tử luân hồi, còn trần gian thì phải vướng nhiều sự hệ lụy. Chưa chắc gì làm vua đã là hạnh phúc hoàn toàn. Nếu không như vậy thì tại sao Phụ hoàng phải bỏ Thăng Long và Thiên Trường để vào núi Yên Tử này để tu hành, nơi đây có gì là thú vị đâu? Thế nhưng nhìn cung cách đạo mạo uy nghi của Phụ Vương qua mảnh áo nâu sồng, nàng thấy cha mình hạnh phúc hơn xưa rất nhiều. Chắc chắn một điều là bây giờ cha của mình không còn bị những tiếng kêu than, kiện cáo của những quan tướng hay cung phi mỹ nữ khi lâm triều hay ở nơi hậu cung nữa, mà bây giờ tâm của ông rạng ngời như ánh sáng mặt trời, với ánh sáng ấy có thể rọi khắp muôn phương. Nếu ông tiếp tục làm vua hay Thái thượng hoàng thì ông chỉ làm lợi cho một ít thần dân mà thôi, còn ở đây tuy ông không có gì, nhưng ông đã có tất cả. Ông có thiên nhiên, có bầu trời và có cả một tâm Phật bao la rộng lớn như thế. Quả thật là phúc báu vô ngần.

Về lại Hoàng cung cùng Mẫu hậu, Huyền Trân đã kể lại tất cả những chuyện mắt thấy tai nghe nơi Yên Tử mà giờ đây với nàng tất cả chỉ còn là những sự hoài niệm. Huyền Trân phải nghĩ về chuyện tương lai của chính mình trong sự học hành, cũng như phải làm sao vừa lòng Mẫu hậu và những người chung quanh mình, khi mà Phụ hoàng không còn trực tiếp chăm lo cho mình ở Thiên Trường này nữa.

Chương VIII

Ngàn dặm gió sương

Trong khi quân Nguyên Mông xâm chiếm Đại Việt thì Nguyên Mông cũng đã có ý thôn tính Chiêm Quốc. Muốn đánh Chiêm Thành chỉ có hai cách. Đó là dùng thuyền đi bằng đường biển từ Vân Nam qua, hai là dùng Đại Việt như bàn đạp để đánh qua Chiêm Thành bằng đường bộ. Ý định này của quân Nguyên Mông, Trần Nhân Tông và kể cả Chế Mân đều rõ biết, nên hai nước này giao hảo với nhau rất tốt nhằm chống lại kẻ thù phương Bắc. Trần Nhân Tông đã cung cấp cho Chế Mân 500 chiến thuyền và cả quân tham mưu nữa. Do vậy quân Nguyên Mông đã không thắng quân Đại Việt vào năm 1285 và 1288 thì tại Chiêm Quốc với sự cố vấn của Vua Trần Nhân Tông và những tướng tài của Đại Việt, nên quân Nguyên Mông cũng đã phải rút lui về nước.

Nhân Tông xuất gia từ năm 1294 sau khi đã truyền ngôi cho Anh Tông làm Thái Thượng Hoàng, đồng thời cũng làm quân sư cố vấn cho cả Anh Tông về sự giúp đỡ cho Chiêm Quốc cũng như tổ chức truyền Bồ Tát giới cho Anh Tông, sau khi Anh Tông lên làm vua. Cuộc đời của Giác Hoàng bây giờ chỉ vui thú cỏ cây nơi núi đồi Yên Tử. Đêm đêm về, dưới ánh đèn dầu hiu hắt nơi Ngọa Vân Am, ông vẫn tĩnh tọa thiền quán và ôn lại lời Phật dạy, cũng như soạn lại Kinh Thập Thiện cho rõ ràng dễ hiểu hơn và từ đây ông quyết chí đi về phương Nam để thăm Chiêm Quốc. Và trên đường đi vạn dặm ấy, ngày đi đêm nghỉ, ông muốn nhân dân cũng sẽ hưởng được điều lợi lạc của giáo lý Phật Đà, nên ông đã chuẩn bị sẵn sàng để cất bước ra đi.

Bây giờ bên ông là mấy chú Tiểu Đồng, không phải với túi thơ bầu rượu, mà là những tay nải, trong đó có chứa đựng những bản kinh bằng chữ Hán cũng như những sách vở được soạn bởi Nhân Tông. Ông thấy rằng sau những cuộc chinh chiến thắng quân Nguyên Mông như thế, dân tình rất khốn khổ không đủ ăn, đủ mặc, tiền của đâu có dư để mà đến trường học chữ của Thánh Hiền, nên ông đã quyết chí đi lần này là muốn tận tai nghe và tận mắt thấy về cuộc sống tâm linh cũng như cuộc sống về vật chất của họ ra sao. Ông không dạy Thiền cho họ, mà dạy bộ kinh quan trọng này cho muôn dân trăm họ qua thân khẩu và ý. Thân gồm có 3 giới cần phải giữ đó là: Không sát sanh, không trộm cướp, không tà dâm. Miệng có 4 là: Không nói dối, không nói lưỡi đôi chiều, không nói lời xua nịnh và không nói lời độc ác. Ý có 3 là: Không tham, không sân và không si.

Thật sự đây không phải là sáng kiến của Giác Hoàng mà là những lời dạy từ ngàn xưa của Bổn Sư Thích Ca Mâu Ni. Bây giờ chính là lúc mà nhân dân Đại Việt cần phải thấm nhuần tinh thần của Phật giáo, nên Giác Hoàng đã có ý là nên làm như vậy sẽ thành công hơn. Ngoài con ngựa già đã trung thành với vua trong hai cuộc chiến vừa qua, Giác Hoàng không cho mang theo gì nhiều, vì đi đến đâu thì ông và các chú Tiểu đi khất thực để sống. Nhu cầu bây giờ không nhiều như lúc còn làm vua hay Thái thượng hoàng nữa, nên ông rất tự tại an vui. Buổi chiều không dùng, buổi sáng thì tọa thiền đâu đó và đi khất thực về lại dùng trưa trong tỉnh thức. Người ta cho gì thì Ngài dùng nấy, không đòi hỏi bất cứ một điều kiện gì, kể cả cái ăn, cái mặc hay nơi chốn ngủ nghỉ qua đêm. Có thể là một ngôi chùa cũ kỹ hay một am tranh, một miếu nhỏ nào đó đang bỏ hoang, Giác Hoàng và những người tùy tùng đều có thể chấp nhận một cách dễ dàng bởi mục đích của ông là "thăm dân cho biết sự tình".

Ông khởi đi từ núi Yên Tử và dọc theo duyên hải miền Trung, vì thuở ấy chưa có đường bộ như bây giờ, đến đâu cũng thấy phong cảnh đẹp lạ lùng mà thiên nhiên đã biệt đãi cho Đại Việt cũng như Chiêm Quốc như thế. Thảo nào mà Nguyên Thế Tổ muốn xua quân để đánh chiếm Đại Việt và Chiêm Thành. Ở đây con người rất thanh bạch, chất phác, hỏi gì thưa nấy, đứng vòng hai tay lại, như thấy mình nhỏ bé trước một ông vua đã đánh Đông dẹp Bắc và trận nào cũng thành công vang dội khắp đó đây. Nay họ mới được gặp mặt dưới hình tướng của một nhà Sư khổ hạnh "áo vải nâu sồng". Có lần Giác Hoàng bảo dân chúng tại một bờ biển rằng:

Các ngươi có biết việc đặt bẫy để bắt chim trên rừng, hươu nai, chuột, thỏ v.v... là tội cố sát chăng? Có bao giờ con cá dưới biển, đang bơi lội thong dong như vậy mà nghĩ rằng mình bị lưới của người giăng cá bủa ra chăng? Những bữa ăn đầy máu tanh của chúng sanh trên bàn cũng như rượu nếp, rượu than đã làm cho các ngươi chỉ đỡ đói qua ngày, nhưng các ngươi đâu có biết rằng những chúng sanh ấy cũng có gia đình, có cha có mẹ, có bà con quyến thuộc như chúng ta, sao các ngươi nỡ làm cho nó bị chia rẽ tình thân yêu quyến thuộc như vậy? Nếu ai trong chúng ta cũng bị những cảnh tình như vậy thì các ngươi sẽ tính sao đây?

Ngay như Yết Kiêu, Dã Tượng ngày nào, họ đã vì giang sơn Đại Việt mà giết Toa Đô hay đục thuyền của giặc, làm cho họ phải bị thua xiểng liểng rút về Tàu, và sau những trận so gươm thử sức như vậy đã có không biết bao nhiêu là máu đào đã chảy, đầu đã rơi và xương chất thành núi, nhưng họ vì sự tồn tại của giang sơn Tổ Quốc Đại Việt này mà phải hy sinh như vậy. Nhưng nay thì cả hai đều quy y Tam Bảo rồi, nhất là sau những tháng ngày chúng ta đã đại thắng quân Nguyên Mông và chính ta đã vứt đi tất cả để trở thành người xuất gia đầu Phật thì họ đã rõ lý vô thường còn sâu xa hơn nữa. Giờ đây ta chỉ mong đợi ở các ngươi hãy tu tỉnh, hãy tìm cách quy y Tam Bảo và giữ gìn các giới cấm của Phật chế, nhất là giới sát sanh để cho những côn trùng bé nhỏ được nhờ. Các ngươi thấy đó! Con kiến là loài nhỏ nhất mà chúng ta có thể dùng mắt để thấy được, nhưng khi chúng ta chạm vào nó thì nó tìm cách bỏ chạy đi hay quay đầu lại để tự vệ. Như vậy là con vật, chúng cũng muốn bảo vệ sự sống của chúng, tại sao chúng ta là con người, có đầy đủ trí tuệ hơn, lại ỷ mạnh hiếp yếu, đi giết hại chúng như vậy? Nếu các ngươi bảo rằng: "Vật sinh ra là để dưỡng nhơn, chứ nhơn đâu có dưỡng vật?" Nói như vậy chưa hẳn đã là đúng hoàn toàn. Nếu vật sinh ra để cống hiến cho loài người, thì sao loài hổ báo, cọp beo lại tìm người để giết hại? Khi chúng giết người, chúng đâu có nghĩ là chúng phải cung cấp thịt chúng cho con người dùng, mà ngược lại con người, chính là đối thủ mà chúng cần tiêu diệt để bảo vệ cái bao tử của chúng vậy.

Loài người từ thời nguyên thủy vốn đã ăn chay, nhưng vì con người quá quỷ quyệt, không ăn thịt sống được cho nên phải thui, phải nướng, phải xào lên mới ăn được. Thật ra chỉ loài động vật nào có răng nhọn thì mới ăn tươi nuốt sống, còn con người thuộc loại răng bằng cũng như trâu, bò, dê, ngựa thì không thể ăn thịt sống được, mà chỉ ăn toàn rau cỏ thôi. Thứ nữa những động vật nào có ruột non, ruột già ngắn thì mới ăn thịt động vật, trong khi đó con người và những động vật có răng bằng lại có ruột non và ruột già dài cả mấy chục thước, sự tiêu hóa chậm hơn, nên chỉ chay tịnh thôi! Các ngươi phải nhớ điều này và cố lánh dữ làm lành để cho muôn loại được nhờ. Ngay như ta đây có quyền điều binh khiển tướng, hô phong hoán vũ, nhưng sau khi chiến tranh chấm dứt, ta còn khuyến cáo triều đình hãy lập đàn cúng tế để giải oan, giải nghiệp cho những người tử nạn, kể cả hai bên. Họ chỉ vì phận sự mà làm thây ma nơi chiến trường, không có được mồ cao mả đẹp như những người khác, thì chính những đàn tràng chiêu mộ do Chư Tăng Ni đứng làm chủ sám đó, đã triệu thỉnh những hồn oan này để cầu nguyện cho họ được siêu sanh về cảnh giới của Đức Phật A Di Đà. Đó là tình thương của ta đối với người còn cũng như kẻ mất. Ta thương tất cả chúng sanh như thương cả thân mình hay con cái trong hoàng triều, nên mới thể hiện tấm lòng của mình qua những đàn tràng chiêu mộ như vậy. Còn các ngươi nếu không có điều kiện như ta thì hãy đừng sát sanh hại vật nữa, mà hãy phóng sanh những loài đã bắt giữ lâu nay, đồng thời hãy vào rừng sâu nhặt trái cây rừng để ăn, chặt cây khai hoang để trồng lúa và gặt hái để dành trong những lúc mưa gió có dùng, nhằm nuôi sống bản thân và gia đình, chứ không nhất thiết phải phạm vào giới sát sanh như vậy.

Các ngươi cũng đã thấy, có những người mới sinh ra đã phải chết non, mà cũng lại có những người sống lâu hằng trăm tuổi. Các ngươi có biết lý do tại sao không? Các ngươi chỉ thấy cái kết quả ấm no trong hiện tại cho riêng mình, nhưng đâu có biết cái nhân trong quá khứ là gì đâu? Đó là việc sát sanh hại vật để nuôi sống thân mình cho nên ngày nay mới sinh ra đã phải chết yểu; chỉ vì kiếp trước đã giết lại loài người và loài vật quá nhiều, nên cái quả của đời nay là phải chết yểu như vậy. Trong khi đó có nhiều người sống cả hằng trăm năm, nhưng đâu có bị đau ốm gì, vì lẽ trong quá khứ những người này không phạm vào lỗi sát sanh, nên kiếp này cái quả mới được như vậy. Ngày xưa khi Đức Phật còn tại thế, Ngài đã dạy cho vua Tần Bà Sa La thọ Bát Quan Trai mỗi tháng 6 ngày vào các ngày mùng 8, 23, 14, rằm, 30 (tháng thiếu thì ngày 29) và mùng 1. Nếu không trường chay được thì ít nhất trong 6 ngày này phải chay tịnh rồi dần dà chay trường cũng tốt như trong kinh Đại Bát Niết Bàn, Đức Phật đã dạy rõ.

Đời sống của chư Thiên trong cõi Dục giới, Sắc giới hay Vô sắc giới đều lâu dài hơn đời sống của con người tại Nam Thiệm Bộ Châu này, vì lẽ kiếp trước và trong nhiều kiếp sâu xa hơn nữa, họ không những không phạm vào tội sát sanh, mà họ còn phóng sanh cho nhiều loại động vật bị giam cầm nữa, nên bây giờ họ có tuổi thọ dài lâu và hình thù sắc tướng đẹp đẽ hơn loài người nhiều. Đó là nhân và đó cũng là quả. Có những nhân và quả xuất hiện cùng một lúc, gọi là nhân quả đồng thời. Ví dụ như khi ta đánh một tiếng chuông chẳng hạn. Vậy khi đánh chuông, việc ấy chính là cái nhân và khi chúng ta nghe được tiếng chuông, ấy là quả. Quả và nhân đi liền với nhau, nên chúng ta nhận biết rất rõ ràng. Cũng có những loại nhân gây ra trong đời này mà ở vào cuối đời mới nhận quả, hay kéo dài đến đời sau nữa. Ví dụ như ta trồng một cây xoài hay một cây mít, đâu phải một sớm một chiều mà ta hái được quả xoài đâu, thời gian ít nhất là năm bảy tháng hay một năm sau, ta mới thâu hoạch được những mùa xoài đầu, rồi sau đó cứ tiếp tục làm cái nhân bón phân, tưới nước, thì cái quả của những năm sau sẽ đến nữa, cho nên chúng ta gọi đây là "nhân và quả khác thời". Cũng có những loại nhân gây ra trong đời này mà mãi mãi nhiều đời sau mới thành quả. Đây gọi là "nhân quả dị thục thời". Nghĩa là như ai đó giết một người để đoạt của cải và phi tang, trong đời này chẳng ai tìm ra được manh mối kẻ chủ mưu, xem như vụ án đã bị lãng quên, nhưng vào thời điểm của nhiều đời sau nữa, nhân quả xoay vần qua nghiệp lực chi phối, kẻ giết người kia phải đền tội. Cho nên người xưa thường nói: Thiên địa bao la, nhưng lưới trời mắc phải là vậy. Tránh được chỗ này, nhưng phải bị mắc bẫy chỗ kia. Đấy là nhân quả."

Nhưng cũng có lắm người không tin nhân quả cho lắm và họ bảo rằng: Nếu nhân quả là đúng thì tại sao có nhiều người trong đời này họ làm quá nhiều chuyện ác mà họ vẫn giàu có, của ăn của để; ngược lại có những người làm phước, bố thí, cúng dường, phóng sanh, giúp đời, giúp người rất nhiều nhưng cuối cùng vẫn hoàn nghèo khổ? Giác Hoàng khi nghe những câu hỏi như vậy mới cảm thông cho việc học Phật của người dân và nhân đây đã tiếp tục trả lời cặn kẽ cho họ rằng:

"Giống như ai đó mắc nợ người khác hàng trăm, hàng ngàn quan tiền, kiếp trước chưa trả hết được, thì dầu cho kiếp này có làm ra được bao nhiêu đi chăng nữa, nhưng tiền của vẫn bị hao mòn, không thấy dư giả gì cả là vì cái lỗi ấy. Cái lỗi là nợ cũ trả chưa xong thì bây giờ làm sao mong cho sinh ra lời nhiều được. Đồng thời những người trong hiện tại tuy họ vẫn làm ác nhưng thấy gia trang họ cao quý vô cùng, nhà cao cửa rộng, đó là vì lẽ cái dư báo của ngày trước vẫn còn thừa, kiếp này hưởng tiếp cái phước của kiếp xưa nên mới được như vậy. Phải nhìn cho xa và hiểu cho rộng như vậy thì mới hiểu được luật nhân quả mà Đức Phật đã dạy tự ngàn xưa. Bằng không, các ngươi cứ chuyên làm ác và chờ quả lành mang đến, thì việc này sẽ không bao giờ xảy ra trong cuộc đời này."

Sau khi nghe giới thứ nhất không được sát sanh như thế, nhiều người đã hiểu đạo và xin Giác Hoàng cho phép họ quy y Tam Bảo và thọ trì giới không sát sanh. Ngài rất hoan hỷ và truyền giới cho họ. Tuy rằng Ngài chưa thuyết giảng đủ năm giới cũng như những điều thiện còn lại trong Thập Thiện Nghiệp Đạo. Ngài cảm thấy an vui tự tại và cảm thấy rằng việc quyết định xuôi Nam của Ngài là điều tốt đẹp để thể hiện hạnh đầu đà của Ngài cũng như có cơ hội để tiếp cận đến dân chúng nhiều hơn là lúc còn làm vua ở Thăng Long hay khi lên làm Thái Thượng Hoàng nơi phủ Thiên Trường, và chính Yên Tử Sơn mới là nơi dưỡng thần trợ lực cho mình, nên khi đi càng xa Yên Tử, Ngài cũng cảm thấy chạnh lòng. Tuy nhiên tâm thức của Giác Hoàng bây giờ đã dày dạn với gió sương và không vì bất cứ một nghịch duyên hay sự thử thách nào mà Ngài có thể lùi bước chồn chân được. Ngài đã từ trên ngôi cao nhìn xuống muôn dân, đã thấy được nỗi khổ của loài người và nay chính là lúc thân chinh vào sự khổ đó, cũng giống như muối bây giờ không còn trong biển cả hay ruộng đồng nữa, mà muối này đã hòa tan vào cơm canh hằng ngày, cốt dưỡng nuôi những thể xác của con người, thì đây mới là ý chính của người muốn mang Đạo vào Đời ấy. Giác Hoàng đã thành tựu được sở nguyện của mình.

Ngài tiếp tục chống gậy trúc đi về hướng đèo Cả, rồi đèo Ngang và qua cả sông Gianh… đâu đâu cũng là giang sơn cẩm tú, cảnh đẹp lạ lùng. Trên cao không có một bóng mây che phủ bầu trời, dưới sông, trên biển nơi nào cũng trong vắt một màu xanh, màu của hy vọng, màu của thiên nhiên đẹp như thiên thần của thuở ban sơ cùng đất trời vạn vật. Giác Hoàng thấy dân tình vẫn còn khốn khổ, tuy nhiên họ chịu nghe Ngài giảng giải đạo lý và nhất là Phật Pháp cũng như việc bỏ dữ làm lành, tránh sát sanh hại vật v.v… Đến nhiều địa phương khác nhau như thế, Ngài đã bắt đầu giảng về việc không trộm cướp. Ngài nói:

"Ăn trộm, ăn cướp và ăn cắp không giống nhau. Vậy thế nào là ăn trộm? Ăn trộm như đào tường, khoét vách của nhà người khác, rồi lén vào lấy tất cả đồ đạc của quý giá trong nhà người ta khi có mặt hay khi vắng mặt, đều gọi là ăn trộm cả. Còn ăn cướp là những vật quý giá như vàng bạc, ngọc ngà châu báu người ta đang để đâu đó trong nhà hay mang tài sản ấy trong người mà mình dùng uy quyền hay sức mạnh để cướp bóc, cố đoạt lấy tài sản kia, thì gọi đó là ăn cướp. Ăn cướp có thể vào ban ngày, mà cũng có thể vào ban đêm. Còn ăn cắp có nghĩa là chôm chỉa, chờ cho người khác lơ đểnh, mình đánh cắp, cố làm cho người ta không chú ý đến mình. Đây là những tội thuộc về trộm cướp tài sản của người khác. Bất luận việc ấy quý trọng như vàng, bạc, kim cương hay cây kim sợi chỉ, nếu người ta không cho thì mình không được lấy. Lấy những vật như vậy đều thuộc về tội trộm cắp cả.

Người dân muốn làm ăn sinh sống yên ổn, không phải bị kiện tụng ở chỗ quan lại, pháp đình; người Phật tử không muốn hại lòng từ bi của mình, thì hãy tránh xa và dứt trừ việc trộm cắp kia. Chúng ta không trộm cắp mà còn phát tâm bố thí để cho lòng từ bi tăng trưởng. Bố thí không nhất thiết phải bằng tiền bạc, mà có 3 cách như sau: Đó là tài thí, pháp thí và vô úy thí. Nếu kẻ nào cần tiền bạc trong lúc túng quẩn, mà ta có khả năng thì cũng nên cho họ ít nhiều. Sự cho và cách cho không bao giờ mất đi cả. Chỉ khi nào chúng ta cố giữ một vật gì đó, vật ấy lại dễ đánh mất khỏi tầm tay của mình. Cũng có nhiều kẻ không cần tiền mà cần sự hiểu biết, cách xử sự trong cuộc sống, thì ta nên biếu cho họ giáo pháp của Đức Phật để họ tu trì. Vì Đức Phật cũng đã dạy rằng: "Nước trong biển cả chỉ có một vị, đó là vị mặn của muối và giáo pháp của ta cũng có một hương vị, đó là hương vị của sự giải thoát". Ai hành theo pháp của Phật một cách miên viễn, sẽ được thoát ly khỏi sanh tử luân hồi. Trong cuộc sống này người ta có nhiều nỗi lo sợ không có căn cứ. Ví dụ như sợ đói nghèo, sợ bịnh tật, sợ xa lìa người yêu thương v.v… thì ta hãy làm sao tạo ra một sự tin tưởng và giải thích giúp đỡ họ để họ không còn hoảng loạn nữa, mà vui với những gì đang có. Đây gọi là vô úy thí.

Đến điều thứ 3 trong 10 điều lành của Kinh này thuộc về việc tà dâm hay tà hạnh. Nay ta chỉ trùng tuyên lại lời Đức Phật dạy tự ngàn xưa thôi và chính ta cũng hành trì giới này, nên tâm rất được an lạc, tự tại. Thông thường ông bà ta thường hay nói "Thuận vợ thuận chồng, tát bể Đông cũng cạn." Đó chỉ là lý thuyết, còn trên thực tế khuynh hướng của người đàn ông, con trai bao giờ cũng là khuynh hướng muốn chiếm hữu, nghĩa là chiếm xong người này, lại muốn chiếm tiếp người khác nữa. Đây là lòng dục mà con người phải ngăn ngừa. Ngay như Vua cõi trời Đế Thích có đến 3.000 người vợ, nhưng đâu có đủ và các ông vua Trung Hoa cũng thế, có đến 999 bà Hoàng hậu và cung phi, nhưng cái muốn của người đàn ông không dừng tại đó. Ta đây cũng vậy, khi còn làm vua và Thái Thượng Hoàng, ngoài Chánh cung Hoàng hậu Khâm Từ ra, ta còn không biết bao nhiêu là cung phi mỹ nữ ngày đêm cận kề bên ta nữa, nhưng đến khi đi xuất gia vào ngày mồng 8 tháng 2 năm 1294 tới nay ta chỉ sống một mình đơn lẻ, lấy giới luật làm đầu mà có khi nào ta thấy thiếu thốn đâu. Nếu ai xả bỏ tất cả thì sẽ được tất cả, còn nếu ai đó lúc nào cũng cố thủ và chấp trước thì phải khổ thân trong đời này và nhiều kiếp trong tương lai nữa. Các ngươi là người tại gia, không ai cấm việc dâm dục cả, chỉ trừ những ngày thọ Bát Quan Trai Giới mà thôi. Phật chỉ cấm tà dâm, nghĩa là cấm chồng hay vợ làm việc tà vạy, đã có vợ nhà rồi thì không đi thông đồng với người đàn bà khác và đã có chồng rồi thì không được lang chạ với người đàn ông khác. Nếu làm trái lại những điều trên đây thì tình nghĩa của vợ chồng sẽ dễ bị tan vỡ. Nếu lòng dục không chừa bỏ thì muôn đời nghìn kiếp chỉ làm người và các loài chúng sanh trong 3 cõi, không thể thoát khỏi cảnh luân hồi sanh tử. Cho nên Ngài Long Thọ, Tổ Sư của Trung Quán Luận ở Ấn Độ có dạy rằng: "Tất cả mọi cơn dục của thế gian này đều giống như những cơn ngứa, nếu càng gãi thì chúng càng ngứa. Tốt nhất là hãy đừng gãi nó." Nói thì dễ chứ làm thì khó lắm. Phải tập sự đúng đắn, quyết tâm như tu tập hơi thở hít vào, thở ra trong khi Thiền định vậy. Khi Phật còn tại thế, Ngài đã dạy về An Bang Thủ Ý Kinh cũng không ngoài niệm hơi thở này và sau này chư Tổ truyền Phật giáo sang các nước Á Châu khác thì dạy thêm Thiền Minh Sát để phát triển trí tuệ. Còn ta, ta chưa dạy Thiền Trúc Lâm cho các ngươi, vì ta cảm thấy rằng căn cơ của các ngươi chưa khế hợp. Hãy chờ một thời gian nữa ra sao, ta mới quyết định.

Còn khuynh hướng của người đàn bà là khuynh hướng nương tựa. Chỗ nào có nơi tựa nương là nữ giới vui rồi. Ví dụ như nương vào người chồng lý tưởng, nương vào con, nương vào cháu, nương vào bạc vàng, quyền cao tước trọng v.v... Khi nào sự nương tựa ấy không còn được như ý nữa thì người nữ sẽ tìm cách lánh xa, mong đi tìm cái khác để làm thoả mãn lòng dục của mình. Cho hay người nam hay người nữ cũng giống nhau về tánh dục; chỉ khác nhau ở hình tướng mà thôi! Điều quan trọng là mình phải biết tự làm chủ mình; nếu tâm mình không tự làm chủ được thì ma chướng sẽ ngự trị tâm của mình vậy.

Bây giờ đến việc nói không thật, có đến 4 cách khác nhau.

Đó là nói dối, nói lưỡi đôi chiều, nói lời thêu dệt và nói lời hung ác. Thế nào là nói không thật? Đó là chuyện có nói không, chuyện không nói có. Chuyện thấy nói không thấy, chuyện không thấy nói thấy v.v…

Còn nói lưỡi đôi chiều là đến người này nói chuyện dở xấu của người kia, đến người kia nói chuyện dở xấu của người này, khêu gợi tánh tranh đấu của hai bên với nhau, làm cho tình cảm của họ bị sứt mẻ, sanh lòng oán giận nhau. Tiếng bình dân gọi việc làm này là: "Đâm bị thóc, thọc bị gạo." Mình chỉ muốn mình là tốt, còn mọi người chung quanh phải xấu hơn mình thì mình mới vui.

Còn nói lời thêu dệt nghĩa là như thế nào? Đó là cách nói thêm bớt không đúng sự thật. Mình không phải như thế này, câu chuyện không phải như thế kia, nhưng mình thêm mắm giặm muối vào để cho câu chuyện được linh động, hay ho, nhằm lung lạc ý tưởng người nghe, khiến cho họ phải chao đảo, ngả về phía mình.

Cách nói thứ tư là nói ác khẩu, nghĩa là nói những lời thâm độc, thô ác làm tổn thương người khác hoặc khiến người nghe phải sợ sệt lo âu.

Người Phật tử thì ngược lại phải nói lời từ ái dễ nghe, không phân biệt giàu nghèo, sang hèn, mà phải có tâm từ bi đối với muôn loài chúng sanh. Từ đó trí tuệ được triển khai, dầu cho là người tại gia hay xuất gia, việc thực hành không nói dối rất có lợi cho chính mình và cho cả người đối diện nữa.

Trong Luật, Đức Phật dạy rằng: "Như ai đó tự nói rằng mình đã chứng quả Tu Đà Hoàn, Tư Đà Hàm, A Na Hàm hay A La Hán (vọng xưng chứng thánh), thì những kẻ ấy chính là những người nói dối khủng khiếp. Gọi là tội vọng ngữ không có gì sánh bằng." Tuy nhiên vì phương tiện cứu người và giúp đời thì có thể nói dối như trong trường hợp dỗ dành cho con uống thuốc để trị bịnh cho con trẻ. Người mẹ biết rằng nếu nói thật là thuốc đắng thì đứa con sẽ không bao giờ uống và bịnh sẽ chẳng lành, nhưng người mẹ phương tiện có thể nói thuốc này ngọt, khi đó đứa con tin lời mẹ, nên nó uống thì bịnh sau đó lành, dầu cho đó là lời không thật đi chăng nữa, nhưng không phạm vào tội nói dối. Một ví dụ khác là chúng ta thấy một con nai chạy ngang qua mặt của mình khi bị người thợ săn đuổi bắt. Lúc ấy người thợ săn gặp ta hỏi rằng: Có thấy con nai chạy qua đây không? Ta có thể trả lời rằng "không" dầu cho việc ấy nói dối, nhưng nói dối như vậy để cứu cho cả hai. Đó là con nai không bị chết và người thợ săn khỏi phạm vào tội sát sanh. Người thợ săn không ăn một bữa không chết, nhưng con nai cần phải duy trì sự sống để sanh tồn cho tương lai nữa.

Những người lâu nay tự xưng mình là tái thế hay chứng thành quả vị này, quả vị nọ v.v... nhưng tất cả những điều ấy chỉ là tự dối mình, dối người và dối đời mà thôi, vì lâu nay kẻ chứng đạo, không bao giờ đi khoa trương sự tỏ ngộ của mình cả. Đó là chưa kể việc Cư sĩ thì không thể chứng A La Hán được, bởi vì khi nào còn ái dục thì quả vị sát tặc, vô sanh và vô học này không thể dành cho người chưa xuất gia. Có hai trường hợp một người Cư sĩ chứng quả vị A La Hán. Đó là sau khi chứng quả phải lìa tục xuất gia, cát ái từ thân mới được, hoặc giả vị ấy chết xong mới trở thành A La Hán. Điều này Đức Phật đã dạy rất rõ trong các kinh A Hàm."

Sau khi nghe 4 giới lành thuộc về miệng do Giác Hoàng thuyết giảng như thế, những người chài lưới, những mệnh phụ phu nhân, những người có học đều tín cẩn phụng hành và đặc biệt có rất nhiều người xin quy y Tam Bảo và đã được Giác Hoàng truyền giới căn bản này cho những người tại gia bản địa trong ngày hôm đó. Tiếp đến Ngài từ giã mọi người và chống gậy đi về hướng Nam. Càng đi về phía dưới, hình ảnh sắc thái của Châu Ô, Châu Lý rất đẹp đẽ, nhẹ nhàng, nhất là con người nơi đây đã sống chung lẫn bên nhau giữa hai dân tộc Chiêm Thành và Đại Việt, nên khi Giác Hoàng nói ra, có một số người không hiểu được trọn vẹn, do đó cần phải có thông dịch viên.

Lần này Kinh Thập Thiện được giảng đến chỗ thâm sâu của ý nghĩa hơn, nên Giác Hoàng cố gắng tập trung tư tưởng và giảng giải làm sao những điều khó hiểu mà bàng dân thiên hạ có thể hiểu được điều Ngài nói, thì đó là sự thành tựu của Pháp rồi. Lần này Ngài nói về không tham, không sân và không si. Vậy tham, sân, si là gì? Tham thì thuộc về ý, nên khó nhận biết lắm. Ví dụ như tham tiền, tham sắc, tham danh, tham ăn, tham ngủ v.v... Dĩ nhiên là có rất nhiều loại tham nữa, nhưng tựu chung có 5 loại đại diện như trên, nên Phật gọi là "ngũ dục". Đó là 5 loại ham muốn trong cuộc đời. Tiền lúc nào cũng muốn cho có thật nhiều, nhưng mấy ai trong chúng ta biết rằng: "Tiền tài như phấn thổ, nhân nghĩa tợ chân kim." Ý nói tiền tài không có giá trị tồn tại lâu dài, có rồi mất là chuyện đương nhiên dễ dàng như bụi đất lúc tụ lúc bị gió cuốn đi. Chỉ có tình người đối đãi nhau bằng sự chân thật, bao dung, tha thứ cho nhau mới đáng quý như vàng thật.

Sân và si thường đi chung với nhau, bởi sân cho nên sinh ra si mê và si mê một cái gì đó cho nên chúng ta mới sân hận. Sân là do trạng thái của tâm không bình thường và muốn chứng minh cho tự ngã của mình là đúng. Cuối cùng rồi cái đúng ấy cũng trở thành sai, vì bị vô minh che lấp. Có câu chuyện về sân ta kể cho các ngươi nghe:

Trong nhà chỉ có hai cha con, nhưng cậu bé có tính xấu là rất dễ nổi nóng nên ngày nào cũng có nhiều chuyện cãi vả nhau. Một hôm người cha đưa cho con một túi đinh và bảo:

- Khi nào con nổi nóng thì con chạy ra cuối vườn đóng một chiếc đinh vào hàng rào gỗ.

Ngày đầu tiên cậu bé đã đóng rất nhiều đinh trên hàng rào, nhưng dần dần sau đó vì không muốn ra tận cuối vườn để đóng đinh, cậu đã tập kiềm chế cơn giận, cho đến một ngày nọ cậu không cần đóng một cây đinh nào nữa. Cậu đến khoe với cha, ông vỗ đầu khen ngợi:

-Tốt lắm! Con ngoan, bây giờ ngày nào con không có bất cứ một sự nổi sân nào thì con ra nhổ bỏ một cây đinh.

Ngày lại ngày trôi qua, rồi cũng đến một ngày cậu bé đã chỉ cho cha thấy là không còn cây đinh nào trên hàng rào nữa. Người cha chỉ vào những lỗ đinh đã được nhổ ra rồi và bảo:

- Này con ngoan của cha! Con đã làm được một việc mà ngay cả cha đi nữa cũng khó thực hiện. Tuy nhiên con hãy nhìn xem. Dầu cho những cây đinh đã được nhổ ra, điều ấy tượng trưng cho việc nổi sân của con không còn nữa, nhưng những lỗ kia, con hãy xem kỹ đi, nó vẫn còn nằm đó, hàng rào không còn lành lặn như xưa. Nếu trong lúc con giận dữ nói những điều không hay làm tổn thương người khác thì nó cũng lưu lại trong lòng họ như những chiếc đinh kia đã lưu dấu trên hàng rào gỗ, cho dù con có nói lời xin lỗi, nhưng tình cảm đối đãi với nhau chắc chắn sẽ không còn như xưa nữa.

Người con cúi đầu khẽ nói: Cảm ơn cha, con đã hiểu.

Mọi người khi nghe xong câu chuyện này qua lời thuyết giảng khá nhẹ nhàng và sâu sắc của Giác Hoàng, ai nấy cũng hoan hỷ và có nhiều người nhìn nhau bẽn lẽn, mặt đỏ phừng, trông như mới cãi vả nhau qua một trận thư hùng ở đâu đấy lớn lắm! Nhưng không! Ở đây là sự hối hận về việc sân si của mình đã hiện lên trên mặt qua trạng thái đỏ mặt vì hổ thẹn như vậy.

Còn si có nghĩa là si mê, dại dột, tối tăm, không có trí tuệ… nên gọi là si. Việc si mê của mỗi con người đều do vô minh và những định kiến có sẵn từ trước, rồi chấp chặt vào đó khiến cho sự giác ngộ, giải thoát khó có cơ ngơi phát triển. Đây là giới, đây là định, đây là huệ. Nếu con người thực hành được những việc này thì sự ngu si không còn tồn tại nữa nhưng khi người ta si, người ta không chấp nhận mình si. Nó cũng giống như mình mê thì làm sao biết mình mê được, mình luôn luôn nghĩ mình là mình tỉnh, nhưng thật sự là mình đang mê. Ví dụ như một cậu con trai si mê một cô con gái. Cha mẹ hai bên thấy không xứng đôi vừa lứa, nhưng cậu ta vẫn cãi lời cha mẹ, chỉ vì cái si nó làm chủ. Trong trường hợp này gọi là "si tình". Ngay cả những thi sĩ khi si tình như Tản Đà Nguyễn Khắc Hiếu còn viết thư gởi lên ông Trời như sau:

Tình riêng trăm ngẩn mười ngơ
Ngồi buồn lấy giấy viết thơ hỏi Trời
Xem thơ Trời cũng nực cười
Cười cho hạ giới có người oái oăm

Khách hà nhân giả?
Cớ làm sao suồng sả dám đưa thơ?
Chốn thiên cung ai kén rể bao giờ?
Chỉ những sự vẩn ngơ mà giấy má
Chức Nữ tảo tùng giai tế giá
Hằng Nga bất nại bảo phu miên

Mở thang mây quăng trả bức hồng tiên
Mời khách hãy ngồi yên trong cõi tục
Người đâu kiếp trước Đông Phương Sóc
Ăn trộm đào, quen thói người xưa
Trần gian đày mãi chẳng chừa.

(Hỏi Vợ)

Rõ là đang ngớ ngẩn. Ở trần gian này hiếm gì con gái mà phải viết thư lên hỏi ông Trời và Trời lại hỏi rằng:

Ông khách ấy là ai vậy?
Làm sao mà suồng sã như thế này?
Ở cõi Tiên đâu có kén rể
Mà viết thư lên như thế này?
Chức Nữ thì đã sớm có chồng rồi
Còn Hằng Nga thì không chịu lấy chồng
Thôi! Hãy về đi và ngồi trong cõi tục
Hãy đừng lôi thôi nữa.

Đúng là si mê quá sức. Khi con người mê muội rồi thì điều gì người ta cũng có thể làm được cả. Kể cả việc viết thư lên cho ông Trời để đòi cưới vợ. Như thế không phải si là gì? Do vậy chúng ta cần phải có giới, định, tuệ để soi đường chỉ lối, có như thế ta mới không bị vô minh che lấp.

Giới ở đây không phải là một sự trừng phạt một ai, mà là một sự bảo hộ, gìn giữ cho tự thân của chính chúng ta. Nếu ta không giữ được trọn vẹn những giới mà chúng ta đã phát nguyện, thì Phật cũng không phạt mình và cũng không ai làm cho mình sa đọa xuống chốn thấp hèn hơn. Tất cả đều do mình, chứ không phải do người khác. Nếu khi phạm phải giới đã thọ, mà có tâm sám hối, hổ thẹn với việc của mình đã phạm phải, thì đó là một con người tốt. Chúng ta thấy đó, con ngựa, con bò, con lừa v.v… nếu chúng được cho ăn trong một đám cỏ ruộng có ngăn chia từng vách, thì không có con nào dám chạy ra ruộng của người khác mà ăn cỏ hay ăn mạ non cả. Chúng chăm chú chỉ ăn cỏ trong ruộng của chủ mình đã ngăn ra. Giả dụ ruộng kia không có tường thành ngăn cách thì con ngựa kia có thể ăn lan ra, hết đám ruộng này lại đến đám cỏ khác. Nó không bao giờ dừng nghỉ. Nó cũng giống như các ngươi vậy, lâu nay không có gì che chắn lại cả, nên dễ lầm lạc nẻo chánh và rơi vào đường tà. Nay đã có lối đi thẳng tắp vào nẻo đạo rồi, cho nên cứ thế mà thong dong tiến bước. Đôi khi gặp phải những trở ngại phía trước, chớ có thối tâm. Vì những chướng duyên này, cũng chỉ là sự thử thách về tâm tính của hành giả đấy thôi. Ai là kẻ kiên trì, nhẫn nại người ấy sẽ đến đích sau cùng.

Sau khi nghe 3 nghiệp ác về tham, sân, si và 3 nghiệp lành của việc giữ giới, sửa đổi để trở nên người thiện, kẻ có tu học khác với người không chịu tu học để bỏ dữ làm lành như thế nào, hằng ngày lại có thêm hằng vạn kẻ phát tâm quy y Tam Bảo và cũng có nhiều người sau khi hiểu giá trị đích thực của 10 nghiệp lành về thân, khẩu, ý lại có ý định muốn xuất gia tu học với Ngài. Tất cả mọi việc Ngài đều hoan hỷ, nhưng Ngài khuyên là hãy "tùy duyên"; nghĩa là "cái gì đến, nó sẽ đến". Pháp Duyên Sanh của Đạo Phật nó đã tồn tại lâu dài trên cõi đời này. Đó là: Cái này sanh nên cái kia sanh, cái này diệt cho nên cái kia diệt. Nếu cái này không có thì cái kia sẽ không có. Cái kia không có thì cái nọ sẽ không có. Đó là nhân duyên, đó là duyên sanh vậy.

Đầu năm 1301 thì Giác Hoàng đã đến tận đèo Hải Vân rồi từ trên cao nhìn xuống, trông phong cảnh rất là đẹp hùng vĩ, một cõi trời Nam bao la bát ngát. Thật là một cõi bồng lai tuyệt mỹ, ít có non nước nào sánh bằng. Thuở mà kinh đô Mỹ Sơn ở Trà Kiệu thuộc tỉnh Quảng Nam ngày nay đã có từ thế kỷ thứ 4, do các nghệ nhân xây đắp những ngọn tháp Chàm thật là hùng vĩ, cũng là do nền văn minh cổ đại của nước này đã ảnh hưởng rất nhiều bởi văn hóa của Ấn Giáo và Hồi Giáo, nên chữ viết, kinh điển, nghệ thuật kiến trúc chùa viện, nhà cửa đều ảnh hưởng rất nhiều bởi văn hóa Ấn Độ. Đây cũng là cơ hội để Giác Hoàng thị sát từng nơi, từng chốn kinh kỳ của Chiêm Quốc và để so sánh với những gì mà Đại Việt đang có cũng như cần phải học hỏi, trao đổi thêm.

Khi biết rằng Giác Hoàng và đoàn tùy tùng đã qua khỏi đèo Hải Vân, Chế Mân và triều đình đã đem quan quân, kiệu võng, xe ngựa v.v... để đón rước Thượng Hoàng. Dẫu cho bây giờ Ngài có ăn mặc đơn sơ là áo nâu sồng, sống đời sống tương chao đạm bạc đi nữa, thì quá khứ hào hùng ấy của những năm 1285, 1288 vẫn còn vang vọng đến Chiêm Quốc ngày nay và chính Vua Trần Nhân Tông này đã giúp cho Chế Mân đến cả 500 chiến thuyền để chống lại quân Nguyên Mông cũng như Ngài đã cố vấn cho vua Chiêm trong nhiều trận thủy chiến thành công, đã đánh đuổi người Trung Hoa về lại đất nước của họ. Đây chính là những cảm tình đã có sẵn từ xưa, nên Chế Mân qua người thông dịch đã nói lên những ý chính khi Thượng Hoàng được đón về kinh đô Mỹ Sơn như sau:

- Muôn tâu Thánh thượng! Hạ thần là Chế Mân, xin dập đầu bái kiến Thượng Hoàng.

- Ô hay! Khanh hãy bình thân, bây giờ ta chỉ là một Tăng sĩ của Đại Việt. Ngươi hãy gọi là là…

- Là gì đi chăng nữa, thì Ngài cũng đã là một bậc Quân vương, một Thượng Hoàng của Đại Việt.

- Những hư danh ấy ta đã để lại sau lưng từ lâu rồi! Còn bây giờ thì ta chỉ vui với "độc cư nhàn cảnh" mà thôi!

- Tuy thế nhưng kính mong Thượng Hoàng hãy dự xem một vài buổi yến tiệc để tìm hiểu thêm về văn hóa của Chiêm Quốc. Mong Ngài rộng lượng hải hà.

-Ta đến đây cũng chỉ muốn tìm hiểu về cuộc sống của muôn dân cũng như văn hóa và nghệ thuật của nước này, nên những gì cần xem, cần học hỏi thì ta không từ chối.

Được lệnh như vậy cho nên những người thừa hành của Chế Mân đã cho người dựng cờ xí, tạo đàn tràng, xây thêm những nơi hành lễ cho chư Tăng cũng như những nơi khác mới hơn để cung phi mỹ nữ múa hát, đờn ca, nhằm giới thiệu cho Giác Hoàng những điệu vũ dân tộc tinh anh, tuyệt vời nhất của Chiêm Quốc. Càng xem càng thấy hay và càng ngẫm càng thấy thấm thía, vì lẽ nước Chiêm Thành nằm bên cạnh nước Đại Việt, nhưng lâu nay giữa hai quốc gia chưa có sự trao đổi đầy đủ về những phương diện như: Văn hóa, Tôn giáo, nghệ thuật, kiến trúc v.v... nên kể từ đây về sau Giác Hoàng mong rằng Anh Tông và triều đình Nhà Trần sẽ thực hiện được điều đó.

Giác Hoàng cũng không ngờ là tại Bằng An cũng đã có Phật Học Viện Phật giáo cũng như Ấn Giáo và Hồi Giáo đã được xây dựng và đào tạo chung, hệt như tam giáo Phật, Nho, Lão tại quê hương Đại Việt. Ở đây chỉ khác là tinh thần Phật giáo Nam Truyền chiếm đa số hơn Bắc Truyền, nên Ngài cũng phải "nhập gia tùy tục" vậy. Nghĩa là Thượng Hoàng bấy giờ mỗi ngày đều đi khất thực trong các thôn xóm cũng như thị thành cùng với những vị Tăng lữ tại địa phương. Trông họ đi, đứng, nằm, ngồi, ăn nói rất đúng mực với những oai nghi và giới luật của những Tăng Sĩ như thời Phật còn tại thế. Nghĩa là họ hành trì và giữ gìn Tứ Phần Luật cho một người xuất gia, gồm:

- 4 Giới Ba La Di

- 13 Pháp Tăng Tàn

- 2 Giới bất định

- 30 Giới Xả Đọa

- 90 Tội đọa

- 4 Pháp Hướng Bỉ Hối

- 100 Pháp chúng học, và

- 7 Tội Diệt Tránh

Tổng cộng 250 giới tất cả và đặc biệt là theo truyền thống Nam Tông, chư Tăng ở Chiêm Quốc không thọ giới Bồ Tát như ở Đại Việt. Ở Đại Việt sau khi thọ giới Tỳ Kheo rồi, phải thọ giới Bồ Tát nữa. Giới này gọi là "Đạo tục thông hành giới". Có như vậy người thọ nhận giới pháp mới dễ dàng hành trì và mang Đạo vào Đời một cách dễ dàng được, Bồ Tát giới có 10 giới chính và 48 giới phụ. Giới này dành riêng cho người xuất gia, đôi khi tại gia cũng có thể thọ giới này để hành trì, nhưng sau này thì có một số chư Tổ Đức căn cứ theo Ưu Bà Tắc Giới Kinh soạn ra 6 giới chính và 28 giới phụ để người Cư Sĩ tại gia dễ thực hành, nhưng theo Kinh Đại Bát Niết Bàn thì nên thọ đủ 10 giới trọng và 48 giới khinh, nếu người thọ giới này muốn chứng quả Vô Thượng Bồ Đề.

Mỹ Sơn vào thế kỷ 14 cũng đã là cố cung của Chiêm Thành rồi. Vì cố cung nên những di sản vật thể và phi vật thể đều được bảo tồn một cách rất là cẩn mật và mỗi năm có lễ xuống ruộng cày cấy, nhà Vua và Hoàng hậu đều phải thân chinh đến đây để làm lễ Hạ Điền. Dân tộc Đại Việt sống với nghề nông là chính thì Chiêm Quốc cũng không khác với Đại Việt bao nhiêu. Ở đây có nhiều ruộng sâu để trồng lúa nước và ruộng cạn trồng những loại lúa chịu khô hay gieo những hoa màu như đậu, bắp, mè, hay trồng rau, cải, trồng dâu để nuôi tằm v.v… tất cả đều y hệt nhau. Khi đêm đến có những lúc ánh trăng thượng tuần xuyên qua cánh cửa nơi trú ngụ ở Chiêm Quốc, Thượng Hoàng lại nhớ về kinh đô Luy Lâu cổ xưa của Đại Việt từ thời lập quốc và rồi bị người Hán đô hộ, đã 1.000 năm như vậy nhưng dân tộc Việt rất là kiên cường đã xua tan đi bóng đêm ấy qua sự chống lại quân Nam Hán của Ngô Quyền và lấy lại nền độc lập tự chủ cho nước nhà từ năm 938. Kể đến năm 1301 cũng hơn 350 năm lịch sử rồi. Thế rồi Đinh Bộ Lĩnh đã dời đô về Hoa Lư, và đầu triều Nhà Lý, năm 1010 Lý Thái Tổ chính thức dời đô về Thăng Long với tích xưa rồng hiện giúp vua cứu nước. Mới đó mà đã trải qua không biết bao nhiêu là sóng gió của cuộc đời. Không biết bao nhiêu là oan khiên nghiệp chướng đổ lên đầu nhân dân Đại Việt! Không biết chúng ta có tội tình chi mà con người nơi đây vốn đã chịu khổ với thiên nhiên rồi, mà giờ đây còn phải chịu những cảnh chiến tranh tang tóc, con xa cha, vợ xa chồng, mà điều đó khi sinh ra trong cõi đời này đâu có ai mong muốn gặp làm gì? Đúng như Tâm Kinh Bát Nhã mà Thượng Hoàng đã trì tụng hằng ngày:

Sắc tức thị không
Không tức thị sắc
Thọ tưởng hành thức
Diệc phục như thị.

Nghĩa:

Có tức là không
Không tức là có
Thọ, tưởng, hành, thức
Đều như thế cả.

Ai hiểu được tinh thần của Bát Nhã này rồi, thì sẽ không còn gì để thắc mắc về có và không nữa, như ca dao xứ Huế đã thể hiện qua những vần thơ như sau:

Trăm năm trước thì ta chẳng có
Trăm năm sau có cũng như không
Cuộc đời sắc sắc không không
Trăm năm còn lại tấm lòng từ bi.

Trước đây trăm năm thì mình cũng chẳng biết mình là ai và sau đây trăm năm nữa thì như thế nào đây, nào ai có biết. Bởi vì cuộc đời này cũng giống như lúc có lúc không vậy. Không ai làm chủ được vận mệnh của chính mình thì làm sao làm chủ được thời gian và sự vật? Nhưng điều còn lại ở đây là tấm lòng nhân hậu đối với đời, lòng từ bi đối với muôn loài, muôn vật. Không ai là không cần tình thương và chính tình thương này sẽ nối kết lại với nhau để trở nên một con người lương thiện như trong Kinh Thập Thiện Nghiệp Đạo có nói đến.

Hoặc giả khi một vị Thiền sư hiểu đạo rồi thì với họ, mọi có không còn mất trong cuộc đời này đều giống như ánh trăng chiếu trên mặt nước. Trăng không hề muốn ghi dấu vết trên mặt hồ, nhưng nước hồ kia lại vô tình làm đọng lại hình ảnh của ánh trăng kia. Thật ra cả trăng và nước không bên nào tác ý cả. Đó chính là Thiền và Thiền nghĩa là cái gì đến hãy để cho nó đến và cái nào đi hãy để cho nó tự đi. Tâm ta rỗng rang không bị trói buộc vào bất cứ một điều nào cả, ngay cả những việc có, không, còn, mất, được, thua, hơn, kém v.v... Tất cả chỉ là những ảo ảnh của cuộc đời. Ai trụ vào bào ảnh thì người ấy sẽ bị ảo ảnh lôi kéo vào trạng thái của sắc không. Ai hiểu đạo và không trụ vào nơi nào cả, thì chính là điều mà Thiền sư hay Thiền sinh đã liễu đạo như bài kệ sau đây:

Có thời có tự mảy may
Không thời cả thế gian này cũng không
Cho hay bóng nguyệt dòng sông
Nào ai hay biết có không là gì.

Mới đó mà cũng đã 3 tháng ở lại Chiêm Thành rồi. Giác Hoàng Thiền sư không phải bị bận tâm bởi cái ăn, cái mặc, ngủ nghỉ, đi đứng như hồi còn là một Hoàng Đế đương triều hay lúc làm Thượng Hoàng khi truyền ngôi cho Anh Tông vào năm 1293 nữa, mà là một cuộc sống như trong Cảnh Sách có dạy rằng:

Phù xuất gia giả
Phát túc siêu phương
Tâm hình dị tục
Thiệu long Thánh chủng
Chấn nhiếp ma quân
Thượng báo tứ ân
Hạ tế tam hữu
Nhược bất như thử
Lạm xí tăng luân

Nghĩa:

Phàm kẻ xuất gia
Phương trời cao rộng

Tâm hình khác tục
Hưng long dòng Thánh
Chế ngự ma quân
Trên đền bốn ơn
Dưới độ ba cõi
Nếu chẳng như đây
Sai quấy phép Tăng

Như vậy một người xuất gia dầu là Nam Tông hay Bắc Tông cũng đều phải hiểu rõ điều này. Bên trên phải đền bốn ân nặng. Đó là ân quốc gia, ân cha mẹ, ân Thầy Tổ và ân của đàn na thí chủ và bên dưới phải lao vào những đường khổ như địa ngục, ngạ quỷ và súc sanh để giúp cho chúng sanh rõ đường sanh tử, biết tu nhơn tích đức và sớm ra khỏi cảnh sanh tử luân hồi. Đó là mục đích chính vậy.

Bây giờ hồi tưởng lại ân đức này, Giác Hoàng Thiền sư nghĩ ngay đến Thượng Hoàng Trần Thánh Tông, người cha cũng đã vào sanh ra tử trong nhiều lần để chống giặc ngoại xâm từ những năm 1257 và bây giờ thì Thượng Hoàng đã cỡi hạc về Tây, nhưng những buổi thiết triều của những ngày xa xưa ấy vẫn còn vang vọng đâu đây bên tai của Giác Hoàng Thiền Sư. Nếu không có Thái Tông thì sẽ không có Thánh Tông và dĩ nhiên là Nhân Tông này cũng không có và nếu Nhân Tông không có mặt trên đời này thì làm gì có Anh Tông, có Huyền Trân Công chúa. Giác Hoàng Thiền sư mãi suy tư như vậy về ân đức sanh thành của mẹ cha cũng như của quê hương đất nước Đại Việt. Nơi đã hun đúc chí làm trai của không biết bao nhiêu anh hùng liệt nữ như Bà Trưng, Bà Triệu, Ngô Quyền, Lý Thường Kiệt, Trần Bình Trọng, Hưng Đạo Vương v.v… Chính họ là những người chống đỡ sơn hà bằng mưu trí và dũng lược. Nếu không có họ lãnh đạo dân quân kháng chiến chống quân phương Bắc thì quê hương này đâu còn nữa.. Nghĩ cho cùng thì Chế Mân cũng là một anh hùng hào kiệt, quyết liệt với quân địch xâm lăng từ Trung Quốc, nhưng rất hiếu hòa với Đại Việt, nên Giác Hoàng Thiền sư có cảm tình ngay khi đặt chân đến kinh đô Đồ Bàn lần này.

Thầm nghĩ lại, nếu không có Tuệ Trung Thượng Sĩ Trần Quốc Tung vốn là cậu ruột của mình, đã dạy đạo cho vua từ thuở nhỏ, cũng như lâu lâu Giác Hoàng được tham dự những buổi yến tiệc tại triều đình ở Thăng Long cùng với mẹ là Thiên Cảm Hoàng hậu và được nghe việc đối đáp giữa cậu Tuệ Trung và mẹ Thiên Cảm về Phật Pháp mà Giác Hoàng đã thâm nhập Phật đạo từ lúc nào cũng chẳng hay biết. Các đạo lý của Thánh hiền ngày xưa ấy không cần nói nhiều, mà cần hành động cũng như thực hiện nhiều mới là điều quan trọng. Cho nên giữa pháp học và pháp hành phải xử sự cân bằng nhau thì cả nội tâm và ngoại cảnh sẽ nhất như. Ông nhớ lại một cuộc đối đáp ở triều đình năm xưa:

- Thiên Cảm Hoàng hậu nói: Em nghe nói người tu thiền muốn thành Phật phải trai giới nghiêm cẩn, tại sao anh lại không phân biệt chay mặn?"

- Phật là Phật, Anh là Anh. Anh chẳng cần làm Phật, Phật chẳng cần làm Anh. Em không nghe nói: Văn Thù là Văn Thù, giải thoát là giải thoát đó sao?

Tuệ Trung Thượng Sĩ Trần Quốc Tung trả lời em gái mình như vậy.

Thuở đó Nhân Tông còn nhỏ, nghe chỉ để mà nghe thôi, còn bây giờ ngẫm nghĩ lại lời đối đáp giữa Cậu và Mẹ mình rất là thấm thía. Đó là Bát Nhã, đó là tánh không, đó là Thiền vậy.

Bây giờ đi xuất gia rồi, không cần nhiều phương tiện như khi còn làm Vua nữa, nhưng ơn của tín thí rất nặng. Nếu không có người cúng dường cho ta ngày hai bữa cơm để nuôi sống cơ thể này; hoặc áo vải tuy đơn sơ, nhưng cũng là công của người thợ dệt, cho nên ta phải nhớ ơn họ. Do vậy mà trong chùa, sau thời công phu quý Thầy thường hay xướng rằng:

Thân phi nhứt lũ
Thường tư chức nữ chi lao
Nhựt thực tam xan
Mỗi niệm nông phu chi khổ.

Nghĩa:

Thân mặc chiếc áo
Hãy nhớ đến sự cực nhọc của người dệt vải
Ngày ăn ba bữa
Hãy nghĩ đến cái khổ của người nông dân.

Ôi! Cao quý biết là bao! Đây là sự giao thoa giữa đất trời và vạn vật, giữa con người với con người, giữa con người với đồng loại hay tha nhân. Cái này không có thì cái kia sẽ không có. Đó chính là duyên sanh và đó cũng chính là nhân quả, mỗi người trong chúng ta hãy tự tâm niệm nhớ nghĩ, giữ gìn và thực hiện thì 4 ơn trọng trên đây trong một ngày nào đó chúng ta sẽ sớm chu toàn.

Chế Mân say sưa giới thiệu cho Giác Hoàng nghe về các địa danh như: Vijaya, Kauthara, Panduranga v.v… Cũng vào năm 875 tại kinh đô Mỹ Sơn có một Phật Học Viện Phật giáo lớn nhất tại Đông Nam Á lúc bấy giờ, bởi lẽ Vua Indravarman rất sùng bái Phật giáo và lấy tên là Laksurindra – Lokesvara. Có rất nhiều nhà Sư Ấn Độ nổi tiếng sống tại trung tâm này để dạy đạo vào thời điểm xa xôi ấy. Đoạn Chế Mân tâu rằng:

- Muôn tâu Thánh thượng!

- Hãy xem ta là kẻ xuất gia.

- Kính bạch Ngài Giác Hoàng, tại hạ kính mời Ngài sẽ cùng với các quan địa phương đi chiêm bái những thánh tích bên trên, để sau khi trở lại Đại Việt, nếu Ngài cần giao lưu về văn hóa cũng như những phương diện khác, thì tại hạ đây sẵn sàng cung ứng!

- Vâng! Như vậy thì tốt quá! Nhưng Phật Học Viện Đồng Dương ở Mỹ Sơn thì ta đã đi tham quan rồi. Rất là vĩ đại. Còn có cả núi Ngũ Hành Sơn non nước nữa, phong cảnh thật là đẹp tuyệt vời.

- Nhưng trước mắt xin Ngài hãy hướng về bên trên để thưởng thức điệu múa của nữ thần nghệ thuật Sravastri và Thiên Thần vũ nữ Apsara… và còn nhiều điều kỳ bí khác.

- Vâng! Hãy để ta tự nhiên!

Sau khi thưởng thức những vũ điệu nghê thường theo cách trình bày của những vũ nữ xứ Chiêm, Giác Hoàng rất có cảm tình với dân tộc này. Tuy họ không hùng mạnh như phương Bắc, nhưng tinh thần và cách cư xử của họ rất chân thành. Qua những tháng ngày Giác Hoàng ở đây khi đi khất thực mỗi ngày, Ngài đã cảm nhận được dân Chiêm nhờ ảnh hưởng của Phật giáo và các Tôn giáo khác nên họ rất hiền lành. Bất chợt Giác Hoàng nảy sinh ý nghĩ rằng: Tại sao mình không nghĩ có thể gả Huyền Trân Công chúa cho Chế Mân (Jaya Sinhavarman III) được sao? Tuy tuổi tác có chênh lệch đó, nhưng xưa nay chuyện đó vẫn thường xảy ra, và dù Chế Mân đã có Chánh cung Hoàng hậu là Tapasi, người đảo Java thuộc nước Indonesia, nhưng chẳng sao cả vì vua đã có chánh cung, nếu thêm thứ phi cũng là chuyện thường. Dẫu biết rằng việc này là điều hệ trọng, nhưng mà Ngài chưa bàn với Hoàng hậu Khâm Từ, mẹ của Huyền Trân. Ngài tự nghĩ: Đây là đứa con út của ta nay 14 tuổi. Cái tuổi của trăng gần tròn, đẹp nhất trong thời kỳ con gái đấy! Biết đâu mối lương duyên này sẽ giúp cho Đại Việt và Chiêm Quốc càng ngày càng gần gũi gắn bó keo sơn nhiều hơn xưa! Ngẫm lại mà xem vị vua này cũng đa tình đấy chứ! Biết bao nhiêu là con gái đẹp của Chiêm Thành mà Chế Mân chẳng lấy làm hoàng hậu, lại sang đến Java để rước Hoàng hậu Tapasi về làm chánh cung, thì chắc rằng, nếu ta đem diệu kế, vì sự lâu bền giữa hai nước Đại Việt và Chiêm Thành, nên đem Huyền Trân gả cho Chế Mân, chắc rằng Chế Mân sẽ không từ chối được.

Suy nghĩ thật chín chắn về những dự định của mình rồi, nhân một sáng mùa Thu năm 1301 tại kinh đô Đồ Bàn (Vijaya) trước mặt bá quan văn võ của Triều đình Champa, Thượng Hoàng Trần Nhân Tông đã long trọng tuyên bố việc ước gả Huyền Trân Công chúa cho Chế Mân. Đây là một lời giao ước của một Thái Thượng Hoàng đầy quyền uy với triều thần Trần Anh Tông và với tư cách là một Thiền sư uyên bác về nội điển lẫn ngoại điển cũng như đức hạnh của chốn Tổ Trúc Lâm Yên Tử thuở nào. Đây là lời giao ước của những bậc Quân vương với nhau để tạo nên mối thâm tình trong việc ước gả này, dầu cho Hoàng hậu Khâm Từ và cả Huyền Trân Công chúa đều chưa hay biết về việc này. Sự ước gả này thực hiện chính sách thân thiện giữa hai vị lãnh đạo quốc gia hiếu hòa giữa Đại Việt và Chiêm Thành để rồi Huyền Trân Công chúa sẽ là Hoàng hậu của xứ Champa, Vua Chế Mân sẽ là Phò Mã của nước Đại Việt. Hai nước trong tương lai sẽ có mối giao hảo cận kề hơn với tình gia đình và con của Huyền Trân sẽ là cháu ngoại của Thượng Hoàng Trần Nhân Tông. Họ sẽ đoàn kết lại với nhau giữa hai nước để cùng nhau tồn tại và đối phó với việc xâm lược của quân Trung Hoa, mà việc này có thể xảy ra ở bất cứ thời điểm nào tại hai nước vì lâu nay Trung Hoa đã bao nhiêu lần dòm ngó và muốn thôn tính. Đây là mục đích chính sách hòa thân của Thái Thượng Hoàng Trần Nhân Tông đối với Chế Mân.

Khởi đi từ tấm lòng từ bi nhân hậu của Giác Hoàng Thiền sư đối với cả hai triều đình của hai nước và cho cả trăm dân muôn họ được nhờ, nên Thượng Hoàng rất vui. Xét cho cùng, theo luật Phật thì người xuất gia không được làm môi giới cho chuyện cưới gả này, nên ban đầu Giác Hoàng Thiền sư cũng tỏ ý phân vân, nhưng sau đó đã được những thị giả hầu cận đi cùng Ngài phân tích và tán đồng việc làm cao cả ấy của Thượng Hoàng. Vì lẽ Thượng Hoàng làm việc này không phải vì tình riêng chỉ cho riêng mình, mà còn là việc của quốc gia đại sự. Vả lại đâu có cơ hội nào để Ngài qua lại đây được một lần nữa như trong 9 tháng vừa qua, mà Huyền Trân càng ngày càng lớn. Khi nghe được tin này chắc con ta không nỡ chối từ. Ta sẽ giải thích cho Huyền Trân về mọi mặt của Chiêm Quốc cũng như ta sẽ cho mời Thầy đến dạy cho Huyền Trân học về ngôn ngữ của nhà chồng tại Thiên Trường Phủ hoặc nơi Quốc Tử Giám tại Thăng Long. Có lẽ Khâm Từ sẽ không vui và nghĩ tại sao ta lại gả Công chúa bé bỏng đi xa như vậy và làm vợ một người không cùng ngôn ngữ, phong tục, tập quán, phong thổ v.v…, nhưng ta đã có cách.

Bầu trời mùa Thu của Chiêm Quốc năm 1301 thoáng gợn lên những áng mây hồng, thỉnh thoảng đâu đó vài cánh hạc bay qua, xóa tan đi một vài áng mây đang lững lờ trôi. Bên trên cung điện thành Đồ Bàn đèn đuốc sáng choang, như buổi tiệc chia ly của hai đấng Quân vương vẫn còn sót lại đâu đây những điệu múa Sravastri và Apsara, khiến cho Giác Hoàng càng suy nghĩ nhiều hơn về tấm chân tình của Chế Mân cũng như nhân dân Chiêm Quốc trong 9 tháng qua đã đối xử với mình một cách chân thành và ấn tượng. Tiếp đến là những tiếng hò rộn rịp của đoàn người, ngựa khiêng kiệu, khiêng lương thực v.v… làm cho buổi tiễn đưa Thượng Hoàng về lại Đại Việt thật hùng tráng nhưng cũng đượm một chút u sầu khi nghe tiếng đàn và tiếng tù-và của nhạc công Chiêm Quốc tấu lên những bản nhạc chia ly thật là nhạy cảm vô cùng. Tuy nước mắt không chảy dài trên hai gò má như những buổi chia ly tạm biệt của nhiều người, nhưng Thượng Hoàng cũng đã phải nén lòng gạt bỏ cảm xúc, quay lại bên Chế Mân vui vẻ và từ tốn bảo rằng:

- Ta và ngươi từ đây về sau sẽ còn có nhiều cơ hội gần nhau nữa!

- Muôn tâu! Vâng! Kính bạch Ngài! Việc ấy hẳn còn đợi thời gian.

- Thế nhưng ta mong rằng thời gian ấy sẽ chóng đến với ta và cả ngươi nữa.

- Tại hạ mong ước từng ngày và từ hôm nay trở đi tại hạ sẽ hướng về Đại Việt để cầu cho mối lương duyên ấy sớm thành tựu.

- Việc ấy đã nắm chắc trong hai bàn tay.

- Xin Ngài hãy bảo trọng, vì đường còn xa.

- Xin chào giã biệt.

Sau khi tất cả mọi người đều lên thuyền rồng rồi, lúc ấy Chế Mân với những gia nhân hầu cận mới chịu rời bến đậu để trở về lại hậu cung ở Kinh Thành Đồ Bàn. Để rồi từ đó nằm bên Hoàng hậu xinh đẹp của xứ Java, Chế Mân vẫn luôn mơ tưởng đến nàng con gái Đại Việt con của Thượng Hoàng Trần Nhân Tông mới 14 tuổi và hình dung ra nàng đẹp lắm! Đẹp từ cử chỉ, lời ăn tiếng nói dịu dàng; cha nàng khôi ngô, tuấn tú như vậy chắc rằng nàng không thể không đẹp được; một bậc anh hùng của dân tộc Đại Việt sau khi đại thắng quân Nguyên Mông hai lần vào năm 1285 và 1288, rồi sau đó lại bỏ tất cả ngai vàng điện ngọc để đi xuất gia học đạo, thì người ấy có cần gì nữa đâu và ta sẽ lấy gì làm sính lễ để cưới nàng khi nàng đã đủ 18 tuổi; từ đây đến đó, ta sẽ học tiếng Việt và làm quen với phong tục, tập quán của xứ này. Chế Mân cứ miên man suy nghĩ…

Nhiều đêm như thế, tuy Vua Chế Mân vẫn đồng giường với Hoàng hậu người xứ Java, nhưng mộng ước của hai người thì không giống nhau. Nàng thì muốn được vua quan tâm, trong khi đó Chế Mân ngày đêm cứ tơ tưởng đến một người chỉ qua cửa miệng của Thượng Hoàng đã hứa hôn thôi! Thế mà Chế Mân xem như một nhân duyên tiền định vậy. Đến nỗi có lúc Chế Mân quên hẳn việc triều chính, nên Hoàng hậu Tapasi có ý nhắc nhở Chế Mân rằng:

- Thần thiếp thấy Bệ hạ kém vui, nhất là sau khi Thượng Hoàng Trần Nhân Tông đã hồi kinh?

- Đúng vậy… Ta nhớ...! Ta nhớ những tháng ngày thật đẹp bên Thượng Hoàng. Tuy tuổi tác và ngôn ngữ khác biệt, nhưng ta vẫn trân quý Thượng Hoàng vì cái tình giữa hai nước Đại Việt và Chiêm Quốc này!

- Có thật thế không thưa Bệ hạ? Hay Bệ hạ đang tơ tưởng một bóng hồng của Đại Việt?

- Ờ! Ờ! Bên cạnh ta vẫn có khanh mà, ta đâu có tưởng nhớ đến ai nào?

- Bệ hạ giấu thần thiếp đấy! Chứ mỗi đêm khi bóng tối đã phủ trùm, chỉ còn hai ta nơi phòng loan, thiếp luôn nghe ngóng hơi thở của Bệ hạ và thỉnh thoảng vẫn đọc được tư tưởng của Bệ hạ qua những cơn mộng mị, có lúc la toáng lên là "Huyền Trân của ta đâu?" Bệ hạ vẫn bên thần thiếp mà thần thiếp cảm thấy như xa cách muôn trùng. Cả ngày lẫn đêm, giờ này thần thiếp cảm thấy như một người xa lạ, mà mới ngày nào đây, khi về làm dâu ở Chiêm Quốc này, thần thiếp cũng đã cố dằn nén những đau thương để làm vợ một người, mà người đó mình chưa gặp mặt hay nghe nói được một lời đằm ấm nào, trước khi thành nghĩa phu thê.

-Ta biết như vậy là sai! Nhưng chuyện hôn nhân này đã do người bề trên sắp đặt, ta không được phép chối từ. Vả lại khanh đã sinh cho ta một hoàng nam kháu khỉnh rồi, như vậy ngôi

Chánh hậu của xứ Chiêm đã vững bền, đâu có gì mà nàng phải lo nghĩ bâng khuâng vậy?

- Người đời bảo rằng: "Dò sông dò biển dễ dò. Nào ai lấy thước mà đo lòng người."

- Như vậy ngươi có ý không tin ta chăng?

- Tin thì thần thiếp đã tin Bệ hạ từ lâu rồi, nên mới đem thân hèn mọn này đến đây để nâng khăn sửa túi cho Ngài bấy lâu nay, những tưởng…

- Thôi! Ta đã hiểu ý khanh rồi. Để ta yên nghỉ vì còn bao nhiêu chuyện khác của ngày mai nữa.

Những quân dân tiễn đưa Thượng Hoàng lên thuyền ngự và sau 3 tháng đi, 3 tháng về họ đã trở lại Chiêm Thành, trình tâu tất cả những điều mắt thấy tai nghe trên đường biển từ Đồ Bàn đến Đà Nẵng rồi Hạ Long và cuối cùng là Thăng Long. Họ tả cảnh, tả mây, tả về nhân tình của con dân Đại Việt khi cung đón Thượng Hoàng về lại quê xưa.

Riêng Thượng hoàng Trần Nhân Tông, Ngài không dùng xa mã để đến Thăng Long gặp Vua Anh Tông, cũng không về Thiên Trường để thăm những hình bóng cũ khi Ngài còn làm Thái Thượng Hoàng nơi đó, mà Ngài cho gia nhân cũng như những thị giả đưa Ngài về lại Yên Tử Sơn, nơi am tranh cảnh vắng để Ngài tiếp tục hành thiền, soạn kinh, dịch sách và nhất là chuẩn bị cho một cuộc hôn nhân dị chủng cho con gái út của mình. Ngài cần suy nghĩ phải nói làm sao cho Khâm Từ Hoàng hậu vui lòng, cho Anh Tông phải kính phục ý kiến của Phụ vương về việc giao hảo giữa hai nước, và người cuối cùng là Huyền Trân Công chúa. Bởi lẽ nàng là nhân vật chính trong câu chuyện vu quy này, điều mà thật ra trước khi sang Chiêm Thành, Thượng Hoàng Trần Nhân Tông chưa bao giờ nghĩ đến. Nó chỉ phát xuất khi Ngài trông thấy những công trình mỹ thuật điêu khắc của các đền đài cung điện tại Mỹ Sơn, Đồ Bàn và Nha Trang v.v… cũng như sau khi tiếp xúc với dân chúng khi đi khất thực hằng ngày, Thượng Hoàng mới nghĩ ra điều đó. Có nghĩa là nếu cả hai nước Đại Việt và Chiêm Thành đang có biên giới liền nhau và phong tục, tập quán, ngôn ngữ v.v… tuy khác nhau rất nhiều, nhưng tinh thần đề phòng sự xâm lăng phía Bắc từ Trung Quốc thì không khác. Nếu cả 2 nước đều có mối giao hảo tốt hơn là mối giao hảo bình thường thì đó là một điềm lành, có lợi cho cả hai dân tộc, nên ý định gả Huyền Trân cho Chế Mân chỉ xuất phát từ ý định đó, chứ ngoài ra Thượng Hoàng Trần Nhân Tông đã không vì Chế Mân chiêu đãi quá đặc biệt mà có ý lợi dụng người đứng đầu của Chiêm Quốc. Vả lại Chế Mân đã có Chánh cung Hoàng hậu Tapasi, thì Huyền Trân có về đó cũng chỉ làm thứ phi là cùng…

Tại sao ta phải suy nghĩ làm gì cho mệt trí? Thượng hoàng Trần Nhân Tông tự nhủ: Thôi thì chờ cho khi nào có Khâm Từ Hoàng hậu cũng như Anh Tông và Huyền Trân Công chúa lên Ngọa Vân Am để thăm ta, hoặc giả lúc hữu sự, ta trở lại Thiên Trường hay Thăng Long thì ta sẽ đem điều này để nói cho cả gia tộc nghe, kể cả Hưng Đạo Vương và Thượng Tướng Trần Khắc Chung nghe nữa.

Chương IX

Mối tơ vương dần hiện

Có tiếng kêu thật lớn của nữ tỳ nơi vườn Ngự Uyển ở Phủ Thiên Trường rằng:

- Công chúa ơi! Công chúa đã biết gì chưa?

- Sao em hôm nay hớt hãi thế? Có chuyện gì hãy từ từ nói cho ta nghe xem? (Công chúa Huyền Trân hỏi)

- Công chúa đã nghe Thượng Hoàng quy quốc mấy hôm nay sau 9 tháng trú ngụ tại Chiêm Quốc?

- Đúng là như vậy! Nhưng nay mai thì ta và Hoàng huynh cùng Mẫu hậu sẽ lên Yên Tử Sơn và đến Ngọa Vân Am để thăm cũng như đảnh lễ Phụ hoàng. Việc này Hoàng huynh đã chuẩn bị rồi.

- Không phải việc ấy.

- Chứ việc gì?

- Việc Công chúa sẽ được gả sang Chiêm Quốc.

-Ta còn nhỏ dại, mới 14 tuổi đầu. Tại sao lại có chuyện này?

- Thì em cũng mới nghe lại loáng thoáng từ những người lớn trong phủ này truyền miệng nên em nói cho Công chúa biết thế thôi! Khi nào Công chúa gặp Thượng Hoàng thì sẽ rõ hơn!

- Vâng! Hãy chờ vậy.

Cuối năm 1301, cảnh sắc mùa Thu đã qua, Yên Tử Sơn đã tiến dần vào mùa Đông lạnh giá. Nơi đây có 4 mùa rõ rệt. Khi mùa Xuân đến thì các đọt non, mầm nhỏ từ dưới đất đâm chồi, nảy nở, dần dần vươn lên khỏi mặt đất để tìm cho mình một vị trí thích hợp có đầy đủ khí trời che chở và hướng về đó để tiếp thu những năng lượng của mặt trời. Khi Hè sang, núi đồi Yên Tử vẫn là một nơi lý tưởng để những khách hành hương sau khi leo cả hằng trăm bậc thang cấp lên đến đỉnh núi, nơi có chùa Đồng để lễ bái, thì họ cũng có thể tìm đâu đó một bóng mát của những tàn cây che rợp lối đi để núp ánh sáng chói chang từ mặt trời dọi thẳng xuống. Còn Thu sang thì hoa lá rực rỡ muôn màu. Có những chiếc lá còn đang xanh, bỗng nhiên lìa cành rơi xuống đất và cũng có những chiếc lá vàng tươi thật đẹp khi đêm lạnh về, sương phủ kín cả bờ vai của lá, làm cho lá phải khúm núm lại để chịu đựng cái lạnh của sương đêm, chờ ngày mai mặt trời sưởi ấm, để cho lá còn có cơ hội khoe sắc màu với những chiếc lá còn đong đưa trên cành, bên cạnh mình nữa. Kế đến là Đông sang, ở Yên Tử không có tuyết, nhưng mùa Đông buồn lắm, cây cối chỉ còn trơ trọi cành cây, trông như những cây khô chờ chết, thỉnh thoảng có những cơn gió động, làm cho chúng khua nhau như những tiếng vỗ tay tuy yếu ớt của những người già yếu. Chỉ còn duy nhất những cây tùng, cây bách là dày dạn với gió sương. Chúng vẫn xanh tươi, mặc dù đất trời về Đông rất lạnh. Không biết có động vật nào chịu đựng gió sương hơn những loại cây này chăng? Thiên nhiên vốn như vô tình, nhưng chúng thật là hữu tâm khi chung sống cùng nhau dưới một bầu trời, một khung cảnh như thế.

Giác Hoàng Thiền sư sau khi quy cố hương, Ngài đã về lại Ngọa Vân Am này. Am tuy đơn sơ, không hoa hòe tráng lệ như Thăng Long, Thiên Trường hay Mỹ Sơn hoặc Đồ Bàn là những nơi mà Ngài đã trải qua nhiều mùa mưa nắng, nhưng những nơi đó và ngay cả nơi đây đều là những nơi chốn ghi lại không biết bao nhiêu dấu tích và kỷ niệm của đời mình từ khi còn là một hoàng tử rồi được phong vương cũng như cầm quân đánh giặc Nguyên Mông vào năm 1285 và 1288. Ngài thầm nghĩ:

Nếu không có những tướng tài như Tuệ Trung Thượng Sĩ Trần Quốc Tung, Trần Bình Trọng, Trần Hưng Đạo, Yết Kiêu, Dã Tượng v.v… thì mình ngày nay đã khác rồi. Có thể cũng bị chết như Toa Đô, phơi thây nơi chiến trường Đại Việt, hay bị bắt làm tù binh và gần hơn nữa là trở thành những chiến sĩ vô danh nơi trận địa, nhưng mình được cái may là không chết trong những hoàn cảnh như thế, mà vẫn còn sống sót lại nơi đây. Sau đó lại được thỏa chí tang bồng, được xuất gia đầu Phật theo tâm niệm của mình sau khi đại thắng quân Nguyên Mông hai lần. Ngài đưa nhẹ cán chổi để đẩy đi những chiếc lá rơi từ tối hôm qua đang nằm bên ngoài Thiền thất và chợt ngẩng đầu lên thì thấy một quang cảnh lạ thường không được báo trước, ấy là đoàn người gồm có Hoàng hậu Khâm Từ, Tuệ Trung Thượng Sĩ, Hưng Đạo Vương, Vũ Thành Vương Doãn, cho đến Thượng Tướng Trần Khắc Chung, Lưỡng quốc Trạng Nguyên Mạc Đĩnh Chi, Vua Anh Tông, Thiên Trân, Huyền Trân Công chúa và những người cận vệ của Hoàng Đế đương triều.

- Muôn tâu Thánh thượng!

Hoàng hậu Khâm Từ đứng dậy chấp hai tay lên ngực muốn thưa, nhưng Điều Ngự khoác tay:

- Bây giờ không phải là ngày xưa nữa, tín chủ hãy gọi ta là Đầu Đà Đại Sư hay Giác Hoàng cũng được.

- Mô Phật, tiện thiếp xin vâng.

- Cũng không ổn nữa. Nếu gọi ta bằng Đại Sư thì hãy xưng hô là đệ tử!

- Đệ tử xin vâng lệnh. Kể từ khi Tiên đế băng hà, triều đình Nhà Trần này cũng đã trải qua nhiều cuộc đánh Đông dẹp Tây, công khó của Ngài cũng như của các tướng lãnh cao tợ núi Thái, chúng đệ tử chưa biết đáp đền như thế nào, thì Ngài đã xuất gia đầu Phật, nay lại còn hay tin…

Tuệ Trung Thượng Sĩ vái chào tất cả và tiếp lời em gái của mình: "Đúng là như vậy. Việc ân đền oán trả xưa nay là chuyện thường tình trong nhân thế. Đâu có ai quên được bao giờ! Nhưng giờ đây ta xem những mảnh nhung y khi chinh chiến phải phục sức vào cũng như những thành công ấy cũng chẳng qua là nhờ vào âm đức của tiền nhân cũng như sự gia trì của liệt Thánh. Còn chuyện tuyên dương những công trạng và phạt vạ những kẻ hàng giặc thì Anh Tông đã làm rồi."

Hưng Đạo Vương thưa: "Kính bạch Chư Tôn Trưởng Lão và quý vị đương triều, theo chỗ tôi thấy thì dân ta đã quá khổ rồi, chắc cũng không cần phải tổ chức thêm những lễ lộc gì nữa hay cho xây dựng thêm cung điện nguy nga cũng chỉ làm hao tốn của công. Chúng ta hãy dốc tâm đề phòng phương Bắc bằng phương pháp nuôi dân tại địa phương làm lính để chờ thời. Nếu giặc phương Bắc hay phương Nam có quậy phá biên thùy thì ta có quân binh mà nghinh tiếp."

Thượng Tướng Trần Khắc Chung cũng khải bạch: "Ngưỡng bạch quý Ngài cùng tất cả chư vị, thuở nào người xưa thường nói: 'Khi chiến tranh người ta hay nghĩ đến hòa bình và trong khi hòa bình thì người ta lại chuẩn bị cho chiến tranh'. Theo thiển ý, giặc phương Bắc đã thua ta liểng xiểng đến 3 lần, nên chúng nào dám quậy phá để trả thù ta nữa. Vả lại Nguyên Thái Tổ đã băng hà, còn cháu nội ông ta thì nhút nhát, không một tướng tài nào có thể mạo hiểm đến đây một lần nữa đâu. Nếu có chỉ là phương Nam, nơi mà Ngài Giác Hoàng mới từ đó quy cố quốc. Chúng thần xin tôn ý của Ngài."

Giác Hoàng chậm rãi nói: "Mục đích chính của ta muốn sang Chiêm Quốc là vì muốn tình giao hảo của hai nước càng ngày càng gần gũi hơn, và sau 9 tháng sống tại đó ta thấy rằng Chế Mân là một bậc quân vương anh hùng, tài ba lỗi lạc. Cai trị dân được ấm no, hạnh phúc, nhà nhà đều nghe tiếng giã gạo dưới ánh trăng khi mùa màng đã gặt hái, và đặc biệt là những kiến trúc chùa tháp thật là kỳ vĩ, có những đường cong giống như Ấn Độ giáo, không lai kiểu kiến trúc Trung Hoa như đất nước Đại Việt của mình và còn nhiều thứ nữa cũng đáng nói lắm đấy chứ!"

Anh Tông thưa: "Muôn tâu Đại sư, Mẫu hậu và chư vị. Phàm làm vua, nếu không lấy hạnh phúc của dân làm hạnh phúc của mình, không lấy nỗi khổ của dân làm nỗi lo của mình thì vị ấy không gọi là một minh quân. Qua lời giải thích của Đại sư con nghĩ rằng Chế Mân là một vị vua đủ cả tài lẫn đức! Nhờ vậy mà Đại sư ở đó đến 9 tháng mà cũng chưa muốn quy cố hương."

Lưỡng quốc Trạng Nguyên Mạc Đĩnh Chi thưa: "Muôn tâu Giác Hoàng và chư vị hiện tiền! Văn học của nước Đại Việt chúng ta lâu nay ảnh hưởng nền văn hóa Trung Quốc, ngay cả văn tự cũng như cách kiến trúc. Nay nhân chuyến tuần du 9 tháng tại Chiêm Thành, Ngài đã tiếp xúc được với nền văn minh Đông Nam Á cổ. Vậy chúng giống và khác nhau như thế nào với chúng ta?"

Giác Hoàng trả lời: "Ngài Trạng Nguyên hãy lắng nghe đây. Giữa con người và con người, giữa quốc gia và quốc gia có nhiều điểm giống nhau và nhiều điểm khác nhau lắm, làm sao có thể phân biệt hết được. Ngài đã chẳng nghe Đức Phật dạy rằng: "Dầu con người ở giai cấp và địa vị nào đi chăng nữa hay dẫu cho màu da, phong tục có khác đi nhiều so với các dân tộc khác, nhưng chắc chắn một điều là máu ai cũng đỏ và nước mắt ai cũng mặn cả". Đâu phải người da đen là máu đen, người da trắng là máu trắng. Tất cả máu đều cùng một màu và Phật tánh cũng chỉ một mà thôi. Ngài hãy bình tâm lại để chiêm nghiệm lời Phật dạy."

Vũ Thành Vương góp ý: "Theo thiển ý của tôi thì nhà ai lo

nhà nấy vẫn hơn. Tại sao phải bang giao với nhau, rồi tranh giành ngôi báu, địa vị làm gì như thế cho khổ thân nhỉ?"

Anh Tông bảo rằng: "Ai mà cũng nghĩ như Cậu thì thế giới này đâu có đao binh."

Thiên Trân Công chúa tiếp lời: "Em xin cảm ơn Hoàng huynh và Đại sư cùng Mẫu hậu cũng như chư vị hữu công đối với triều Trần của chúng ta, nhưng con nghe phong phanh nơi hậu cung cũng như tại Phủ Thiên Trường là Đại sư muốn ước gả Huyền Trân, em con cho vua của xứ ấy? Ngôn ngữ, phong tục, tập quán, cách ăn mặc, lễ nghi v.v… ôi thôi đủ thứ. Đại sư nghĩ như thế nào mà đã định ước cho việc ấy? Vả lại em con còn nhỏ dại mới 14 tuổi đời."

Giác Hoàng mỉm cười và trên tay tiếp tục mân mê tràng hạt niệm Phật không thành tiếng, đoạn trả lời cho Công chúa Thiên Trân cũng như có ý muốn nói lớn cho mọi người cùng nghe và cùng hiểu: "Phàm là con gái lớn lên phải lấy chồng, đó là việc trời đất xưa nay. Bây giờ Huyền Trân đã 14 tuổi, cái tuổi đã bắt đầu lớn khôn hiểu biết rồi. Vả lại cũng phải đợi năm ba năm nữa mới làm lễ cưới, nhiều lắm là lễ đính hôn nay mai để giữ lấy hôn ước ấy. Trừ phi Huyền Trân xuất gia thì không ai nài ép gì cả."

Huyền Trân đứng dậy thưa: "Muôn tâu Đại sư, Mẫu hậu, hoàng huynh, quý cậu và chú, bác hiện tiền. Con vốn còn nhỏ dại chưa biết gì. Cái tuổi "ăn chưa no, lo chưa tới" và ngày xưa khi Đại sư xuất gia tại Chùa Bút Tháp, lúc ấy con mới 9 tuổi, nhưng khi thấy cậu Tuệ Trung đặt dao kéo lên đầu của Đại sư để cắt đi mái tóc hoa râm, lòng con xúc động vô cùng và kể từ dạo ấy con luôn tâm niệm rằng: Nếu một ngày nào đó con được theo Đại sư xuất gia đầu Phật, thì quả là một phước báu cho con."

- Bậy nào! Con gái của ta tuy hiểu biết cái khổ của đường tình duyên là gì rồi và sợi dây tơ của bà Nguyệt Lão đã xe cho hai người nam và nữ trở thành chồng vợ vẫn là chuyện đã an bày xưa nay mà!

- Con hổng chịu đâu! Con đâu thấy ông tơ bà nguyệt nào đâu! Con chỉ thấy Đại sư đã đi tu rồi, tại sao lại còn buộc con vào đường tình ái. Nếu cuộc đời này là hạnh phúc miên viễn, thì tại sao Đại sư không ở lại với chúng con tại Phủ Thiên Trường để hưởng vinh hoa phú quý, mà vào núi Yên Tử để làm gì vậy?

- Người lớn đã định ước rồi, thì con nên nghe theo và nếu ngày sau con vẫn còn có ý định xuất gia như ta vào lúc cuối đời cũng đâu có muộn. Xuất gia không phải chỉ để cạo tóc, mà cạo tâm. Vả lại ta thấy mái tóc của con còn xanh mướt một màu, hãy khoan vội chán cảnh sống lứa đôi, cố tìm nơi tịch tĩnh thì cũng chẳng lợi lạc gì trong lúc này.

Thượng Tướng Trần Khắc Chung thưa: "Ngưỡng bạch Giác Hoàng! Muôn tâu Bệ hạ! Theo hạ thần thấy, từ cuối Lý đầu Trần, cái lệ đi tu đối với các bậc quân vương không hiếm. Ví dụ Vua Lý Huệ Tông sau khi nhường ngôi cho Lý Chiêu Hoàng rồi đi xuất gia ở Chùa Chân Giáo, trở thành Thiền sư Huệ Quang và Thái Tông của chúng ta đã chán cảnh sống trong cung hoàng nên nửa đêm đã bỏ tất cả, một mình một ngựa trèo núi băng rừng vào Yên Tử để gặp Quốc Sư Phù Vân và hiện tại như chúng ta thấy đó, Thượng Hoàng đã lìa ngôi báu, học hạnh đầu đà của Ngài Ca Diếp, không màng bã vinh hoa sau hai lần đại thắng Nguyên Mông, thì việc xuất gia vẫn là những hình ảnh đẹp tuyệt vời. Còn con gái, đang thời kỳ son trẻ như Công chúa Huyền Trân đây mà vào núi đi tu thì..."

Hoàng hậu Khâm Từ ngắt lời Thượng Tướng và tiếp tục giải bày rằng: "Đây là đứa con gái 'cành vàng lá ngọc' của chúng ta. Nó thông minh xuất chúng. Tại sao không gả cho những Trạng

Nguyên, Bảng Nhãn người Đại Việt của mình mà Đại Sư Đầu Đà lại đem gả cho "thằng Mán, thằng Mường" ở đâu xa thăm thẳm như vậy? Vả lại ngôn ngữ, tập tục làm sao rõ biết hết! Thiên Trân đã có chồng rồi, nay chỉ còn một người con gái duy nhất đó. Xin Ngài hãy xét soi cho."

- Việc học chữ Chiêm Thành thì nhờ Lưỡng Quốc Trạng Nguyên tìm Thầy dạy cho Huyền Trân. Hoàng hậu Khâm Từ hướng dẫn cho công chúa biết cách xử sự đối với chồng, cũng như dạy cho công chúa những lễ nghi cần phải biết trước khi về làm dâu Chiêm Quốc. Còn Anh Tông hãy chọn người tài vào Quốc Sử Giám và Quốc Sử Quán để chuẩn bị cho sự giao hảo giữa hai nước, trước cũng như sau khi thành thân giữa Đại Việt và Chiêm Thành.

- Chúng hạ thần xin tuân lệnh.

Mọi người lui bước chỉ còn lại Hoàng hậu Khâm Từ và Huyền Trân Công chúa ngồi đối diện với Đầu Đà Đại Sư. Họ đã xa nhau nhiều năm rồi, kể từ năm 1294 đến nay 1301 cũng hơn 7 năm rồi còn gì nữa. Tình nghĩa giữa Quân vương và Hoàng hậu không còn nữa, mà họ bây giờ đối đáp với nhau như tình Thầy trò, đệ tử vậy. Khâm Từ Hoàng hậu mở lời:

- Bạch Ngài! Vương quyền và gia thế của người đó ra sao?

- Champa là một dân tộc đã lập quốc từ thế kỷ thứ hai sau Tây lịch, sau này do việc khảo cổ nên mới thấy được nền văn hóa của Sa Huỳnh, đã nói lên được nền văn hóa của dân tộc này tại dải đất miền Trung nước Việt. Một dân tộc đã lập quốc trước Đại Việt và có một nền văn hóa rực rỡ, một nền kinh tế nông nghiệp phồn thịnh, một binh lực rất kiên cường, hiện hữu từ thế kỷ thứ 4 cho đến đầu thế kỷ thứ 14 này. Bây giờ Vua Chế Mân cai quản từ châu Ô, châu Lý cho đến Phan Rang, Phan Rí, uy dũng vô song và đã có Chánh cung Hoàng hậu đến từ xứ Java của Indonesia, gọi là Hoàng hậu Tapasi, cả hai đều xứng đôi vừa lứa. Nhưng khi qua Chiêm Quốc thăm viếng trong 9 tháng vừa qua, ta thấy tấm chân tình của Chế Mân đối với ta, với Đại Việt rất gần gũi, thân mật, do vậy ta muốn đi xa hơn nên cho Huyền Trân về đó làm vợ Chế Mân. Biết đâu nếu con mình tài ba, giỏi giang được sự tin tưởng của Chế Mân thì Huyền Trân sẽ được thay ngôi đổi vị.

- Bạch Ngài! Nhưng Chế Mân đã có Hoàng hậu đương triều?

- Việc ấy đâu có nệ hà gì. Vì lâu nay người ta vẫn thường nói rằng: "Trai thì năm thê bảy thiếp, còn gái chính chuyên chỉ một chồng." Chắc là khanh đã biết điều này? Vả lại làm Vua hay Thái Thượng Hoàng như ta ngày xưa, có đủ điều kiện để lo cho cả hàng trăm cung tần mỹ nữ cũng được thôi. Bây giờ nơi hậu cung của thành Đồ Bàn có thêm một cô gái Đại Việt nữa thì càng làm cho cung điện và hoàng triều tại đó lộng lẫy hơn chứ có sao đâu mà khanh lo.

Người Trung Hoa xưa nay vẫn vậy, họ tự cao tự đại cho họ mới là nước có văn minh, văn hóa, nên gọi là nước chính giữa (Trung Quốc), còn những nước nhỏ ở phía Bắc Trung Quốc thì họ gọi là rợ Hồ và phía Nam Trung Quốc như Đại Việt và Chiêm Quốc là Nam Man. Ta cũng theo lệ ấy mà gọi người Chiêm Thành là thằng Mán, thằng Mường hay những dân tộc Man Di, Mọi Rợ, nhưng đứng về phương diện lịch sử để truy tầm thì họ văn minh hơn mình đó. Trong khi mình bị Trung Hoa chiếm cứ cả hằng ngàn năm, thì họ đã độc lập từ thế kỷ thứ 4 rồi. Từ đó họ có các nhà Sư như Khương Tăng Hội, Mâu Bác và Chi Cương Lương đã đến truyền đạo tại mảnh đất Giao Châu này và từ đó Đạo Phật mới phát sanh. Nếu không có Phật giáo thì dân tộc ta cũng đã mai một rồi.

Khanh không thấy sao? Như Vua Đường Thái Tông của Trung Quốc đã gả Công chúa Lý Văn Thành cho vua Tây Tạng là Can Bố để kết tình hữu nghị giữa hai nước lân bang và lôi kéo họ về với Đại Đường của Trung Hoa. Nàng được Vua Can Bố phong cho làm Hoàng hậu và thường cầu xin Phụ hoàng Lý Thế Dân (Đường Thái Tông) giúp đỡ nước Tây Tạng phát triển nền kinh tế định canh, thay vì du canh như xưa nay và đem lại sự phồn thịnh cho Tây Tạng và đặc biệt Công chúa Lý Văn Thành đã cầu xin Vua cha ban cho kinh điển cũng như tượng Phật qua Tây Tạng và nàng ngày đêm cầu nguyện cũng như khuyên Vua Can Bố tin tưởng Đạo Phật và Bồ Tát Quan Thế Âm. Nhờ thế mà Phật giáo mới phát triển được như ngày hôm nay. Sau khi Vua Can Bố băng hà, bà thỉnh chư Tăng các nơi về cầu siêu cho chồng. Qua tiếng kinh lời kệ thuở ban đầu ấy mà người dân Tây Tạng dần dà biết được Đạo Phật là gì? Tiếp đó bà lên yên ngựa dong ruổi khắp nơi trên chốn núi đồi Tây Tạng, tiếp nối những công việc xây dựng chùa chiền cung điện của chồng mình làm còn dang dở và sau này khi bà chết, cả thần dân Tây Tạng đều quý kính tiễn đưa và lập miếu thờ.

Như vậy gả con đâu có mất, mà thân gái dặm trường khi ra đi chỉ một việc công, mà được cả hai chuyện nữa. Đó là việc nước nhà và việc Đạo. Như thế há chẳng xứng mặt là một đấng thuyền quyên?

- Muôn tâu Phụ hoàng! Công chúa Huyền Trân thỏ thẻ với cha và mẹ: "Người lớn đặt đâu con ngồi đó, nhưng sao con thấy mối tình này nó giống như đôi đũa lệch vậy! Ngôn ngữ không rành, mặt chồng chẳng biết. Chỉ có qua Phụ hoàng, con mới biết được một ít chuyện của nước Chiêm, nhưng biết sao hơn bây giờ! Thôi thì 'nước non ngàn dặm ra đi'! Con xin giữ gìn tôn ý, nhưng cho con xin có nhiều thời gian để chuẩn bị một dặm đăng trình xa xôi như vậy."

- Nên biết rằng, cả ta và khanh, cả người thân lẫn kẻ thù! Đâu phải một đời này mà nên duyên chồng vợ. Ta đọc trong Túc Sanh Truyện, ngẫm nghĩ những chuyện tiền thân của những kiếp xa xưa giữa Thái tử Tất Đạt Đa và Công chúa Da Du Đà La; giữa Đề Bà Đạt Đa và Đức Phật; giữa Xá Lợi Phất và Mục Kiền Liên v.v... Tất cả đều có nguyên nhân và hệ lụy cả. Ta đã trải qua hàng trăm ngàn kiếp yêu thương nhau như vậy, đâu phải chỉ có một đời. Bây giờ thành người rồi, chúng ta có áo quần để mặc, có vương miện để đội, có ngựa để đi, có xe để chạy, có cơm để ăn, có nhạc để thưởng thức, nhưng cả hàng trăm ngàn kiếp trước chúng ta đã có nhân duyên với nhau từ nhiều hoàn cảnh khác nhau. Có lúc làm thú dữ, có khi làm ma vương, có lúc làm người đi săn, có khi làm người trộm cắp. Sau này khanh và con có dịp đọc lại kinh sách Phật dạy thì sẽ rõ biết điều ấy. Còn bây giờ thì...

Cả 3 người đang đối diện nói chuyện với nhau một cách gần gũi như cảnh "tình cũ nghĩa xưa" từ bao lâu nay ngăn cách, bây giờ mới có cơ ngơi thổ lộ. Đối với Giác Hoàng việc đạo việc nước là trên hết, cho nên dẫu đứng trên phương diện nào đi chăng nữa, việc nhà, nhất là của hoàng gia thì sau này đã có Anh Tông lo rồi, ngay cả chuyện gả Huyền Trân Công chúa về Chiêm Quốc, chính Anh Tông phải hành xử như việc "quyền huynh thế phụ" để cho hai nước cân xứng nhau.

Cả 3 người đang ngưng câu chuyện thảo luận thì bên ngoài có một chú Thị giả vào thưa rằng:

- Bạch Đại sư! Có hai người ăn mặc theo cách vương phục. Có nên cho họ vào chăng?

- Con cứ cho vào.

Thấy Anh Tông và Trần Khắc Chung bước vào, Giác Hoàng nói:

-Tưởng là ai, các khanh chưa hồi loan sao?

- Nãy giờ chúng con ra ngoài bàn nhau chút việc và để Mẫu hậu cùng Phụ hoàng cũng như tiểu muội Huyền Trân có thời giờ tâm sự, nên chúng con bây giờ mới xin vào bái yết Phụ hoàng thêm một lần nữa.

- Các ngươi cứ thật mà trình bày.

- Ngưỡng bạch Ngài! Chúng con tài hèn sức mọn không suy nghĩ được những việc sâu xa như Ngài, nhưng nếu nay mai Chiêm Quốc có cho người sang đây cầu hôn thì chúng ta phải đòi sính lễ là gì để nạp sính theo tục lệ lâu nay của bản quốc và sau đó 3 hay 4 năm để cho Huyền Trân đủ 18 tuổi sẽ được kiệu giá về đất Chiêm để làm lễ xuất giá vu quy?

- Việc này ý các khanh như thế nào? Chứ còn ta thì đơn giản lắm. Chỉ vì ta thấy Chế Mân là một ông vua nhân từ, một anh hùng dân tộc của Chiêm Quốc. Vả lại suốt 9 tháng trường ta thực hành hạnh đầu đà đi khất thực hằng ngày để nuôi thân và hành hạnh của người xuất gia, ta thấy dân chúng ở đó rất là hạnh phúc, vì họ hiểu đạo lý cổ truyền, gìn giữ những gì xưa cũ và với tấm lòng từ bi của ta, ta chỉ muốn đem con gái Út của mình gả về đó làm vợ Vua Chế Mân thì hai nước Đại Việt và Chiêm Thành càng ngày sẽ càng được thân thiện hơn xưa nữa. Ta muốn nghe ý kiến của Anh Tông.

- Ngưỡng bạch Đại sư! Thân gái dặm trường thì em con chắc chịu nổi, dẫu cho có xa cha mẹ và những người thân đi nữa, cũng còn bên cạnh mình những cung nữ mến yêu cận kề trò chuyện, nhưng chuyện một Công chúa của một triều đình Đại Việt không thể chỉ có một sính lễ vàng bạc, ngọc ngà châu báu là đủ mà phải là…

Thượng tướng Trần Khắc Chung tiếp lời Vua Anh Tông: "Kính bạch Đại Sư! Phải là một sính lễ có một không hai mà chúng con đã hội kiến bên ngoài, theo đó sính lễ phải nộp để cưới Huyền Trân là châu Ô và châu Lý. Nếu bên triều đình Chiêm Thành chấp thuận trong lễ hỏi diễn ra vào tháng 2 năm sau như họ đã trình tâu thì Đại Việt chúng ta mới cho tiến hành hôn lễ sau đó."

- Không lẽ đem thân phận của một Công chúa cành vàng lá ngọc đi đổi lấy đất đai về cho mình?

- Muôn tâu! Chính địa phận của hai châu này rất hiểm trở và chúng ta cần phải mở rộng bờ cõi về phương Nam sau này, nếu Đại sư chấp nhận thì đây là điều kiện cần và đủ để chúng con đưa ra khi họ đến đây nộp sính lễ lần đầu?

- Ta rất ngại vì sự đổi chác như vậy. Vả lại bây giờ ta đã là người xuất gia rồi. Tùy các ngươi định liệu vậy. Nhưng các ngươi phải nhớ một điều là "nhân nào quả nấy" đấy. Xưa nay bất cứ cái gì xảy ra trong cuộc đời này, bất cứ cái gì cũng có thể đúng và có thể sai, nhưng nhân quả không bao giờ sai mà lúc nào cũng luôn luôn đúng. Phật dạy xưa nay chưa từng sai một mảy may nào.

- Chúng con xin đa tạ thâm ý của Ngài.

Cả một đoàn xa giá rút lui khỏi chốn Yên Tử, họ trả lại không khí yên lành của đồi Yên Tử và Ngọa Vân Am. Giác Hoàng sau khi tĩnh tọa, Ngài đã tiếp tục soạn lục thời khóa tụng cho chư Tăng Ni của Thiền Phái Trúc Lâm hành trì. Đó là kinh để tụng sáu lần trong một ngày cũng như những bài kệ của Trúc Lâm về "Có và Không" như sau:

Có có không không
Dây khô cây ngã
Thầy tu áo vá
Đau não điên đầu

Có có không không
Thể lộ gió thu
Hằng hà sa số
Gươm nhọn đâm nhầm
Đao bén chạm phải

Có có không không
Lập tông lập chỉ
Đập ngói, soi rùa
Leo núi, lội sông

Có có không không
Chẳng có chẳng không
Ghi dấu mạn thuyền
Sau này tìm kiếm
Xách theo họa đồ
Đi lùng ngựa đẹp

Có có không không
Hoặc có giữ gìn
Hoặc không giữ gìn
Tuyết trên nón lá
Hoa trên hài nhung
Ôm cây đợi thỏ

Có có không không
Từ xưa tới nay
Chấp vào ngón tay
Quên mất mặt trăng
Đất bằng chìm xuống

Có có không không
Như thế như thế
Tám chữ tháo tung
Không nơi bám víu

Có có không không
Nhìn trái nhìn phải
Tra tra xét xét
Phố chợ ồn ào

Có có không không
Lo lắng xót thương
Cắt đứt sắn bìm
Bên đó bên đây
Thảy đều khoái hoạt.

(Thích Nhất Hạnh dịch)

Chín bài kệ "Có Không" này của Giác Hoàng nói lên được tâm tư của Ngài đã chứng được Kim Cang Tam Muội. Việc đến đi, còn mất đối với Ngài không còn quan trọng nữa. Đạt đến đỉnh không như 9 bài kệ này của Giác Hoàng tức là đạt đến chỗ vô trụ nơi cửa Thiền. Với Ngài bây giờ tất cả là một cái không tơ tướng, dầu cho vật đổi sao dời thì tư tưởng thoát tục giải thoát của Ngài đã ngự trị suốt cả cõi Đại Việt này rồi.

Sau khi đi Yên Tử Sơn về, mỗi người trong phái đoàn đã gặp Giác Hoàng rồi có một cái nhìn và sự nhận thức khác nhau, không ai giống ai hết.

Tuệ Trung Thượng Sĩ thì vẫn an lạc như xưa, ông tiêu diêu tự tại, không đoái gì đến chuyện triều đình nữa, vì ông quan niệm rằng: Phàm làm dân trong một nước, khi quốc gia lâm nguy, kẻ không có học vẫn còn trách nhiệm với sơn hà xã tắc, thì kẻ sĩ không thể ngồi đó khoanh tay lại để chờ thời mà phải xông pha ra chiến trường để dẹp loạn. Sau khi giặc yên, mỗi người trở lại cương vị cũ của mình. Đó là nói về việc chiến tranh, còn bây giờ phương Bắc đã yên, phương Nam lại chẳng có chuyện gì cả, đã vậy đứa cháu làm Thái Thượng Hoàng ấy sang Chiêm Quốc thăm viếng và thấy cảm tình với vua tôi nhà Chiêm nên định gả con gái cho. Như vậy với ông, một kẻ thoát tục đã lâu, không cần để tâm đến nữa.

Hưng Đạo Vương đóng vai là Quốc Trượng, cha vợ của Trần Nhân Tông, vừa là cậu ruột nữa và trong tay ông có rất nhiều uy quyền. Những sự tư duy và chỉ đạo của ông luôn được

Thượng tướng Trần Khắc Chung thừa hành một cách rốt ráo. Cho nên trong lần này ông và Trần Khắc Chung đã bàn tán rất kỹ về chuyện sính lễ hai châu Ô, châu Lý và khiến đứa cháu đang làm vua, kêu mình bằng ông cậu là Trần Anh Tông phải tuân theo không thể hòa hoãn cũng như không thể không thách cưới được. Vì dẫu sao đi chăng nữa Huyền Trân là một đứa con gái mới lớn, còn Chế Mân đã có Chánh cung Hoàng hậu rồi, nên để rước một nàng Công chúa con vua Đại Việt về làm vợ thì phải hy sinh cái gì đó là điều hẳn nhiên, mà hai châu Ô, Lý ấy phải đâu xa, nó cũng nằm sát nách phía Nam của Đại Việt. Thế thì một công hai việc lại được lưỡng toàn. Ai cũng được, mà ai cũng mất. Chế Mân thì được sở hữu một cành vàng lá ngọc, nhưng phải chịu mất đất đai để làm sính lễ; còn Đại Việt đã mất đi người con gái Út được cưng chiều nhất của Nhân Tông và Khâm Từ, nhưng bù lại được rộng thêm biên cương bờ cõi.

Riêng Vũ Thành Vương và Thiên Trân Công chúa không có ý kiến gì cả. Họ chỉ buồn, vì trong hoàng tộc Nhà Trần sẽ mất đi một thành viên, lấy chồng xứ lạ, bao giờ mới gặp mặt lại mẹ cha, anh em dòng họ được. Họ không nói vào, chẳng nói ra, không bàn qua lẫn tính lại. Vì họ nghĩ rằng những gì mà Quốc Trượng Hưng Đạo Vương cũng như Thượng Tướng Trần Khắc Chung và Hoàng Đế đương triều Anh Tông đã hợp ý với nhau là được rồi.

Chỉ riêng Hoàng hậu Khâm Từ và Công chúa Huyền Trân thì âu sầu ủ dột, mẹ con không rời nhau nửa bước, vì bà biết rằng con mình còn nhỏ dại chưa biết luật nghi của triều đình Chiêm Quốc như thế nào, khi một nàng dâu từ ngoại quốc về đó đóng vai thứ phi. Sự ăn uống ra sao? Ngôn ngữ sẽ như thế nào khi giao tiếp. Tuy nhiên theo phép tắc của hoàng triều và tinh thần "Tam tòng tứ đức" của Nho gia bà cũng đã dạy cho Huyền Trân rất kỹ rằng:

- Như con biết đó! Hoàng hậu chánh cung phải khác với thứ

phi về cách phục sức cũng như đội vương miện. Chánh cung ngồi bên phải vua và thứ phi luôn ngồi bên trái. Nếu thứ phi mà sanh được con trai, trong khi chánh hậu chưa sanh sản gì hay sinh công chúa thì con hãy coi chừng. Vì tình chung ai dễ chia đều cho nhau đâu. Vả lại khi hoàng hậu không có con trai thì không được nhà Vua sủng ái và đôi khi vua lập thứ phi lên làm hoàng hậu cũng không chừng. Đôi khi cũng có chuyện "Linh miêu tráo chúa" như của Trung Hoa mà con đã từng nghe qua rồi, thì hãy để ý kỹ đến hàng cung nữ cận kề bên con. Họ không phải là người mà mình hoàn toàn tin tưởng được, cho nên con phải rất thận trọng trong việc này. Đó là chưa kể thù trong giặc ngoài, ai cũng muốn giữ chỗ đứng của mình đối với bậc quân vương, nếu mình sơ ý, nhiều khi cũng dễ bị sát hại một cách vô cớ. Những hoạn quan ở triều đình nào cũng phải để ý, vì họ là những người đa phần "hữu dõng vô mưu", nên ta thường thấy trung thần thì ít mà nịnh thần thì nhiều là vậy. Nhưng con hãy tin nơi nhân quả như Phụ vương con vẫn thường hay dạy mà con đã nghe ở Phủ Thiên Trường hoặc ở trường Quốc Tử Giám rồi, nên Mẹ không cần phải lặp lại ở đây nữa, chỉ nhắc con nhớ "ở hiền gặp lành" và "hoàng thiên bất phụ hảo tâm nhơn". Tuy nhiên nhân quả có nhiều loại và nhiều trường hợp chồng chéo khác nhau khó lường lắm. Do vậy 37 phẩm trợ đạo con phải luôn nhớ khắc ghi trong lòng, nhất là Tứ Chánh Cần.

- Thưa Mẹ! Con đã hiểu, nhưng xin Mẹ nhắc lại "Tứ Chánh Cần" một lần nữa cho con nghe để con ghi nhớ vào lòng.

- Đó là:

Việc ác chưa sanh thời đừng làm cho nó sanh
Việc ác đã sanh rồi thì đừng làm cho nó sanh ra nữa.
Việc thiện chưa sanh thì làm cho nó sanh
Việc thiện đã sanh rồi thì cố gắng làm cho nó sanh thêm nữa.

Con sẽ là mẫu nghi của thiên hạ, dầu là thứ phi đi chăng nữa, nhưng nếu tâm con cố gắng thực hành Bồ Tát hạnh và Tứ

Chánh Cần mà Đức Phật đã dạy tự ngàn xưa thì dầu cho ở đời này hay trong đời sau đi chăng nữa, bao giờ phước báu cũng sẽ luôn đến với con. Khi con người có quyền thế và tiền bạc trong tay hay khinh thường kẻ khác, tự cho mình là đứng trên tất cả, nhưng tiền và quyền đâu có gì là bền vững. Có đó rồi mất đó và tất cả đều bị vô thường chi phối. Phàm là đấng quân vương hay mẫu nghi trong thiên hạ phải quán triệt điều này. Con hãy lấy tấm kính chiếu hậu của Phụ vương con mà soi. Ngài có tất cả và đã bỏ đi tất cả. Thế mà lại được tất cả đấy con! Còn người nào cứ bo bo gìn giữ của cải giả tạm, ngay cả cái thân này đi nữa, đâu có vĩnh cửu, mà chúng luôn bị sự vô thường, khổ, không và vô ngã chi phối. Do vậy việc nào con cảm thấy là bất thiện thì hãy dừng ngay, kể cả trong tư tưởng mới khởi lên, chứ không nhất thiết là đã xảy ra bằng hành động và những gì không tốt đã xảy ra rồi thì hãy cố gắng đừng cho phát sanh ra thêm nữa. Con thấy đó! Đức Phật đã từng dạy rằng: Trong đời này chỉ có hai hạng người đáng quý. Đó là người không bao giờ gây ra lầm lỗi. Chắc chắn không phải là chúng ta rồi, chỉ có Phật và Bồ Tát mới thể hiện được điều ấy. Hạng người thứ hai là có lỗi xong, biết sám hối sửa đổi. Có như vậy cuộc đời này mới đáng sống hơn…

- Sao con nghe giống như một bài pháp mà Phụ Vương con thường hay dạy quá!

- Ừ! Thì ta cũng nhờ đó mà thâm nhập chứ sao!

Bây giờ con hãy nghe tiếp phần còn lại của Tứ Chánh Cần là:

Việc thiện chưa sanh, cố gắng làm cho nó phát sanh. Ở đời kẻ xúi ta làm ác thì nhiều vô số kể, ở đâu cũng có, mà người khuyên ta làm lành thì ít lắm. Cho nên khi con thấy người khác đói khổ, phải lấy cái khổ đó làm cái khổ của mình thì mới cảm nhận được cái thiếu thốn, cơ cực, khổ đau là gì và từ đó con có thể dùng từ tâm của mình để ban trải phước đức đến cho mọi người. Ở đời này cái gì mình cho, thì cái ấy luôn còn, mà cái gì mình cố bám víu giữ chặt, thì nó hay mất. Con không thấy đó sao! Nếu trong tay mà chỉ nắm chắc một vật, thì không thể nắm được vật khác, mà hãy buông ra, lúc ấy ta mới có thể nắm thêm vật khác được. Làm phước, bố thí, cúng dường cũng như vậy đó. Con về quốc độ kia chắc có nhiều truyền thống Phật giáo khác nhau, nên phải chuyên tâm làm phước, bố thí, cúng dường để cho vương quyền luôn bền vững, thế đạo mới hưng long. Nhưng sự bố thí cúng dường có bốn loại khác nhau.

Trong một bài Kinh, Đức Phật có giải thích bốn loại thanh tịnh cúng dường đó như sau:

- Cúng dường được thanh tịnh bởi thí chủ chứ không bởi người thọ nhận. Ở đây, thí chủ là người giới đức, thiện tánh và người thọ nhận là người không đạo đức, ác tánh. Như vậy, sự cúng dường ấy được thanh tịnh bởi thí chủ chứ không bởi người thọ nhận.

- Cúng dường được thanh tịnh bởi người thọ nhận chứ không do thí chủ. Ở đây, thí chủ là người không đạo đức, ác tánh và người thọ nhận là người giới đức, thiện tánh. Như vậy, sự cúng dường ấy được thanh tịnh bởi người thọ nhận chứ không bởi thí chủ.

- Cúng dường không được thanh tịnh bởi cả thí chủ lẫn người thọ nhận. Ở đây, thí chủ và người thọ nhận đều là người không giới đức, ác tánh. Như vậy, sự cúng dường ấy không được thanh tịnh bởi cả thí chủ lẫn người thọ nhận.

- Cúng dường được thanh tịnh bởi cả thí chủ lẫn người thọ nhận. Ở đây, thí chủ và người thọ nhận đều là người giới đức, thiện tánh. Như vậy, sự cúng dường ấy được thanh tịnh bởi cả thí chủ lẫn người thọ nhận.

Đức Phật giải thích thêm: "Khi một người giới đức bố thí đến một người không đạo đức, với tâm trong sạch không cấu nhiễm, vật thí có được một cách chân chánh, đặt niềm tin lớn vào quả của nghiệp. Để có được những lợi ích cao thượng, người bố thí phải hoàn tất bốn điều kiện vừa kể , thì lúc ấy mặc dù người thọ nhận là một người không đạo đức, việc cúng dường vẫn được thanh tịnh bởi thí chủ.

- Con xin vâng! Và con xin làm theo lời dặn dò của Mẫu hậu.

- Nhưng còn nữa. Đó là việc tam tòng tứ đức. Tuy Nho học ngày nay còn thịnh hành, nhưng có mấy ai giữ gìn được trọn vẹn. Thế nhưng nó cũng không có nghĩa là thiếu đi những bậc "Tiết Hạnh Khả Phong" mà vua chúa xưa nay đã phong cho những người đàn bà sau khi kết hôn, mà lỡ chồng có chết sớm thì ở vậy nuôi con cho lớn khôn, nếu con có chết thì giúp cho cháu nên người chứ không tái giá khi con cháu mình chưa đến tuổi trưởng thành. Niềm vui của người phụ nữ là thấy gia phong hay vương quyền của chồng mình vững chắc, con cái nên người. Một mai nếu chồng có mệnh bạc thì ở vậy nuôi con, thờ chồng nên người xưa mới quý, chứ chuyện tái giá hay lấy người chồng khác cũng là sự thường tình ở đời thôi! Nhưng làm chi như vậy để miệng thế mỉa mai, dè bỉu. Hãy can đảm lên con. Còn tứ đức là sao?

Đó là công, dung, ngôn, hạnh của người con gái, khi còn ở nhà với cha mẹ mình cần phải học hỏi cho kỹ trước khi đi lấy chồng.

Công là những việc làm trong nhà, ngoài ngõ. Phàm là đàn bà con gái phải biết quán xuyến gia nghiệp của người chồng, xem gia tộc của nhà chồng cũng giống như gia tộc của mình. Phải biết sắp đặt cho kẻ ăn người ở xứng tầm với khả năng của họ và thưởng phạt phải công minh thì họ mới nể vì mình; nếu chỉ vì những kẻ dua nịnh ton hót mà mình quan tâm, còn những kẻ ăn ngay nói thẳng, mình lại trách mắng họ. Quả thật, mình mới là người thiếu trí tuệ.

Dung ở đây có nghĩa là dung nhan, sắc đẹp. Người xưa thường nói: "Tốt gỗ hơn tốt nước sơn" hay "Cái nết đánh chết cái đẹp", nhưng phàm là một đấng quân vương đa phần là mê tài và sắc của phụ nữ. Con đã từng nghe Mẹ kể về Đắc Kỷ, Trụ Vương hay Chung Vô Diệm, Tây Thi của Trung Quốc rồi, thiết tưởng Mẹ không cần phải lặp lại nữa. Đa phần phụ nữ chỉ chưng diện bề ngoài cho đàn ông vừa ý, nhưng con biết không? Khuynh hướng của người đàn ông, con trai luôn luôn là khuynh hướng muốn chiếm hữu. Sau khi chiếm được một bóng hồng nào đó rồi, chỉ một thời gian thôi, là họ sẽ đi tìm bóng hồng khác. Cho nên người đàn bà tại sao phải luôn luôn làm đẹp là vậy. Nếu không, sẽ bị chồng chê, chồng bỏ. Còn đàn bà của chúng ta luôn luôn có khuynh hướng nương tựa. Nếu đấng mày râu nào xét thấy là không có của, có sức mạnh hay thô bạo mà người đàn bà cảm thấy không nhờ cậy được, thì họ sẽ xa lánh để đi tìm người khác. Đó là nói chuyện chung chung thôi! Chứ phận con đâu phải là vậy. Con gái đã lấy chồng rồi như ván đã đóng đinh, hãy thờ chồng như những mẫu nghi thiên hạ xưa nay đã làm, mới xứng đáng là người con gái của nước Đại Việt đem chuông đi đánh xứ người.

Ngôn là lời nói, lời nói phải cẩn trọng. Lúc nào cũng phải gọi dạ, bảo vâng. Không thể không thưa, không bẩm, không bạch, không trình khi muốn nói vấn đề gì, dầu cho người quen thân đầu ấp tay gối với mình là một bậc quân vương đi nữa, vì thể diện của họ lớn lắm. Con chớ quên điều này. Ở phòng riêng hay ở chốn công đường người con gái ăn nói phải giữ lễ. Được như vậy mới làm nên tất cả, chứ có tiền và có quyền chưa hẳn đã làm cho người ta phục đó con!

Còn hạnh đây tức là đức hạnh của người phụ nữ. Ông bà ta ngày xưa thường nói: "Có đức mặc sức mà ăn" hay "Cái nết đánh chết cái đẹp" cũng thế! Người đẹp đến bao nhiêu mà không có nết na dịu dàng, đoan chánh như một thục nữ, thuyền quyên, thì người đàn bà ấy ngày xưa không được trọng dụng. Còn ở đây con đã đẹp, đã thùy mỵ, mà đức hạnh cao vời nữa, làm sao Chế Mân có thể khinh con được. Khi con bị chê, tức là Phụ hoàng con và Mẹ cũng bị ảnh hưởng. Cho nên con phải cố gắng làm sao cho cha mẹ và dân tộc hai nước an hòa là cha mẹ vui lắm rồi. Con cũng đã nghe nói rằng:

"Người trồng cây hạnh người chơi
Ta trồng cây phước (đức) để đời về sau"

Cây hạnh ra bông rất đẹp, nhưng cái đẹp ấy sẽ có ngày tàn phai; chỉ có cái phước và cái đức hạnh của một người con gái, cái ấy mới gìn giữ được lâu dài. Nó không có hình tướng, nhưng sự thưởng phạt của nhân quả rất công bình. Nó như bóng theo hình. Nếu hình cong thì bóng vẹo, hình thẳng thì bóng ngay là vậy. Không thể nào khác hơn những điều mà Mẹ vừa nói với con bên trên được nữa. Ngày xưa bà ngoại con cũng đã dạy Mẹ như vậy. Bây giờ Mẹ cũng trao truyền lại cho con như thế. Con hãy cố gắng mà giữ gìn gia phong của họ Trần này để tiếng thơm được muôn thuở nghe con.

- Xin niệm ân Mẫu hậu. Những lời Mẹ dặn, con sẽ khắc cốt ghi tâm.

Sau khi nghe những lời của Mẹ dặn một cách chí tình trước khi về làm dâu Chiêm Quốc, Huyền Trân trở về lại căn phòng mình để nhìn ngắm lại những vật kỷ niệm một lần nữa, để biết đâu ngày mai hay năm tới mình không còn săm soi, ngắm nghía chúng nữa, bởi lẽ quan san nghìn dặm, việc tới lui đâu phải giản đơn như trong Phủ Thiên Trường này hay nơi cung điện Thăng Long, mà là xa lắm, xa tít tận cuối chân trời kia.

Nàng nằm đó và suy nghĩ mông lung về người chồng tương lai. Ta với Chế Mân, hai người xa nhau trong muôn vạn dặm, chỉ biết về nhau qua Phụ hoàng ta thôi, và bây giờ ta phải làm vợ người. Nhưng cái tơ vương ấy từ đâu đến mà quấn chặt lấy ta như vậy? Nếu nói là tình yêu thì không đúng, vì trong tim ta chưa có hình ảnh của người ấy ngự trị. Hay là ta đã dễ dàng chấp nhận và tơ vương một mối tình mà Phụ hoàng ta đã vì việc nước, việc dân mà gán ép cho ta? Phận con gái chỉ biết vâng lời, nếu cãi lại lệnh cha, tức phạm vào tội khi quân, ta nào đâu dám, nhưng ta hy vọng rằng Phụ hoàng ta có cái nhìn đúng đắn, chuẩn mực.

Kẻ đa tình nào cũng là những kẻ yếu đuối, háo sắc, kể cả đàn ông lẫn đàn bà. Họ đa tình hay bị lụy vì tình, bởi vì họ không làm chủ được trái tim của chính mình vậy. Nhịp đập của con tim nó không đi đôi với sự sai khiến của lý trí, nên mới đa tình như vậy. Thế nhưng đã bị mắc vào lưới tình rồi, thì không cách nào gỡ cho ra được. Cho nên Đức Phật cũng đã dạy rằng: "Nếu có kẻ nào đó bị đọa vào địa ngục trong trăm ngàn kiếp, sau khi mãn hạn cũng có ngày ra khỏi được những chốn đọa đày kia. Còn những ai đã bị lưới tình giăng bủa thì cả trăm nghìn kiếp cũng vẫn mãi bị buộc ràng." Vậy thì ta và chàng có duyên nợ ba sinh gì đây chăng? Khác chủng tộc, khác ngôn ngữ, khác tập quán... thế mà thành vợ chồng, kể ra cũng là một điều lạ. Nhưng thôi! Bây giờ suy nghĩ mãi chuyện ấy cũng đâu có lợi ích gì. Nó! Chính cái tình ấy nó đã khuấy động tuổi thanh xuân của ta. Đúng là con ma ở cõi nào đến đây phá đám ta rồi còn gì nữa. Chỉ có con ma yêu tinh này ở một cõi xa xăm nào đó nó đã giăng bẫy tình, đã cài sâu vào tâm thức của hai kẻ lâu nay ở xa nhau không biết, mà bây giờ nó buộc vào thì làm sao gỡ cho ra đây. Dầu cho những đấng tài hoa hay những người mệnh bạc cũng đều bị dây tơ tình ái này cột chặt lại. Chỉ có những con người xuất trần thượng sĩ như Phụ vương ta, mới là người đáng ngưỡng mộ. Nhưng ta không hiểu tại sao Phụ vương ta đã tìm cách thoát tục xuất gia, mà còn ta thì không thể, ông còn buộc ta vào một tình thế khó phân giải như thế này?

Ôi! Cái tình là cái chi chi? Xưa nay chẳng ai định nghĩa

được. Khi đất trời này hình thành, sinh vật hiện hữu thì đã có những thứ tình này rồi.

Nguyễn Công Trứ về sau này, cũng có một bài thơ lưu lại cho đời nói về cái tình này:

Cái tình là cái chi chi
Dẫu chi chi, cũng chi chi với tình
Đa tình là dở, đã mắc vào đố gỡ cho ra
Khéo quấy người một giấc thiên ma
Trói buộc kẻ hào hoa biết mấy
Đã gọi người nằm thiên cổ dậy
Lại đưa hồn mộng ngủ canh đi…

(Chữ tình)

Cái tình này nó ghê gớm lắm. Dẫu cho người chết đã 1.000 năm đi nữa, mà khi nghe đến chuyện tình lại phải lồm cồm bò dậy lắng nghe để rồi chấp nhận hay để tơ vương! Quả thật là khủng khiếp. Nó đến lúc nào ta cũng không hay, nó đi lúc nào ta cũng không biết. Thế mà nó đã làm cho không biết bao nhiêu người khổ đau vì nó.

Từ giờ trở đi Huyền Trân Công chúa không phải chỉ học công dung ngôn hạnh của một người phụ nữ Đại Việt, mà nàng còn phải học tiếng Chiêm Thành cũng như những phong tục tập quán của nước mà nàng sắp tới nữa. Nghĩ cho cùng thì ngày xưa Tổ mẫu Lý Chiêu Hoàng lấy Trần Thái Tông mới 8 tuổi, cái tuổi của con nít còn non, mà Cụ ông Trần Thủ Độ đã ép duyên, nhờ vậy mà cuối cùng một triều đại Nhà Trần đã được hình thành; còn bây giờ cái tuổi 14 của ta là cái tuổi đang lớn của người con gái, ta không còn nhỏ dại như xưa nữa, nhưng trông Nam nhìn Bắc thấy đâu cũng là những cạm bẫy chông gai, khó tránh, dễ lầm. Vậy ta phải làm gì đây khi gặp những cơn hoạn nạn như thế. Nàng suy nghĩ hồi lâu như vậy và thiếp đi khi nào không biết, trong giấc mơ nàng đã thấy Bồ Tát Quan Âm hiện ra trên đầu giường với tà áo trắng tinh, trên hai tay của Ngài có một nhành dương liễu và một bình nước cam lồ, Ngài khai thị:

- Này con! Phàm làm con gái, phận thuyền quyên có cả 12 bến nước, có bến đục bến trong. Những điều con nhận hôm nay là kết quả do con đã tạo ra trong nhiều đời trước. Vả lại con đi lấy chồng là một bổn phận to lớn. Đó là gìn giữ tình thân của hai nước thực sự đoàn kết lại với nhau để chống họa xâm lăng. Đây là một trách nhiệm nặng nề, không phải ai cũng làm được, chỉ có con thôi, nên Thượng Hoàng đã gửi gắm và chọn lựa. Con hãy bình tâm mà thực hiện những nghi lễ của triều đình đã tin tưởng giao phó cho con và khi nào nếu có lâm nguy giữa dông bão của cuộc đời thì con hãy niệm đến danh hiệu ta, lúc ấy ta sẽ đến. Còn bây giờ con có muốn thưa hỏi gì không?

- Kính bạch Ngài! Con có quá nhiều câu hỏi nhưng không biết bắt đầu bằng câu hỏi nào đây.

- Con cứ bắt đầu.

- Bạch Ngài! Kiếp trước con đã vụng tu như thế nào mà thân liễu yếu bây giờ phải chịu ra đi lấy chồng cách xa với quê hương Đại Việt trong muôn vạn dặm như vậy?

- Đầu tiên hãy nhìn về phước báu đã, còn nghiệp chướng thì ai mà chẳng có. Tu là chuyển nghiệp mà! Những nghiệp xấu ác, ta sẽ chuyển thành thiện lương. Đấy là con đường tu học Phật vậy. Nếu con kiếp trước mà không tạo phước nhiều thì làm sao kiếp này con đầu thai vào cung điện của nhà Vua, được gặp người cha thật đức hạnh nay đã xuất gia đầu Phật và vị này sẽ trở thành vị Tổ của Thiền Phái Trúc Lâm Yên Tử và Tổ thứ 4 của Phật giáo Đại Việt vậy. Còn nữa, Mẫu hậu của con cũng là một người đạo đức vô song. Khi cha con đi xuất gia rồi, thì chính bà đã tiếp tục thực hiện những việc như xây chùa, đúc tượng, tô chuông v.v... làm cho Phật giáo ở cõi Nam Bang này được hưng thịnh. Như vậy con sinh vào trong Hoàng gia này là một phước báu rồi đó. Còn có chồng về Chiêm Thành, trong cái rủi sẽ có cái may và trong cái may ấy sẽ có cái rủi ro khó lường. Lời ta báo mộng cho con hôm nay không phải để chỉ biết và lo cho ngày mai hay ngày mốt, mà cho cả một cuộc đời của con sau này vậy. Đây là một câu thần chú hộ thân rất quan trọng, con hãy luôn đeo nó vào người để được an ổn khi lâm nguy cũng như trong lúc khốn cùng. Bồ Tát Quan Âm đeo thần chú vào cổ của Huyền Trân, đoạn bay lên khoảng không trung vô tận bên ngoài căn phòng của nàng đang ngủ, nàng giật mình tỉnh giấc miệng vẫn còn la ú ớ thật lớn: Bớ! Quan Âm Bồ Tát! Đợi con với! Đợi con với! Tiếng kêu của nàng khiến cho Công chúa Thiên Trân nằm ngủ phòng bên cạnh cũng phải tỉnh giấc hỏi:

- Gọi ai trong đêm khuya vậy hả Huyền Trân. Em đang mơ và thấy gì hả?

- Em thấy Bồ Tát Quan Âm đến với em và trao cho em một câu thần chú. Nàng nhìn xuống ngực thấy có câu "Án Ma Ni Bát Di Hồng" hiện ngay trên ngực, nàng hỏi Thiên Trân Công chúa:

- Chú gì vậy chị?

- Ta cũng chẳng biết.

- Nhưng em có nghe Bồ Tát Quan Âm dặn rằng khi nào có hoạn nạn hay khó khăn thì hãy niệm đến câu thần chú này, thì mọi việc sẽ dễ dàng tiêu tan.

- Nếu vậy thì quá tuyệt vời rồi! Thôi em hãy đi ngủ tiếp đi.

Hôm đó nhằm ngày lành của tháng 2 năm 1302, nghĩa là sau 5 tháng khi Thượng Hoàng Trần Nhân Tông hứa gả Huyền Trân Công chúa cho Chế Mân, thì đoàn người mang lễ vật đính hôn từ Chiêm Quốc đã đến cửa biển gần Thăng Long, Vua Anh Tông cũng như Trần Hưng Đạo và Thượng Tướng Trần Khắc

Chung cho những vị Đại Thần như Mạc Đĩnh Chi, Đoàn Nhữ Hài và các tướng tài như Yết Kiêu, Dã Tượng đến tận bãi biển để đón tiếp thật là linh đình. Có cả voi, ngựa, cờ, lọng cũng như những đoàn kỵ binh, tượng binh rất là hùng dũng, nhằm phô trương thanh thế của Đại Việt. Ngoài những voi ngựa để chở các quan lớn của Chiêm Thành, còn có thêm một số để chuyên chở ngọc ngà châu báu, trầm hương, vàng bạc, trân châu v.v… Đoàn tiếp rước đi qua đã lâu mà người cuối đoàn vẫn chưa đi hết. Chứng tỏ Chế Mân đã cho đem nhiều lễ vật để làm lễ đính hôn với Công chúa Huyền Trân, thật là có một không hai. Từ trước đến nay đã có những cuộc đưa dâu hay rước dâu của Hoàng tộc Nhà Trần nhưng chưa hề có ai được như vậy.

Vì đi đường xa mệt mỏi, nên cả phái đoàn hơn trăm người được tá túc tại chùa Quán Sứ. Đây là một ngôi chùa dùng để tiếp các Sứ Thần của các nước Ai Lao, Cao Miên, Thái Lan, Chiêm Thành… trước khi vào Thăng Long để bệ kiến Hoàng thượng đương triều, nơi này chính là chỗ cho các Sứ giả bày biện công văn, lễ nghi, phẩm vật triều cống cho Đại Việt hằng năm, nhằm nối kết sự giao hảo tốt đẹp giữa các nước láng giềng với nhau, nhưng phái đoàn hôm nay lại khác xa với những Phái đoàn triều cống trước kia, bởi vì đây là lễ cầu hôn Công chúa Huyền Trân cho Vua Chế Mân của họ.

Một vị Đại Thần Chiêm Thành hỏi một vị quan Đại Việt rằng:

- Khi tiến triều, chúng tôi đi cửa Ngọ Môn chính hay đi bên tả, bên hữu?

- Theo lịnh của Triều đình bổn quốc vì chưa phải là lễ cưới nghinh hôn, do đó Phái bộ chỉ nên tiến vào cửa Ngọ Môn bên phải, đoạn tiến lên đại điện, nơi đó đã có Hoàng thượng đương triều và bá quan văn võ của Đại Việt đang chờ đợi các Ngài để cung nghinh.

- Như vậy thì rất tiện lợi cho Chiêm Quốc. Tục lệ của quý quốc cũng không khác tục lệ của bổn quốc là bao nhiêu. Vậy xin tuân lệnh.

Cả đoàn cầu hôn và đoàn hộ giá của Đại Việt đã tiến thẳng vào sân chầu. Bên trong Đại Nội nghe tiếng hô Thánh thượng vạn tuế! Thánh thượng vạn tuế! Thánh thượng giá lâm! Thánh thượng giá lâm!

Sau khi thi lễ xong, Vua Anh Tông và triều đình bá quan văn võ cả hai bên chủ khách đều an tọa, tiếp đó qua người thông dịch viên thông thạo, mọi lễ nghi dâng nạp sính lễ Vua Chế Mân cầu hôn Huyền Trân Công chúa được thông qua. Nhưng sau đó Anh Tông và Thượng Tướng Trần Khắc Chung cũng như các quan lại Đại Việt đã đưa ra một đề nghị mà cả Phái Bộ cầu hôn không thể tự quyết định được, phải cần về trình tấu lên Vua Chế Mân cũng như triều đình Chiêm Thành. Đó là điều kiện muốn Huyền Trân Công chúa làm dâu Chiêm Quốc thì phải dùng châu Ô và châu Lý để làm sính lễ và đợi 3 đến 4 năm nữa mới làm lễ kết hôn.

Chương X

Tơ trời ai dệt?

Đoàn tùy tùng Chiêm Quốc từ Đại Việt đã về lại Kinh đô Đồ Bàn của Chiêm Thành vào cuối mùa Xuân năm 1302 sau khi đã dâng lễ cầu hôn lên Vua Đại Việt Trần Anh Tông, người đã quyền huynh thế phụ nhận sính lễ của Chế Mân gồm ngà voi, trầm hương, ngọc báu, vàng bạc, trân châu, mã não v.v... Ngoài ra còn phải dùng châu Ô và châu Lý làm sính lễ như Thượng Tướng Trần Khắc Chung cũng như triều đình Anh Tông ra điều kiện, nên các quan bên Chiêm Thành cũng rất lo lắng là phải trình tâu với Chúa Thượng Chiêm Quốc như thế nào đây để Ngài hiểu cho nỗi lòng của kẻ làm trung gian giữa hai nước. Thật là thiên nan vạn nan. Khi vào trình tấu quốc thư của vua Đại Việt thì một vị Đại Thần trong đoàn đi cầu hôn thưa rằng:

- Muôn tâu Thánh thượng! Chúng Thần mới từ Đại Việt về lại cố hương. Kính chúc Thánh thượng vạn tuế vạn vạn tuế!

- Các ngươi hãy bình thân và hãy kể cho ta tỏ tường tự sự.

- Muôn tâu! Nhờ ân đức của Thánh thượng mà chúng thần suốt hai đoạn đường đi về bằng đường biển cả mấy tháng, nhưng không ai bị bịnh hoạn gì và tất cả những lễ vật đính hôn đã được Vua Anh Tông đại diện cho Thượng Hoàng Trần Nhân Tông nhận hết, nhưng có một điều kiện nữa.

- Điều gì ngươi hãy nói mau ra!

- Điều này thì chúng thần không thể quyết định mà phải trình tấu lên chúa Thượng cùng triều đình cũng như bá quan văn võ.

- Điều ấy như thế nào?

- Vua Anh Tông và các quan phụ chính của Đại Việt nói rằng: "Nếu vua Chiêm muốn sánh duyên cùng Công chúa Huyền Trân của Đại Việt như lời của Thượng Hoàng đã hứa vào mùa Thu năm 1301 khi sang thăm Chiêm Quốc và đã lưu lại đây 9 tháng như Thánh thượng đã lãm tường, thì phải dâng nạp châu Ô và châu Lý nữa, lúc ấy họ mới cho rước dâu về bổn quốc. Xin chúa Thượng hãy cho người đọc quốc thư.

- Việc này như thế nào? Trẫm xin hỏi ý kiến của các khanh.

Một vị quan văn đứng ra tâu:

- Muôn tâu Thánh thượng! Theo hạ quan nghĩ rằng Thánh thượng đã lập Hoàng hậu Tapasi, người Java lên làm Chánh cung rồi, lâu nay thiên hạ đã dị nghị, vì không lập người Chiêm Thành làm hoàng hậu, nay chỉ vì một lời hứa của Vua Trần Nhân Tông mà Bệ hạ lại đính hôn cùng một công chúa của Đại Việt nữa, thì hạ thần e rằng trong nước sẽ không yên qua những lời đàm tiếu.

- Vậy cách giải quyết của ngươi như thế nào?

- Theo kẻ hèn này thì Bệ hạ nên đình chỉ việc hôn nhân này là tốt nhất.

- Điều ấy ta chưa nghĩ đến. Dẫu sao đi nữa Thượng Hoàng đã xuất gia và đâu có ý tham cầu việc gì khi sang đây thăm bổn quốc và hứa gả Huyền Trân cho ta.

- Thưa đúng như vậy! Anh Tông và các quan của triều đình Đại Việt bày chuyện để có thêm tai mắt ở phương Nam này.

Một vị quan võ đứng ra thưa:

- Muôn tâu Thánh thượng! Theo chỗ hạ thần nhận xét thì việc Bệ hạ chọn Công chúa của nước nào để kết hôn, chuyện ấy không thành vấn đề. Tuy nhiên về vấn đề địa hình, địa thế của châu Ô và châu Lý rất quan trọng, nếu cắt hai châu này để dâng cho Đại Việt dùng làm sính lễ kết hôn thì hạ thần e không ổn.

- Ý của ngươi ra sao?

- Muôn tâu Thánh thượng! Tuy hai châu này núi non hiểm trở, đất đai khô cằn, rừng sâu nước độc, nhưng đối với thế quân sự thì thật là tuyệt mỹ, vì lẽ địch quân muốn xâm chiếm Chiêm Quốc của chúng ta phải đi bằng đường bộ hay đường thủy để đến cố đô Mỹ Sơn ở Trà Kiệu, sau đó mới tiến chiếm Đồ Bàn được.

- Nhưng đây là cuộc lương duyên hòa bình giữa hai nước mà!

- Vâng! Nhưng Thánh thượng há chẳng nghe người xưa nói rằng "Khi chiến tranh người ta hay nghĩ đến hòa bình và trong khi hòa bình thì người ta chuẩn bị cho chiến tranh" sao?

- Ngươi trình tấu có lý, nhưng ta không nghĩ như vậy!

- Tất cả giang sơn này là của Bệ hạ. Xin Bệ hạ hãy tự quyết định.

Một vị trung thần nữa đứng ra can Vua:

- Muôn tâu Thánh thượng! Theo chỗ ngu ý của hạ thần thì khi yêu, người ta không thể lấy thước nào để đo được cả. Ở đây Thánh thượng chưa thấy mặt Huyền Trân mà đã có ý sẵn sàng chấp nhận những điều kiện của Đại Việt yêu cầu, thì sau này nàng về, nương vào tài năng ăn nói, đêm ngày thỏ thẻ bên tai Thánh thượng, cả Chiêm Quốc này sẽ…

- Ngươi hãy im ngay! Những lời bàn như thế chưa làm cho Trẫm yên dạ được. Vả lại Thượng Hoàng đã gặp ta và thấy ta xứng đáng làm Phò Mã cho Ngài, chứ Đại Việt chẳng thiếu người tài giỏi hơn ta, tại sao Ngài lại không gả? Vả lại ta là nước yếu, Đại Việt đang thời kỳ phát triển. Nếu không có 500 chiến thuyền của Thượng Hoàng giúp đỡ, thì làm sao Chiêm Quốc của chúng ta có thể đánh lùi được quân Nguyên Mông. Nếu chỉ nghĩ về phương diện này thôi thì ta không tin rằng Thượng Hoàng gả con gái cho ta, lại có ý muốn ta dâng thêm đất đai để tạo thêm thanh thế cho mình. Vả lại Ngài đã xuất gia đầu Phật thì việc phú quý vinh hoa đối với Ngài đâu có ý nghĩa gì?

- Muôn tâu Thánh thượng! Đúng là như vậy nếu đây chỉ là ý kiến của Thượng Hoàng Trần Nhân Tông; còn đây nào là Hưng Đạo Vương, một quân sư, một chủ tướng đã có mặt trong cả 4 triều vua của Nhà Trần; một Thượng Tướng Trần Khắc Chung đã có công lớn trong việc chống ngoại xâm của quân Mông Cổ; rồi Đoàn Nhữ Hài, Mạc Đĩnh Chi và cả Anh Tông cũng nghe lời tấu ấy là phải nên mới tấu trình quốc thư cho Bệ hạ đấy!

- Tuy nhiên ta vẫn chưa tin điều của các ngươi trình tấu là đúng.

- Xin Bệ hạ hãy cho bãi triều và chúng ta nên bàn thêm về việc này, kể cả quốc dân, vì chính họ cũng là những người cần quan tâm đến như người xưa đã quan niệm rằng:

Dân vi quý
Xã tắc thứ chi
Quân vi khinh

Nếu Bệ hạ cảm thấy mình là người hy sinh để lo cho dân cho nước thì cũng nên hỏi qua ý kiến của dân.

- Đa phần là những kẻ thất học thì ý kiến của họ liệu có ích gì?

- Muôn tâu Thánh thượng! Chính cũng nhờ những kẻ thất học ấy mà họ đã làm nền móng cho Chiêm Quốc này. Họ đã gồng mình đóng thuế cho kho bạc nhà nước bằng chính mồ hôi nước mắt của họ. Nếu không có họ, chúng ta sẽ…

- Nhưng quyền quyết định vẫn ở nơi ta!

- Đúng thế Bệ hạ, nhưng phàm là một bậc minh quân cần phải quan tâm đến mọi người và cũng nên nghe thêm ý kiến của họ vẫn tốt hơn!

- Trẫm cho bãi triều.

Sau nhiều tháng ngày đắn đo suy nghĩ Vua Chế Mân đã cho triệu tập những bô lão khắp nơi trong nước về kinh đô Đồ Bàn để tham khảo ý kiến về vấn đề dâng châu Ô và châu Lý để làm lễ cưới Huyền Trân. Đa phần họ đều chống đối lại việc này, tuy họ là những người thấp cổ bé miệng về việc nước, nhưng trái lại chuyện lương duyên tan hợp của nam nữ yêu nhau, thành tựu cũng như tan vỡ thì ở nơi họ có thừa. Họ đã sống trên mảnh đất cằn cỗi này đã bao đời nay, họ đã thành tựu cũng như mất mát, họ đã đầu tắt mặt tối mới có cái ăn, cái mặc. Họ đã chịu đựng gian khổ để làm kẻ tiên phong chịu hy sinh thân mệnh khi quê hương bị chiến tranh tàn phá. Còn những ông vua bà chúa, quan cao lộc lớn làm sao có thể hiểu cho được nỗi khổ của họ đây. Nay có cơ hội vua cho triệu họ về Kinh đô Đồ Bàn, quả là một ý hay của một đấng minh quân vô tiền khoáng hậu vậy.

Trên đường đi về Kinh đô Đồ Bàn hai cụ già đã bàn tán với nhau là nên trình tấu những gì. Một cụ kể chuyện đời xưa cho cụ kia nghe. Chuyện rằng:

Trong làng nọ có ông cụ rất thông thạo luật lệ việc làng, việc nước. Nếu có vị quan nào đó được bổ đến địa phương này mà không đến trình diện cụ trước, thì cụ sẽ bài bác, hạch sách cũng như đày đọa vị quan kia phải bỏ địa phương đó mà đi thì cụ mới hả dạ. Có lần một vị quan được bổ nhiệm đến địa phương nọ, thay vì đến thăm cụ già kia thì ông quan ỷ mình là lớn, cạo cả hơn dân, nên cho giấy triệu hồi cụ đến quan đường để trình diện gấp trong vòng một ngày đêm. Khi đến sảnh đường của quan thì cụ chỉ mặc một chiếc quần xà-lỏn bên trong và bên ngoài mặc chồng lên đó một chiếc áo gấm Chiêm Quốc, chân đi đôi guốc cũ mèm. Khi đến sảnh đường, lính gác cổng mới hỏi tại sao cụ ăn mặc như vậy mà dám đến gặp quan? Cụ thẳng thắn trả lời rằng: Thì trong thư triệu hồi quan bảo là phải đến gấp, nên tôi chưa kịp mặc quần dài vào.

Cụ kia nghe xong, tỏ ra đắc ý lắm. Cụ kể tiếp:

Nhưng chưa dừng ở đó đâu! Khi ông quan này bị đổi đi nơi khác thì cụ gánh lên sảnh đường một gánh phân heo hôi thúi nồng nặc để biếu quan trên và lính canh hỏi:

- Ông gánh phân lên đây để làm gì?

- Tôi muốn gặp quan lớn.

- Nhưng quan lớn không thể gặp cụ như vậy được.

- Thì hãy cho tôi vào, tôi sẽ trình thưa.

- Xin mời.

- Kính thưa quan lớn! Chúng tôi biết rằng quan lớn rất thích chơi hoa kiểng, mà phân heo này bón vào thì hoa sẽ tốt và cho ra hoa rất thơm, nên chúng tôi muốn biếu cho quan lớn một gánh phân để khi ra đi quan còn nhớ đến dân làng này.

Ông cụ kia hỏi: Cuối cùng thì vị quan to kia phải nhận gánh phân heo đó? Cụ kể thì hay đấy, vì cái lão luyện của những cụ già ở các làng là như vậy, nhưng nó đâu có liên quan gì đến chuyện ái tình cũng như ông tơ bà nguyệt đã xe duyên cho Chúa Thượng cũng như Huyền Trân Công chúa đâu?

- Thì đành là vậy! Nhưng đó mới là chuyện mào đầu của những già làng. Nếu ai hống hách thì phải trả giá đắt cho cuộc sống; còn hôm nay nhân dịp chủ của Chiêm Quốc này muốn mời chúng ta đến đây để hiến kế, thì chúng ta phải làm sao ngăn chặn được mối duyên nợ kia, chứ đâu phải đi không rồi lại trở về không?

- Thưa cụ đúng là như vậy! Nhưng cái tình là cái chi chi. Từ khi có sự sống trên thế gian này thì mọi loài đã có đôi có lứa, rồi sinh sôi nảy nở. Làm người, làm thú, làm cá, làm chim… đâu có loại nào mà không có cặp có đôi, nay lại đi chia loan rẽ thúy!

- Cụ nói cũng phải, nhưng đây không phải là chuyện giản đơn chỉ của hai cặp nam nữ yêu nhau, mà là chuyện quốc gia đại sự, nếu chúng ta không can ngăn vua thì giang sơn này sẽ mất vào tay của Đại Việt, họ sẽ chẳng phải tốn một giọt máu nào mà vẫn có được Châu Ô, Châu Lý. Có thiệt hại chăng chỉ là mất một người con gái. Nhưng gái lớn lên phải lấy chồng, mà thân gái 12 bến nước, nay được Bệ hạ quan hoài, thì số nàng là số sung sướng chứ có sao đâu. Nhưng liệu ý kiến của chúng ta vua có chịu nghe không?

- Chuyện tình của chúng ta ngày xưa cũng vậy thôi! Có khi nào cha mẹ mình giải thích mà mình có thể chấp nhận đâu, bởi vì tình yêu nó làm cho con người ta u mê ám chướng, nhưng lúc đó ta nào có hiểu. Nay nàng con gái Đại Việt đang tuổi trăng tròn, lại do Thượng Hoàng Nhân Tông giới thiệu, làm sao chúa thượng không tin tưởng và cố công cầu hôn được. Theo Cụ thì như thế nào?

- Xem người lại nghĩ đến ta!

- Ừ! Thì đúng là vậy! Nhưng đây là việc nước mà!

- Nước, nhà, gia đình, xã hội, chồng vợ, tình yêu, sự thù hận, được, mất, hơn, thua, thông minh, ngu dốt, hạ tiện, cao sang… mấy ngàn đời nay nào có thay đổi gì?

- Vậy thì chúng ta nên bó tay?

- Theo cụ thì nên chọn giải pháp nào?

- Hãy để lúc đối mặt với Quân vương rồi hãy tính!

Các bô lão Chiêm Thành đã tập trung đầy đủ từ Bắc chí Nam, nhưng xem ra ruột gan của mỗi vị lại mỗi khác, khi bàn đến mối lương duyên này. Có Cụ còn bảo rằng: Hội nghị cùng ra sức chống quân Nguyên Mông còn dễ đi đến chỗ hòa để chiếm được sự thành công cũng như vẹn toàn lãnh thổ, còn ở đây thật ra là chuyện riêng của vua có liên quan gì đến đất nước. Thật là khó xử thay!

Bây giờ ngồi ngẫm lại chuyện đời, có cụ còn cho mình là dại thì làm sao có thể khuyên vua được trong trường hợp này. Có cụ lại thổ lộ chuyện tình của mình như sau:

- Cả hai ông bà thương nhau và ăn ở với nhau đã 50 năm rồi, nghĩa là bây giờ cả ông và bà đã gần 70 tuổi. Hai cụ hiểu nhau từng ý nghĩ, lời nói, biết hết những đặc điểm, thói quen của nhau và rất tâm đầu ý hợp. Nhưng một hôm cụ bà trước khi lâm chung đã yêu cầu cụ ông như sau:

- Mình ơi! Chúng ta đã sống bên nhau suốt cả một cuộc đời rồi, không có cái gì là không hiểu nhau, nhưng hôm nay tôi có điều muốn trình bày với mình, không biết mình có thông cảm cho chăng?

- Ồ! Thì chúng ta đã sống bên nhau trên dưới 50 năm rồi, chua ngọt, mặn đắng đều có nhau và chúng ta đã hiểu nhau hết rồi mà. Thôi bà cứ nói đi!

- Nguyên là trước khi tôi về làm vợ của mình thì tôi đã có người yêu. Nay trước khi nhắm mắt lìa đời, tôi muốn mình đi tìm giùm người yêu cũ của tôi lại đây thì tôi mới nhắm mắt được.

- Ông chồng già khi nghe đến đó thì bủn rủn chân tay, nhưng biết làm sao hơn đành hứa với cụ bà rằng, ông sẽ đi tìm người yêu cũ mà bà đã ấp ủ hình bóng suốt cả 50 năm nay, bây giờ mới thổ lộ cho cụ ông biết. Tuy có buồn, nhưng vì cụ ông rất thương bà nên đã cất công đi tìm kiếm người đàn ông của hơn 50 năm về trước cho cụ bà. Nhưng tiếc thay, sau khi ông cụ ra đi, chưa tìm ra được tông tích gì thì bà cụ ở nhà đã mất.

- Rồi sao nữa? Một người hỏi tới.

- Còn sao nữa! Thì chỉ còn lại cái nghiệp thức nó đi cùng với người chết mà thôi!

- Vì bà ấy vẫn chứa chấp hình ảnh của người yêu cũ trước khi lấy chồng và khi sắp về với Diêm chúa, dường như bà cũng không mấy quan tâm tới người chồng hiện tại mặc dầu đã sống chung với nhau cả 50 năm trên trần thế?

- Đúng vậy! Đây là cái nghiệp của bà ấy và kể cả của ông chồng nữa. Điều này Đức Phật đã dạy rõ ràng từ lâu rồi mà.

- Như vậy thì chuyện lương duyên của vua?

- Tơ trời ai dệt mà nên!

- Như vậy nghĩa là chúng ta phải chịu thiệt?

- Như cụ biết đấy! Xưa nay các vị vua của Trung Quốc đã mê sắc mà mất nước như chuyện của Đắc Kỷ và Vua Trụ? Chiêu Quân Cống Hồ đã mang lại cái lợi cho đất nước Trung Hoa, thì nay cái họa diệt vong của Chiêm Thành này chắc cũng không xa nếu Vua Chế Mân vẫn khăng khăng lấy Huyền Trân Công chúa!

- Có thể là vậy! Nhưng chúng ta phải làm gì đây?

- Còn làm gì nữa! Khi mà quê hương Chiêm Quốc đã đến thời mạt vận, sẽ có hai bà Hoàng hậu để vua đắm say mà cả hai đều không phải là người của Chiêm Thành. Mai này Huyền Trân có con cùng Thánh thượng, đứa bé sẽ là cháu ngoại của Nhân Tông.

- Chuyện ấy làm sao tránh khỏi.

- Ừ! Thôi thì chỉ mong cho Thánh thượng được cao minh, để cho dân chúng được nhờ và mảnh giang sơn này mãi mãi vẫn là của Chiêm Quốc.

Sau những lời trao đổi với nhau giữa các cụ như vậy về mối lương duyên giữa Vua Chế Mân và Huyền Trân Công chúa của xứ Đại Việt, một sáng mùa Xuân của năm 1303 các cụ đã được vào sân rồng để bệ kiến Quân vương.

Cuộc trưng cầu ý dân đã xong, nhưng tâm tư của Vua Chế Mân dường như có nỗi ám ảnh không tên hay hiện về trong đêm thanh cảnh vắng, nhất là khi ánh trăng thượng tuần xuyên suốt qua màn nhung của cung điện, hình ảnh ấy, tâm trạng này đã làm cho vua càng nhớ thương nhiều hơn nữa về bóng hình của một nàng Công chúa xứ Đại Việt đoan trang thùy mị. Mặc dầu nhà Vua chưa gặp nàng, nhưng qua sự giới thiệu của Thượng Hoàng Trần Nhân Tông và đoàn tùy tùng sau khi sang Đại Việt cầu hôn về lại bổn quốc, thì mọi người càng bàn tán xôn xao hơn nữa về nét đẹp đan thanh của nàng Công chúa tuổi mới 15 mà công, dung, ngôn, hạnh việc nào nàng cũng thông thạo. Đặc biệt là tiếng Chiêm Thành, vốn là một ngôn ngữ khó, có nguồn gốc giống như tiếng Sanskrit của Ấn Độ, nhưng nàng đã làu thông qua sự trao đổi của phái đoàn cũng như những thư từ qua lại giữa Chiêm Quốc và Đại Việt. Từ đó tiếng lành đồn xa, khiến cho Hoàng hậu Tapasi cũng phải phát ghen với người con gái mà nhà Vua đang thầm yêu trộm nhớ ấy. Nhiều đêm cả Vua và Hoàng hậu đều cùng nằm trên một ngự sàng, nhưng tâm tư của Vua dường như không còn tha thiết yêu thương gì mấy với người đang nằm đó, mà cứ trằn trọc tương tư người vợ chưa được cưới và mãi miên man trong những giấc mơ giữa đêm khuya vắng lặng:

Hậu ơi! Em có hay chăng là ta đang trông đợi hằng ngày, hằng đêm, hằng giờ, hằng khắc để làm lễ thành hôn giữa một tân lang là Chúa Thượng và một tân giai nhân là con gái Hoàng Triều của Thượng Hoàng Trần Nhân Tông chăng? Hôn lễ của chúng ta sẽ có hàng trăm thớt voi đi trước để nghinh đón nàng. Điều này thể hiện uy quyền của một bậc Quân vương đang trị vì thiên hạ. Sau đó là hàng trăm con ngựa quý do quan quân cầm cờ xí để nghinh tiếp nàng. Nào là trầu, cau, hoa, quả, rượu hồng đào được đặt vào trong những mâm vàng nạm bạc hay mâm bạc nạm vàng. Có loan có phụng, có rồng, có cá gáy hóa long và có cả vị thần xe duyên cho đôi ta trở thành chồng vợ nữa. Rồi đón nàng về cung, ta phải để cho nàng ở một bên cung điện được trang hoàng lộng lẫy hơn Chánh cung Hoàng hậu, vì nàng còn trẻ và tài hoa lỗi lạc, nàng sẽ là Mẫu nghi thiên hạ trong nay mai và nàng sẽ là người tình muôn thuở của đấng Quân vương như ta đã hằng mong đợi. Sẽ không có quan văn hay quan võ nào, cũng như sẽ không có trung thần hay nịnh thần nào khuyên ta dừng lại cuộc hôn nhân này được. Bởi vì ông tơ bà nguyệt đã xe duyên cho ta và nàng rồi, thì hai Châu Ô, Lý có sá gì đâu! Đó chỉ là những mảnh đất khô cằn của miền Bắc Chiêm Quốc, nơi ấy vốn xa xôi cách trở, nằm tận bên kia đèo Hải Vân, ai mà có thể bén mảng đến đó. Chỉ những ai không thiết tha cho mạng sống của mình nữa, thì mới mong đến đó để nộp thân cho hùm, beo, sư tử hay hổ báo. Do vậy, nếu ta có hy sinh hai địa phương này để cưới được nàng thì cũng chưa xứng đáng nữa. Vì nàng chính là cành vàng lá ngọc và không ai có thể trách ta được, khi một bậc quân vương đang có tình yêu được nhen nhúm trong lòng. Nhiều khi lại suy nghĩ mông lung, bâng quơ lo lắng rằng: Không biết nàng có chê ta già không? Hay nàng có khi nào nghĩ rằng ta là một bậc quân vương mà không biết chiều vợ chút nào. Bởi lẽ ta vụng về quá, không như những chàng trai trẻ khác, còn đẹp hơn ta nhiều, nhưng chắc rằng họ không có quyền bính trong tay như ta. Họ có thể mạnh khỏe hơn ta, nhưng sức mạnh ấy làm sao bằng uy quyền của một đấng Quân vương, khi ta muốn ai sống thì người ấy được sống và khi ta muốn ai chết, thì người ấy phải chết, nhưng biết đâu lại có những kẻ dùng thủ thuật để bắt cóc nàng chăng? Khi đó ta phải làm gì để chuộc nàng lại được? Ta hay nàng chết trước? Ai là người sẽ lo tang lễ cho ai? Ai sẽ là người lên giàn hỏa và ai sẽ là người phải chịu cư tang?...

Nhiều khi có những giấc mơ thật lạ lùng khiến cho Chế Mân phải suy nghĩ lan man trong nhiều ngày đêm liên tục như vậy. Vua biết rằng sự ghen tuông của Chánh hậu Tapasi sẽ là chuyện đương nhiên, nhưng bà cũng đã có con nối dõi dòng giống của ta, chắc sẽ không sao! Nhưng làm sao ai biết được khi hai người đàn bà ghen nhau để chiếm lấy quả tim của một Chúa thượng, thì lúc ấy ta sẽ đứng về phía nào? Đây sẽ là những điều khó thực hiện, khiến cho nhà Vua cứ trằn trọc mãi trong đêm khuya như thế và đôi khi trong giấc mơ hiện về, Hoàng thượng đã gọi tên Huyền Trân không biết bao nhiêu lần và thầm nghĩ: Không biết ngày xưa khi chưa gặp Chánh cung Hoàng hậu Tapasi, ta có vậy chăng? Mẫu hậu ta chẳng hề kể lại, còn bây giờ ngày cũng như đêm, lúc lâm triều cũng như khi ở tại hậu cung, tâm ta luôn rung động và chỉ hướng về một người con gái Đại Việt đoan trang, thùy mỵ, mà chính ta cũng chưa một lần được diễm phúc gặp gỡ, đổi trao một vài câu chuyện. Ta chỉ biết và nghe kể lại rằng: Nàng nói tiếng Chiêm rất giỏi. Vậy là ta không cần đến người thông dịch rồi. Vả lại tình yêu và trái tim khi những cung đàn hòa nhịp ở một cung bậc nào đó thì người ta không cần đến một ngôn ngữ nào nữa, ngoại trừ ngôn ngữ yêu thương là được rồi. Ta đã yêu nàng, đã mê nàng và đã bị nàng thôi miên rồi đó. Nếu không phải vậy thì làm sao mà ngày đêm ta cứ thương thầm nhớ trộm như vậy? Vả lại yêu đâu có tội lỗi gì? Ở đây ta đã được Phụ hoàng của nàng ưng thuận giới thiệu mà. Nếu có chăng chỉ về phía bên Hoàng triều của Chiêm Quốc, nhưng không sao ta đã có cách.

Nhiều khi ta nằm mơ thấy phận gái thuyền quyên của nàng yếu thế quá, có chồng thì phải theo chồng, nhưng đường xa vạn dặm, quan san cách trở, đâu có ai cận kề để hỏi han chia sẻ, ngoại trừ mấy đứa nữ tỳ theo hầu hạ bên nàng. Phải chi có Mẫu hậu Khâm Từ ở đây thì đỡ cho nàng biết mấy. Đỡ nỗi nhớ thương cố quốc, đỡ cô đơn lạc lõng nơi hoàng cung lạnh giá này. Mặc dầu có ta luôn cận kề bên nàng mỗi khi việc triều chính nơi công đường không còn nữa, nhưng sao ta thấy nàng vẫn buồn vẫn tủi, không biết có phải vì ta vụng về khi ép liễu nài hoa chăng? Hay ta không xứng với nàng như những đôi trai tài gái sắc khác? Ta và nàng vẫn dạo chơi nơi vườn Thượng Uyển và giờ đây ngoài những bài hát dân ca, quan họ Bắc Ninh ra, nàng còn làm thơ và ca múa những vũ điệu của Chiêm Thành nữa. Quả là một nàng Công chúa lịch duyệt, xưa nay chưa có một đấng Quân vương nào diễm phúc bằng ta, nhưng ta nào ngăn được những cái nhìn xiên xéo, những lời nói mỉa mai của các cung nhân Chiêm Quốc khi biết rằng nàng chưa thuần thục những tục lệ của Chiêm Thành, mặc dầu nàng đã cố gắng rất nhiều rồi đấy chứ, nếu không thì đâu có được ngày hôm nay. Suy đi nghĩ lại nhiều lần trong giấc ngủ như vậy, có lúc cảm thấy an tâm, mà đôi khi cũng trở nên lo lắng. Vì lẽ cái an của nàng cũng sẽ là cái an của ta và cái nguy của nàng cũng sẽ là cái nguy của ta. Ta có thể mất nàng và ta cũng có thể mất nước, nếu ta không phải là một bậc minh quân, nhưng giờ đây bên ngoài nhân gian cũng như bên trong triều đình đang có rất nhiều người không ưa ta, nên đã trình lên tấu xuống không biết bao nhiêu là chuyện khó khăn cho việc cầu hôn này. Nhưng bây giờ ý ta đã định, không một ai, kể cả Hoàng hậu và triều thần có thể ngăn cản ta được cả.

Trải qua bốn mùa Xuân Hạ Thu Đông của những năm 1304, 1305 cho đến mùa Hè năm 1306 là những ngày tháng đợi chờ dai dẳng khiến cho tâm tư của Chế Mân càng ngày càng đơn độc hơn, bởi vì chung quanh, hầu như chẳng có ai đồng cảm. Tuy nhiên vì quốc sự, vì sự an nguy của quốc gia, của sơn hà xã tắc, cho nên mọi người chỉ gượng tuân lệnh để cho nhà Vua vui với người đẹp trong tương lai. Họ đã thầm chấp nhận giải pháp đổi châu Ô, châu Lý để cưới Huyền Trân về Chiêm Quốc, nhưng khâm phục thì không, vì từ các vị bô lão cho đến các vị Đại Thần ở triều đình không ai là không bàn tán đến mối duyên nợ này. Họ chỉ biết thốt lên những lời như "duyên tiền định" hay "tơ trời ai dệt" để tự an ủi cho mình, khi một đấng quân vương bị tình riêng chi phối quá nhiều.

Còn Huyền Trân cũng không kém gì nỗi khổ của Chế Mân. Ngoài việc nàng phải học ngôn ngữ Chiêm Thành ra, nàng còn phải học tất cả những phong tục, tập quán, lễ giáo, cách phục sức v.v… làm sao đừng mất đi bản chất truyền thống của Đại Việt, mà còn phải hội nhập vào phong tục, tập quán của xứ Chiêm Thành nữa, nên nàng phải tất bật với nhiều việc phải làm trước khi theo chồng về xứ lạ. Một hôm Huyền Trân cùng các cung nữ được phép của Hoàng hậu Khâm Từ, đã lên tận núi Yên Tử để thăm chốn Thảo Am của Vua Trần Nhân Tông và Huyền Trân đã bộc bạch:

- Thảo nào người đời gọi là Ngọa Vân Am tức là "Am Mây Ngủ"; mây bay sát xuống sườn đồi, rồi bay tận lên không trung, trông đẹp mắt quá phải không Phụ hoàng?.. À! Dạ phải không Ngài? Nếu ngày sau con lớn lên, có thể vào đây để tu được không vậy?

Giác Hoàng Thiền sư mắt còn đăm chiêu nhìn khóm trúc bên ngoài hiên cửa am, Ngài dường như sực tỉnh và trả lời rằng:

- Ừ! Được thì được, nhưng con gái lớn lên phải lấy chồng chứ làm sao đi tu được?

- Con thấy Ngài cũng đã đi tu mà!

- Ừ! Thì vậy, nhưng sau khi đã yên bề gia thất cũng như những bổn phận đã làm tròn, thì đi tu cũng đâu có muộn màng gì.

- Nhưng tại sao Ngài lại gả con đi xa vậy?

- Ừ! Thì ta thấy Chế Mân là một anh hùng hào kiệt, là một đấng tu mi nam tử, là một Chúa Thượng của một nước có văn hóa hơn cả ngàn năm.

- Nhưng người ấy đã có Chánh cung Hoàng hậu?

- Có sao đâu! Con không nghe nói à! "Trai thì năm thê bảy thiếp, còn gái phải chính chuyên chỉ một chồng"?

- Vâng! Điều ấy con vẫn biết, nhưng giả sử con không lấy chồng về xứ lạ thì Ngài nghĩ sao?

- Đã là hôn ước và là lời hứa của một đấng chủ nhân thì không nên bội hứa.

- Thế nhưng con không biết gì cả về việc này.

- Đúng vậy! Thuở ấy vào mùa Xuân năm 1301 khi ta sang Chiêm Thành thăm viếng và nhân cơ hội ấy dạy Kinh Thập Thiện Nghiệp Đạo cho nhân dân của hai nước, Chế Mân đã tiếp đãi ta trong 9 tháng trời và ta thấy con người ấy quá xứng đáng để ta gả con gái út của ta về Chiêm Quốc, nhằm trao đổi văn hóa cũng như học thuật giữa hai nước láng giềng với nhau.

- Đã đành là vậy! Nhưng con chưa muốn lấy chồng, mà con chỉ muốn đi tu thôi!

- Bộ con nghĩ đi xuất gia dễ lắm hả?

- Xin Ngài giảng nghĩa cho con rõ về hai chữ này.

- Để ta giảng giải cho con rõ.

Nói đơn giản thì phải nên nghĩ rằng: Xuất là ra. Gia là nhà. Ra khỏi nhà là đi xuất gia; còn con đi lấy chồng, gọi là xuất giá. Xuất giá có nghĩa là theo chồng; còn xuất gia thì phải theo Phật. Nhưng nếu nói cho đúng thì xuất gia phải hiểu qua 3 nghĩa như sau: Đó là xuất thế tục gia, xuất phiền não gia và xuất tam giới gia.

Xuất thế tục gia tức là phải rời khỏi nhà thế tục như ông Cố của con đó! Nhưng nào có yên, bị Thái Sư Trần Thủ Độ gọi về, nếu không thì ông ta sẽ lập triều đình ngay tại núi Yên Tử này, nên Quốc Sư Phù Vân đã khuyên Ngài Thái Tông nên trở về lại với triều đình để chăm lo cho trăm họ. Còn ta bây giờ thì tự tại hơn, vì đã có anh con là Anh Tông lo đảm đương triều chính, nên ta đã cắt đứt được mối dây ràng buộc này để vui sống nơi cảnh núi rừng yên tịnh như trong bài "Cư Trần Lạc Đạo Phú" mà ta đã diễn tả. Chắc con đã đọc qua?

Còn xuất phiền não gia tức là phải ra khỏi cái nhà phiền não sáng vui, chiều buồn, mai giận, mốt hờn, bữa kia lo âu sợ hãi không một chút an vui nào ngự trị được nơi tự tâm cả, nên Phật đã gọi đây là nhà phiền não. Tuy nhiên con người muốn ly trần không phải chỉ muốn dừng lại ở đó mà còn phải ra khỏi cả 3 cõi nữa kia. Đó là nhà của cõi dục, nhà của cõi sắc và nhà của cõi vô sắc nữa đấy!

Thế nào là cõi dục? Vì cõi này cái gì cũng muốn cả. Kẻ muốn ăn ngon, người muốn ngủ nhiều. Kẻ muốn sắc đẹp, người lại muốn giàu sang; lại cũng có lắm kẻ tham danh, tham tiền, tham tình nữa. Vì nhu cầu của cuộc sống người ta cần thứ này thứ kia ....nhưng điều quan trọng là mình phải biết đủ, chứ chờ đủ thì bao giờ mới đủ được. Luôn luôn ta phải làm chủ nó chứ đừng để nó làm chủ mình. Mình chính là chủ nhân ông của các hành động của mắt, tai, mũi, lưỡi, thân và ý, còn cảnh vật bên ngoài chỉ là bị động mà thôi. Nếu tâm ta bảo dừng mà sự ham muốn nó chưa dừng, tức là ta chưa làm chủ được mình vậy. "Hãy tự mình thắp đuốc lên mà đi" như lời Đức Phật dạy là đúng đắn nhất.

Còn cõi sắc tuy có đời sống dài lâu và sắc đẹp hơn cõi dục này, nhưng nếu chỉ mê sắc hay âm thanh tại đó, không chịu tu hành như câu chuyện của ông Nan Đà, anh em họ với Đức Phật thì khi hết phước rồi, con người cũng phải bị đọa xuống làm người trở lại. Do vậy việc ra khỏi cõi sắc vẫn là điều cần thiết mà Đức Phật đã dạy tự ngàn xưa.

Cõi vô sắc thì nơi đây không còn hình tướng nữa nhưng con người hay chư Thiên ở cõi ấy vẫn còn tánh dục. Họ lấy nhau và sinh sản qua sự tiếp xúc bằng mắt hay bằng ý, chứ không bằng thân thể, nên ở đây sự thể hiện của ý dục rõ hơn là hành động. Nhưng dầu sống ở đây cả ngàn tuổi thọ đi nữa, khi ngũ suy tướng hiện ra rồi, nhiều lúc Đế Thích còn phải bị đọa lạc xuống làm con lạc đà nữa, cũng khổ thân vô cùng. Con hãy ráng mà nghe và lưu tâm hành thiện. Do vậy những người xuất gia phải cố thoát ly ra khỏi những cảnh khổ này. Cho nên khi một người chứng đạo, họ thường hay nói rằng: "Ta việc sanh đã hết, những phạm hạnh đã lập. Việc gì cần làm ta đã làm xong và ta biết chắc một điều là kiếp sau ta sẽ không còn tái sanh nữa."

- Xin vâng! Con đã hiểu ý nghĩa của hai chữ xuất gia rồi ạ! Khi con còn nhỏ, ở phủ Thiên Trường, Ông cậu Tuệ Trung và Mẫu hậu của con có một lần trong bữa tiệc, Ông cậu bảo "Văn Thù là Văn Thù, giải thoát là giải thoát". Ý ấy ra sao? Kính xin Phụ hoàng giải thích cho con rõ.

- À Ngài ấy kỳ lắm và sau này Ngài cũng là Thầy điểm đạo khai tâm cho ta đấy con. Những pháp mà Ngài ấy nói, ta đã lãnh hội được, nên người đời gọi ta là người "đắc pháp" từ Ngài là vậy. Từ đó người đời gọi ta là Phật Hoàng Trần Nhân Tông, nhưng trên thực tế, ta chỉ là một con người, như bài "Cư Trần Lạc Đạo" mà con đã rõ đấy.

Nguyên là người xuất gia bên Đại Thừa luôn luôn dùng chay, vì tôn trọng tất cả những sinh mạng của chúng sanh nên không ăn thịt chúng và nhất là những người thọ Bồ Tát giới, ngoài việc làm lợi lạc cho quần sanh ra, người thực hành hạnh Bồ Tát cần phải giữ giới hạnh thanh tịnh của "Đạo Tục Thông Hành giới" này. Trong một giới nhẹ của 48 giới nói rằng: "Tất cả nam tử là Cha ta, tất cả nữ nhơn là Mẹ ta. Ta không ăn thịt của chúng sanh, vì ta không muốn ăn thịt của cha ta và mẹ ta." Giới này thể hiện lòng từ bi đối với muôn loài, nên người thọ giới đa phần phát nguyện ăn chay trường là vậy. Mà điều này cũng phải thôi! Như con thấy đó, trong những mẩu chuyện tiền thân của Đức Phật thuộc Jataka (Túc sanh) bên Nam Truyền hay Bản Sanh Kinh thuộc Bản Duyên bên Bắc Truyền (Đại Thừa) có kể lại những câu chuyện nhiều đời về tiền thân của Đức Phật Thích Ca Mâu Ni, khi Ngài còn ở nơi địa ngục A Tỳ đã thấy chúng sanh khổ mà phát tâm Bồ-đề, hầu cứu lấy chúng sanh nếu Ngài đạt được đạo giác ngộ giải thoát. Lúc Ngài làm con cá, lúc làm con khỉ, lúc làm con hổ, lúc làm con voi, lúc làm con chim Oanh vũ, lúc làm con rắn thần, con ngựa v.v... Vậy thì chúng ta phải hiểu rằng, qua bao nhiêu đời trong vòng sanh tử như vậy chúng ta đã là cha mẹ, anh em huynh đệ chú bác với nhau rồi, tại sao ta lại ăn thịt lẫn nhau? Cho nên khi Mẹ con thấy Ông cậu con trong bữa tiệc, Ông ta rất thoải mái không để tâm câu nệ gì cả, chay mặn chẳng quan tâm, Ông ngồi ăn thoải mái, cho nên Mẹ con mới hỏi rằng: Theo em biết thì Anh tu Phật để sẽ thành Phật, tại sao anh lại không phân biệt như vậy? Ông cậu Tuệ Trung mới trả lời rằng: Anh không phải là Phật. Phật không phải là anh. Anh không cần thành Phật. Phật không cần thành anh. Em không thấy sao! Văn Thù là Văn Thù, giải thoát là giải thoát đó sao! Câu đối đáp ấy giữa hai người là vậy. Chính khi ấy ta nghe còn không hiểu làm sao mà con hiểu được. Con hãy nghe tiếp câu chuyện này chắc con sẽ hiểu.

Có một vị Tăng Sĩ trẻ có việc phải đi đò để qua sông. Trên đò có rất nhiều người và đặc biệt cô lái đò rất trẻ, đẹp hơn những người khác. Vị Tăng sĩ này cứ nhìn chăm chăm mãi cô ta, mắt không ngừng nghỉ. Khi xuống đò, cô ta thâu mỗi người một đồng, riêng vị Tăng sĩ cô ta đòi đến hai đồng. Vị Tăng sĩ bảo rằng: “Tôi đi tu làm gì có nhiều tiền, lẽ ra cô phải miễn cho tôi mới đúng chứ! Làm sao lại còn lấy gấp đôi người ta vậy?” Cô ta trả lời rằng: Vì những người khác không quan sát và nhìn lén tôi như Thầy đã làm, nên Thầy phải trả thêm lệ phí ấy. Vị Tăng sĩ lặng lẽ rút ví ra trả cho cô ta hai đồng. Lúc trở về vị Tăng sĩ ấy cũng qua đò và gặp lại cô gái trẻ đẹp ấy đang lái đò. Mọi người cũng qua sông, trong đó có cả vị Tăng sĩ kia và lần này vị Tăng sĩ quyết định nhắm mắt suốt cả một hành trình qua con sông rộng, nước chảy xiết kia, nhưng khi qua bên kia bờ sông rồi, cô ta đòi vị Thầy kia phải trả đến bốn đồng, nghĩa là gấp đôi cả lần trước trong khi mọi người vẫn chỉ trả một quan tiền thôi. Bấy giờ vị Tăng sĩ ấy mới bảo rằng: “Cô này thật là kỳ quặc, lần trước tôi còn nhìn cô, cô bảo tôi trả gấp đôi, việc ấy tôi đã làm. Còn bây giờ tôi nhắm cả hai mắt, tôi đâu có nhìn cô mà cô bảo như vậy? Nhưng cô ta bảo rằng: Vâng! Lần này Thầy không nhìn tôi bằng hai con mắt nữa, mà Thầy đã nhìn tôi trong tâm của Thầy. Mặc dầu mắt Thầy không thấy tôi, nhưng trong tâm Thầy đã ghi đậm bóng hình tôi, do vậy xin Thầy hãy trả gấp đôi lần trước để được xuống thuyền. Vị Tăng sĩ ấy đành phải làm theo.

Mười năm sau đã trôi qua nhanh chóng, cứ mỗi năm 365 ngày như vậy, vị Sư kia đã chín muồi với công án tiền đò kia và người lái đò năm xửa năm xưa, nay cũng đã già rồi. Lần này khi qua đò năm cũ, vẫn cô lái đò và vẫn vị Sư ấy. Mắt Sư không nhắm khi sang sông và đặc biệt là khi xuống thuyền rồi, người lái đò cũng không đòi tiền đò của Sư nữa. Con thấy câu chuyện Thiền như thế có hay không? Nếu con hiểu được câu chuyện này, ắt con sẽ hiểu rõ những hành động của Ông cậu Tuệ Trung đã làm trong buổi tiệc năm xưa vậy.

- Bạch Ngài! Nhưng con cũng chưa hiểu tại sao Ông cậu lại bảo: Anh không phải là Phật, Phật chẳng phải là anh. Anh không muốn thành Phật và Phật chẳng muốn thành Anh là ý nghĩa gì vậy?

- Câu này con có thể đặt lại như sau: Chúng sanh không phải là Phật. Phật không phải là chúng sanh. Chúng sanh không muốn thành Phật và Phật không muốn thành chúng sanh. Tại sao? Vì trong chúng sanh đã có Phật và trong Phật đã có chúng sanh rồi. Khi có chúng sanh thì đã có Phật tánh rồi, với Phật tánh ấy, người tu hành có thể tu để thành Phật, chứ đi tìm Phật ở ngoài để làm gì? Người tu hành ngộ đạo là vậy. Tức là ngộ cái chân lý vốn có sẵn nơi tự tâm, chứ không phải từ ngoài mang đến. Tất cả những gì ở bên ngoài, đều là những thứ phụ, còn bên trong mới là chính. Những gì ở bên ngoài đều là những hình tướng và bị vô thường, sanh diệt chi phối, còn ở bên trong nó mới miên viễn tồn tại. Vậy thì hành động của Ông cậu là "tu như không tu, hành như chẳng hành và chứng mà như không chứng" là vậy. Hay nói cách khác là "ăn nhưng không ăn, không ăn mà ăn". Ăn chỉ là một động từ nhai lại và thức ăn ấy biến thành gì là do cái tâm của mình điều khiển nó, chứ không phải thức ăn tạo thành. Cái đạo nó nằm chỗ này đây! Do vậy có nhiều người ăn không tiêu, nó cũng giống như người tu tập, thực hành giáo lý của Đức Phật, nghe Pháp Phật, nhưng không chịu xay nhuyễn những lời Phật dạy ra tiêu thụ, làm chất cam lồ để tự tiêu hóa cho thân tâm mình và làm ích lợi cho đời sau, thì liệu rằng: Việc học hỏi giáo lý ấy có ích lợi gì cho mình và cho tha nhân? Còn câu: Phật không muốn thành Anh và Anh không muốn thành Phật", câu này cao siêu lắm đấy con à! Vậy Anh là gì và Phật là gì? Anh là Anh, vì Anh chưa thành Phật, nhưng Phật không phải chỉ cầu mà thành, mà phải tu mới thành Phật được. Còn Phật đâu có cần thành Anh làm gì? Vì bao đời qua, Phật như Anh, làm từ thân người đến thân trời, thân súc sanh rồi, sau đó mới thành Phật. Do vậy Ngài đâu có cần Anh mà thành Anh để làm gì nữa? Tất cả đều là những ẩn ngữ của Đạo Thiền, mà ta đã suy niệm lâu nay. Con hãy chiêm nghiệm về những điều này, chứ không cần phải tra vấn. Trước sau gì rồi con cũng sẽ hiểu như câu chuyện của vị Sư và người con gái lái đò kia thôi! Rồi một ngày con sẽ rõ!

Còn "Văn Thù là Văn Thù, giải thoát là giải thoát". Hai câu này có tư tưởng Bát Nhã, phải dùng đến trí tuệ mới biện giải được. Như con thấy đó, trong Pháp Hội Hoa Nghiêm hai Ngài Văn Thù và Phổ Hiền luôn là hai vị trợ thủ đắc lực của Đức Thế Tôn. Một vị chuyên về Trí Tuệ và vị kia chuyên về Đại Hạnh. Có lẽ con đã nghe qua về hai bài kệ tán dương hai Ngài này rồi? Đó là:

"Tam Thế Như Lai chi đạo sư
Bi nguyện quảng đại nan tư nghì
Vô biên sát hải chư quốc độ
Đương lai Phổ Kiến hiện Thế Tôn"

Nghĩa:

Là Thầy của ba đời chư Phật
Lòng từ to lớn khó nghĩ bàn
Rộng sâu tất cả những quốc độ
Tương lai thành Phật hiệu Phổ Kiến.

Ngài, được Đức Thích Tôn gọi là Trưởng Tử. Vì lẽ Ngài nắm trọn giáo lý Đại Thừa nơi bi nguyện của mình và trong quá khứ không biết bao nhiêu đời, Ngài đã là Thầy của chư vị Phật, còn trong đời này chỉ hóa hiện làm thân Trưởng Tử để phò trì Đức Thế Tôn mà thôi. Trong khi đó Ngài Phổ Hiền được xưng tán rằng:

"Lục nha bạch tượng vi bảo tọa
Chư độ vạn hạnh tác tần thân
Hoa Tạng thế giới xưng Trưởng Tử
Thập phương sát độ hiện toàn thân"

Nghĩa:

Voi trắng sáu ngà, ngồi trên ấy
Muôn hạnh, sáu độ dùng hiện thân
Thế giới Hoa Tạng là Trưởng Tử
Mười phương quốc độ hiện toàn thân.

Cả hai Ngài đều có những hạnh nguyện lớn của các vị Bồ Tát mà đã là Bồ Tát có nghĩa là các Ngài chưa muốn thành Phật. Chỉ khi nào tất cả chúng sanh thành Phật rồi thì các Ngài mới vào Niết Bàn. Cho nên trí tuệ với giải thoát nó không "đồng thời" với nhau, khi nào cái này xong thì cái khác nó sẽ hiện ra vậy. Bồ Tát không cầu giải thoát cho chính mình mà mong cho tất cả chúng sanh còn giải thoát sanh tử trước cả chính mình nữa, nên những lời nguyện của chư vị Bồ Tát nó to lớn như vậy đó! Vừa rồi Anh con là Anh Tông đã thọ giới Bồ Tát này nơi Chùa Bút Tháp dưới sự chứng minh của ta cũng nằm trong ý nghĩa này.

Nhưng này con, khi con về làm dâu Chiêm Quốc, con cũng phải quan tâm đến nền Đạo tại xứ này nữa. Họ vốn là những người theo Ấn Độ giáo, tuy không loại bỏ Đức Phật ra ngoài tín ngưỡng của họ, nhưng họ sắp chung Đức Phật với những vị Thần Shivas của họ. Con hãy cố gắng làm sao hành trì Pháp Đại Thừa để cho chồng con của con thấy đó mà theo, phải giống như Công chúa Văn Thành đời Nhà Đường ở Trung Hoa sang Tây Tạng lấy chồng, đã làm cho chồng mình tin theo đạo Phật, thì ở đây, con cũng phải có bổn phận như vậy. Tuy nhiên khi ta thăm Chiêm Quốc vào năm 1301 trong vòng 9 tháng trường ở đó, Chế Mân đã cho người đưa ta đến thăm Viện Phật Học Đồng Dương ở Kinh đô cũ Mỹ Sơn rất đồ sộ. Nếu so với Đại Học Nalanda của

Ấn Độ thì không bằng, nhưng tại đây đã đào tạo được những vị Sư uy tín cho Phật giáo của cả hai truyền thống chính là Nam và Bắc truyền, đồng thời cũng có cả Kim Cang Thừa nữa. Cho nên việc chay mặn như Ông cậu con quan niệm là đúng, khi con đứng trên quan điểm bất nhị của Phật giáo để làm sao cho Phật giáo được phát triển là quý hóa lắm rồi.

- Bạch Ngài! Con vẫn chưa rõ ý lắm!

- Có gì đâu! Chư Tăng Nam Tông thì dùng tam tịnh nhục, nghĩa là đi khất thực, người ta cúng những gì thì mình phải nhận những thứ ấy, không được chối từ. Ba loại thịt được nhận là: Khi con vật ấy chết, mình không nghe thấy tiếng kêu la đau đớn của nó. Thịt ấy không mong cầu để được ăn và cuối cùng là ăn để mà ăn, chứ không phải ăn vì miếng ngon vật lạ kia. Đây gọi là 3 loại thịt thanh tịnh. Vậy thì Ông cậu con tuy tu theo Bắc Tông mà đã hành xử theo cách Nam Tông trong trường hợp này chắc cũng chẳng phải là sai pháp của Phật đâu. Trong khi đó thì truyền thống của Kim Cang Thừa dùng chay mặn cũng không sao cả. Dĩ nhiên Đại Thừa theo tinh thần của Trung Hoa thì đều dùng chay hoàn toàn, nhưng cũng tùy theo từng quốc độ như Đức Phật đã dạy chúng Tăng trong kinh "Di Giáo" trước khi Ngài thị tịch Niết Bàn rằng: "Những giới luật nào không cần thiết thì hãy bỏ bớt đi để cho hợp với phong thổ và địa phương mà Đạo Phật được truyền đến."

Bên trên là tinh thần nhập thế và xuất thế của Đạo Phật, con hãy gắng mà thực hành, vì lẽ những bậc mẫu nghi của thiên hạ, đứng phía sau các bậc quân vương cũng quan trọng lắm đấy! Ví như Mẹ của con, Khâm Từ Hoàng hậu, sinh ra trong một gia đình lễ giáo, lấy Phật giáo làm đầu, lại có ông anh ruột đi xuất gia, cho nên sau những buổi lâm triều mà ta phải ngự, thì ở hậu cung Mẹ của con chỉ bàn với ta những chuyện từ thiện, xây cất chùa chiền, giúp người, cứu vật, chứ ít nói những chuyện không đâu chẳng lợi lạc gì cho người khác. Cho nên đây cũng là cơ hội để con làm tròn bổn phận là con gái của Đại Việt được gả đi lấy chồng nơi xứ lạ và chính con sẽ là gạch nối liền giữa hai nước Đại Việt cùng Chiêm Quốc, vì ta biết rằng Chế Mân là một đấng anh hùng, mày râu nam tử, sẽ thương con cho đến hết tận cả cuộc đời và con phải sống cho thật là xứng đáng với cương vị của mình là một "mẫu nghi của thiên hạ" tại Chiêm Quốc. Ngoài ra con còn là một Phật tử thuần thành của đạo Phật, cho nên con phải đem Tam Quy, Ngũ Giới ra thực hiện cũng như truyền lại cho các cung nhơn nghe, nhằm thực hiện theo giới luật của Phật chế để cho đất nước được thanh bình an lạc và khắp nơi đều hạnh phúc an vui, tức là con đã thực hành phần lớn Kinh Thập Thiện mà ta đã dày công huấn dục cho dân Đại Việt cũng như dân Chiêm Thành trong suốt những năm tháng qua. Như vậy ta mãn nguyện lắm rồi!

- Nhưng thưa Ngài! Tại sao Ngài lại hứa gả con về Chiêm Quốc như vậy? Cuộc lương duyên này có ý gì chăng? Và duyên trời này ai dệt nên tơ ấy?

- Thật ra ta rất quý Chế Mân, y là một anh hùng dân tộc, thực hành cái dũng của Thánh nhân, một vị vua rất được tôn sùng tại Chiêm Quốc. Trong suốt 9 tháng ở đó, ta đã chứng kiến tất cả những điều này. Ta ngắm xem đền đài cung điện nguy nga của họ ở Mỹ Sơn hay ở Đồ Bàn và Nha Trang, Phan Rang, Phan Rí, đâu đâu cũng là nơi có văn hiến rõ ràng, văn hóa rất cao, suốt từ thế kỷ thứ 4 đến nay họ không bị Hán hóa, chứng tỏ rằng dân tộc họ được độc lập. Còn quê hương Đại Việt của ta như con thấy đó, từ thời Bà Trưng, Bà Triệu đến nay đã bao phen bị quân phương Bắc tàn hại dân lành và xâm chiếm nước ta làm thuộc địa. Cả 1.000 năm chứ đâu phải ít. Cho đến khi Ngô Quyền đứng lên khởi nghĩa vào năm 938 lúc ấy nước ta mới lấy lại được nền tự chủ cho nước nhà, còn họ thì không bị 1.000 năm đô hộ của phương Bắc, do đó Chiêm Quốc được phát triển về mọi mặt, cho nên tất cả các phương diện như quân sự, dân sự, thương mại, ngoại giao đều hơn hẳn nước ta. Vì vậy ta nghĩ rằng con gái út của ta về làm vợ của một ông vua như vậy cũng quá xứng đáng đi chứ. Tuy rằng ngôn ngữ bất đồng, phong tục khác nhau, nhưng ta biết con gái của ta rất thông minh, tài giỏi, chỉ mới hơn hai, ba năm nay thôi mà tiếng nước Chiêm đã nói rành rẽ lắm rồi và ngay cả phong tục tập quán nữa. Do vậy con hãy ra đi và hoàn thành những sứ mệnh cho Đại Việt như bên trên ta đã nói. Ta không vì một mục đích gì khác ngoài việc có cảm tình với Chế Mân mà gả con đi xa, và sau này khi ta đã lên Yên Tử để tịnh tu thiền tọa thì nghe đâu khi phái đoàn cầu hôn của Chiêm Quốc qua đây, ngoài việc dâng sính lễ vàng bạc, ngọc ngà châu báu, trầm hương ra, anh con là Anh Tông cùng với Thượng Tướng Trần Khắc Chung, Quốc Trượng Hưng Đạo Vương và kể cả Mạc Đĩnh Chi, Đoàn Nhữ Hài nữa cũng đều có ý là nếu Chế Mân muốn cưới được con thì phải dâng thêm Châu Ô và Châu Lý nữa. Đây thật ra không phải ý của ta, và nghe đâu sau khi phái đoàn đính hôn về lại Đồ Bàn, họ đã đem việc quốc sự này ra để thảo luận với các quan văn võ triều đình cũng như các vị bô lão Chiêm Quốc thì đều bị tất cả chống đối. Thế nhưng Chế Mân đã yêu con thật sự mặc dầu đã có Chánh hậu Tapasi người Java rồi, nhưng có lẽ qua cuộc sống 9 tháng của ta tại Chiêm Quốc, cũng như lời ước hôn của ta, Chế Mân không nghi ngờ gì cả nên mới đi đến quyết định đơn phương như vậy. Nhưng dẫu sao khi làm phận gái thuyền quyên, có nghĩa là khi người con gái lớn lên thì phải có chồng, theo chồng và phụng sự cơ nghiệp cho nhà chồng, mà nay con đã 16, 17 tuổi rồi, chứ còn nhỏ dại gì nữa, nên việc lấy chồng là chuyện đương nhiên thôi. Nếu ta không gả con cho nơi này thì cũng gả cho nơi khác, con hãy nhớ điều này.

Đã gọi là chuyện lương duyên thì do ông tơ bà nguyệt xe hai sợi chỉ tình và duyên mà gắn kết lại với nhau. Khi nào còn hương lửa mặn nồng thì dây tơ ấy sẽ vấn vương cuộn chặt hai người cùng tâm đầu ý hợp lại. Khi duyên không còn và nợ không thiếu nữa, thì gọi là hết duyên hay là không nợ, như con thấy ta và mẹ của con đó. Cũng có những người đồng chơn nhập đạo, nghĩa là một đời sống thanh tịnh từ nhỏ tại cửa chùa và suốt cả một cuộc đời không bị nhiễm trần, nên gọi là một Đồng Tử hay Đồng Nữ; còn những người đã "nửa đời hương phấn" hay "nửa kiếp giang hồ" rồi mà dám gác kiếm, từ bỏ mọi ràng buộc của thế gian để đi xuất gia thì Phật cũng đâu có cấm. Con thấy đó, biết bao nhiêu bậc tu hành như thế đã có từ thời Đức Phật rồi. Phật là một đấng đại từ, đại bi, đại trí, đại đức nên đã chỉ bày hết mọi cách tu học, mọi con đường dẫn đến sự giải thoát sanh tử, nếu có ai thực hành được trọn vẹn giáo lý này thì họ sẽ được giải thoát khỏi bến mê, còn ai không thực hành thì đó là chuyện của họ chứ không phải là chuyện của Phật. Cho nên ta thấy tại sao Đạo Phật có rất nhiều Phật và nhiều vị Bồ Tát, trong khi đó những Đạo khác thì không có nhiều vị giáo chủ hay các vị Thánh như bên Đạo Phật là do từ lý này mà ra. Khi con đã hiểu nhân duyên là gì thì con sẽ hiểu được Đạo Phật, vì Đức Phật hay dạy rằng: "Ai hiểu được pháp thì người ấy sẽ hiểu được Phật và ai hiểu được Phật thì người ấy sẽ hiểu được pháp." Vậy lương duyên hay nhân duyên của con với Chiêm Quốc, với Chế Mân là như vậy! Con hãy chấp nhận nó như những gì nó đã là.

- Mô Phật! Con xin vâng! Nhưng con còn mấy điều muốn trình thưa với Ngài trước khi con về Chiêm Quốc nữa. Kính mong Ngài hoan hỷ cho.

- Con cứ giải bày.

- Nếu sau này con cũng muốn xuất gia đầu Phật thì sao?

- Việc này cũng do nhân duyên thôi! Con đọc lịch sử Đông, Tây, kim cổ chắc con đã hiểu rõ điều này. Từ xưa nay đã có không biết bao nhiêu ông vua bên Ấn Độ, Tích Lan, Trung

Quốc, Việt Nam, Đại Hàn, Thái Lan, Nhật Bản v.v... và ngay cả nhiều hoàng hậu và các công chúa của các triều đình này đều bỏ ngôi vị đế vương sau một thời gian cầm quyền để xuất gia học đạo, nhằm thăng hoa tinh thần Phật học cho cuộc sống thế trần và đã thành công viên mãn với tinh thần Bồ Tát ấy, chứ lâu nay ta chưa bao giờ thấy một bậc chân tu từ bỏ sự giác ngộ giải thoát của mình để đi vào con đường chuyển luân vương cả. Vì đây chính là mối tơ vò mà ta đã thoát khỏi như con đã biết từ năm 1294 rồi đó. Lúc ấy con mới 9, 10 tuổi nhưng với cái tuổi ấy con đã chứng kiến ta với Mẹ con giữa nỗi chia ly ngậm ngùi là gì rồi. Bây giờ tới phiên con xuất giá chưa đi mà đã lo cho con đường xuất gia trong mai hậu thì Phật cũng không cấm, nhưng phải được sự đồng ý của chồng, con và nhất là phải tìm một vị Sư chân chánh để nương vào đức hạnh của Ngài mà cầu sự tế độ. Nhưng thôi việc ấy hãy khoan bàn trong lúc này. Con còn việc gì để hỏi nữa không?

- Bạch Ngài! Việc trồng dâu, nuôi tằm, dệt vải của người con gái Đại Việt thì sao?

- Những nghề nghiệp như trồng bông, dệt vải, trồng dâu, nuôi tằm, cấy lúa trồng khoai v.v... vốn là những nghề nghiệp của nhà nông mà hằng cả bao đời trước ông bà Tổ tiên ta đã truyền lại, cho nên con cháu cứ theo đó mà canh tác để nuôi thân cũng như phát triển. Ngay cả Thiên Hoàng của Nhật Bản, ở trong nội thành của nhà Vua, các vua thường chừa nhiều thửa ruộng để trồng trọt và mỗi năm khi làm lễ hạ điền để bắt đầu canh tác, thì vua cũng xuống ruộng này trong nội thành, chứ không cần phải đi đâu xa cả. Chiêm Thành vốn là một xứ nông nghiệp như Đại Việt của chúng ta, họ cũng trồng lúa khô và lúa nước, vẫn trồng bông dệt vải, trồng dâu nuôi tằm v.v... nhưng họ không giống ta ít nhiều phương diện, vì họ ảnh hưởng văn hóa của Ấn Độ. Con hãy nhớ kỹ điều này, nhất là văn hóa của Bà La Môn giáo, họ thường phân chia giai cấp, còn Phật giáo mình thì không, vì Đức Phật có dạy rằng: "Không có sự phân biệt giữa tôn giáo và giai cấp trong khi máu người cùng đỏ và nước mắt người cùng mặn" con à. Chỉ riêng một việc nuôi tằm, dệt lụa thì con nên nghe đây.

Trong Bồ Tát giới Phật có dạy rằng: Chỉ những người lớn tuổi, vì thân thể yếu gầy hay khó chống lạnh vào mùa Đông, thì có thể dùng lụa là gấm vóc để mặc vào. Nếu còn trẻ mà dùng y phục lụa là để trang sức hay thể hiện sự giàu sang thì sẽ làm tổn hại đến lòng từ bi đấy. Do vậy nếu chồng con có khuếch trương nghề này nhiều thì con nên can ngăn và cũng không nên tham gia vào. Đó là tấm lòng từ bi của Bồ Tát đối với Đời và với con người, con phải thực hiện cho thật là trọn vẹn. Như vậy mới là một người Phật tử chơn chánh. Con đã quy y Tam Bảo rồi, đã thọ Ngũ giới thì con nên thể hiện điều này qua những lời mà ta đã dặn, còn công dung ngôn hạnh thì đã có Mẹ con chỉ bảo rồi.

Riêng đối với các nô tỳ, họ vốn cũng là con người nhưng không may sinh vào nhà nghèo khó, nên thân nữ lưu ấy phải đi hầu hạ những người quyền thế hơn mình. Do vậy con cũng không nên đối xử tệ bạc với họ, dầu cho họ là người Việt hay người Chiêm. Tất cả ai ai cũng có Phật tánh hết. Hãy trân quý họ và hãy xem họ là những kẻ đồng hành với mình, hay cao hơn nữa, con phải xem họ là những người dẫn đạo trên con đường hành Bồ Tát hạnh của mình, vì nếu không có họ thì mình hành Bồ Tát hạnh với ai. Họ không phải là phương tiện cho mình sai xử, mà họ chính là phương tiện cho mình đạt đến mục đích. Cho nên mình cần họ, chứ không phải họ cần mình. Khi nào con suy nghĩ và hành trì như vậy thì Phật sẽ ngự trị trong tâm con. Con sẽ không bao giờ cô đơn cả. Cho dù ta và Mẫu hậu của con không có mặt thường xuyên bên con như ở Đại Việt này đi nữa nhưng khi làm những việc công đức và tạo ra những phước báu cho thế gian như thế, thì đâu có công đức nào hơn nữa, và chính những điều này tuy không gian và hoàn cảnh con có xa ta thật nhiều đó, nhưng tấm lòng và tâm niệm kia, con vẫn ở bên ta. Ta bây giờ không còn cầu gì cho riêng mình cả, mà chỉ mong sao cho Phật Pháp được truyền lưu mãi mãi ở nhân gian này và đấy chính là niềm an lạc của ta vậy. Khi con người không còn sự khổ đau nữa, thì dầu cho có bị trôi lăn trong bao nhiêu kiếp luân hồi, tâm họ vẫn an nhiên tự tại là vậy. Ta tu, chính mình an đã đành, nhưng điều quan trọng là hướng dẫn làm sao cho người khác cũng thực hành được cái an lạc này và họ đem áp dụng vào đời sống của họ, thì chính đó mới là sự thành tựu trong việc độ sanh. Ta bây giờ tuổi cũng đã lớn rồi, chưa biết sẽ theo Phật ngày nào đây. Ngày con vu quy cũng sắp đến, vì bên Chế Mân đã cho biết chính thức là vào tháng 6 năm 1306 họ sẽ cho Phái đoàn qua đón dâu. Dĩ nhiên là Anh Tông, anh ruột của con cùng với triều đình sẽ lo việc này. Riêng ta, ta vẫn ở yên nơi Yên Tử, và biết đâu, khi nào cái duyên vợ chồng của con với Chế Mân đã mãn thì "Ngọa Vân Am" này chính là chốn Tổ của con, nơi đây con sẽ được nương nhờ cửa Phật và lúc ấy con sẽ gặp ta thường xuyên hơn vào những lúc tham thiền nhập định cũng như lúc nhàn nhã nơi chốn núi đồi này.

- Kính bạch, tất cả những lời căn dặn của Ngài, con đã rõ. Con sẽ "y giáo phụng hành" và kể từ đây con sẽ không còn cô thân lẻ bóng nữa, và dầu cho con đang sống ở đây hay có mặt nơi Chiêm Quốc, thì ở đâu cũng là quê hương của con và tất cả những nơi ấy đều có những hình bóng nhân từ của Ngài và Mẫu hậu. Con xin lạy từ tạ Ngài 3 lạy trước khi xuất giá tùng phu. Bởi con biết rằng ngày con ra đi đường xa ngàn dặm, chưa biết lúc nào quay lại cố hương, nên 3 lạy này để tạ từ cho công ơn sanh thành dưỡng dục của Ngài. Còn Mẫu hậu, khi về cung và trước ngày xuất giá theo chồng, con sẽ thực hiện lễ nghi này nơi triều ca có bá quan văn võ. Con cũng sẽ đi thăm lăng tẩm của Tiên Đế. Từ Ngài Thái Tổ cho đến Ngài Thái Tông và Thánh Tông. Nếu không có những bậc tiên hiền này gầy dựng nên nghiệp đế của họ Trần, thì Huyền Trân Công chúa này cũng chỉ là một hạt bụi nhỏ trong kiếp hồng trần này mà thôi.

Ngoài ra ân giáo dưỡng của Mẹ Cha và Thầy Tổ cao xa và rộng sâu hơn cả trời biển nữa, cho nên suốt cả một đời này hay muôn kiếp về sau con sẽ mãi mãi ghi ơn tạc dạ nơi tấm lòng son này. Ngày mai chưa biết sẽ ra sao, nhưng con tin rằng: Nếu hiện tại tốt thì tương lai sẽ tốt và đây chính là cái nhân, mà cũng là cái quả nữa, con tin tưởng mãnh liệt về điều này. Bây giờ mọi vật đã đổi thay! Nhưng con tin vào nghiệp quả của mình không đến nỗi tệ, để con có thể làm được một cái gì đó cho quê hương Đại Việt.

Sau ân đức sanh thành rồi Thầy Tổ, huynh đệ và cuối cùng là chúng sanh đồng loại. Đây là tinh thần tứ trọng ân mà Ngài đã dạy cho con từ thuở nhỏ. Nếu con không làm được những điều này, quả con là đứa con bất hiếu. Dầu là nữ hay nam, chữ hiếu phải làm đầu. Con nghĩ rằng con sẽ thực hiện được những điều trên và con luôn cầu nguyện Bồ Tát Quan Thế Âm luôn gia hộ cho con có đầy đủ tâm lực cũng như nguyện lực để đi vào đời và nếu có khó khăn nào thì con sẽ được Ngài che chở, độ trì cho. Con xin bái biệt tạ từ.

Chương XI

Công chúa vu quy

Cuối tháng 6 đầu tháng 7 năm 1306 Vua Trần Anh Tông cử Trạng Nguyên Mạc Đĩnh Chi, Ngự sử Đoàn Nhữ Hài, Thượng Tướng Trần Khắc Chung cùng một vị Hòa Thượng cầm đầu phái đoàn của Đại Việt gồm nhiều quan quân hộ tống để tiễn đưa cô dâu Huyền Trân về Chiêm Thành.

Từ Thăng Long, thủ đô của nước Đại Việt ra đến bến sông Hồng Hà, quần chúng đứng dọc hai bên đường với cờ xí biểu ngữ chúc tụng Công chúa lên đường bình an và mong cho Công chúa thân yêu của nước Đại Việt được an vui hạnh phúc khi xuôi về Nam để kết duyên cùng vua Chiêm Thành nhằm thực hiện lời giao ước của Vua cha là Thái Thượng Hoàng Trần Nhân Tông (hiện là Giác Hoàng Thiền Sư). Đến cửa Ô Long, đoàn thuyền ghé nghỉ. Xúc động vì sự xuất giá của em gái, Vua Trần Anh Tông đã cho đổi tên cửa biển này là Tư Dung hải môn, để bày tỏ nỗi niềm của mình và nhắc nhở cho đời sau mãi mãi nhớ đến sự hy sinh vì nghĩa lớn của nàng Công chúa Đại Việt. Sứ Bộ sau đó đã dâng sính lễ trọng hậu là châu Ô và châu Lý (vùng đất Thuận Hóa – Phú Xuân - Thừa Thiên - Huế ngày nay) và rước Công chúa vu quy về Vijaya (Bình Định ngày nay) và sau đó Công chúa được phong làm Hoàng hậu Paramecvari của xứ Chiêm Thành.

Một người con gái tuổi vừa đôi mươi xinh đẹp, thuộc dòng dõi vua chúa, trí thức và đức hạnh lại phải lìa xa gia đình tổ ấm cung son, rời bỏ quê hương yêu dấu, ngàn dặm lênh đênh trên sóng nước để về làm dâu nơi xứ lạ quê người. Lòng dạ nào mà chẳng bịn rịn lúc ra đi và chắc rằng Mẫu hậu của nàng cùng cung nữ đương triều đã tuôn rơi những giọt lệ thương cảm khi đôi gót son hồng chạm chân lên chiếc thuyền hướng về nơi viễn xứ. Ôi! biết nói gì đây cho hết nỗi yêu thương trìu mến của mọi người nơi chốn cung son cũng như bàn dân thiên hạ. Thế mới biết cái tình cảm thiêng liêng của con người là gì khi mà quả tim yêu thương từ ái đã chạm sát vào tâm can của một người, một lần đi chưa biết bao giờ trở lại. Chính nàng cũng đã nhiều lần lấy khăn lau nước mắt và quỳ lạy hai lạy sau cùng để từ tạ mẹ cha cùng với ơn nghĩa nghìn trùng của sơn hà xã tắc. Ngay cả Vua Anh Tông, một vị vua rất cứng rắn với Sứ thần khi trao đổi việc nước, nhưng cũng không thể không chạnh lòng cho em mình, một người con gái nước Đại Việt sắp sang Chiêm Quốc làm dâu mà trước đó chưa một lần được diện kiến với chồng tương lai.

Còn Công chúa thì tâm trạng như tơ vò không kém, vừa gạt lệ giã từ Mẫu hậu, người thân, giã từ quê hương và đồng bào ruột thịt và cũng nao nao trong dạ hướng về hình ảnh của một đấng quân vương chưa một lần gặp gỡ. Khung trời hạnh phúc xa xôi mờ ảo ấy chưa biết ra sao? Người vui kẻ buồn, người hờn kẻ trách, người oán kẻ than, người thích kẻ không. Do đó những thế hệ về sau này có một số tác giả hữu danh cũng như vô danh đã cảm thông với nỗi niềm của kiếp hoa trôi bèo giạt ấy, nên đã viết ra tâm sự Nam Bình được dân Thuận Hóa hát theo điệu Chiêm Thành như sau:

Nước non nghìn dặm ra đi
Mối tình chi
Mượn màu son phấn
Đền nợ Ô Lý
Đắng cay vì đương độ xuân thì…

(Vô danh)

Cuộc lương duyên này có phải vì nợ nước, vì tình nhà hay vì lời ước hôn của Phụ hoàng thì nàng chẳng hiểu, nhưng dẫu sao đi nữa chỉ một thân gái dặm trường, lấy thân bồ liễu này để đổi hai châu Ô và châu Lý cho Đại Việt, nàng cũng rất hoan hỷ nhận lời để ra đi. Tuy nhiên miệng đời cũng còn lắm điều mai mỉa, mãi cho đến ngày nay dù cả hằng ngàn năm lịch sử đã trôi qua, nhưng những câu đã trở thành như ca dao, tục ngữ vẫn còn hiện hữu trong dân gian như:

"Tiếc thay cây quế giữa rừng
Để cho thằng Mán thằng Mường nó leo"

Hay:

"Tiếc thay một đóa Trà My
Con ong con bướm tiếc gì cái hương"

Rõ ràng là thân phận của nàng đang độ thơm tho như cây quế, mà giữa rừng cây bạt ngàn ấy chỉ có một số cây quế cho hương thơm ngào ngạt tỏa khắp chung quanh. Thế mà thằng Mán, thằng Mường ở đây ý nói là dân mọi rợ, dân kém học thức, kém văn hóa như: Chiêm Thành, Chân Lạp, Ai Lao, Xiêm, v.v… vẫn có thể trèo lên cây quế ấy để thưởng thức mùi hương, thì quả là bạc phận cho cô gái ấy quá. Vả lại nàng là một Công chúa con vua, chứ đâu phải kẻ thường dân thiếu học vấn mà phải gả đi xa như vậy?

Hoa Trà My vốn là một trong những loài hoa khi nở có màu trắng, mang hương sắc của một loài hoa vương giả, thế nhưng những loài ong bướm tầm thường khi tìm hoa hút nhụy, chúng đâu có tiếc thương, dẫu cho đó là loại hoa nào. Quả thật một đời của hoa sánh với cuộc đời của người con gái chẳng khác xa là bao nhiêu. Nếu có chăng, người con gái là một loài hoa biết nói, còn những loài hoa khác tượng trưng cho một trong những loại thực vật bình thường trong các loài kỳ hoa dị thảo vốn được sinh sống tự nhiên nơi những núi đồi cô quạnh, hay chúng được trồng trọt chăm sóc nơi vườn ngự uyển của cung vua.

Hoặc cũng có những câu ca dao tiếc thương cho thân phận của nàng Công chúa ly hương này bằng cách tả chân xác thực như:

"Gió đưa cây cải về trời
Rau răm ở lại chịu lời đắng cay"

Cây cải và cây rau răm vốn là hai loại thực vật quen thuộc của con người. Chúng thường dùng để nấu canh, chiên, xào v.v… thậm chí còn thái nhỏ ra để làm gia vị cho món ăn đậm đà khi thưởng thức, nhưng chúng được dùng để ẩn dụ cho trường hợp người con gái được gả đến một nơi xa mù tịt, không biết đến bao giờ mới gặp lại. Trong khi đó người ở lại cũng phải hứng chịu những sự oan khiên, bị trách móc tại sao lại đem người để đổi lấy đất…Thế mới biết sự thị phi nhân ngã, việc tốt việc xấu, việc lành việc dữ v.v… trong dân gian, người ta không có khả năng đạo đạt đến cửu trùng đài, nơi Đức vua ngự trị, nên họ đã tự sáng tác ra những vần thơ để diễn tả nỗi lòng của họ, khi họ muốn bộc bạch ghi lại một chuyện gì đó quan trọng đối với con người, nước non và những tình huống đương thời.

Khi hoàng hôn buông xuống trên biển cả mênh mông, nàng càng nhớ lại lời dặn của Phụ hoàng trước khi làm dâu về Chiêm Quốc: "Những ngày tháng trước đây của năm 1301, nghĩa là chừng 5 năm, lúc ấy con mới hơn 14 tuổi, cái tuổi mới lớn, còn dại khờ, nhưng khi ta gặp Chế Mân, thấy y là một vị anh hùng của dân tộc, biết yêu thương nòi giống, rất lịch duyệt và nhân hậu, không phải là một hôn quân bạo chúa của xứ Chiêm Thành. Nên con hãy làm tròn bổn phận của một sứ giả hòa bình, đem lại tình thân thiện giữa hai dân tộc Việt-Chiêm. Đối với Chế Mân sau này sẽ là phu quân của con, con phải biết đạo tam tòng tứ đức, phu xướng phụ tùy của người phụ nữ Á Đông và phải xứng đáng là một "mẫu nghi thiên hạ". Càng suy nghĩ càng ghi sâu lời dạy của Phụ hoàng vào trong giấc ngủ bập bềnh trên sóng nước và nàng cố ghi nhớ lại từng câu, từng lời, từng chữ qua lời dặn của Phụ hoàng: "Chàng là một vị anh hùng của dân tộc." Rồi tiếng sóng vỗ vào mạn thuyền càng lúc càng lớn, khiến át đi cả tiếng thì thầm nho nhỏ chỉ đủ cho nàng nghe rằng: "Con là một Sứ giả của hòa bình." Ồ hay quá! Nếu chàng là một anh hùng của dân tộc Chiêm Quốc, thì ta là một sứ giả hòa bình của Đại Việt. Ồ! kể ra cũng tương hợp, tương đồng đấy chứ! Chàng và nàng giống như trai anh hùng và gái thuyền quyên đang so tài đọ sức, dầu cho trong giấc mộng cũng đã hiện hình. Đây quả là một giấc mơ tuyệt đẹp trong chuyến xuôi Nam lần đầu như thế.

Trong khi đó Lưỡng quốc Trạng nguyên Mạc Đĩnh Chi, Ngự sử Đoàn Nhữ Hài, Thượng tướng Trần Khắc Chung cùng với một số vị quan tham vấn của triều đình Anh Tông họ có những buổi họp như cơ mật viện tại triều đình Anh Tông, nhằm thảo luận thống nhất cách đối đáp cũng như điều kiện hôn nhân giữa hai bên. Đây vốn không phải là sự mua bán, đổi chác, nhưng cuộc lương duyên này vốn dĩ đã có nhiều lời bàn ra tán vào ở trong triều đình của hai nước và cả trong dân gian nữa. Nên Cụ Trạng Nguyên Mạc Đĩnh Chi hỏi rằng:

- Nếu họ thay đổi việc dâng đất thì sao?

- Họ đã có văn thư rồi. (Đoàn Nhữ Hài trả lời).

- Nhưng đó chỉ là một văn bản dâng đất, chưa có ấn dấu của cả đôi bên thì xem như việc này vẫn còn bỏ trống.

Thượng tướng Trần Khắc Chung góp ý: "Tôi đã mang theo cả giấy tờ dâng đất của Vua Chiêm và cả ấn dấu của Vua Anh Tông phê duyệt. Nay chỉ cần sau khi Huyền Trân lên đất liền, chúng ta sẽ trình lại việc hệ trọng này để Chế Mân hạ châu phê thì mới có giá trị."

- Quả thật Thượng tướng đã quá chu đáo. (Đoàn Nhữ Hài nói thêm vào).

- Nhưng nếu họ chối từ việc nộp đất thì sao?

- Việc này ắt hẳn không có, vì đó là hôn ước của Thượng Hoàng. Làm vua há lại hí ngôn?

- Tuy nhiên việc dâng đất là do chúng ta, triều đình Đại Việt ép buộc chứ vua tôi Chế Mân chưa toàn tâm toàn ý mà.

- Đã đành là vậy! Nhưng Chế Mân quyết tâm cầu thân với Đại Việt, mà Huyền Trân Công chúa chính là sợi tơ vương buộc ràng giữa hai mối tình vương giả cũng như giữa hai đất nước của chúng ta, nên theo tôi nghĩ sẽ không có gì xảy ra cả.

- Còn Chánh hậu Tapasi của Chế Mân thì sao?

- Xưa nay các bậc quân vương đều thế cả. Vả lại Chánh hậu đã có con trai nối dõi tông đường rồi. Lo gì nỗi lo ấy cho nhọc sức.

- Nhưng đàn bà xưa nay vốn là…

- Đúng như vậy! Nhưng không có đàn bà cũng không được.

Chúng ta phải nương tựa vào nhau, tương kế tựu kế thì việc lớn mới thành.

Tất cả mọi người yên ổn về lại phòng ngủ của mình, trong khi đó Công chúa Huyền Trân cố dỗ dành giấc ngủ của mình thật sâu, nhưng không tài nào nhắm mắt được. Cứ mỗi lần vừa thiêm thiếp là tiếng sóng vỗ mạnh vào mạn thuyền, làm cho nàng phải chập chờn thức dậy nhiều lần trong đêm như thế. Sáng hôm sau và nhiều ngày như thế nữa, lúc mặt trời lên, khi hoàng hôn xuống, với cảnh trời nước bao la, trên trời những đóa bạch vân lững lờ trôi theo như lọng che chở cho thuyền vu quy; dưới nước những lượn sóng cuồn cuộn như từ thủy cung cũng động lòng với nỗi cô đơn trống vắng của một người con gái đang ly hương biệt xứ, ra đi mà không biết bao giờ mới được trở lại. Nơi nào không có gió xuôi Nam thì thuyền cập bến để lấy thêm lương thực, củi, nước v.v... sau đó giăng thuyền buồm để cho gió mang đi thân tâm của một nàng Công chúa đang độ xuân thì, trong lòng đang ngổn ngang không biết bao nhiêu là nỗi niềm tâm sự.

Trong khi đó tại Chiêm Quốc, Vua Chế Mân sai quan Ngự sử Chế Bồ Đài dẫn đầu một số quần thần, và những toán ngự lâm quân theo hộ giá nhà Vua đi đón rước cô dâu Huyền Trân cùng phái đoàn Đại Việt tại cảng Pat-Thinưng (Thị Nại thuộc Bình Định ngày nay). Quân vương cỡi con bạch mã, gươm đeo ngang lưng, ngồi trên yên ngựa nạm vàng, trông oai vệ làm sao và phía sau Ngài hàng chục con bạch tượng có kiệu cáng sẵn sàng, nhằm đến để nghinh tiếp Sứ thần của Đại Việt.

Sau những ngày tháng lênh đênh trên biển cả mênh mông, đoàn thuyền tiễn Công chúa vu quy của Đại Việt đã vào đến lãnh hải Vijaya (Bình Định) và tiến dần vào bến cảng Pat-Thinưng dưới sự hướng dẫn của đoàn Sứ Bộ Chiêm Thành. Cả hai bên đưa người sang sông và đón người đến đích, đều hoan hỷ vô cùng, vì ai ai cũng mong rằng mối tình Việt-Chiêm sẽ bền vững muôn đời qua cuộc lương duyên hy hữu này.

Công chúa Huyền Trân ngồi trong kiệu hoa cũng bồn chồn không ít, vì muốn sớm trông thấy mặt của Vua Chế Mân, nhưng cũng đang lo âu hồi hộp, nếu lỡ chẳng may gặp anh chàng xấu xí như trong chuyện tiền thân của Đức Phật và Đề Bà Đạt Đa khi đi chọn vợ thì cũng khổ một đời cho nàng. Chuyện kể rằng:

"Trong một kiếp quá khứ nọ có một nhà giàu Bà La Môn chọn ngày kén rể cho con gái của mình. Sau khi khảo thí hết chàng trai này đến chàng trai khác, ông phú hộ chẳng hài lòng với một công tử nào cả. Vị này được văn thì không thạo võ. Kẻ rành võ nghệ thì không tinh tường văn chương thi phú. Cho nên ông bá hộ rất lo cho phận gái của con mình. Cuối cùng chỉ còn có hai người. Một người xấu xí và một người đẹp trai, mặt mày khôi ngô tuấn tú. Đầu tiên người xấu xí đến phiên ứng thí trước. Ông phú hộ ra câu hỏi nào, anh chàng này đều trả lời trót lọt, nàng con gái con ông phú hộ đứng phía trong màn cũng lấy làm lo, vì nếu chàng trả lời được hết tất cả những câu hỏi mà ông bá hộ đưa ra, thì chắc rằng, nàng sẽ khổ một đời hoa, nhưng may quá, khi chàng công tử xấu xí lướt qua rồi, đến phiên người cuối cùng được dự thí. Quả thật là "danh bất hư truyền", khi ông phú hộ hỏi đến đâu, kẻ bạch diện thư sinh kia đều trả lời không sót một điểm nào, lại còn lễ phép lịch sự, gọi dạ bảo vâng, lễ độ vô cùng khiến cho ông phú hộ hài lòng và cuối cùng ông đã chọn người này làm chồng của con gái ông."

Đây là câu chuyện tiền thân của Đức Phật và Đề Bà Đạt Đa. Người xấu xí tài giỏi ấy chính là tiền thân của Đề Bà Đạt Đa và người đẹp trai lanh lẹ ứng xử khi đối đáp là tiền thân Thái tử Tất Đạt Đa. Bởi vậy, dầu cho ở kiếp cuối cùng các vị đã thành người, sinh chung trong một hoàng tộc, làm anh em chú bác với nhau, nhưng những dư báo của đời trước vẫn còn, nên Đề Bà Đạt Đa lúc nào cũng là người đối nghịch với Đức Phật.

Ở đây may quá, cuộc lương duyên này, Chế Mân không có người thứ hai nào khác có thể xen vào trong lãnh vực tình yêu này cả, hơn nữa Chế Mân là người được Thượng Hoàng Nhân Tông cảm mến nên nàng cũng khá yên tâm.

Đoàn thuyền của Đại Việt vừa cập sát vào cầu bến cảng Pat-Thinương thì Vua Chế Mân cùng đoàn quân binh, quần thần, toán ngự lâm quân và các nữ tỳ đã có mặt ở bến cảng rồi.

Khi vị Hòa Thượng trong Phái đoàn Đại Việt cùng với các quần thần như Trạng nguyên Mạc Đĩnh Chi, Thượng tướng Trần Khắc Chung, Ngự sử Đoàn Nhữ Hài, bước lên bờ cảng thì quần thần và Ngự sử Chế Bồ Đài của Chiêm Thành đã đón chào thân mật, trong khi đó Vua Chế Mân từ trên kiệu cao oai dũng bước ra. Con người ấy trượng phu quá, cao lớn, mạnh mẽ, nước da ngâm ngâm mang dáng vóc phong sương oai hùng, tóc phía trước hơi dợn sóng. Đôi mắt sáng ngời, đậm chút đa tình kèm với vẻ tinh anh của một đấng quân vương khiến ai cũng trầm trồ khen ngợi. Hôm nay nhà Vua sao mà đẹp thế! Mình mặc áo lụa thượng hạng màu trắng, cổ áo viền vàng, cả hai tay áo cũng đều viền như thế, song song thả dọc xuống tận đầu gối là hai hàng nút thắt bằng kim tuyến có cẩn vàng lấp lánh như hạt ma ni; trên đầu Chế Mân đội một vương miện có nạm ngọc pha lê, trông lóng lánh tỏa ánh sáng chiếu khắp cả một vùng gần đó; trên mình khoác một chiếc long bào hình chim Trĩ, chim Công rất quý giá và đài các, cao sang; chân mang hia màu đen có thêu hình con chim Garuda mỏ đỏ thắm.

Mới đảo mắt nhìn thoáng qua như thế thôi, nghe những người đứng chung quanh kiệu hoa đều tấm tắc khen nức nở, khiến cho Huyền Trân càng bồn chồn hơn nữa. Tim nàng càng đập mạnh hơn và mong sao những lễ nghi phiền phức này chóng qua mau để đôi loan phụng này cùng hòa lên một tiếng hót của cõi lòng. Nghĩ thì nghĩ vậy, nhưng nàng vốn là “Kim chi ngọc diệp” của triều đình, nàng làm sao có thể vượt khỏi hàng rào lễ giáo về những lễ nghi cần có này được.

Huyền Trân Công chúa từ kiệu hoa, nàng vén màn nhìn ra ngoài, thấy Vua Chế Mân, đôi má nàng ửng hồng lên. Lên đường về Chiêm Quốc với sứ mạng làm vợ của một bậc quân vương đồng thời là sứ giả hòa bình giữa Chiêm Thành và Đại Việt, giờ đây nàng cảm thấy vui vì được làm vợ một vị quân vương. Nàng thầm cảm ơn Phụ hoàng đã khéo chọn cho mình một tấm chồng xứng đáng, một đấng anh hùng của gái thuyền quyên nữa. Huyền Trân e ấp thẹn thùng nhẹ nhàng bước ra khỏi kiệu hoa, khép nép nàng chắp hai tay trước ngực, cúi mình quỳ phục xuống chào, Vua Chế Mân vội vàng đến sát bên nàng, đưa hai tay nhẹ nhàng đỡ nàng đứng dậy. Họ như đôi trai tài gái sắc, mới gặp nhau lần đầu mà dường như đã quen thân nhau trong muôn vạn kiếp. Đúng là ông tơ bà nguyệt đã khéo xe nên mối lương duyên này.

Nàng nhỏ nhẹ cất tiếng nói bằng ngôn ngữ Champa khiến cho Chế Mân giật mình, vì chàng không tin rằng chỉ mới có mấy năm mà nàng học ngôn ngữ khó nổi tiếng này nhanh đến thế! Vua Chế Mân đăm đăm nhìn nàng với vẻ ngạc nhiên không ít. Đưa mắt nhìn thoáng qua, thấy nàng phục sức theo mỹ thuật của Champa rất là điệu nghệ, mới trông như nàng là con gái của mẫu quốc tự ngàn xưa rồi. Đồng thời tiếng Champa của nàng rất thông thạo, đối đáp tài tình trôi chảy, khiến cho Chế Mân không khỏi tán thưởng thầm trong lòng và nghĩ: Rồi đây ta sẽ có một Hoàng hậu xứng đáng là "mẫu nghi thiên hạ".

Nhà Vua nở nụ cười nhân hậu hỏi nàng có khỏe không cũng như đường xa vạn dặm, sóng nước trùng khơi có làm cho ngọc thể của nàng bị mỏi mệt chăng?

Công chúa Huyền Trân chắp hai tay lại, cúi đầu khẽ tâu: Muôn tâu Thánh thượng, thần thiếp và người trong đoàn thuyền đến từ Đại Việt, tất cả đều khỏe mạnh, chỉ có một vài vị không quen với sóng nước đại dương, nên hơi bị say sóng chút ít thôi. Đó là nhờ hồng ân Thánh thượng vậy.

Nghe nàng nói tiếng Champa chuẩn mực, phát âm đúng điệu, khiến cho Chế Mân đi hết ngạc nhiên này đến ngạc nhiên khác, nhà Vua đâu có ngờ rằng Vua Anh Tông đã cho người dạy nàng tiếng Chiêm từ ba bốn năm nay. Trông vóc dáng, ngắm hình hài, rồi nghe tiếng nói, khiến cho Quân vương không tin vào tai mắt mình được đó là Huyền Trân, một Công chúa của Đại Việt, mà là một Paramecvari của Chiêm Thành tự thuở nào rồi! Nghĩ như vậy nên Vua Chế Mân khấp khởi mừng trong dạ, vì trong buổi lễ đại triều hay tham dự yến tiệc với quần thần bá quan văn võ mà nàng tận dụng được ngôn ngữ phía nhà chồng để tán dương, cổ vũ tinh thần hòa hợp giữa hai nước Việt-Chiêm thì còn có gì hơn nữa. Đây chính là hình ảnh đẹp nhất, mà người con gái Đại Việt lần đầu tiên mang đến tặng cho đấng quân vương không khách sáo, đãi bôi. Chàng mừng thầm trong bụng, vì khi nàng đã giỏi tiếng Champa như thế, thì những lễ nghi, tập quán của đương triều, chắc rằng nàng cũng đã học qua nhanh thôi và điều quan trọng là nàng phải biết cách xử sự khéo léo như thế nào để Chánh hậu Tapasi người Java không sợ mất ngôi Hoàng hậu và nhất là cái đẹp duyên dáng trẻ trung của nàng, không khiến cho bà Hoàng này phải lo âu và tìm cách này hay cách khác, tạo ra những nỗi khó khăn nhất định để cho nàng Công chúa Đại Việt sẽ nản chí, thúc thủ nơi chốn khuê trung của một nữ lưu đã xuất giá.

Khác hẳn với những gì như Vua Chế Mân đã nghĩ, nàng đã được Thầy về ngôn ngữ dạy tiếng Champa, đã được Mẫu hậu Khâm Từ dạy cho cách làm vợ chiều chồng như thế nào, biết nâng khăn sửa túi ra sao. Các nhà chuyên môn dạy cho nàng đủ cả các môn thuộc về công, dung, ngôn, hạnh, nên nàng hội nhập nơi đây một cách dễ dàng nhanh chóng.

Hai bên đường đi từ hải cảng Pat-Thinưng đến cửa thành Đồ Bàn dài độ 8 cây số, cờ xí được trang trí rợp trời và cửa nhà nào cũng chưng dọn sạch sẽ, bày hương án để tiếp đón nàng dâu trẻ trung đến từ Đại Việt. Vua Chế Mân nhẹ nhàng dìu Huyền Trân lên kiệu hoa đã chờ sẵn, có đến 10 ngự lâm quân mặc đồ Chiêm Quốc, với dáng điệu sẵn sàng để kiệu Quân vương và Công chúa hướng về thành Đồ Bàn (Vijaya). Một số kiệu khác dành cho đoàn đại biểu của Vua Trần Anh Tông, trong đó có cả Trạng Nguyên Mạc Đĩnh Chi, Thượng Tướng Trần Khắc Chung, Ngự sử Đoàn Nhữ Hài cũng như các quan của hai nước lững thững theo nhịp điệu của tiếng ngựa chạy, khiến cho ai nấy ở hai bên đường cũng cảm thấy nôn nao và mong sao trộm nhìn được hình hài của cô dâu đến từ Đại Việt. Thỉnh thoảng nàng vén bức màn lên để nhìn ra hai bên đường, thấy nhà cửa cũng tươm tất, gọn gàng, đường sá sạch sẽ dễ nhìn, người dân hiền lành nhưng nét mặt còn nhiều vẻ kham khổ.

Thành Đồ Bàn rộng mênh mông, tất cả đều xây bằng gạch nung màu đất đỏ, trông có vẻ dân dã, mộc mạc, chất phác, nhưng là một nền văn minh lâu đời đã bị ảnh hưởng bởi Ấn Độ giáo, nên ở đây đa phần người ta ăn chay, thỉnh thoảng lắm mới nghe người ta nói đến chuyện sát sanh hại vật để cúng tế thần linh. Nhìn chung quanh khuôn viên của triều đình rộng lớn tại thành Đồ Bàn này, nàng không cảm thấy mình bị cô đơn lạc lõng, mà còn trái lại với những ý nghĩ trước khi lễ vu qui này là khác nữa, vì ngoài những lầu son gác tía ra, còn có những hương liệu kỳ nam, trầm hương, cây quế v.v… đan xen với những loài hoa quý như hoa lan, hoa champa, chim ưng, chim yến, bạch tượng v.v… cùng cung tần mỹ nữ, gấm vóc lụa là v.v… đã nói lên được một sức sống đầy thi vị của một thế giới cung đình riêng biệt.

Thế thì tại sao vẫn còn có người dị nghị cho rằng Chiêm Thành là một nước vẫn còn man di, mọi rợ? Có phải như thế chăng? Hay đó chỉ là những lời đố kỵ, đồn đãi để làm nhủn chí của nàng Công chúa Đại Việt trước khi cất bước vu quy? Thật ra Huyền Trân tin vào lời của Phụ hoàng Trần Nhân Tông nhiều hơn là sự đồn đãi của thế gian. Xưa nay việc thương ghét vốn là một chuyện thường tình, nàng tin Phụ hoàng hơn những người ngoài, vì lẽ ai lại muốn đem con mình sinh ra gả cho những người kém văn hóa? Điều ấy ắt hẳn là không có rồi. Vả lại Phụ hoàng đã ở đây đến 9 tháng trời trong năm 1301, thì chắc rằng Phụ hoàng sẽ không lầm được. Người ta có thể tin hay không tin điều này, nhưng khi đến đây rồi, ta mới chứng kiến được đâu là sự thật và đâu là sự thị phi nhơn ngã của người đời.

Trong khi nàng suy nghĩ miên man như vậy, Quốc Vương Chế Mân khẽ bảo với Huyền Trân rằng: Nàng và các tỳ nữ Đại

Việt sẽ được các cung nữ Chiêm Thành đưa vào hậu cung nghỉ ngơi để chờ ngày mai thiết triều sắc phong làm Hoàng hậu của Chiêm Quốc.

Đoàn thuyền đưa tiễn vu quy đến từ Đại Việt, Vua Chế Mân cũng đã cho an trú tại một nơi nghỉ riêng, gọi là "Thượng khách đường", nơi ấy có đầy đủ những cung tần mỹ nữ phục dịch trong nhiều ngày, kể cả âm nhạc của Đại Việt cũng được trình tấu nơi đây để tạo nên sự khuây khỏa cho những người ly hương trong muôn vạn dặm. Những buổi tiệc tùng cũng được dọn ra hai loại khác nhau thuộc sơn hào hải vị của hai nước. Tuy văn hóa dân gian hay phong tục, thủy thổ của hai nước tương đối khác nhau, nhưng dần dà rồi đoàn người tiễn lễ vu quy đã quen dần với những món ăn, thức uống của Chiêm Quốc, khiến cho nhiều người muốn lưu lại lâu hơn nữa, nhưng phải đành cất bước quy cố hương sau một tháng cư ngụ tại thành Đồ Bàn này.

Bây giờ chỉ còn một mình Huyền Trân Công chúa đối diện với nỗi cô đơn khi hoàng hôn buông xuống, nhất là nhớ đến Mẫu hậu và Thượng Hoàng cũng như những cung nữ nơi Thiên Trường. Đôi khi nàng buột miệng than rằng:

- Tại sao chỉ có một mình Huyền Trân này gánh nặng với nợ của nước non, còn những bậc tu mi nam tử hay những nữ nhi hào kiệt khác, tại sao không thay thế chỗ đứng của nàng được, mà Phụ hoàng phải đặt ta vào đây?

Hỏi chỉ để mà hỏi vậy thôi! Chứ trong đầu của Huyền Trân cũng đã hiện ra không biết bao nhiêu là câu trả lời để điền vào chỗ trống cho hợp lý ấy.

- Có lẽ Phụ hoàng của ta muốn cho sự giao hảo giữa hai nước càng ngày càng gần gũi hơn và nhất là biên cương giữa hai nước không bị quấy nhiễu, để cho dân lành làm ăn sinh sống. Đây có thể là lòng từ bi của cha ta khi nghĩ đến muôn dân, mà hạnh ấy vẫn là một trong muôn hạnh của người thực hành Bồ Tát đạo, nên ta cuối cùng chỉ là một phương tiện để Phụ thân ta thực hành con đường Bồ Tát đạo ấy, nhằm lợi lạc cho nhân dân và triều đình bá quan văn võ. Nếu một thân gái này mà về đây tạo nên sự an bình cho hai dân tộc, thì ta đâu có ngại ngùng gì hy sinh phận liễu yếu thuyền quyên này để non sông bờ cõi của hai nước Việt-Chiêm không có ai còn phải hy sinh thân mệnh, tài sản của cải nữa cả, nhà nhà được an cư lạc nghiệp, ca khúc khải hoàn khi Xuân đến Thu sang. Nếu chỉ một thân gái này mà đánh đổi được ngần ấy việc thì tại sao ta lại buồn than cho một kiếp số hồng nhan? Nếu ta không lấy chồng ở nước Champa thì ta cũng phải lấy chồng ở Đại Việt. Lại biết đâu còn phải đi xa hơn nữa như Chiêu Quân Cống Hồ thì sao? Thân gái dặm trường 12 bến nước, trong nhờ đục chịu, biết có sao hơn. Vả lại mỗi con người sinh ra trong cõi đời này đều do một định nghiệp đã có sẵn từ trước, liệu ta có cưỡng lại được chăng?

Cuộc lương duyên này không là một sự đổi chác để phải đem con gái gả cho một đấng quân vương, mà là một hảo ý của cha ta khi thăm Chiêm Quốc lúc ta mới 14 tuổi. Sau khi đến tận nơi quê hương này, tận mắt nhìn thấy, quan sát nhiều phương diện cha ta đã khởi lên ý định gả ta cho Chế Mân. Còn việc đổi trao Châu Ô cùng Châu Lý là do anh ta cũng như những vị quân sư của triều đình, chứ Phụ hoàng của ta và ngay cả bản thân của ta đây nữa cũng chưa bao giờ có dụng ý như thế. Đành rằng bờ cõi phải được mở mang về phương Nam, nhưng nếu khiến người mất để ta được, làm như vậy sẽ không đúng với hạnh nguyện của một bậc Bồ Tát xuất gia hay tại gia khi thực hành Lục Ba La Mật. Nếu điều gì đó mà có lợi cho mình, hại cho người thì người thực hành hạnh Bồ Tát không nên phạm đến. Phụ hoàng hứa gả ta cho Chế Mân vì có cảm tình với người xứng đáng, cũng như muốn tạo nên sự giao hảo giữa hai nước được tốt đẹp hầu góp sức chống giặc phương Bắc; còn ta là "cành vàng lá ngọc" của một chốn triều ca tại Đại Việt, nhưng nếu vì sự lợi lạc cho quốc gia, sơn hà xã tắc, thì ta cũng không tiếc gì tấm thân tứ đại này để hiến dâng cho một bậc Quân vương, người mà theo Phụ vương nghĩ đáng để cho ta nâng khăn sửa túi suốt cả một cuộc đời này.

Giữ đúng lời hứa với Thái Thượng Hoàng Trần Nhân Tông là Phụ hoàng của Huyền Trân lúc trước, nên Vua Chế Mân chính thức phong tước Hoàng hậu cho Công chúa Huyền Trân. Do đó tất cả các vị Lãnh chúa từ các lãnh địa Amaravati, Vijaya, Kâuthana và Panduranga đều có mặt từ hôm trước tại kinh đô Đồ Bàn như đã được dự định. Các vị Tăng Lữ của các Tôn Giáo, quần thần bá quan văn võ của triều đình đều tề tựu đông đủ. Đồng thời những quan phủ, quan huyện địa phương cũng như quần chúng nhân dân trăm họ gần thành Đồ Bàn đều tụ tập về đây để dự lễ phong tước Hoàng hậu cho được long trọng. Công chúa Huyền Trân đã được các cung nữ Chiêm Thành và viên quan đặc trách lễ tấn phong hướng dẫn Công chúa vào đại sảnh, sau khi Phái đoàn Đại Việt đã đến trước đó và ngồi vào vị trí đã định sẵn.

Vua Chế Mân oai vệ với bộ long bào lộng lẫy. Đầu đội nón tai hoa, bụng đeo gươm báu, chói sáng chung quanh mình. Đôi hia nạm bạc lấp lánh như sao trời. Chỉ ngần ấy phục sức thôi, cũng đủ để thấy nhà Vua đường đường bệ vệ là dường nào. Khi Vua bước vào đại sảnh tất cả các quan văn võ đều đứng dậy để nghinh tiếp và sau đó làm lễ bái yết nhà Vua, đoạn Vua vẫy tay cho quần thần an tọa và ra lệnh cho các cung nữ cung tiến Hoàng hậu nhập cung an tọa bên cạnh Đức Vua. Nàng cũng quì gối thi lễ và nhà Vua bước đến bên nàng, nhẹ nhàng hai tay đỡ lấy Công chúa Huyền Trân đứng dậy và dìu nàng ngồi vào chiếc ghế dát vàng bên cạnh chiếc ngai vàng khảm ngọc dành cho Hoàng đế. Chế Mân truyền cho mọi người bình thân và tuyên bố:

- Trong không gian của Đại Sảnh cung đình Champa hôm nay, cũng nhân thời khắc vàng son lịch sử này, Công chúa Huyền Trân chính thức là Hoàng hậu của trẫm, ta phong tước Hoàng hậu cho nàng với tước hiệu là Hoàng hậu Paramecvari của Champa. Hoàng hậu Paramecvari là mẫu nghi của thiên hạ và cũng là nàng dâu của dân tộc và đất nước Champa này. Ta không ngại tài mình còn kém, đức mình còn mỏng, nên đã chấp nhận lời hôn ước này từ 5 năm về trước, khi Phụ hoàng Trần Nhân Tông có dịp đi thăm viếng nước này và hôm nay lời ước ấy đã hình thành, ta chính thức gọi nàng là Hoàng hậu của đời ta cũng như của nhân dân trăm họ đất nước Champa này. Ta mong rằng các khanh hiểu được ý ta trong cuộc lương duyên này là cốt làm sao cho tình hữu nghị giữa hai nước luôn được vững bền, biên cương bờ cõi của hai nước không còn lấn chiếm như xưa nữa. Đó là điều ta mãn nguyện vô cùng.

Sau khi Quốc Vương Chế Mân tuyên bố quyết định như vậy, cả Đại Sảnh đều rạng lên một không khí vui tươi khó tả. Nào tiếng vỗ tay chen lẫn với lời chúc tụng; nào lời ra tán vào; nào sự trầm trồ khen ngợi Công chúa lẫn với sự so sánh cùng Hoàng hậu Tapasi, vì cả hai người đều đến từ ngoại quốc, Quốc vương Chế Mân đã cầu thân cả Nam Dương và Đại Việt là một điều ít có một vị vua nào của Chiêm Thành xưa nay nghĩ đến.

Quốc Vương Chế Mân chỉ thị cho Viện Hàn Lâm viết tờ chiếu để nhà Vua đóng triện và sau đó ban hành bố cáo sự thể trọng đại này cho thần dân Chiêm Quốc khắp chốn, khắp nơi được tỏ tường.

Tiếp đến là lễ chúc mừng hôn lễ của đôi trai tài gái sắc. Đại Việt bây giờ đã có Phò Mã là người Champa và Chiêm Thành bây giờ đã có người dâu hiền là Huyền Trân Công chúa. Nào quà cáp, nào đờn ca, dạ yến, nào sơn hào hải vị được mang ra để đãi cho sự kiện trọng đại này. Sau đó đại diện của triều đình Đại Việt có Mạc Đĩnh Chi, Đoàn Nhữ Hài và Thượng Tướng

Trần Khắc Chung tiến lên phía trước nâng ly chúc mừng mối lương duyên tốt đẹp giữa hai quốc gia láng giềng và có lời gởi gắm tân nương cho tân lang, vì lẽ đường xa nghìn trùng cách trở, không phải một sớm một chiều mà gặp lại được mẹ cha hay những người thân yêu ruột thịt. Bởi thân gái dặm trường, nên Thượng Tướng Trần Khắc Chung đã gởi gắm hết lời.

Tiệc cưới linh đình đã được mở ra tại chốn Hoàng Cung cho đôi Tân Lang và Tân Giai Nhân có cơ hội thi thố tài năng, sắc diện, nhằm giới thiệu cho bá quan văn võ triều đình biết rằng đất Chiêm Thành đã có một Hoàng hậu gốc Đại Việt lịch lãm và duyên dáng như thế. Mặt khác Chiêm Thành cũng muốn giới thiệu Quốc Vương của họ với những vị Sứ thần của Đại Việt là họ cũng có một chàng Phò Mã tương xứng vô cùng. Cả Vua Chế Mân (Jaya Simhavarman đệ tam) và Hoàng hậu Paramecvari (Huyền Trân Công chúa) đều cùng hòa điệu hát múa theo vũ khúc "Mia-Harung" mở màn cho buổi Đại Yến hôm nay. Ai ai cũng đưa mắt nhìn họ bằng nhiều cách trầm trồ thán phục khác nhau. Đầu tiên là các quan văn võ Chiêm Quốc bình phẩm về Hoàng hậu Paramecvari.

- Sao! Đại Việt có nàng Công chúa đẹp tươi như vậy lại về Chiêm Quốc làm dâu?

- Vì lẽ Thượng Hoàng Trần Nhân Tông đã ước hôn cách đây mấy năm, nên mối lương duyên hôm nay chỉ là kết quả của lời hứa lúc trước mà thôi.

- Ở bầu thì tròn, ở ống thì dài. Vả lại nhập gia phải tùy tục, nhập giang phải tùy khúc là vậy.

- Tuy tuổi tác giữa Vua và Hoàng hậu có chênh lệch nhau khá nhiều, nhưng họ như mỗi người đều trẻ ra hơn nhiều tuổi.

- Vì Thượng Hoàng Trần Nhân Tông có cái nhìn thật là sâu sắc.

- Đó là cái phúc hay cái họa của Chiêm Thành?

Đó là những lời ca ngợi tán dương cũng như hoài nghi về mối lương duyên này, nhưng dù sao đi chăng nữa thì hình ảnh hai người ấy bên nhau, cùng hòa một nhịp với con tim rộn lửa yêu thương, thì chắc rằng họ sẽ mang lại hạnh phúc cho chính họ và ngay cả cho hai dân tộc Việt-Chiêm sau này, nếu họ có con cái nối dõi hoàng triều.

Buổi dạ yến còn tiếp diễn nữa cho đến khuya với những vũ nhạc cung đình của Champa liên hệ với những điệu vũ Tây Thiên Trúc cùng những điệu vũ của nữ thần nghệ thuật Sravastri và vũ điệu Thiên Thần Vũ Nữ Apsara cùng với những nhạc cụ cổ điển của dân tộc Chiêm như kèn Sarana, trống đôi Ginăng, hay trống chiếc cho một người xử dụng như Paranưng v.v… đã làm cho buổi dạ yến cung đình càng về khuya càng có nhiều ý nghĩa lung linh mầu nhiệm nhiều hơn. Cũng có những đoàn vũ công của triều đình Đại Việt đến để giúp vui đại yến hôm nay. Nội dung không ngoài những điệu múa "lục cúng" dâng hoa, đèn cũng như những điệu múa nhân gian khiến cho tâm tư của Hoàng hậu Paramecvari trong một giây phút nào đó đã chạnh lòng hướng về cố quốc xa xăm, nơi ấy đang còn Phụ hoàng và Mẫu hậu Khâm Từ ngày đêm đang trông ngóng về người con gái Út đã lấy chồng biệt xứ xa xăm. Tuy nhiên bên cạnh Hoàng hậu đã có một bậc Quân vương tài hoa phóng khoáng, khiến cho nàng cũng yên tâm mà trao thân gởi phận, không một chút ngại ngùng nào.- Cái gì rồi cũng sẽ qua đi và thời gian sẽ là một liều thuốc giá trị nhất để chữa lành những căn bịnh, dầu cho bịnh ấy có nan y đến bao nhiêu đi chăng nữa.

Buổi dạ yến chấm dứt, Quân vương và Hoàng hậu trở về phòng riêng của mình và giờ đây hai người họ là một, hòa quyện vào nhau để chìm vào một thế giới của tục đế, nhằm ghi lại mối tình đầu của một bậc Quân vương và một Hoàng hậu không cùng ngôn ngữ và văn hóa, nhưng họ đã tâm đầu ý hợp với nhau khi nghe Thượng Hoàng Trần Nhân Tông báo tin ấy từ năm 1301. Trong 5 năm trường ấy đã có không biết bao nhiêu là nỗi nhớ niềm mong, khiến cho hai con tim của hai đầu xứ sở cứ phập phồng nghe ngóng, trông đợi để một ngày được hòa quyện vào nhau và nay chính là lúc phải thời.

Sau những ngày bên nhau, Hoàng hậu Paramecvari đã chính thức về ngự ở Tây cung, trong khi đó Hoàng hậu Tapasi vẫn ở bên Đông cung. Hoàng hậu Paramecvari không những bây giờ là một nhịp cầu nối liền tình đoàn kết của hai dân tộc Việt-Chiêm, mà còn là một người luôn gần gũi bên Đức Vua Jaya Simhavarman đệ tam, một người anh hùng của dân tộc Chiêm Thành. Vì lẽ Hoàng hậu đã giỏi tiếng Champa ở mọi lãnh vực, nên nàng càng ngày càng được Quân vương sủng ái hơn so với đệ nhất chánh cung Hoàng hậu Tapasi, vốn sinh trưởng tại Java, Indonesia, tuy sắc sảo, mặn mà, nhưng Paramecvari thì trẻ trung hơn cũng như lịch thiệp hơn qua phong cách của người con gái xuất thân từ Đại Việt.

Riêng về tín ngưỡng cả 3 người đều khác nhau, nhưng họ đã có chung được một niềm tin là xây dựng Chiêm Quốc trở nên hùng mạnh và kết thân với những dân tộc lân bang, nên tinh thần ấy đã cổ võ cho nhà Vua rất nhiều trong việc trị nước an dân.

Vua theo Ấn Độ giáo, Hoàng hậu Tapasi theo Hồi Giáo và Huyền Trân Công chúa theo Phật giáo. Khi người ta yêu thì người ta dễ tha thứ cho mọi việc, nhưng khi tình yêu không còn được mặn nồng nữa thì bao nhiêu việc lôi thôi lại hiện về. Bấy giờ con cái sẽ theo ai đây? Theo cha thì bỏ mẹ hoặc ngược lại theo mẹ thì phải bỏ cha. Hay là hòa đồng tôn giáo cho cả ba lãnh vực này? Cha theo đạo Ấn, Mẹ theo đạo Hồi và Đạo Phật? Đây là một dấu hỏi to tướng đã làm đau đầu nhức óc cho các nhà Tôn Giáo học xưa nay trên quả địa cầu này. Ngày xưa khi chế độ mẫu hệ còn tồn tại thì con cái trong gia đình do mẹ sắp đặt, kể cả vấn đề tín ngưỡng, đạo giáo. Còn ngày nay đa phần các quốc gia trên thế giới đều lấy họ Cha và ngay cả người con gái khi về nhà chồng cũng phải đổi họ của mình ra họ của nhà chồng để cho dễ phân biệt là người con gái ấy đã thuộc về tộc họ khác. Ngày nay thế giới văn minh hơn, để tránh vấn đề xung đột tôn giáo trong gia đình nên con cái khi sinh ra theo đạo của cha mình hay mẹ mình đều được cả, cho đến khi nào đứa trẻ hiểu biết lúc 18 tuổi hay 20 tuổi thì lúc ấy chúng có quyền chọn đạo để theo, dầu là đạo của cha hay đạo của mẹ đang theo đều tốt cả.

Quốc vương và Hoàng hậu Paramecvari tín ngưỡng có khác nhau ít nhiều, kẻ theo Ấn giáo, người phụng thờ Phật đạo. Vì đã xuất giá thì phải theo chồng đó là việc đương nhiên, nhưng trong tâm khảm của Hoàng hậu Paramecvari, bà luôn muốn chồng mình hướng về Đạo Phật để cho tinh thần từ bi và trí tuệ của Phật giáo sẽ lan tỏa khắp nhân gian, như Phụ hoàng của mình đã đem Kinh Thập Thiện vào nhân gian để giáo hóa, khiến cho dân chúng sống ở đâu cũng cảm thấy an bình, không sợ trộm cắp ngày cũng như đêm, không lo chiến chinh loạn lạc nữa.

Vương Quốc Chiêm Thành thuở ấy sau khi đã nộp sính lễ Châu Ô và Châu Lý để cưới Huyền Trân Công chúa rồi thì Chế Mân lúc bấy giờ chỉ còn ngự trị một dải giang san thu hẹp hơn từ bên này đèo Hải Vân chạy dài đến Phan Rang, Phan Rí. Miền Bắc đèo Hải Vân đã thuộc về lãnh địa của Đại Việt và Miền Nam của Phan Rí thuộc về nước Phù Nam. Họ có văn hóa, ngôn ngữ và phong tục riêng. Cho nên muốn giao hảo với những nước này phải có những vị Đại Thần hay Sứ giả đến trao đổi văn thư với nhau trước khi thực hiện một điều gì.

Quốc Vương và Hoàng hậu thường hay rời cung son đi đến khắp nơi trong đất nước để thăm viếng lương dân, đi đến đâu cũng được dân chúng tiếp đãi ân cần và luôn tri ân Quốc Vương cũng như Hoàng hậu của họ.

Đầu tiên họ đến Ngũ Hành Sơn để ra mắt Thần linh Champa. Vì đây là những núi đồi cùng những hang động thiên nhiên rất nổi tiếng. Từ vùng đất bằng phẳng gần mặt biển, tự dưng 5 quả núi lại nổi lên như những vừng mây xuất hiện giữa không trung, mang biểu tượng của Kim, Mộc, Thủy, Hỏa, Thổ khiến cho ai lần đầu mới đến đây đều cúi đầu xuống để tạ ơn tạo hóa, vì đã bồi đắp cho quê hương này được hình thành như vậy. Tương truyền rằng Bồ Tát Quan Âm đã xuất hiện nơi đây và vì Tôn Ngộ Không không trả lời được những câu hỏi, nên Quan Âm đã hóa phép và dùng 5 ngón của một bàn tay nhốt Tôn Ngộ Không vào đó, sau này trở thành 5 hòn núi có tên gọi như trên và chờ cho đến khi nào Ngài Huyền Trang Tam Tạng đi Thiên Trúc để thỉnh kinh, dùng năng lực của mình gỡ lá bùa ra thì Tôn Ngộ Không mới thoát ra khỏi núi này được và theo Thầy tiếp tục đi Thiên Trúc để thỉnh kinh. Đây là những truyền thuyết dân gian của những dân tộc đến sau đó, chứ trên thực tế Ngài Huyền Trang sang Ấn Độ thỉnh kinh từ năm 619 không đi ngang qua đất nước Đại Việt hay Chiêm Thành. Vả chăng đây là ý niệm tôn xưng những vẻ đẹp của phép Phật nhằm thăng hoa Phật giáo để niềm tin của người con Phật càng ngày càng được củng cố nhiều hơn.

Ngũ Hành Sơn này nơi có những vị Thần Linh của Champa ngự trị cũng không khác đỉnh thiên Yên Tử hay động Phong Nha là bao, nên khi Thượng Hoàng Trần Nhân Tông ghé lại đây vào năm 1301 đã say đắm cảnh sắc nơi này và cũng đã làm những bài thơ ghi lại những cảm xúc khi đến đây. Nhưng rất tiếc là khi giặc Minh đến chiếm cứ Đại Việt lần thứ 3 vào năm 1418 thì văn thơ, sử sách của hai triều Lý, Trần họ đã mang về Kim Lăng ở Trung Quốc đốt sạch, khiến cho ngọn lửa cháy suốt đến 3 tháng dài mà vẫn chưa tắt, trong đó có tất cả những sách vở của tiền triều. Thật ra cái tội của người phương Bắc rất lớn đối với Đại Việt, nhưng đa phần các bậc Quân vương và triều thần của Đại Việt là những Phật tử thuần thành, hiểu sâu lý nhân quả, nên họ không gây thù chuốc oán với ai, chuyện quá khứ đã cho về quá khứ và họ chỉ luôn hướng đến tương lai để xây dựng một cuộc sống an lạc hạnh phúc hơn.

Thánh địa Mỹ Sơn gần Trà Kiệu thuộc tỉnh Quảng Nam ngày nay do vua Bhadravaman xây dựng từ cuối thế kỷ 4, đã trải dài qua nhiều thời gian năm tháng như thế, nhưng khi Chế Mân và Huyền Trân đến đây vào năm 1306 thì những chùa tháp cũng như lăng tẩm của các bậc quân vương tiên triều vẫn còn tồn tại. Họ đã đến đây và quỳ lạy dâng hương trước tượng thần Shiva, vốn là đấng toàn năng của Bà La Môn giáo, người đã tạo ra đất trời vạn vật. Họ khấn nguyện cho một vương quốc Chiêm Thành thịnh vượng, một quốc dân hùng mạnh để vượt thoát những đói nghèo và để ngăn chặn đạo quân hung hãn từ Trung Quốc, lúc họ muốn xâm chiếm Đại Việt và Chiêm Thành qua cả đường bộ lẫn đường thủy.

Kế tiếp nhà Vua và Hoàng hậu cũng đi thăm Phật Học Viện Đồng Dương của Phật giáo gần cây Tháp Bằng Ang. Đây là nơi mà Phụ hoàng Trần Nhân Tông đã dừng chân lại nhiều tháng của năm 1301 để trao đổi, học hỏi những khuynh hướng Phật giáo thuộc các truyền phái khác như Pali, Sanskrit và Kim Cang Thừa. Tu Viện này nằm ở tỉnh Quảng Nam (Indrapura) ngày nay, do vua Indravarman đệ nhị cho xây dựng hồi thế kỷ thứ 9. Đây là một Tu Viện của Phật giáo Đại Thừa nguy nga đồ sộ lớn nhất tại Đông Nam Á lúc bấy giờ và Tu Viện này có thể so sánh với Borobudur ở Yoyakarta tại Indonesia cùng thời. Tuy nhà Vua theo Ấn Giáo, nhưng Hoàng hậu Paramecvari (Huyền Trân) theo Phật giáo, nên khi du hành đến đây cả hai vị đều lễ Phật cũng như thăm hỏi những vị Sư đang lưu trú tại đây. Thời đó đã có nhiều vị Quốc Sư của các nước Nam Á xuất thân từ Tu Viện này. Nếu nhìn xa hơn một chút nữa thì vào thế kỷ 7 tại Ấn Độ, Đại Học Nalanda đã có hơn 10.000 sinh viên Tăng Ni tu học, thì hai trung tâm ở Quảng Nam (Indrapura) và ở Yoyakarta (Borobudur) cũng là hai trung tâm Phật giáo Đại Thừa phát triển thật là nổi bật. Nhưng cả 3 nơi này, nơi thì bị Hồi Giáo hiếu chiến cực đoan tiêu diệt, nơi thì bị chiến tranh tàn phá hoặc thiên tai hủy hoại, nên ngày nay nếu có ai đó muốn tìm đến những chốn lẫy lừng xưa của một thời dĩ vãng xa xôi, thì chỉ còn thấy những phế tích hoang tàn hoặc được trùng tu lại nhưng không còn cảnh quan như xưa.

Vua Trần Nhân Tông ảnh hưởng mạnh bởi Thiền Tông qua sự truyền thừa của Tuệ Trung Thượng Sĩ, nhưng khi đến đây Ngài đã có cái nhìn về Phật giáo Nam Phương một cách khác xa, nhất là trước khi Ngài xuôi Nam để giảng về Kinh Thập Thiện Nghiệp Đạo cho dân chúng của Đại Việt cũng như Chiêm Thành. Khi Điều Ngự Giác Hoàng đến đây Ngài đã đi khất thực để hành hạnh đầu đà như các vị Sư Nam Tông, ngày ăn một bữa vào giờ Ngọ. Thượng Hoàng cũng đã tiếp xúc với hệ Sanskrit có sự truyền thừa trực tiếp từ Ấn Độ, đồng thời Mật Tông thời đó cũng đã rất thịnh hành, được đem ra dạy cho các Sinh viên Tăng tại đây, nên sau này Đại Việt ở vào cuối thế kỷ 13, đầu thế kỷ 14 đã ảnh hưởng Kim Cang Thừa không ít, chắc rằng phải có sự liên hệ chặt chẽ nào đó từ Tu Viện Đồng Dương này, vì thuở ấy tại Trung Quốc, Kim Cang Thừa chưa có ảnh hưởng mạnh gì mấy đối với Phật giáo Đại Việt.

Càng nhìn cách kiến trúc cổ xưa của Tu Viện, Huyền Trân Công chúa càng khâm phục các vị Tiên đế của Chiêm Quốc, mặc dầu đa phần các vị vua ở đây đều theo đạo Bà La Môn, nhưng với Phật giáo họ đã hỗ trợ hết mình để kiến lập nên những trung tâm giáo dục đồ sộ như thế. Quả là điều đáng ngưỡng mộ biết bao và nàng thầm nhủ rằng: Từ nhỏ ta đã biết non thiêng Yên Tử, đã nghe được những câu Pháp Ngữ Thiền Tông từ Ông cậu Tuệ Trung Thượng Sĩ và nhất là Mẫu hậu của ta, tuy bà không liễu ngộ Thiền Tông như các bậc Tăng Sĩ, nhưng nhờ bà mà đã giúp cho các chùa viện được phục hưng hay xây dựng mới. Đó chính là những việc nơi hậu cung, khi nhà Vua về an nghỉ nơi Thăng Long hay Thiên Trường, chính những lúc này bà mới đề nghị Thượng Hoàng nên cúng dường trai tăng chùa nào, cho thêm ngân quỹ nơi nào còn thiếu hay giúp kinh phí để đào tạo chư Tăng Ni tu học. Đây chính là những hình ảnh khiến cho Hoàng hậu Paramecvari luôn gợi nhớ và quyết phải làm một việc gì đó khi lấy chồng về Chiêm Quốc này để báo ân Phụ hoàng và Mẫu hậu trong muôn một. Những sự suy nghĩ tính toán như vậy luôn hiện hữu trong tâm trí của Hoàng hậu Paramecvari và có lần bà đã đề nghị với Đức vua rằng:

- Muôn tâu Bệ hạ! Thần thiếp được biết rằng, khi Đức Phật còn tại thế các vị Vua Tần Bà Sa La, Vua Ba Tư Nặc, A Xà Thế và nhất là Trưởng Giả Cấp Cô Độc cũng như đại thí chủ Ưu Bà Di Tỳ Xá Khư đã cúng dường Thiên Tăng hội nhiều lần trong năm hay ngay cả trong nhiều mùa An Cư Kiết Hạ của chư Tăng Ni, tại sao chúng ta không thể thực hiện được điều ấy?

- Việc ấy đâu có khó khăn gì. Có thể ngày mai đây chúng ta sẽ thực hiện để tạo phước cho con cái của chúng ta sau này. Khanh nghĩ sao?

- Muôn tâu Thánh thượng! Đó là hảo ý của Thánh quân, mà trong lòng của thần thiếp này cũng mãn nguyện vô cùng, vì hình như trong dạ sâu kín này đã có mầm mống và sự sống của một hài nhi do Thánh quân xuống phước.

- Ồ! Vậy sao? Sao Hậu không cho ta biết?

- Tiện thiếp dự định khi hồi cung sẽ báo cho Thánh thượng hay, nhưng nay nhân việc làm phước bố thí cúng dường này, thiếp xin trình báo với Quân vương để việc làm phước này có ý nghĩa hơn.

- Ta sẵn sàng nghe theo ý hậu.

Ngày hôm sau một đại lễ cúng dường Trai Tăng cho hơn 1.000 vị tại Tu Viện Đồng Dương do chính Đức vua Chế Mân và Hoàng hậu Paramecvari chủ trì dưới sự hướng dẫn của vị Viện Trưởng của Tu Viện. Lễ vật gồm 3 y, một bình bát, thuốc men cũng như cơm nước. Đây được gọi là "Tứ vật dụng" như thời Phật còn tại thế. Đầu tiên Hoàng hậu bước ra đảnh lễ Phật, đảnh lễ chư Tăng và dâng lời tác bạch.

- Nam Mô Bổn Sư Thích Ca Mâu Ni Phật.

Kính bạch Chư Tôn Đức Tăng Già,

Hôm nay chúng con gồm Đức vua Jaya Simhavarman đệ tam và Hoàng hậu đương triều Paramecvari xuất thân từ Đại Việt, chúng con xin đê đầu đảnh lễ và dâng lời tác bạch.

Chúng con thiết nghĩ rằng việc lập nên Tu Viện là nhiệm vụ của cư sĩ nhằm hộ trì chánh pháp được hoằng truyền khắp nơi trong thiên hạ. Đồng thời người cư sĩ cũng có bổn phận hộ trì cho chư Tăng Ni tu học, nhằm làm chỗ nương tựa tinh thần cho chúng sanh, nên hôm nay nhân việc thân chinh đến phía Bắc Chiêm Quốc này, chúng con xin sắm sửa trai nghi đạm bạc dâng lên cúng dường Tăng Bảo. Kính mong Quý Ngài dùng lòng từ bi doãn nạp cho.

Đoạn vị Viện Trưởng Viện Đại Học Đồng Dương đáp lại:

- Trong Đại Luật Phật dạy rằng:

"Đạo do nhân tạo
Đạo tại Tăng hoằng
Tam Bảo hưng long
Tỳ Ni vi thủ"

Nghĩa:

"Đạo này do con người tạo ra
Đạo ấy được chư Tăng hoằng truyền
Phật Pháp có hưng long hay không
Tất cả đều do Tăng Ni lấy giới luật làm đầu."

Cho nên hôm nay duyên lành đã đến, cả Thánh Quân và Hoàng hậu nhân chuyến công du ra miền Bắc của Chiêm Quốc này, lại còn có tâm lo hộ trì cho Phật Pháp, ủng hộ cho Tăng Ni tu học qua việc cúng dường hôm nay, quả là một việc làm đầy đủ ý nghĩa vô cùng cả tinh thần lẫn vật chất. Chúng tôi xin đại diện cho hiện tiền Tăng Ni chúng ở đây, thành tâm cầu nguyện chư Phật gia hộ cho Thánh Hoàng và Hoàng hậu thánh thể được an khang, luôn luôn giúp đỡ hộ trì chánh pháp, để giáo pháp của Đức Phật luôn mãi tồn tại hầu mang đến nhiều lợi lạc cho mọi người và mọi loài trong thế gian đầy khổ đau tục lụy này.

Sau khi nghe lời huấn từ ấy rồi, Hoàng hậu đứng lên lạy tạ ba lạy và Quốc Vương hướng lên Phật đài cúi đầu lễ tạ tam bái, sau đó chư Tăng tụng chú Đại Bi bằng tiếng Phạn, các lời cầu kinh bằng tiếng Pali và Chiêm Thành trước khi dùng bữa ngọ trai do Vua và Hoàng hậu dâng cúng.

Sau khi thăm Indrapura (Quảng Nam) thì Đức vua và Hoàng hậu đã đến tận Châu Panduranga để thăm viếng dân lành tại đây. Tỉnh này nằm giữa Cà Ná và Vĩnh Hảo tức là ranh giới giữa Bình Thuận và Ninh Thuận ngày nay. Họ đã thăm vườn hoa nổi tiếng Mai Uyển gồm nhiều loại mai như: Bạch mai, Hoàng mai và Hồng mai. Mai Uyển này tọa lạc trên vùng đất giao thoa giữa núi rừng và biển cả. Một bên là màu xanh biển bao la bát ngát của biển Thái Bình Dương; một bên là màu xanh cây rừng trùng điệp của dãy Trường Sơn hùng vĩ. Do vậy Mai Uyển có một cảnh quang thật là tuyệt vời. Gần vườn mai nhiều màu sắc này còn có con suối Vĩnh Hảo cho nước khoáng tươi mát ngọt ngào, mà mãi cho đến ngày nay con dân Đại

Việt vẫn còn hưởng được những giọt nước trong lành ấy để bổ dưỡng châu thân. Quả là thiên nhiên đã có sự ưu đãi cho người dân tại đây.

Khi mùa Xuân đến hoa mai nhiều màu đã nở rộ, Chế Mân và Hoàng hậu thường đến nơi đây để thưởng lãm. Cây cỏ tại đây như hớn hở đón chào một bậc quân vương anh hùng và một mẫu nghi thiên hạ biết quan tâm thưởng thức nét đẹp của thiên nhiên, một cảnh quan mà đa phần do đất trời tạo hóa đã dựng nên. Nhưng tiếc thay sau mùa Xuân năm 1307 thì nơi đây không còn thấy bóng hình của Quân vương và Hoàng hậu nữa vì Vua Chế Mân đã băng hà vào tháng 5 năm đó, chỉ còn lại mỗi một mình Hoàng hậu nên bà cũng chẳng còn tâm tình nào mà ngoạn cảnh. Ngày nay nếu ai đó có đến vùng suối Vĩnh Hảo này để lấy nước hay tắm gội có thể sẽ chợt nhớ lại một chuyện tình đẹp như mơ khi xuân về tại Mai Uyển, nằm cạnh dòng suối mát này. Một mối tình vương giả, tuy không cùng chủng tộc, không đồng tuổi tác, nhưng lại rất ngọt ngào, âu yếm. Tiếc thay cuộc tình duyên ấy quá ngắn ngủi.

Ở cuối dãy đất nghèo nàn của Chiêm Quốc thuộc Ninh Thuận và Bình Thuận ngày nay, Vua Chế Mân cũng như Hoàng hậu Paramecvari đã có những buổi phát chẩn cho dân nghèo, cũng như cứu xét những trường hợp oan uổng của dân lành lâu nay không thể kêu lên đến bậc cửu trùng được, vì lẽ các quan lại địa phương muốn ém nhẹm những vụ án bất công cũng như không muốn nơi mình cai trị mang tiếng xấu với muôn dân. Nên chuyến thăm dân cho biết sự tình này lần này, chính là cơ hội để người dân nơi đây bày tỏ oan tình và nhất là được chiêm ngưỡng dung nhan của Đức vua và Hoàng hậu đương triều. Ngoài việc nhận được sự trợ giúp thiết thực về vật chất của Đức vua ban cho, cũng như quan lại địa phương phải cho xuất kho lương thực để cứu đói ra, họ còn cảm nhận được lòng từ vô hạn của Hoàng hậu có gốc gác từ Đại Việt. Bà đã han hỏi những người già, người bệnh một cách tận tình, khiến cho nỗi đau thể xác của họ vơi đi rất nhiều, và niềm tin tưởng, ngưỡng mộ đấng Quân vương cũng như Hoàng hậu càng tăng lên gấp bội.

Khi trở lại Đồ Bàn hay lúc ngự du đây đó trên khắp xứ Chiêm Thành, Đức vua và Hoàng hậu vẫn luôn thể hiện tấm lòng vua dân như cá với nước ấy, nên bên trên được triều đình bá quan văn võ kính yêu, bên dưới thần dân của cả Đại Việt và Chiêm Quốc luôn được nghe tiếng "Quân vương Vạn tuế". Đó là niềm vui của đất trời và vạn vật, lại thêm tin vui là Hoàng hậu đã mang thai nhiều tháng, nên con dân cả hai nước đều mong ngóng đợi chờ một bình minh ló dạng, để cho sự thân hữu giữa hai nước Đại Việt cũng như Chiêm Quốc càng ngày càng bền vững hơn xưa.

Nhưng bất hạnh thay, không phải chỉ riêng cho Hoàng hậu Paramecvari mà còn cho cả hai triều đình của Chiêm Quốc lẫn Đại Việt, là Quốc Vương Chế Mân đã băng hà vào tháng 5 năm 1307 nhằm năm Hưng Long thứ 15 của Đại Việt đời Vua Trần Anh Tông. Cả triều đình Champa vô cùng đau buồn trước sự băng hà của Đức Vua anh hùng của họ. Còn Đại Việt khi đón nhận tin này, chẳng khác nào "sét đánh ngang tai" cho mối giao hảo giữa hai nước đã được tốt đẹp lâu nay, bây giờ chẳng biết làm sao hơn là thông báo tin này đến Điều Ngự Giác Hoàng, Vua Trần Anh Tông và cả triều đình Đại Việt biết. Riêng Huyền Trân Công chúa đã khóc hết nước mắt cho một bậc Quân vương tài hoa bạc mệnh và nỗi niềm của một mệnh phụ phu nhân mới ngoài 20 tuổi đã quấn vành khăn tang để thờ chồng và còn nữa, trong mình bà vẫn còn giọt máu của Quân vương sắp đến thời kỳ khai hoa nở nhụy. Quả là một sự mất mát vô cùng to lớn cho cả hai dân tộc, mà trời cao có thấu hiểu hết nỗi khổ của bà trong hiện tại không?

Lý do nào khiến cho Vua Chế Mân băng hà thì cho đến nay vẫn là một dấu ấn lịch sử, mà chưa có ai giải thích được, ngoại trừ những cung tần có mặt gần đó lúc Đức vua ban ân từ cho giai nhân, ngoài ra tất cả đều là "thâm cung bí sử", vì chuyện của Vua, của triều đình lâu nay vốn là chuyện của cung cấm, hầu như không ai được biết đến và nếu có biết đi chăng nữa thì cũng chẳng có ai muốn mang họa vào thân mà công bố sự thật để làm gì, nhất là những ông vua không phải chỉ "năm thê bảy thiếp" như người trần kẻ tục, mà ngược lại trong dân gian ai có con gái đẹp đều muốn tiến cung để gia đình và thân tộc mình có một chỗ đứng trong xã hội và đâu có ai biết được rằng những người đẹp bị nhốt lãnh cung ấy suốt cả một cuộc đời, chưa chắc gì đã lọt vào được mắt của quân vương, cho nên ở Việt Nam có tác phẩm "Cung Oán Ngâm Khúc" được ra đời cũng chính vì để diễn tả tâm sự của những người con gái như vậy.

Lâu nay dân tộc Champa vốn theo Ấn Giáo, nên sau khi băng hà, kể cả quốc vương cũng sẽ được chuẩn bị một lễ trà tỳ, nhưng đương nhiên là phải tổ chức lễ nghi thật xứng đáng với ngôi vị Đế vương của Người; trong khi đó người dân chỉ cần có củi đốt thi thể và người thân hiện diện để tiễn đưa là đủ rồi. Các quan trong Bộ Lễ, Bộ Công và các Bộ khác của triều đình đã họp lại cùng Cơ Mật Viện để hội luận trong nhiều ngày nhằm chuẩn bị cho một đại tang của một dân tộc và từ đó một Ban Tang Lễ đã được hình thành. Đầu tiên là Ban Tôn Giáo gồm có các vị Hòa Thượng chức sắc bên Phật giáo, Bà La Môn Giáo, Hồi Giáo đã được cung thỉnh vào ngôi vị chứng minh. Còn Bộ Lễ được hình thành như là một Ban Tang Lễ quy mô rộng lớn cho cả nước. Các vị quan đầu tỉnh đều phải cung tựu về thành Đồ Bàn để chuẩn bị cho một đại tang của một dân tộc.

Nhìn những đám mây đen nghịt trên bầu trời phủ xuống hoàng cung trong tháng 5 năm 1307 ấy, lòng người ai ai cũng bần thần xót dạ, khi nghĩ về một đấng Quân vương vốn là một bậc anh hùng của dân tộc; một Hoàng thượng tài hoa, luôn luôn bên cạnh triều đình và quốc dân trăm họ, thương dân như con ruột của mình; một người chồng mẫu mực biết lo cho chánh hậu và các thứ phi. Nay người ấy đã mất đi, không biết lỗi ấy sẽ quy về ai, nhưng trước mắt, đây là sự bất hạnh rất lớn lao cho cả hai triều đình của Đại Việt và Chiêm Quốc, cũng không ai biết được Hoàng hậu Tapasi và Hoàng hậu Paramecvari đang tính toán gì trước một nỗi đau to lớn như vậy?

Chương XII

Cái tang chung

Trong khung cảnh thê lương ảm đạm của cung thành Đồ Bàn khi Vua Chế Mân vừa mới băng hà vào tháng 5 năm 1307, thọ mạng 50 tuổi, là cái tuổi vẫn còn nhiều nhiệt huyết đối với quê hương và dân tộc, nhưng đúng là nghiệp lực không ai có thể cưỡng lại được thần chết. Do vậy mà cả triều đình cùng bá quan văn võ trong thành cũng như dân chúng ngoại thành, hay nói đúng hơn là cả nước, ai ai cũng bi ai sầu thảm cho cái tang chung này. Hoàng hậu Paramecvari đang nằm cô đơn và xót xa với đứa con còn trong bụng, bỗng nghe vang vọng tiếng hò của một cung nữ gốc Quảng Nam với giọng tha thiết như sau:

"Con chim Đa Đa nó kêu thất tha thất thểu
Con chim Chèo Bẻo nó đậu nhánh măng già
Nó kêu cô Sáu ơi! Cô Sáu hỡi! Ở hoài rứa răng?
Trên trời có một cái trăng, khi tròn khi khuyết chị Hằng chả lo.
Chứ ôm duyên mà giữ bo bo, hồi mua không bán, hồi cho cũng chẳng thèm..."

Nghe tiếng hò buồn thiu, lại có thêm mấy chữ Đa Đa là cái tên mà Vua Chế Mân và Hoàng hậu chọn đặt cho con, khiến cho Hoàng hậu như nhớ lại thân phận mình "chưa vui sum họp, đã sầu chia ly" rồi và từ đây về sau con mình sẽ ra sao, khi không có Hoàng thượng Chế Mân chăm sóc? Nàng thấy buồn tủi xót xa và hai dòng lệ cứ tuôn chảy ra khỏi khóe mắt lúc nào chẳng hay biết. Cứ thế và cứ thế, nàng được nghe những câu hò não nuột cứ vọng về nơi cõi lòng trống vắng của một Hoàng hậu tuổi mới vừa 20 mà trên đầu đã phải chít khăn tang cho chồng. Nỗi niềm này có ai thấu hiểu cho chăng?

Chim đa đa, chim chèo bẻo là những loại chim bình thường thôi, ít ai để ý đến, nhưng qua giọng hò xứ Quảng này nó làm cho Công chúa Huyền Trân đau xót vô cùng và ngẫm nghĩ lại thì nàng đã nghe lời hứa gả của Phụ hoàng Trần Nhân Tông cho Chế Mân khi Ngài sang đây cả mấy năm về trước, khi nàng mới 14 tuổi, chứ đâu phải nàng cãi lệnh của song đường đâu. Ở cái tuổi ấy, là tuổi mới lớn khôn của người con gái, nó giống như ánh trăng trong vào thượng tuần, không một vầng mây che khuất. Mặc dầu nàng chưa thấy được dung nhan của Chế Mân ra sao, nhưng nàng vẫn an phận, vì biết rằng khi Phụ hoàng đã "chọn mặt gởi vàng" rồi thì chắc hẳn rằng người ấy phải là người "xứng đôi vừa lứa" với mình, nên Huyền Trân đã chờ đợi cả 5 năm trường để học tiếng Chiêm Thành và những lễ nghi trong cung đình của nhà chồng, chứ đâu phải nàng ôm duyên tình ấy để chờ người khác, nếu có khác chăng thì đó là khác nòi giống, khác ngôn ngữ, khác văn hóa và tập tục truyền thống v.v... nhưng con tim và nhịp đập của hai người không khác.

Duyên nợ của nàng sau này có nhiều sử gia chê trách, nhưng cũng lắm người biểu đồng tình, vì nếu không có sự cảm thông của Phụ hoàng Trần Nhân Tông sau 9 tháng vân du tại Chiêm Quốc và đã được Chế Mân cùng triều đình tiếp đãi một cách ân cần, thì có lẽ Phụ hoàng cũng chưa nghĩ tới chuyện gả đứa con gái cưng của mình về một nơi xa lạ như thế này. Nhưng chắc rằng việc ra đi làm dâu của nàng, hơn ai hết, Vua Trần Nhân Tông biết để làm gì rồi. Mục đích chính là tạo sự thân thiện giữa hai quốc gia, nếu không làm vậy thì Chiêm Thành có thể cấu kết với quân Nguyên Mông thôn tính Đại Việt lúc nào chẳng được và quê hương Tổ Quốc này sẽ về đâu? Còn lăng miếu của tiên vương cũng như nhân dân trăm họ nữa.

Lý do thứ hai là với tư cách của một Thái Thượng Hoàng của triều đại Trần Anh Tông, một vị Sơ Tổ của Thiền Phái Trúc Lâm với Pháp danh là Điều Ngự, Ngài đã hai lần đại thắng quân Nguyên Mông vào năm 1285 và năm 1288 thì với Chế Mân, Thượng Hoàng đã rõ biết hết về tác phong, đạo đức cũng như được lòng dân, nên Thượng Hoàng mới hứa gả Huyền Trân Công chúa cho chứ không đơn thuần là lấy vật này đem đổi một vật khác, trao qua bán lại giống như là một mặt hàng vậy. Hai Châu Ô và Lý là do sau này có sự cố vấn của Trần Hưng Đạo, Đoàn Nhữ Hài, Trần Khắc Chung và Lưỡng Quốc Trạng Nguyên Mạc Đĩnh Chi cùng với Vua Trần Anh Tông ra điều kiện, chứ khi hứa gả 5 năm về trước, Thượng Hoàng đã không có một ý tưởng đổi chác như thế giữa Chế Mân và Huyền Trân Công chúa.

Nghĩ đến những điều trên Hoàng hậu Paramecvari ấm lòng vì biết rằng Phụ hoàng của mình có cái thấy xa nhìn rộng như vậy. Tuy nhiên khi ngẫm lại câu: "Chưa vui sum họp đã sầu chia ly" khiến cho nàng càng thổn thức nhiều hơn nữa. Tuy tuổi tác giữa nàng và Chế Mân cách nhau 30 niên kỷ, nhưng người chồng lịch lãm ấy đã sống mặn nồng bên nàng suốt hơn 365 ngày như thế, nàng cảm thấy hạnh phúc vô cùng, nhất là khi biết rằng trong mình đã mang được giọt máu của Quân vương là kết quả của mối tình tuyệt hảo ấy. Mặc dầu lúc bấy giờ Chế Mân đã có con trai là Thái tử Chế Chí con của Hoàng hậu Tapasi người Java ở Indonésia, nhưng với mối duyên tình nồng này, Chế Mân đã say mê Hoàng hậu Paramecvari hơn là Hoàng hậu Tapasi. Có thể người con gái Đại Việt ấy đã chiều chuộng chồng mình hết mực và ngôn ngữ Champa người cũng rành hơn Hoàng hậu Tapasi, nên đấng Quân vương lúc nào ngày cũng như đêm đều muốn cận kề bên nàng, ngay cả khi thăng đường để giải quyết những vấn đề chính trị. Cái duyên hội ngộ chỉ trên dưới một năm, mà sự chờ đợi hơn 5 năm trời mới có lễ Vu quy về Chiêm Quốc. Quả là một thời gian vô tận đối với nàng. Những tưởng rằng để bù đắp cho nỗi chờ mong lâu dài ấy, nàng sẽ ở mãi mãi bên chàng để làm người bạn đầu ấp tay gối cho vẹn chữ tào khang, nhưng chẳng may người đã ra đi, không biết bây giờ nàng phải làm sao đây?

Nghe đâu tục lệ của Chiêm Thành khi Quân vương băng hà thì Chánh hậu phải lên giàn để hỏa thiêu cùng chồng, đây là tục lệ của Bà La Môn và Ấn Giáo. Mãi cho đến ngày nay sông Hằng bên Ấn Độ vẫn còn chuyên chở tục lệ hỏa thiêu này cho những tín đồ nào tin rằng: Nước sông Hằng có công năng rửa sạch đi bao tội lỗi, nên trong suốt cuộc đời của mình, ít ra phải có một lần đến đó để tắm gội dưới dòng sông này, hay ít nhất khi chết đi, tro cốt sau khi hỏa thiêu sẽ được thả trôi trong dòng sông mầu nhiệm này xuôi về biển cả. Khi nghĩ đến điều này Hoàng hậu Paramecvari lo âu, nhưng suy đi tính lại thì nàng chẳng phải là Chánh cung, mà là Đệ Nhị Hoàng hậu của Chế Mân mà thôi, nên chắc rằng sẽ không bị lên hỏa đàn để chết cùng Quân vương. Tuy nhiên Hoàng hậu cũng cho báo hung tin này về với triều đình Trần Anh Tông và mong rằng sẽ có một quyết định nào đó để cứu nàng ra khỏi sự lo toan này. Nhưng khi nghĩ đến con thì nàng không thể bỏ nơi này, vì dẫu cho chỉ sống trong một ngày, một buổi đi nữa thì nghĩa phu thê đâu ai nỡ đành lòng, lại còn có con bên cạnh nên nàng cứ gắng vui cho có lệ và chờ đợi ngóng trông một cái gì đó trong vô vọng.

Kinh đô Đồ Bàn bây giờ đang phủ đầy một màu tang chế. Tất cả đều một màu trắng. Trên từ điện cửu trùng, dưới cho đến cỏ cây hoa lá trong vườn Ngự Uyển, đâu đâu cũng thấy được thắt khăn tang. Riêng về hai vị Hoàng hậu thì có áo mão cân đai màu trắng khác với cung tần mỹ nữ. Ngày thường nơi cung điện này ở đâu cũng chỉ nghe toàn tiếng đàn ca hát xướng với những vũ khúc vui tươi nhộn nhịp, nhưng bây giờ thay vào đó là những ca khúc buồn, nghe ra ai oán làm sao! Ngày ba buổi vào sáng, trưa và tối đều có ban nhạc lễ của Hoàng cung tấu lên những bản nhạc bi ai để hòa âm cho những vị Giáo sĩ Ấn Giáo làm lễ cúng cơm. Trong suốt một tuần lễ như vậy các vị Hòa Thượng của Phật giáo Đại Thừa cũng như Phật giáo Nam Tông cũng được thỉnh vào Hoàng cung để chứng trai và tham dự những buổi lễ cầu siêu cũng như trai đàn bạt độ. Mỗi ngày đều có giảng pháp từ các vị Pháp sư của nhiều Tông phái khác nhau. Có khi những vị này nói bằng tiếng Champa, tiếng Sanskrit, tiếng Việt, tiếng Khmer v.v... Hoàng hậu lắng nghe để cho tâm tư của mình lắng đọng xuống. Một hôm có vị Hòa Thượng người Đại Việt giảng về Vô Thường khiến cho Hoàng hậu tỉnh ngộ hơn nữa. Ngài nói rằng:

"Ngày xưa khi Đức Phật còn tại thế, Ngài có hỏi Ngài A Nan rằng:

- Vật này có hình tướng không?

- Bạch Thế Tôn! Dạ có.

- Cái gì có hình tướng thì cái ấy có bị vô thường chi phối không?

- Kính bạch Ngài! Tất cả cái gì có hình tướng thì đều bị vô thường chi phối.

- Vậy căn bản của vô thường là gì?

- Bạch Thế Tôn! Đó là khổ.

- Muốn dứt trừ nguồn gốc của khổ đau thì phải làm sao?

- Bạch Thế Tôn! Muốn chấm dứt việc này thì không chấp ngã, không chấp ái và không chấp thủ.

- Thế nào là ngã các ngươi có biết chăng?

- Bạch Ngài! Chúng con xin Ngài giảng giải tỉ mỉ cho.

- Này A Nan ông hãy nghe đây và chú tâm theo lời ta dạy. Ông hãy lấy hai bàn tay vỗ vào nhau, ông có nghe gì chăng?

- Bạch Thế Tôn! Con có nghe âm thanh của hai bàn tay va chạm vào nhau

- Vậy thì trước khi va chạm, sau khi va chạm và trong khi va chạm, âm thanh ấy ở đâu và sẽ đi về đâu?

- Bạch Thế Tôn! Chẳng đi về đâu cả. Vì do duyên mà hợp, do duyên mà thành tựu và do duyên mà tan rã vậy.

- Như thế đó! Chẳng có cái gì gọi là ngã cả. Ngã là cái ta tự dựng lên như âm thanh của hai bàn tay va chạm vào nhau mà thôi.

- Bạch Ngài! Con đã rõ.

- Một thí dụ khác để thấy cái ngã là không thật có.

- Ông hãy nghĩ về một người đang đứng trước một tấm gương phản chiếu. Vậy hình trong gương là của người kia, hay không phải của người kia?

- Bạch Thế Tôn! Phải mà cũng không phải. Khi đứng trước tấm kính, ta thấy hình của ta phản chiếu đó, nhưng đó không phải là ta nếu ta lấy tấm kiếng đi khỏi người đối diện.

- Ngã sở cũng như thế thôi! Lâu nay chúng ta chấp cái này của ta, cái kia của người, cái nọ của hắn v.v… nhưng thực sự ra chẳng có cái nào thuộc về ta cả. Ví như một đống củi có hình thù to tướng ấy ông có thấy chăng?

- Bạch Thế Tôn! Chúng con có thấy.

- Nhưng nếu ông lấy lửa đốt hết củi kia đi thì còn lại những gì?

- Chỉ còn lại một đống tro tàn. Bạch Thế Tôn!

- Đúng vậy! Những gì có hình tướng đều hư vọng và bị Vô

thường, Khổ, Không chi phối. Nó có đó rồi mất đó! Hợp đó rồi lại tan đó! Chẳng có cái nào chắc thật cả và cũng chẳng có cái nào thuộc về mình cả. Nếu ai buông bỏ được những sự chấp ngã, chấp ái và chấp thủ thì người ấy sẽ chứng vào hàng Thánh giả của chư Phật

- Chúng con xin "y giáo phụng hành".

Hoàng hậu Paramecvari cũng như Hoàng hậu Tapasi và những cung nữ trong cung, trước linh cữu của Vua Chế Mân luôn phủ phục để lắng nghe những lời Pháp nhũ của chư vị Pháp sư, nhưng có lẽ thời pháp được nghe hôm nay là hữu hiệu nhất, vì nó đã gõ đúng vào nhịp tim của mọi người khi phải chứng kiến cảnh khổ đau tang tóc này.

Một tuần lễ sau là lễ trà tỳ của Quân vương Chế Mân. Mọi người dân khắp nơi đều đổ về kinh đô Đồ Bàn ở Bình Định để chia sẻ sự mất mát to lớn này của hoàng gia. Hoàng hậu Paramecvari và Hoàng hậu Tapasi đi sau chiếc Kim quan của Đức vua và đi theo sau đó là con cháu trong hoàng tộc cũng như những vị cận thần của triều đình. Trên đầu của họ, ai nấy đều đội một dải khăn tang, nối tiếp nhau sau Kim quan cho đến tận cuối cùng. Hoàng hậu Paramecvari quan sát thật kỹ lễ hỏa táng của Đức vua hôm đó như sau:

Bên trên giàn hỏa người ta đặt Kim quan của Hoàng thượng Chế Mân và Kim quan này đặt dưới một cái vòm vòng cung, rồi phủ quần áo đẹp lên đó. Một cái nhà bằng giấy thật đẹp đủ cả màu sắc gọi là "Thang Thuơr" đặt trên cái cung đó, thi hài nằm trong lòng cái cung và dưới vòm "Thang Thuơr". Trên đỉnh cái nhà giấy này có một con bò ngũ sắc, tức là bò Thần, người Champa gọi là Limov–Kapil; tiếng Phạn gọi là Kapila. Con bò Thần Limov-Kapil chỉ đưa một linh hồn duy nhất cho một lễ hỏa táng. Linh hồn của người chết được con bò Thần Limov-Kapil đưa qua sông Khawphar (dòng sông ngăn cách giữa trần gian và thế giới bên kia) để qua một thế giới vô tận khác. Hôm đó tuyệt nhiên không có hỏa thiêu thêm ai nữa, ngoài Đức vua Chế Mân. Hoàng hậu Paramecvari thở phào nhẹ nhõm, vì nàng nghe rằng Chánh hậu phải lên giàn hỏa để thiêu sống cùng Đức vua, nhưng việc ấy cuối cùng đã không xảy ra. Nàng mừng cho chính nàng thì ít mà mừng cho Chánh hậu Tapasi thì nhiều hơn.

Ngựa chạy báo tin từ kinh đô Đồ Bàn ở Bình Định ra đến kinh đô Thăng Long đúng một tháng trời. Đây là loại tín lịnh đi nhanh nhất, nên mới được như vậy, chứ bình thường thì phải mất đến hai tháng đường bộ, còn đường thủy thì còn tùy theo gió Nồm nữa, có khi 3 hay 5 tháng mới cập bến và đến được Thăng Long. Khi đến được Thăng Long các quan quân của Chiêm Thành ở lại nơi Chùa Quán Sứ để chờ hôm sau Vua Anh Tông lâm triều mới có cơ hội mang quốc thư đến trình thưa. Khi mở phong thư niêm ấn của Hoàng hậu Paramecvari ra xem thì Vua Anh Tông mới hay được là Vua Chế Mân đã băng hà tại Đồ Bàn vào tháng 5 năm 1307, nghĩa là cách đó đã hơn một tháng về trước rồi.

Lúc bấy giờ Vua Trần Anh Tông cho người lên núi Yên Tử để báo tin cho Điều Ngự Giác Hoàng hay, đồng thời Anh Tông cũng đã báo tin cho ông Ngoại là Trần Hưng Đạo biết, nhưng cả hai vị này bây giờ đã già bịnh, nên cũng chẳng chờ được hồi âm. Chỉ có Thượng Thư Tả Bộc Xạ Trần Khắc Chung và An Phủ Sứ Đặng Vân (Đặng Thiệu) được cử sang Chiêm Thành để phúng điếu tang lễ và bên trong họ đã chuẩn bị một kế hoạch khi đến được Kinh Đô Đồ Bàn. Trần Khắc Chung bây giờ tuy đã lớn tuổi nhưng cũng rất thương cảm cho phận gái thuyền quyên lấy chồng nơi xứ lạ của Huyền Trân Công chúa, mà nay lại còn gặp nạn tang chế nữa, nên ông đã bàn mưu tính kế rất kỹ với Vua Trần Anh Tông trước khi dùng thuyền sang Chiêm Quốc.

Sau khi đến cửa biển Thị Nại rồi, những công sứ như Trần Khắc Chung, Đặng Vân cùng với hơn 200 người gồm quan quân tướng sĩ vào cung vua diện kiến tân vương Chế Chí, con của Chế Mân cũng như Hoàng tộc họ Chế cùng với bá quan văn võ triều đình, Trần Khắc Chung thưa:

- Muôn tâu Tân vương điện hạ. Chúng hạ thần mới nghe tin Hoàng thượng Chế Mân đã băng hà, nên đương kim Hoàng Đế của Đại Việt là Đức vua Trần Anh Tông, vốn là anh ruột của Hoàng hậu Paramecvari của quý quốc đã đau buồn và sai chúng hạ thần mang Quốc thư này để dâng lên Tân vương cũng như những lễ vật này để dâng cúng Đức vua đã băng hà.

- Ta mới lên nhiếp chính. Lẽ ra ta phải thân chinh đến Đại Việt để diện kiến Đức vua Anh Tông, nhưng vì lẽ Phụ hoàng của ta đã ra đi quá sớm và để lại cho Hoàng gia này một gánh nặng không ít, kể cả đối nội cũng như đối ngoại, nên ta xin hẹn một dịp khác sẽ thân chinh đến Đại Việt để triều kiến vậy.

Nói xong, Vua Chế Chí mở quốc thư của Vua Anh Tông ra xem thì thấy nội dung như thế này.

"Em của trẫm là Huyền Trân Công chúa đã về làm Hoàng hậu xứ Chiêm Thành được hơn một năm nay và Hoàng hậu đã mang thai, ta biết được tin rất vui, vì biết rằng mối tình Chiêm-Việt sẽ bền vững muôn đời. Nào ngờ đâu tin vui mới đến, tin buồn lại sang. Đó là việc Phụ hoàng Chế Mân của Ngài đã băng hà. Nay ta cho Thượng thư Tả Bộc Xạ Trần Khắc Chung cũng là Thượng tướng của triều đình Nhà Trần và An Phủ sứ Đặng Vân (Đặng Thiệu) cùng với số đông quân dân đến Kinh Đô Đồ Bàn để làm lễ an điếu cho tiên vương, đồng thời có một đề nghị là Tân Vương cho phép Hoàng hậu Paramecvari ra cửa biển Thị Nại để làm lễ chiêu hồn Tiên Vương theo nghi lễ của Đại Việt. Mong Ngài sẽ không từ chối việc này."

Sau khi đọc quốc thư, Chế Chí suy nghĩ một hồi lâu rồi khoác tay cho các Sứ Thần lui bước để cả triều đình nghị hội về những điều mà trong Quốc Thư đã nêu ra. Có vị Đại Thần dang tay nói:

- Đây là một kế sách. Tâu Quân vương.

- Kế sách gì?

- Đại Việt muốn gây chiến.

- Tại sao?

- Vì lẽ Hoàng hậu Paramecvari đã lấy chồng thì phải theo tục lệ của Chiêm Quốc. Tại sao phải theo lễ nghi của Đại Việt?

- Nhưng việc ấy có hệ lụy gì giữa người sống và người chết chăng?

- Dĩ nhiên là không đơn giản như vậy. Một vị Đại Thần tâu như thế.

- Chắc rằng họ đã có một hậu ý gì đây?

- Hãy thử xem!

- Chính Hoàng thượng đã lầm ý đồ của Đại Việt, nên đã dâng cho họ hai châu Ô và châu Lý, bây giờ họ lại còn có kế sách gì nữa đây?

- Dẫu sao thì việc cầu nguyện cũng nên làm, vì Đức vua của chúng ta tin cả Thần Brahman, Phật và các Chúa Tể khác.

- Nhưng hạ thần thì có ý nghi ngờ. Nếu chỉ đi điếu tang của Tiên Vương thì đâu có cần đem theo cả đoàn quân như vậy.

- Biển cả mênh mông, ai biết được sự sống chết ra sao? Nên phải chuẩn bị kỹ càng lúc ra khơi chứ!

- Nói gì thì nói, chúng ta nên y lời đề nghị để Hoàng hậu Paramecvari được hài lòng.

Đó là lời kết của buổi hội nghị ngắn do Tân Vương Chế Chí, con của Chế Mân quyết định.

Thông báo này được đưa ra và truyền cho Thượng thư Tả Bộc Xạ Trần Khắc Chung cũng như An Phủ Sứ Đặng Vân (Đặng Thiệu) hay mà chuẩn bị lễ nghi để cúng bái. Sau khi hay được tin này cả Thượng Thư và An Phủ Sứ đều hoan hỷ cho người bắt tay vào việc và họ chọn ngày làm lễ vào ngày mồng một tháng 8 năm 1307 lúc trăng thượng tuần chưa có. Ngày mồng một vốn là ngày Sóc của các dân tộc theo Phật giáo, nên triều đình nhà Chế không nghi ngờ gì cả, nhưng ở hai vị Sứ Giả của triều đình Vua Trần Anh Tông họ đã chuẩn bị một kế hoạch thật là chu đáo. Đó là: Một giàn cung điện làm toàn bằng giấy to lớn và cao ngất như kinh thành Đồ Bàn và những phẩm vật cúng tế ngoài cơm, cháo, bánh, trái, hoa, quả là những thực phẩm thường dùng ra, họ đã chủ mưu tạo nên những lễ vật cúng khác đều là những chất liệu dễ cháy cả. Sau khi các vị Hòa Thượng và chư Tăng tụng đến bài chú "Vãng Sanh quyết định Chơn Ngôn" thì bắt đầu châm lửa những vật dễ bắt cháy đó và đây cũng chính là thời điểm của Yết Kiêu và Dã Tượng đã biến hóa vào nước cũng như vào lửa bên cửa biển Thị Nại để bồng Công chúa Huyền Trân lên thuyền nhỏ đã cập bến gần đó.

Hoàng hậu chẳng biết ất giáp gì cả và cũng chẳng hiểu tại sao. Trong lúc đó bà nhớ lại Chế Đa Đa đã giao cho một người nhũ mẫu ẵm bồng vì sợ rằng đêm tối trẻ nhỏ không nên rời cung cấm bởi ngại gió sương một phần, mà cũng lo cho vận mệnh của trẻ nữa, nên giờ đây Hoàng hậu lưỡng lự là nên thuận theo hai người này để lên thuyền con, hay la lớn để cho Yết Kiêu và Dã Tượng biết đến ý nghĩ này. Hoàng hậu mới vừa mở miệng ra để nói về ý định của mình thì Yết Kiêu đã ra dấu cho bà không nên lớn tiếng trong lúc này và nói thầm vào tai bà rằng: "Đây là kế hoạch của triều đình Đại Việt. Kính mong Hoàng hậu an tâm". Hai người vẫn chèo thuyền lướt sóng một hồi lâu mới thấy một chiếc thuyền khác to lớn hơn thuyền này mấy chục lần, Hoàng hậu được Yết Kiêu và Dã Tượng đưa lên thuyền lớn. Việc "cướp người" này cũng mưu trí và dũng lược như việc hai ông đã lặn sâu xuống đáy biển để đục thuyền quân Nguyên Mông của những năm 1285 và 1288 vậy. Mặc dầu bây giờ hai ông đã lớn tuổi rồi nhưng tài trí cũng như mưu lược của những trận đánh ở Chương Dương vẫn còn truyền tụng. Do vậy Vua Trần Anh Tông đã chọn họ đi trong lần này cũng là điều không phải nghi vấn gì cả.

Trên thuyền đèn đuốc sáng trưng, Hoàng hậu gặp Thượng tướng Trần Khắc Chung trước và sau đó là An Phủ sứ Đặng Vân cũng như một số người thân quen cũ khi bà còn ở Phủ Thiên Trường với Thái Thượng Hoàng Trần Nhân Tông và Mẫu hậu. Trong khi họ hàn huyên tâm sự thâu đêm thì thuyền cũng đã rời xa cửa biển Thị Nại cả hằng mấy chục hải lý rồi. Như thế sự kiện đánh cướp Hoàng hậu đã thành công theo kế hoạch của Vua Trần Anh Tông cũng như Thượng Tướng Trần Khắc Chung. Anh Tông và Khắc Chung nghe rằng: Theo tục lệ của Chiêm Thành thì Hoàng hậu phải lên hỏa đài cùng bị thiêu sống với đấng Quân vương đã mất, nhưng đó chỉ là một tin đồn, nếu quả như vậy thì dù Anh Tông và Khắc Chung có cho ngựa hay thuyền đi theo chiều gió, thì khi đến Đồ Bàn việc hỏa thiêu Chế Mân cũng đã xong từ lâu rồi. Bây giờ đã an ổn họ bắt đầu hỏi han Hoàng Hậu.

- Hạ thần bấy lâu nay vẫn theo dõi gót ngọc của Hoàng hậu, không biết lệnh bà bây giờ ra sao? Trần Khắc Chung lên tiếng trước.

- Thượng Tướng đó sao! Xin cảm ơn Ngài, tôi vẫn như xưa. Nghĩa là khi ở Phủ Thiên Trường như thế nào thì bây giờ vẫn vậy.

- Nghĩa là…

- Nghĩa là vẫn hướng về cố quốc lo báo hiếu cho Phụ Vương, vẫn kinh kệ khi ngày rằm hay mồng một trong mỗi tháng. Nhưng có một điều không biết rằng Thượng Tướng có giúp được chăng?

- Xin lệnh bà cứ bảo.

- Hoàng tử Chế Đa Đa mới mấy tháng tuổi. Ta đã giao cho một tỳ nữ trông coi để ta tiện việc lễ bái nguyện cầu. Bây giờ làm sao ta có được con ta. Không lẽ vừa mất chồng, lại phải mất con nữa hay sao?

- Lệnh bà hãy để chúng tôi lo liệu.

An Phú sứ Đặng Vân vốn cũng là người không xa lạ khi Hoàng hậu Paramecvari ở Phủ Thiên Trường cũng như tại kinh thành Thăng Long thuở nào, nên ông ta bắt đầu gợi chuyện.

- Một mình lệnh bà ở nơi cung cấm nước Chiêm là người Việt có buồn lắm không? Nhất là khi nhớ về cố quốc?

- Tại sao ông đoán đúng tâm sự của ta như vậy. Mới chỉ hơn một năm xa Đại Việt để đi lấy chồng nơi xứ lạ mà lòng ta lúc nào cũng trông vời về cố quốc, nơi đó có cha mẹ ta, anh chị em ta và nhất là những món ăn thuần túy của Đại Việt mà nơi Chiêm Quốc không thể nào có được. Ta biết khi ta đi lấy chồng như thế đã có không biết bao nhiêu chuyện đồn đoán xa gần, có người thương và cũng lắm kẻ chê, nhưng ta vì quê hương Đại Việt nên đã ngậm đắng nuốt cay suốt cả dòng thời gian ấy. Không biết bây giờ ta trở lại quê hương, rồi chuyện gì sẽ xảy ra nữa đây?

- Kính mong lệnh bà cứ yên tâm. Người xưa thường nói: "Tự mình có thể lấy hai tay để bịt hai lỗ tai lại, để không phải nghe những chuyện thị phi của thiên hạ, nhưng không ai có thể lấy tay của mình để bịt miệng của họ được." Chuyện họ nói họ có quyền nói, chuyện mình làm mình cứ làm. Vả lại việc này đâu phải ý riêng của lịnh bà muốn thế, mà đây là ý của Thái Thượng Hoàng. Mặc dầu bây giờ Ngài đã xuất gia và tĩnh tu thiền định nơi Yên Tử Sơn, nhưng cái nhìn của Ngài, trước khi cho gả lệnh bà về với Tiên Đế Chế Mân chắc phải là sâu sắc lắm và về sau này Vua Anh Tông cũng như triều đình Đại Việt có thêm cả một dải giang sơn xa tít tận phía Nam, chứ không còn giới hạn ở bên ngoài Đèo Hải Vân nữa.

- Điều ấy ta hẳn đã biết, nhưng đây cũng là đề tài mà các quần thần bên Chiêm Quốc hay đề cập đến. Riêng Tiên Đế Chế Mân vì thương mến ta, nên việc sính lễ kia xem như là một sự hiến dâng, còn giờ đây thân ta lại nổi trôi theo vận nước, ngồi trên thuyền của Đại Việt, bỏ con, bỏ chồng ở lại đằng sau, trong tâm ta không biết bao nhiêu là điều giày vò muốn bày tỏ, nhưng biết nói cùng ai đây để cho họ rõ được tấm chân tình này.

- Không sao đâu! Khắc Chung chen vào và nói tiếp. Dĩ nhiên là bây giờ họ đã mất tất cả, mất Vua, mất Hoàng hậu và mất cả đất đai, chắc rằng họ sẽ phục thù, nhưng xét ra Chế Chí mới lên ngôi, chưa củng cố được địa vị của mình trong triều đình cũng như ngoài dân chúng, liệu ông ta có dám mang quân sang đánh Đại Việt để đòi lại đất năm xưa chăng?

- Dĩ nhiên là sẽ có – Theo hạ thần nghĩ vậy. Đó là câu đáp của An Phủ sứ Đặng Vân.

- Nhưng ta lo lắng quá. Dẫu sao đi nữa thì cái xuân xanh của một người con gái không còn nữa, thân đã trao, tâm đã nguyện làm vợ người ta suốt đời chung thủy, nay đứt gánh giữa đường, chồng chết, con mất, cha mẹ ở đâu, làm sao con có thể sống với hoàn cảnh này được. Lẽ ra vào lúc này ta phải quyên sinh mới đúng. Có như thế mới trọn đạo tào khang; nhưng con ta chưa tìm ra được và cha mẹ cùng anh ta chưa gặp lại sau bao nhiêu ngày xa cách. Bây giờ ta phải chọn cách nào đây?

Mối tơ vương này ta phải tỏ cùng ai và ai sẽ là người có thể gỡ rối được mối tơ vò này trong tâm khảm của ta?

Sau khi ngọn lửa vừa tàn, ban kinh sư Đại Việt lo thu dọn những nhạc cụ đã bày biện ra để làm lễ thì lúc ấy cả toán cung nữ của Chiêm Thành lẫn Đại Việt mới hô hoán lên rằng: Hoàng hậu Paramecvari bà ở đâu rồi? Hay bà đã theo tiên đế nên giờ đây không tìm thấy Đức Bà ở đâu cả. Thế là tiếng khóc la, kêu réo inh ỏi cả một góc trời ở cửa biển Thị Nại Bình Định vào tối ngày mồng Một tháng Tám năm 1307. Đó là một đêm lịch sử mà cả hai dân tộc không bao giờ quên. Không biết rằng Tiên Đế Chế Mân giờ đã ở đâu? Nếu Ngài có đoái nhìn về cố quốc, cảm nhận được những điều mất mát quá to lớn cho dân tộc Chiêm Thành như thế này, liệu Ngài có an nhiên được nơi cõi Phúc chăng? Hay Ngài sẽ giúp con mình là Chế Chí để đòi lại châu Ô và châu Lý? Cả triều đình Chiêm Quốc ai ai nhìn nhau cũng châu sa lệ đổ và không biết đổ lỗi cho ai bây giờ. Nếu đổ lỗi cho Chế Mân cũng không phải, vì vận nước phải như thế. Nhớ lại thuở xa xưa từ thế kỷ 4 đến thế kỷ 13, 14 này một dải giang sơn của Chiêm Quốc trải dài từ Thanh Hóa đến Nha Trang ngày nay, nhưng đất đai của Chiêm Thành càng ngày càng thâu hẹp lại, qua bao cuộc chinh Đông phạt Tây của các vua Nhà Lý của Đại Việt và việc dâng đất mới đây làm sính lễ cho Huyền Trân Công chúa nên bây giờ đất Chiêm Thành chỉ còn ngự trị ở phía nam Quảng Nam chạy dài đến Lâm Ấp mà thôi. Điều này Chế Chí biết và sau này con của Chế Chí, cháu nội của Chế Mân là Chế Năng cũng rõ biết điều đó, họ quyết không chịu thua và quyết chí trả thù bằng nhiều cách khác nhau để rửa mối hận cho Tiên đế vừa mới băng hà.

Trên thuyền rồng đưa Hoàng hậu Paramecvari đi từ cửa Thị Nại ghé qua cửa Đại ở Hội An rồi Cù Lao Chàm và những cửa biển tiếp theo suốt đoạn đường đi dài cả hơn 1.000 cây số ấy. Lẽ ra nếu thuận gió Nồm thì chỉ cần có hai tháng là thuyền có thể cập bến gần Thăng Long, nhưng trời xui đất khiến như thế nào chẳng biết, nhiều khi thuyền trôi ngược chiều về đất Chiêm, dường như Tiên đế Chế Mân không muốn Hoàng hậu trở về lại Đại Việt, vì con thơ vẫn còn đó và bà vẫn còn được người dân Chiêm Quốc trọng vọng, nể vì. Trên thuyền nhiều khi không biết tâm sự cùng ai, nên có lần bà đã hỏi một cung nữ rằng:

- Nếu là con thì con sẽ xử sự như thế nào trong hoàn cảnh của bà?

- Lệnh bà hỏi gì khó quá! Con chỉ là nô tì tầm thường thôi. Xin lệnh bà hỏi người khác vậy.

- Ta vốn không có hai lòng, quyết chung thủy cùng chồng khi sống cũng như khi chết. Đấy là lời hứa trước thần Siva khi chúng ta cử hành hôn lễ.

- Nhưng việc ấy vốn không phải là quyết định của bà, mà chỉ là một tập tục, một lời hứa.

- Vâng! Đúng là một lời hứa, nhưng bây giờ thì người ta đã làm cho ta sai lời thề chung thủy ấy.

- Nhưng mấy ai chung thủy ở đời! Thưa lệnh bà!

- Không lẽ con người ai cũng vậy sao?

- Dĩ nhiên là không phải vậy, nhưng không thể loại trừ những kẻ có nhiều mưu kế và những toan tính tầm thường.

- Ý ngươi nói là…

- Thưa lệnh bà! Đó là những kẻ thừa lúc tối để trộm cướp và chờ lúc khổ đau thì tìm cách an ủi hững hờ, nhưng thật tâm của họ thì…

- Con nói gì, ta chẳng hiểu.

- Thưa lệnh bà, trước khi lệnh bà sang Chiêm Quốc làm dâu, Ngài Điều Ngự có lần đem Đại Trí Độ Luận ra dạy cho bà đấy. Lúc đó con hầu bà, con nghe lén và mãi cho đến ngày nay, con vẫn còn nhớ những lời này. Đó là: Việc của kẻ ác và của người hiền. Nếu chúng ta luôn thân cận và gần gũi người lành cũng giống như là chúng ta đi vào rừng trầm. Tuy chúng ta không bẻ một nhánh trầm nào cả, nhưng khi bước ra khỏi rừng trầm, thì mùi trầm hương vẫn còn phảng phất đó đây, trong nếp áo. Còn nếu chúng ta luôn gần kẻ ác, chẳng khác nào chúng ta đi vào trong chợ cá, chợ tôm. Tuy ta không mua tôm mua cá, nhưng khi rời khỏi những chợ này mùi tanh của tôm cá vẫn còn dính sót lại nơi nếp áo của mình.

- Nhưng đó là chuyện trong Kinh Điển của ngày xưa, còn ngày nay người ví dụ câu chuyện này để làm gì?

- Không lẽ lệnh bà không biết chủ đích của Thượng tướng? Ông ta là một người mà Hưng Nhượng Đại Vương ghét lắm, mỗi khi thấy Khắc Chung thì Ngài mắng phủ đầu. (Thằng này là điềm chẳng lành đối với nước nhà. Họ tên nó là Khắc Chung thì Nhà Trần rồi đây cũng sẽ mất vì nó chăng?)

- Nhưng ta nghe Thượng tướng Trần Khắc Chung cũng là một người tu Thiền với Thân Phụ ta. Ông đã có lần đề bạt cho tập "Tuệ Trung Thượng Sĩ Ngữ Lục" vốn là Ông cậu của ta, do Pháp Loa biên tập và Phụ thân của ta phụ đính. Như vậy ông ta đâu phải là người xấu, nếu là người tệ hại thì anh ta là Anh Tông đâu có đề nghị ông ta sang Chiêm Quốc lần này để đi điếu và cướp ta về lại với Đại Việt như thế này!

- Dĩ nhiên là trong cái tốt bao giờ cũng có hàm chứa những cái xấu đi kèm và trong những cái xấu ấy cũng luôn ẩn chứa nhiều cái tốt trong đó. Lệnh bà cứ ẩn nhẫn chờ xem.

Sau khi nghe nữ tỳ trình bày như vậy thì Hoàng hậu mới nhớ đến những động thái của Thượng Tướng ở trên thuyền này, nhất là những lúc đêm thanh cảnh vắng khi nàng một mình ngồi tựa mạn thuyền để ôn lại những kỷ niệm của năm xưa khi cùng chồng mình là Chế Mân lúc lửa hương mặn nồng, thì ông ta đến gần và có ý nói bóng gió nhiều lời, nhưng bà không quan tâm. Bà tâm sự với người tỳ nữ: Ta nghĩ rằng ông là thế hệ của cha mình, làm quan cả mấy triều và danh vọng thật cao ngất trời xanh, tuổi đã lớn, còn ta chỉ xứng hàng con cháu thì quan tâm đến những việc nhỏ nhặt ấy làm gì. Vả lại theo tục lệ của Đại Việt cũng như của Chiêm Quốc, người con gái đã lấy chồng rồi thì phải thực hiện câu "Tam tòng, tứ đức" chứ ta đâu có phải là kẻ lang bạt giang hồ mà ông ta lại chẳng hiểu. Chồng ta bây giờ đã không còn thì ta vui chi với những lời hoa nguyệt, dầu cho đó là những người có tuổi tác bằng ta, hơn nữa chồng ta mới về chầu Tiên đế chưa giáp năm thì làm sao ta có thể vui riêng với lòng ta được. Ngay cả những việc hát xướng, ca ngâm ta vẫn chối từ không tham dự, và rồi còn con ta nữa, đâu có người mẹ nào nhẫn tâm xa con không một lời từ giã mà không muốn gặp lại con đâu. Ngoài ra Phụ hoàng của ta là một bậc tu hành đắc đạo, sẽ trách ta là không trọn đạo vợ chồng. Có lẽ ta sẽ đi xuất gia cho trọn cả hiếu lẫn tình, chứ nếu ta vẫn còn tiếp tục con đường thiên lý này thì cuộc đời của ta sẽ tan vỡ mất. Vả lại anh ta rất nghiêm khắc, thay thế Phụ hoàng để cai trị muôn dân và vào năm 1296 lúc ta còn nhỏ đã biết được rằng Thượng Phẩm Nguyễn Hưng chỉ có tội đánh bạc mà đã bị anh ta ra lệnh đánh chết vào tháng 3 năm ấy. Khi ấy Phụ hoàng ta đã đi xuất gia rồi. Lẽ nào Thượng tướng Trần Khắc Chung không nhớ những việc này.

- Biết là biết vậy! Nhưng cái tình là cái chi chi.

- Bởi vì nó là chi chi cho nên mối tơ vương này ta mấy đời mới gỡ được đây?

- Nếu lệnh bà không tự gỡ được, thì ai gỡ cho mình đây?

- Ngươi nói phải. Thôi đêm đã khuya, ta đi ngủ đây.

Sóng cứ vỗ vào mạn thuyền và giấc mơ vẫn kéo theo mãi cho đến khi Hoàng hậu nghe có tiếng gõ cửa và bà thuật lại cho nữ tỳ nghe rằng:

"Đêm qua ta nằm mơ, thấy mình làm Ni Cô, đầu cạo nhẵn, tay cầm tràng hạt, mình mặc áo nâu sồng và luôn ở bên cạnh Phụ Vương ta ở Am Mây Ngủ. Ngày đêm ta kinh kệ để nguyện cầu cho quốc thái dân an và cho chồng ta được vãng sanh về Phật quốc. Cứ thế và cứ thế cho đến khi con gõ cửa phòng của ta đó".

- Thưa lệnh bà! Nhưng người đã có gia đình và con cái rồi, cũng có thể xuất gia sao?

- Ngươi không thấy Đức Phật Thích Ca Mâu Ni sao, Ngài cũng có gia đình con cái, sau đó Ngài rời cung cấm vào núi Hy Mã Lạp Sơn tu khổ hạnh và cuối cùng Ngài đã chứng thành đạo quả đấy! Và gần đây nữa không phải Phụ thân của ta cũng đã bỏ tất cả vào núi Yên Tử để tu và trở thành Sơ Tổ của Thiền Trúc Lâm Yên Tử của Việt Nam chúng ta hay sao?

- Nhưng lệnh bà còn đẹp lắm!

- Người xưa nói "Cái nết đánh chết cái đẹp", như vậy sự đẹp đẽ nó đâu có ý nghĩa gì, nó chỉ là sự chướng ngại của đường tu mà thôi.

- Nếu vậy thì lệnh bà sẽ theo giấc mơ này mà thực hiện ý định của mình?

- Tất cả đều do nhân duyên vậy. Chờ khi ta về đến Thăng Long, sau khi yết kiến Hoàng huynh và Mẫu hậu, ta sẽ lên Yên Tử Sơn để gặp Phụ Vương ta. Bây giờ chắc Người đã già lắm rồi và trên non cao Yên Tử ấy chỉ có rau rừng, nước suối và phương trời cao rộng với gió mây, chắc rằng cha ta đã có những ngày thật là an vui, nên mới có được những vần thơ như:

Ở đời vui đạo hãy tùy duyên
Đói cứ ăn đi, mệt ngủ liền
Có báu trong nhà thôi tìm kiếm
Vô tâm đối cảnh hỏi chi Thiền.

Phụ hoàng ta liễu ngộ tâm thiền đến độ này rồi, nếu ta xin xuất gia để trọn nghĩa hiếu tình, chắc rằng Người cũng không từ chối. Từ ông Nội ta là Trần Thái Tông, đến Ông cậu của ta là Tuệ Trung Thượng Sĩ và Phụ hoàng của ta nữa, họ đã là những bậc xuất trần thượng sĩ từ chốn triều đình cho đến sự tu tập miên viễn và họ đã trở thành Tổ Sư của môn phái Trúc Lâm, lẽ nào khi ta xin xuất gia mà Phụ hoàng ta cản ngăn sao?

- Lệnh bà hãy bình tâm và chờ khi chúng ta đến kinh thành Thăng Long và phủ Thiên Trường rồi thì sẽ tính tiếp.

Đó là vào một ngày lành của tháng 8 năm 1308 Huyền Trân đã về đến Thăng Long, cả triều đình bá quan văn võ đều tung hô cung đón Hoàng hậu hồi quy mẫu quốc. Ai ai cũng lộ rõ niềm vui trên nét mặt. Sau khi gặp Mẫu hậu và Vua anh rồi, Hoàng hậu Paramecvari xin về lại phòng xưa an nghỉ.

Những ngày sau đó Hoàng hậu của xứ Chiêm Thành đến yết kiến Thái hậu Khâm Từ, Tuệ Trung Thượng Sĩ cũng như đến thăm Vua anh là Trần Anh Tông cũng như ông anh ruột khác là Huệ Vũ Vương Quốc Chẩn. Đến đâu Hoàng hậu cũng được đón tiếp một cách long trọng và hỏi han đủ mọi việc ở Chiêm Quốc cũng như những ngày tháng lênh đênh trên biển cả, trước khi về lại Thăng Long. Nhưng giờ này với nàng Công chúa của Đại Việt thuở xưa muốn gặp ngay Phụ Vương đang tu hành trên núi Yên Tử, nên nàng đã tâu ý định này với Vua anh, và Vua Anh Tông đã chuẩn bị chuyến đi này cho Huyền Trân thật là chu đáo.

Đầu tháng 9 năm 1308 mùa Thu đã đến với núi đồi Yên

Tử, nơi đây cây cối bạt ngàn và sắc lá thu đã bắt đầu đổi màu, trông thật là đẹp nhưng xen lẫn một chút ảm đạm. Trên cành những con chim non đang ríu rít ca hát như không để ý đến sự hiện diện của con người đang ở dưới mặt đất. Gió thu hây hây lay động khiến cho búi tóc của Huyền Trân đổ xòa trên hai bờ vai nàng, các cung nữ vội chạy lại búi lên, nhưng nàng khoác tay bảo để yên như vậy, biết đâu đây lại là một điềm lành khiến bảo nàng nên "buông xả". Nàng biết rằng Phụ hoàng đang tu Thiền và chủ trương của Ngài lâu nay đã được nhiều người quan tâm đến, trong đó kể cả Ngài Pháp Loa là người được nối truyền tâm Thiền này. Nàng nhớ lại tuổi của Phụ hoàng cũng không lớn hơn Chế Mân là bao, nhiều khi có thể cùng trang lứa là khác. Chế Mân mất lúc gần 50 tuổi và Thái Thượng Hoàng Nhân Tông năm nay cũng tròn 50 tuổi (1258-1308), cái tuổi đối với những bậc Quân vương như thế là thọ lắm rồi, vì lẽ ban ngày lo việc triều chánh, giải quyết không biết bao nhiêu việc khó khăn của triều đình và dân chúng; còn đêm về nơi hậu cung không biết bao nhiêu chuyện phiền toái của các giai nhân, mỹ nữ khiến cha ta phải đau đầu. Tuy ông đã giác ngộ và xuất gia từ năm 1294, nghĩa là cách đây hơn 12 năm về trước, sau hai trận đại thắng quân Nguyên Mông vào năm 1285 và 1288, nhưng năm ông sinh ra cũng là năm mà Thái Thượng Hoàng Trần Thái Tông thắng quân Nguyên Mông lần thứ nhất và năm này Ngài cũng nhường ngôi cho Nội Tổ của ta là Thánh Tông lên ngôi Hoàng Đế. Tất cả những niên đại trong lịch sử Nhà Trần này đều gắn liền với vận nước, lúc thịnh cũng như lúc suy. Lúc dân tộc và đạo pháp suy vi thì vua tôi cũng như Phật giáo cùng chịu chung số phận ấy và cố gắng phát huy tinh thần nội tại cao hơn, để khi ngoại xâm từ phương Bắc đến, thì có cơ hội để hợp lực cùng nhau đánh đuổi quân thù ra khỏi bờ cõi nước Nam. Những khi thắng trận như thế vua tôi Nhà Trần này không tự kiêu, tự mãn mà biết "an bần lạc đạo" nên đã tìm đường đến các chùa xưa cổ ở Bắc Ninh để xuất gia rồi lần dò đến Yên Tử để thâu thần tịch diệt. Đó là hảo ý của người xưa, còn người đời nay đa phần bị danh lợi, tiền tài chi phối, nên Huyền Trân rất chán cảnh phú quý vinh hoa giả tạo này và nàng cố tìm tòi nơi nội tâm mình những điều cần phải làm là gì…

Đang suy nghĩ đến đó thì bỗng dưng có tiếng động từ trên cao vang dội lại, Huyền Trân ngẩng mặt lên thì thấy một chú Tiểu đồng, đầu cạo nhẵn chỉ còn chừa lại một chùm tóc ở phía trước, trông thật ngộ nghĩnh và dễ thương, khiến cho nàng phải nhớ đến Chế Đa Đa, không biết bây giờ đã ra sao rồi, sau gần một năm mẹ con xa nhau cách biệt, không có tin tức nào đáng tin cả. Nàng hỏi chú Tiểu:

-Tại sao Chú biết ta lên núi mà xuống tận dưới này?

- Ai lại không biết lệnh bà! Là một Công chúa của Đại Việt đi lấy chồng ở Chiêm Quốc, sau đó thành Hoàng hậu do Chế Mân ban cho và bây giờ tiểu Tăng này nên gọi là lệnh bà, Công chúa hay Hoàng hậu?

- Việc này đâu có quan trọng gì, điều ta muốn hỏi Chú là Phụ hoàng ta đang ở đâu, ta muốn gặp liền, Chú có giúp cho ta được chăng?

- Muôn tâu! Dạ quên – thưa… thưa nữ cư sĩ, Điều Ngự Giác Hoàng đang chờ tín chủ ở Ngọa Vân Am đó.

- Có phải am năm xưa mà ta đã đến đây?

- Tín chủ đến lúc nào, Tiểu Tăng này đâu có biết.

- À ta quên, lúc ấy Phụ hoàng ta mới xuất gia đầu Phật, nên chưa nhận Chú làm Đệ tử, thì làm sao Chú biết được. Thôi ta hãy cùng đi.

Đến trước thềm Ngọa Vân Am, Huyền Trân phủ phục trước Giác Hoàng Điều Ngự, đảnh lễ ba lạy rồi tự tình thưa.

- Thưa Đại sư! Đây là đứa con bằng xương bằng thịt của Đại sư đã từ Chiêm Quốc về lại Thăng Long được mấy hôm, nay con đến đây để diện kiến Ngài.

- Ôi! Thế sự phù du!

- Vậy ra Ngài đã rõ mọi ngọn ngành?

- Dĩ nhiên là mọi việc ta đều được tâu báo, nhưng có mấy điều ta muốn hỏi riêng con.

- Mô Phật! Xin Ngài cứ tự nhiên.

- Cách đây mấy năm ta thăm viếng Chiêm Quốc đến 9 tháng và trong thời gian ấy Chế Mân đã hướng dẫn ta đi khắp nơi trong Chiêm Quốc. Còn con, sau khi về làm dâu xứ ấy, con đã sống như thế nào và con đã được đi đến đâu?

- Mô Phật! Bạch Ngài! Chế Mân là một người chồng tốt, thương vợ thứ còn hơn vợ cả nữa. Lúc nào chàng cũng nhắc đến đức hạnh của cha, nhất là khi chàng trùng tuyên lại Kinh "Thập Thiện Nghiệp Đạo" mà cha đã dạy cho dân chúng, không sai một mảy may nào. Nhờ vậy mà dân Chiêm Thành sống rất đạo đức. Con còn được đi thăm Tu Viện Đồng Dương nữa. Đây là một kinh đô cũ ở miền rừng núi của Quảng Nam, cũng còn gọi là Mỹ Sơn. Nghe kể lại vào thời Vua Indravarman Đệ nhị, Ngài là một vị vua sùng bái Đạo Phật, vì thế vào năm 875, Ngài đã cho xây một Phật Học Viện vĩ đại tại đấy và còn lấy tên là Laksmindra-Lokesvara. Đây là một trung tâm Phật giáo lớn nhất của Champa, có vô số kinh điển Phật học và nhiều nhà Sư nổi tiếng người Ấn Độ đến trụ trì tại trung tâm này. Nghe nói ngày trước cha cũng đã đến nơi đây?

- Đúng vậy! Ta muốn nghiên cứu thêm tiếng Sanskrit và tiếng Pali, vì ở quê hương Đại Việt lúc đó chưa phổ biến nhiều. Trong khi đó tại Phật Học Viện hay nói đúng hơn là Tu Viện

Đông Dương này có rất nhiều nhà Sư giỏi về Phật Học và Phạn ngữ cũng như Pali.

- Bạch Ngài! Giữa một Tu Viện và một Phật Học Viện khác nhau như thế nào?

- Tu Viện là nơi vừa học và những người xuất gia cũng có thể trú ngụ tại nơi đó, nên gọi là một Tu Viện. Còn Phật Học Viện là nơi chỉ chuyên dạy học, đào tạo, chứ không có người ở lại đó qua đêm sau khi học. Tuy nhiên sau này vì phương tiện cho những vị Tăng Sĩ ở xa không về lại chùa mình được, cho nên nhiều Phật Học Viện cũng có cho Tăng Ni sinh ở thường trú tại đó.

- Hôm nay con có nhiều điều trăn trở. Kính mong Ngài giúp con sáng tỏ vấn đề.

Việc thứ nhất là con được Vua anh cũng như Thượng tướng Trần Khắc Chung cho đón con về lại Đại Việt, vì sợ con bị thiêu sống cùng chồng, nhưng việc ấy đã chẳng xảy ra tại Chiêm Quốc, mà nay con bị đưa lên thuyền để hồi cố quốc như thế này, biết đâu nay mai Chế Chí, con của Chế Mân sẽ đem quân sang đánh nước ta để đòi lại châu Ô và châu Lý, vì chúng ta đã bội ước lời giao kết ngày xưa. Không biết điều ấy có xảy ra chăng?

Việc kế tiếp, con đã suy nghĩ kỹ càng trước khi thưa cha việc này. Đó là con muốn thế phát xuất gia để tìm đường giải thoát cho chính mình. Con xin chờ ý kiến của Phụ thân.

Điều Ngự Giác Hoàng sau khi trầm ngâm một lúc, đoạn Ngài từ tốn bảo:

- Cả hai việc đều là vấn đề hệ trọng cho bây giờ và mai hậu. Ngày xưa sau khi xuất gia, ta đã sang Chiêm Thành chỉ với một mục đích duy nhất là đi vào nhân gian và dạy đạo cho nhân gian để cho họ biết đâu là nẻo chánh đường tà để họ lánh dữ làm lành, tu tập theo thiện pháp và khi đến được đất Chiêm, sau khi gặp Chế Mân, ta rất có cảm tình, nên đã hứa gả con cho y và lúc ấy con mới 14 tuổi. Ta nhận diện được con người anh hùng ấy, nên mới đem con là "lá ngọc cành vàng" của triều đình Đại Việt gả cho Chế Mân. Thiết nghĩ điều ấy ta chẳng lầm, nhưng sau khi lễ cầu hôn vào năm con 18 tuổi, ta được biết ông của con, rồi anh con và nhất là Thượng Tướng luôn đòi hỏi họ phải giao nộp đất đai để làm sính lễ cầu hôn thì mới được đón con về Chiêm Quốc. Vì lẽ qua lời của ta giới thiệu, Chế Mân rất thương yêu con, mặc dầu cả hai chưa gặp nhau trước khi hôn lễ cử hành nên đã hy sinh, bất chấp sự can ngăn của triều đình Chiêm Quốc đã đồng ý cống nạp cũng như sáp nhập hai châu ấy vào đất đai Đại Việt của ta. Nay việc ấy đã qua rồi, nhưng chẳng may chồng con mất sớm. Anh con và Thượng Tướng lại có ý rước con về lại Đại Việt. Như vậy cuộc hôn ước trước đây, chính chúng ta đã bội phản lại họ, chứ họ đâu có tội lỗi gì và việc Chế Chí, con của Chế Mân chắc chắn một ngày nào đó sẽ mang quân sang Đại Việt, lúc ấy chắc ta cũng không còn để mà cản ngăn việc này, vì ta đã lớn tuổi rồi.

Còn việc thứ hai con cũng nên chín chắn suy nghĩ lại và con hãy ôn lại cuộc đời của Đức Phật để tự tin rằng mình sẽ làm được gì trong hiện kiếp và các kiếp lai sanh. Khi Đức Phật thành đạo rồi, Ngài liền nghĩ đến Vua Tịnh Phạn và Hoàng tộc Thích Ca tại xứ Ca Tỳ La Vệ. Sau đó Ngài đã trở lại kinh thành trong không khí hòa vui của dân chúng và nhất là Tịnh Phạn Vương cũng như Công chúa Da Du Đà La. Điều làm Vua Tịnh Phạn không vui là Đức Phật sống đời phạm hạnh, an bần lạc đạo, sống nhờ vào của tín thí cúng dường, nhưng cuối cùng với trí tuệ cao viễn của Đức Phật, Ngài đã chinh phục cả Đức vua cho đến Hoàng thân quốc thích họ Thích Ca. Đầu tiên là Nan Đà xin xuất gia, sau đó là A Nan. Chỉ có Đề Bà Đạt Đa là người anh em họ ngỗ nghịch, lúc nào cũng muốn đối chọi lại với Đức Phật. Dĩ nhiên do nghiệp lực nhiều đời sai xử, nhưng bà mẹ Mangala đã ảnh hưởng những đức tính xấu xa, ganh tị, giúp cho Đề Bà Đạt Đa không ít. Đức Phật đã rõ biết điều này cả nhưng Ngài vẫn im lặng. Ngay cả lần đầu tiên khi Đức Phật về lại kinh thành, Da Du Đà La và Ma Ha Ba Xà Ba Đề cũng có ý xuất gia, nhưng thuở ấy Phật chưa chấp nhận. Còn bây giờ thì lại khác, như con thấy đó từ Ông cố đến Ông nội, Ông cậu và cả ta nữa cũng có nhân duyên với Phật Pháp từ bao đời nay nên mới bỏ ngôi vua quyền quý đi xuất gia học đạo và nay con muốn thế phát xuất gia sau khi đã trải qua biết bao nhiêu cay đắng và thử thách của cuộc đời, làm sao ta không mở cửa phương tiện được. Con hãy nghe tiếp đây.

Ông Cố nội của con là Ngài Thái Thượng Hoàng Trần Thái Tông đã chán ngấy cảnh cung son và Trần Thủ Độ vì nhiều lý do, chắc con đã rõ rồi, nên Ngài mới tìm vào núi Yên Tử lúc đêm khuya để gặp Quốc Sư Phù Vân để xin xuất gia học đạo. Lúc đó Ông của con chỉ muốn làm Phật chứ không muốn là vua, nhưng cuối cùng phe của Trần Thủ Độ mạnh quá nên Quốc Sư khuyên Ông cố nội của con nên trở lại cung son để chăn dân trị nước. Đức Ông nghe lời và cả 20 năm ở cung cấm trong thời gian từ năm 1238 cho đến 1258, Ông Cố Nội của con ban ngày lo việc triều chánh, còn ban đêm chỉ chong đèn đọc sách, cho nên quyển Thiền Uyển Tập Anh và quyển Khóa Hư Lục mới được biên soạn ra đấy! Quả thật là một con người tuyệt vời. Đến Ông nội con lên ngôi từ năm 1258 đến năm 1278 cũng 20 năm, nhưng trong 20 năm ấy yên bình không có giặc giã và Ông nội con tuy không đi xuất gia học đạo, nhưng cũng đã hưởng một gia tài phước báu từ Tiên đế quá nhiều nên nước nhà mới được thịnh trị như vậy.

Đến phiên Ông cậu của con là Tuệ Trung Thượng Sĩ, cũng là Thầy dạy đạo cho ta đã có câu nói bất hủ, mà trong Thiền gia cũng như ngoài nhân gian vẫn còn truyền tụng cho đến ngày nay: “Phật không phải là anh, anh không phải là Phật, Phật không muốn thành anh, anh không muốn thành Phật; Văn Thù là Văn Thù giải thoát là giải thoát". Ông cậu của con cũng đã cùng ta chiến thắng quân Nguyên Mông nữa. Ông vừa là một nhà tu mà cũng là một quân sư đại tài.

Đến phiên ta sau khi đại thắng quân Nguyên Mông hai lần vào năm 1285 và 1288, ta thấy đời vô thường quá, chẳng có gì là chắc thật hết ngoại trừ cái chết. Cho nên vào năm 1293 ta đã nhường ngôi cho Anh con là Anh Tông và sau đó đến chùa Thiên Phúc để xuất gia. Trong hai cuộc chiến thắng quân Nguyên Mông này nếu không có Ông ngoại Trần Hưng Đạo Đại Vương của con làm chủ soái, thống lĩnh quân đội thì chắc rằng ta cũng chẳng làm được gì cả. Tuy Ông con không tin Phật nhiều như Ông cậu Tuệ Trung Thượng Sĩ hay mẹ con là Khâm Từ Hoàng hậu, nhưng cũng là những bậc lương đống của triều đình và Phật Pháp. Nếu không có họ, người xuất gia trong thời đại này cũng gian nan lắm đó!

Bây giờ tuổi ta đã lớn, chắc không còn sống được bao lâu nữa nên ta có mấy lời khuyên con, nếu sau này con có xuất gia học đạo.

Đức Phật Thích Ca Mâu Ni sau khi thành đạo dưới cội cây Bồ Đề, Ngài quán Nhân Duyên và biết điều gì nên làm và điều gì chưa nên làm. Do vậy mà giáo lý mới có cao và thấp hay trung đạo khác nhau là vậy. Nhưng tựu chung thì giáo lý của Ngài khi truyền dạy có thể gặp phải một trong ba hạng người sau đây:

Hạng người thứ nhất nghe xong rồi hiểu, hiểu rồi thực hành và sau khi thực hành xong thì chứng được đạo quả giác ngộ giải thoát.

Hạng người thứ hai nghe xong lại hiểu, hiểu xong chẳng thực hành và cuối cùng là không chứng được đạo.

Hạng người thứ ba là nghe xong rồi chẳng hiểu gì cả, vì chẳng hiểu nên chẳng thực hành và cuối cùng là chẳng chứng được đạo quả nào cả.

Nhưng tin và hiểu như thế nào vào giáo lý của Đức Phật để đạt đến giác ngộ giải thoát? Lại có 3 cách để giải quyết việc này.

Đầu tiên là cứ tin tuyệt đối vào lời dạy của Đức Phật, sau đó thực hành một cách miên mật, mặc dầu chẳng hiểu gì cả.

Kế tiếp là lý giải cho thật thông suốt về những lời dạy của Đức Phật, sau đó tin và thực hành. Cuối cùng sẽ được an lạc giải thoát.

Điều thứ ba là ta tin một cách chân chính, thực hành một cách miên mật, sáng suốt trong nhiều đời, đến một lúc nào đó tự nhiên ta sẽ tỏ ngộ được giáo lý chân chánh này và sẽ chứng thành đạo quả.

Nhưng dẫu có là Nam Truyền, Bắc Truyền hay Kim Cang Thừa đi nữa thì những lời dạy đầu tiên của Đức Phật như Tứ Diệu Đế và 37 Phẩm trợ đạo sẽ không khác nhau, mà còn là căn bản của Đạo, chúng hỗ tương vào nhau để nâng cao nhận thức và việc chứng đạo của mỗi hành giả khi thực hành giáo lý của Đức Từ Phụ Thích Ca Mâu Ni. Ba Mươi Bảy phẩm ấy như sau:

- *Tứ Niệm Xứ*
- *Tứ Chánh Cần*
- *Tứ Như Ý Túc*
- *Ngũ Căn*
- *Ngũ Lực*
- *Thất Bồ Đề Phần*
- *Bát Thánh Đạo Phần*

Hôm nay ta chỉ cố gắng nói cho con nghe về "Tứ Niệm Xứ" mà thôi. Còn những điều còn lại con sẽ tự tìm hiểu, hoặc giả phải trực tiếp hỏi Thầy của con trong tương lai.

Vậy "Tứ Niệm Xứ" là gì? Tứ là bốn, Niệm là nhớ nghĩ đến và Xứ là nơi chốn. Bốn loại này gồm có:

Quán thân bất tịnh
Quán tâm vô thường
Quán pháp vô ngã
Quán thọ thị khổ.

Quán có nghĩa là xem xét. Xem xét ở đây nó chẳng có nghĩa bình thường như nhìn một vật bằng mắt rồi lờ đi, khi vật ấy trôi qua khỏi tầm mắt của mình, mà phải thực nghiệm nhìn thật sâu, hiểu thật rõ điều mình muốn quán tưởng đến. Quán này dùng bằng trí chứ không phải chỉ thuần là cái thấy bình thường. Chúng ta sẽ dùng trí tuệ để phân biệt đúng, sai, phải, trái, chân, giả v.v... Mình phải nhìn vào sự thật và cái nhìn ấy phải có chánh kiến. Như con biết đó, chúng ta nhờ phước báu nhiều đời của Tổ tiên nên được sinh ra trong dòng dõi vua chúa, chúng ta được sống trong nhung lụa với chăn ấm, nệm êm, phú quý vinh hoa, nhưng con phải biết rằng ngoài trời bao la kia đang có không biết bao nhiêu người bị lạnh giá cơ hàn, cơm không đủ no, áo không đủ mặc. Họ cũng giống như mình. Chúng ta dầu thân này có được thoa son giồi phấn, ướp xạ xông hương đi nữa, thì chúng cũng chỉ là những tấm thân dơ bẩn mà thôi. Bên ngoài chúng ta khoác lên những lụa là gấm vóc, vàng bạc đá quý v.v... nhưng tất cả những thứ ấy không phải là ta mà cũng không phải là của ta, ta đã vay mượn của người khác, thuế má của dân để làm nên cái tự ngã cho chính mỗi con người quyền thế này, rồi chúng ta cho đó là ta và của ta, nhưng trên thực tế khi quán thật sâu như vậy, chẳng có cái gì được gọi là ta cả, ngay cả tấm thân ngũ uẩn này.

Tấm thân này được cấu tạo bởi bốn loại đất, nước, gió, lửa và khi bốn loại này hòa hợp, nó tạo thành năm chỗ che đậy như sắc, thanh, hương, vị, xúc hay sắc, thọ, tưởng, hành, thức. Mỗi thứ có một nhiệm vụ khác nhau, khi hợp thì nó tụ tập lại, khi nhân duyên đã mãn thì nó tan ra, di chuyển đến nơi khác để tạo thành một vòng quay như thế nữa.

Không có cái gì sạch sẽ cả, cho nên gọi là bất tịnh. Nếu sạch thì gọi là thanh tịnh. Mà thanh tịnh ấy từ đâu mà có, nếu không phải từ bất tịnh mà ra? Hạnh phúc cũng như thế. Hạnh phúc không có thật. Hạnh phúc chơn thật là sự nhận chân thật rõ ràng từ sự bất hạnh trong cuộc sống mà ra. Tất cả đều do quan niệm và sự cảm thọ mà có. Lạnh, nóng, mừng, vui, giận, hờn, oán, ghét, thương, yêu v.v… tất cả chỉ là những sự cảm thọ mà thôi. Vì ta không làm chủ được chúng và ta không biết quán sát thật sâu về ý nghĩa này cho nên chúng ta bị nó đánh lừa. Sắc đẹp cũng vậy thôi! Con thấy đó! Ngày xưa con là "lá ngọc cành vàng", "con vua cháu chúa"; còn bây giờ ở tuổi ngoài 20, con đã trải qua bao nhiêu sự khổ não với chồng, con, với mọi người chung quanh mình. Như vậy cái đẹp ấy đâu có làm mình khỏi khổ đau, mà nếu không khéo chúng sẽ mang ta vào chốn tục lụy muôn đời. Thân này nhìn cho thật kỹ từ mắt, tai, mũi, lưỡi, tim, óc, nước đờm, nước dãi, những chất thừa thải ra ngoài v.v… đâu có loại nào có thể dùng liền lại được, chỉ có những con vật ở đẳng cấp thấp hơn, cho đó là ngon nên nó dùng lại vật thừa thải đó, nhưng đó cũng chỉ là những cảm thọ mà thôi, như cá thấy nước, giống như nhà của nó, nhưng con người thì không thể sống mãi trong nước được. Chư Thiên sống ở thượng giới, ít thấy cảnh khổ đau hơn loài người, nếu đổi cho loài người lên cảnh giới của chư Thiên để ở hay ngược lại chư Thiên xuống làm người thì họ sẽ không thích nghi với môi trường sống này được. Những gì chúng ta cho là ngon, chúng ta ăn vào miệng rồi nuốt xuống bao tử, thải ra nơi ruột non rồi ruột già thành phân hôi thối. Ngày mai khi những chất này được tống khứ ra khỏi cơ thể này chúng ta còn không dám nhìn lại, làm gì có chuyện dùng lại những món ấy. Thế đấy! Ngày hôm qua chúng ta cho là ngon, mà bây giờ thức ăn kia lại trở thành vật ghê tởm như vậy.

Rồi tóc, râu, cứt ráy, ghèn, mủ v.v… tất cả đều ở trong thân của ta và cả bao tử này nữa, hằng ngày ta đã chứa đựng không biết bao nhiêu là đồ dơ tanh hôi bẩn thỉu từ động vật và thực vật mà chúng ta đã đầu tư vào. Chúng có thể giúp chúng ta sống tốt hơn, mà chúng cũng có thể làm cho chúng ta chết đi lúc nào không hay biết. Do vậy những thứ bất tịnh này ta phải quán thật sâu để chúng ta nhàm chán thân này. Chúng ta tu hành làm sao phải chứng được một thân Kim Cang bất hoại. Đó là điều quý hóa, còn thân thể vật lý vốn được cấu tạo bởi những chất bị che khuất này thì một ngày nào đó ắt sẽ bị tan rã. Chắc chắn là như vậy. Tuy là vậy, nhưng nếu không có một thân ngũ uẩn này thì ta cũng không thể đạt được đạo giác ngộ giải thoát. Ngày xưa khi Đức Thế Tôn còn tu khổ hạnh trong núi Hy Mã Lạp Sơn, mỗi ngày Ngài chỉ dùng một hạt mè và một ít nước, sau sáu năm liên tục như vậy Ngài nhận thấy rằng, không thể có một tinh thần minh mẫn trong một thân thể đói khát được, nên Ngài đã chọn ra con đường Trung Đạo để thực hành. Điều này có nghĩa là chúng ta cũng không nên chiều chuộng thân thể này quá mức, mà chúng ta cũng không nên hủy hoại chúng, khi mà đạo quả của chúng ta chưa thành tựu.

Bây giờ đến quán tâm vô thường. Tâm là một biểu tượng của sự hiểu biết không có hình tướng. Thân thể chúng ta còn có thể thấy được và nhận biết ngay việc dơ sạch, nhưng tâm thì làm sao để nhận biết mà nghĩ rằng nó là vô thường? Vô thường ở đây là không thường hằng. Vậy thì cái gì luôn hằng hữu với sự suy nghĩ của mình? Đó là chơn tâm hay vọng tâm? Vọng từ đâu sanh ra và chơn từ đâu mà có? Ta đi tìm tâm thì không thấy tâm ở đâu cả, nhưng ta biết chắc rằng ngoài thân này, tâm khó tồn tại; nếu không có thân thì tâm nương vào đâu để diễn tả ý nghĩ của mình? Vậy trong cái này nó có chứa cái kia và trong cái kia lại có tồn tại cái này. Cho nên Ngài Dogen, một Thiền sư phái Tào Động của Nhật Bản có nói rằng:

Kino naka ni hana ga aru
Ishi no naha ni hi gaaru

Nghĩa:

Trong cây có hoa
Trong đá có lửa

Nghe đơn giản quá phải không con? Nhìn một cây vào mùa Đông, chúng ta thấy nó trụi lá trơ cành, nhưng khi Xuân sang thì hoa lá trổ ra từ thân cây ấy. Vậy khi Đông đến, hoa ấy ở đâu mà khi Xuân sang hoa kia lại đâm chồi nảy lộc? Lửa cũng vậy, bình thường nhìn những viên đá chúng ta thấy nó không có gì cả, nhưng nếu đem hai viên đá cọ sát vào nhau thì chúng ta thấy có lửa phát sanh. Vậy lửa ấy chắc không phải từ ngoài vào mà phải từ trong, nhưng tại sao bình thường lại không phát sinh, mà chờ cho khi cọ sát vào nhau thì lửa mới sinh?

Hoa và lửa kia có thể ví như tâm mình được chăng? Khi nào thì Phật tâm phát khởi hiện hình và khi nào tâm ác hiện hữu? Và làm sao để khử trừ được những tâm ác hại kia đi? Đây chính là pháp tu và những pháp dừng tâm thì Phật đã dạy nhiều lắm rồi, chỉ có chúng ta không chịu thực hành đấy mà thôi! Có nhiều người nói rằng "Phật tại tâm". Điều ấy hẳn không sai, nhưng làm sao để cho cái tâm ấy hiện hữu, phát khởi biến thành tâm Phật giống như hoa ra khỏi thân cây, lửa hiện hữu ngoài cục đá kia, để chứng minh cho mọi người thấy rằng tâm ấy là có thật. Nhưng trong thực tế thì tâm này nó không giản đơn chút nào cả. Khi vui, khi buồn, khi giận, khi hờn, khi nóng, khi lạnh v.v... tâm này nó đâu có chịu ở yên một chỗ, nó vui, buồn, giận, hờn theo những gì mà thân chúng ta đang sở hữu. Cho nên Đức Phật dạy rằng: Tâm này vô thường là vậy. Nó cũng giống như hoa sen, tuy từ trong bùn dơ nước đọng, nhưng khi trổ hoa, sen thơm ngát lạ thường. Đó là Phật tánh, là chơn như, là trí tuệ vậy. Những thứ này không phải từ trên không trung đưa đến, cũng chẳng phải từ một cõi nào bay lại, mà nó phát xuất ngay từ trong chốn bùn dơ nước đọng ấy. Nếu ta quan sát thật kỹ, mình sẽ thấy chính mình. Nếu không là vậy thì suốt đời ta mãi đi tìm cầu mà không thấy ông chủ ở đâu cả.

Đức Phật dạy tiếp về phép quán thứ 3 đối với các pháp đều không có một cái ngã thực tế tồn tại. Đây cũng là bài học mà Ngài A Thuyết Thị (Ashita) đã truyền đạt lời Phật dạy cho Ngài Xá Lợi Phất và khi Ngài Xá Lợi Phất nghe được điều này, Ngài đã chứng được quả Dự Lưu. Đó là:

Các pháp đều do nhân duyên sanh
Các pháp đều do nhân duyên diệt
Tự tánh của các pháp là không.

Thuyết "Duyên Sanh" là thuyết rất quan trọng trong Phật giáo. Cái này sanh nên cái kia sanh. Cái này diệt nên cái kia diệt. Sự còn và mất của các pháp chỉ là sự biến đổi cho thích hợp với hoàn cảnh, với không gian và thời gian của vạn pháp, chứ nó không không mà cũng không có. Phải hiểu rõ tự tánh của vạn pháp vốn không có thật tướng, vì cái gì có hình tướng đều bị vô thường và khổ chi phối. Cho nên tướng thật của các pháp là không tướng. Từ cái không nó biểu hiện ra cái có. Ví như luồng gió tự nhiên biến thành trôn ốc, mắt chúng ta vừa thấy rõ ràng đấy, nhưng thoạt một cái, nó đã biến mất. Vậy nó đi về đâu? Nó còn hay nó mất? Nó chỉ thay ngôi đổi chỗ mà thôi. Nó luôn hiện hữu nhưng ở nhiều dạng thái khác, không nhất thiết chỉ nằm nhất định trong một điều kiện nào đó. Đức Phật cũng từng dạy rằng: Vô ngã là Niết Bàn. Thật vậy! Niết Bàn không phải là một nơi chốn, mà là một trạng thái hoàn toàn dứt sạch mọi trần cấu của thế gian này. Trạng thái ấy không còn chấp thủ, chấp ái và chấp ngã nữa. Nếu ai đạt được trạng thái ấy, người đó mới là một Phật tử chơn chánh, kể cả người xuất gia lẫn tại gia đều nên cố gắng quán sát đề mục này cho thấu đáo vậy.

Bây giờ đến đề tài quan sát thứ tư đó là: Quán thọ thị khổ. Thọ ở đây là cảm thọ. Tất cả đều có cái khổ đi kèm. Ví dụ như khi mắt nhìn thấy sắc, cho là đẹp, vì người kia hợp với cái nhìn và cái chấp thủ của mình, nhưng cũng người đó mà con khỉ hay con cọp nhìn thì người kia sẽ trở thành một sự cảm thọ khác rồi. Với con người thì sắc đẹp kia sẽ đáp ứng cho cái dục của hai con người và sự so sánh giữa người này với kẻ kia và mình cho rằng đẹp, nhưng rồi cái đẹp này nó cũng không dừng lại ở đó. Nó sẽ bị thời gian và không gian chi phối, nó sẽ già và sẽ xấu đi. Như vậy sự cảm thọ về sắc của những năm về trước, so với bây giờ nó khác xa nhiều lắm qua sự phân biệt bởi nhãn quan của mình. Do vậy cái thấy này nó không thường và sự cảm thọ của cái thấy này nó nằm ở dạng chấp thủ, vì lẽ mình cho là đẹp, còn kẻ khác thì không, hoặc biến đổi, hoài nghi, không thấy rõ được chân thực tướng của sự nhận biết của việc cảm thọ kia.

Cảm thọ của tai cũng thế. Ta cho rằng nhạc Đại Việt hay, vì mình là người Việt Nam, nhưng người Chàm dĩ nhiên là họ khó chấp nhận. Ngược lại người Việt mà nghe âm nhạc của Champa thì sao? Bởi vì lấy chấp thủ làm chính cho nên cả người Việt lẫn người Champa không thể thấy được cái tánh của âm nhạc, mà chỉ chấp vào cái tướng nghe mà thôi. Đó là sắc tướng và âm thanh khi cảm thọ. Còn mùi vị hương thơm, sự va chạm cũng như các pháp cũng giống như trên thôi. Tất cả đều do chấp thủ và chấp ngã mà ra. Nếu dùng chữ "tùy duyên" như trong bài Cư Trần Lạc Đạo của ta để hiểu, thì con sẽ rõ tại sao nó như vậy và ta phải đối cảnh như thế nào, khi tâm ta bị những cảm thọ nó chi phối. Nếu biết nguyên nhân của sự khổ rồi thì việc diệt khổ không khó. Chỉ trừ những kẻ nào chỉ nói biết, mà thực tướng của vạn pháp không rành thì đời đời kiếp kiếp sẽ mãi trôi lăn trong sáu nẻo luân hồi, còn sự giải thoát khỏi khổ đau triền phược thì còn lâu lắm. Nếu kiếp này không xong, phải chờ đến kiếp khác, mà kiếp khác liệu ta có thể tái sinh lại làm thân người được chăng? Nếu không được thì bao giờ chúng ta mới có cơ duyên liễu ngộ được đạo? Cho nên sau khi con nghe phần đầu của 37 phẩm trợ đạo này rồi, con nên cố gắng tìm hiểu những phần còn lại nơi những vị Pháp Sư khác, nếu con có ý chí xuất trần. Giờ ta đã lớn tuổi và ngày về với Phật chắc không còn xa, con hãy chọn một vị Thầy để quy y Tam Bảo, sau đó hãy "tùy duyên", nhưng nếu con có đi tu thì đây am tranh này chính là chỗ nên dừng chân lại với một cuộc đời sóng gió như con sau bao nhiêu năm thăng trầm trong cuộc sống, mà giờ đây chồng cũng không còn, con thơ thì chẳng biết nơi đâu mà tìm kiếm.

Từ xa xưa chắc con đã nghe và hiểu câu "Đất Vua, chùa làng, phong cảnh Bụt" rồi, hôm nay ta sẽ giao phó cho con núi rừng Yên Tử này, nơi có Ngọa Vân Am và cũng chính là nơi mà năm xưa ta đã ngộ tâm Thiền. Do vậy nếu sau này đầy đủ nhân duyên thì con hãy về đây tu niệm. Đây cũng chính là hoài bão của ta vậy. Thời đại quân chủ này vua là trên hết. Tuy ta đã xuất gia đầu Phật từ hơn 10 năm nay, nhưng dân chúng và Phật tử vẫn quý mến nên tôn xưng ta bằng nhiều danh hiệu khác nhau như: Giác Hoàng Điều Ngự, Trúc Lâm Đại Sĩ, Phật Hoàng Trần Nhân Tông v.v… dầu họ gọi ta là gì đi chăng nữa thì ta vẫn là ta trong muôn thuở. Ta của núi rừng, của chim muông, của bao la vũ trụ. Cái ta ấy ta đã hòa quyện vào với trúc, với cây với cỏ, với suối, với trăng ở đây tự thuở nào rồi. Con hãy nhận nó làm lời di chúc nếu sau này ta đã theo Phật về Tây. Đất này là của con và của anh con, của dòng họ Nhà Trần này. Nơi nào người dân không làm chủ, thì nơi đó là của vua chúa. Núi rừng không có ai cai quản và không giới hạn bởi không gian, nên rừng núi bạt ngàn này là của con đấy. Hãy vui thú với cỏ cây nơi núi đồi này. Còn chùa Đồng trên đỉnh Yên Tử này là do dân làng dựng lên, đây là một ngôi chùa nhỏ thôi, nhưng rất linh thiêng và bao nhiêu điều mầu nhiệm đã xảy ra tại nơi này. Còn phong cảnh ở đây thì quá hữu tình rồi. Cho nên có người khi lên thăm Yên Tử đã đặt cho cái tên là "Nam Thiên Đệ Nhất Cảnh", quả điều ấy không ngoa chút nào. Giang sơn Đại Việt này có từ thời Hùng Vương dựng nước và kể từ đó đến nay cũng đã nhiều ngàn năm lịch sử rồi, tuy dân tộc ta đã bị Bắc phương đánh chiếm, chinh phục nhiều lần, nhưng dân tộc Lạc Việt này vẫn còn tồn tại cho đến ngày nay quả là điều hy hữu. Thôi con hãy về đi kẻo đường xa ngựa kéo khó đi, khi ánh thái dương đã lặn khuất về Tây chỉ trong chốc lát nữa đây thôi.

Huyền Trân Công chúa sau khi nghe Phụ hoàng Trần Nhân Tông giảng giải một cách cặn kẽ về lý vô thường và nhất là "Tứ Niệm Xứ" trong 37 phẩm trợ đạo, nàng như bừng tỉnh qua một cơn mê dài trong nhiều thế kỷ và nàng đã hồi tưởng lại quãng đời niên thiếu của mình, nếu lúc ấy đã đi xuất gia thì giờ này đâu phải chịu cảnh chia ly tang tóc như thế này, và chữ nếu này nếu biết sớm cũng như tự làm chủ được vận mệnh của mình thì có lẽ cái nghiệp ái này đã xoay chiều đi nơi khác rồi, chưa chắc gì đã xoay về phía Chiêm Thành làm chi để rồi bao nhiêu những hệ lụy vẫn còn vấn vương? Liệu rằng mối tơ vương này sẽ được cắt đứt, khi ta đã thế phát xuất gia chăng? Thôi việc này để ta sẽ trình lên với Mẫu thân ta, chắc Mẹ ta sẽ không từ chối.

Tiếng vó ngựa đã dừng ngay trước cổng Phủ Thiên Trường, lệnh bà từ từ được đỡ xuống bởi các cung nữ và khi Hoàng hậu Paramecvari ngước mắt nhìn lên thì thấy Thái Hậu Khâm Từ, mẹ của mình đã đứng đó chờ mình từ lâu rồi. Nàng vội thưa:

- Muôn tâu Thái Hậu! Con đã về.

- Con không khách sáo đó chứ? Con thấy Phụ vương con như thế nào sau mấy năm cha con không gặp mặt?

- Thưa Mẹ! Phụ hoàng vẫn như xưa, nhưng con thấy Người già đi nhiều so với thời gian và năm tháng. Tuy rằng mọi việc quan trọng của chính sự và triều đình, anh con đã thay thế đảm đang, nhưng dường như việc nước Phụ hoàng vẫn còn cưu mang khi sơn hà xã tắc cần đến sự góp ý của người. Còn giáo lý Phật Đà mà Phụ hoàng con chứng thực được, quả là điều vi diệu vô cùng. Con nghe hoài không thấy chán và nhận ra một trong nhiều chân lý nhiệm mầu vô cùng, đó là con đường xuất gia học đạo. Thưa Mẹ! Việc ấy con có thực hiện được không?

- Tại sao con lại ra nông nỗi này? Chồng mới mất, con trai lưu lạc nơi đâu, nay cũng chưa có tin tức, tại sao con lại có ý nghĩ như vậy?

- Thưa Mẹ! Chồng mà chi! Con mà chi! Giang sơn gấm vóc này Phụ hoàng còn bỏ lại sau lưng thì với con đâu có ý nghĩa gì.

- Để mẹ trình bày việc này với anh con thử xem sao.

Mấy ngày sau đó Vua Anh Tông và Huyền Trân Công chúa đã gặp nhau ở cung thành Thăng Long và hai anh em đã trao đổi với nhau một cách chân thành về mọi việc của hai nước, trong đó ý chí đi xuất gia cầu Thầy học đạo lại mãnh liệt hơn cả và bà đã tâu với Vua anh rằng:

- Như Hoàng huynh thấy đó! Sau khi Đức Phật về cung thành Ca Tỳ La Vệ để thăm Vua Tịnh Phạn. Da Du Đà La nghĩ rằng sau 7 năm chờ đợi, giờ người đã về và sẽ nối lại duyên xưa, nhưng không phải vậy, với lòng từ của Đức Phật, Ngài đã độ cho cả La Hầu La và Nan Đà cùng theo dấu chân của Ngài để xuất gia học đạo nữa. Da Du ngạc nhiên hết sức, nhưng với uy lực và trí tuệ của Đức Phật đã khuất phục nàng và hình như ngay lúc ấy, nàng cũng đã có ý xuất gia theo Phật. Còn muội muội này sau khi nghe Thượng hoàng thuyết giảng về vô thường, khổ, vô ngã v.v… muội muốn đi tu liền để cắt đứt bao nỗi oan khiên nghiệp chướng trong nhiều đời mà em đã vướng bận, không biết Hoàng huynh nghĩ như thế nào?

- Đi tu, tại sao phải đi tu?

- Đi tu để báo đền ơn sơn hà xã tắc và cho tất cả chúng sanh. Ý nghĩa này không cao cả và giải thoát sao? Tại sao một người nữ khi được sinh ra không dám thực hiện ý chí của một bậc đại trượng phu là lìa đời tìm đạo mà vướng chi vào chốn bụi hồng như muội này, Hoàng huynh thấy như thế có bất công chăng?

- Mẫu hậu nghĩ sao?

- Mẹ không quyết định mà bảo chờ ý kiến của Hoàng huynh.

- Nếu muội đã quyết định chọn một con đường cao cả như Thượng hoàng đã chọn cách đây hơn 10 năm về trước thì huynh cũng sẽ làm người hộ độ hết mình cho muội, dầu cho muội tu ở đây hay bất cứ nơi nào.

- Xin niệm ân Hoàng huynh đã tạo ra cho muội một cơ hội, một tia sáng ở cuối đường hầm, vì với muội cả tình lẫn hiếu khó bề trọn đạo, chỉ có con đường xuất gia mới có thể chấm dứt được nỗi băn khoăn này.

Chương XIII

Huyền Trân Công Chúa
Thế phát xuất gia

Sau khi thăm viếng Phụ Vương, trở lại Phủ Thiên Trường, Huyền Trân Công chúa luôn nghĩ về những lời dạy vừa rồi trên núi Yên Tử về Vô Thường, Khổ, Không và Vô Ngã. Đây là Tứ Pháp Ấn mà Đức Phật đã dạy cho hàng Đệ tử xuất gia cũng như tại gia của Ngài, khi Ngài còn tại thế, cho đến nay cũng đã gần 2.000 năm rồi mà vẫn còn có giá trị như thường; nhất là qua tài bình và giảng của Điều Ngự Giác Hoàng, vốn là một Thiền sư uyên thâm về Phật học. Ngày xưa nàng cũng đã nghe pháp ấy do ông cậu Tuệ Trung Thượng Sĩ giảng ở Phủ Thiên Trường rồi, nhưng nghe để mà nghe chứ nàng hầu như không cảm nhận được gì cả, còn bây giờ mỗi một lời pháp nhũ như tiếng chuông rót vào tai nàng, ngân vang mãi trong tâm thức, hầu như không có giây phút nào ngừng nghỉ và chính sợi dây vô hình ấy khiến cho nàng càng rõ thân phận của mình nhiều hơn nữa. Là một Công chúa của triều đình, là cành vàng lá ngọc của vương triều Nhà Trần, là Hoàng hậu của một đấng minh quân và giờ đây tất cả đối với nàng chỉ là dĩ vãng. Lâu lâu dĩ vãng ấy đã hiện về với nàng, nhưng nàng để cho nó tự nhiên trôi qua một cách bình thản, không tiếc thương mà cũng chẳng luyến nhớ, nó giống như một cơn gió mùa Thu nhẹ đưa những cành lá mà thôi. Lá nào còn ở lại với cành thì cứ ở, lá nào rơi rụng vào thiên nhiên thì cứ rơi. Bây giờ chính là lúc mà nàng đã "đối cảnh vô tâm" như trong bài Cư Trần Lạc Đạo Phú mà Giác Hoàng Điều Ngự đã thực chứng tự thuở nào rồi.

Cũng mùa Thu năm ấy, sau khi đi thăm Điều Ngự Giác Hoàng về chẳng bao lâu, nàng nghe được một tin chẳng lành báo về triều nội. Đó là sự giã từ cõi mộng của Phụ thân để trở về với cảnh giới Chơn Thường của mình. Đám tang của Ngài lớn chưa từng có, vì Ngài chính là Thái Thượng Hoàng của triều đình; là người chiến thắng quân Nguyên Mông đến hai lần; là Điều Ngự Giác Hoàng, người đứng đầu của Thiền Phái Trúc Lâm Yên Tử; là người cha của bậc minh quân Trần Anh Tông; là một vị Thầy rất gần gũi với quần chúng Phật tử. Tất cả mọi người không ai bảo ai, đều lần lượt trở về non Yên Tử để thọ tang. Lần này không còn Ông Ngoại và cũng là Ông cậu Hưng Đạo Vương Trần Quốc Tuấn nữa, vì Ngoại đã mất từ năm 1300, trước Thượng Hoàng cả 8 năm. Đây cũng là điều đáng quan tâm biết bao, vì ngoại đã làm tướng chống quân Nguyên Mông cả 3 lần (1258, 1285 và 1288) và kể cả làm Quân Sư cho bốn triều đại. Đó là Thái Thượng Hoàng Trần Thái Tông, Thái Thượng Hoàng Trần Thánh Tông, Thái Thượng Hoàng Trần Nhân Tông và cho cả Đức Vua Trần Anh Tông nữa. Một gương mặt hiền từ mẫu mực, nhưng cũng rất gan dạ khi điều quân nơi trận địa, quyết tử thủ chứ không lìa địa bàn hiểm trở để cầm cự với quân Nguyên Mông. Nhiều người ví ông ngoại như Ngài Xá Lợi Phất. Vì ông có trí tuệ siêu phàm. Khi Ngài Xá Lợi Phất và Ngài Mục Kiền Liên hay tin Đức Phật sắp vào Đại Niết Bàn thì hai Ngài đều xin Phật được nhập diệt trước, để đỡ thấy cảnh bi thương khi một bậc xuất thế không còn hiện hữu nơi cuộc đời này nữa. Bây giờ ở đây và chốn này, ngoại đã ra đi vĩnh viễn rồi.

Hôm ấy có một số tướng trẻ cũng như những người mới đảm nhận những chức vụ quan trọng dưới triều đình của Vua Anh Tông, nàng không biết nhiều, nhưng ngược lại rất nhiều người biết nàng, vì nàng chính là một người con gái Đại Việt đã làm nên lịch sử, chưa chắc gì những nam nhi chi chí có thể sánh được cùng nàng. Thân gái dặm trường, thế mà nàng đã vượt qua tất cả để hôm nay đây có mặt tại lễ tang của Phụ hoàng. Quả là một điều "bất khả tư nghì" vậy.

Huyền Trân Công chúa đội mão mấn màu trắng, Anh Tông đội mũ bạc và mình quấn dây rơm. Ngoài ra còn một số chư Tăng Ni khác thì đầu chít khăn màu vàng và họ rất điềm tĩnh hầu bên Kim quan, chẳng khóc lóc và cũng không quan hoài đến những người chung quanh, ngay cả khi Thái Hậu Khâm Từ có mặt. Có lẽ cái chết ấy, dù là của một đấng Quân vương, cầm cân nảy mực, ngồi trên ngai vàng để cai trị, hay đó là cái chết của những kẻ bần cùng cũng không có gì khác nhau mấy, vì tim không còn đập, phổi không còn thở nữa, có nghĩa là đã chết. Chết là một trạng thái để gọi chung cho những ai không còn liên hệ trực tiếp với những người đang đứng chung quanh mình nữa, mà họ tự tại tiêu dao nơi thế giới của mình. Thế giới này rộng rãi mênh mông, cả ánh sáng và bóng tối, cả thiện và ác đang đối đầu nhau, dằn vặt nhau để tranh giành chiến lợi phẩm về phía mình. Thời gian này là thời gian quan trọng nhất để cho thân nhân của người mất phải biết sám hối cho chính mình và sám hối tội lỗi của người thân để nhờ đó mà thần thức của người mất nhẹ nhàng được sanh về cõi Tịnh.

Những bài văn, bài kinh tán tụng của chư Tăng Ni xen lẫn với nhạc lễ của triều đình, khiến cho ai đó có dịp tham dự những nghi lễ như thế này đều phải hết lòng thán phục, chính sự tồn tại của âm nhạc và lễ nhạc của Phật giáo Việt Nam mà nhiều dân tộc như Lâm Ấp, Chiêm Thành, Trung Hoa và Nhật Bản đều cử người đến Đại Việt ta để học hỏi và thâu thập, nghiên cứu rồi đem về quê hương của mình cho trình bày, thay đổi như là âm thanh của nước sở tại. Như vậy lễ nhạc đóng góp một phần lớn trong việc truyền bá giáo lý của Đạo Phật cho đến ngày nay.

Sau đại tang cũng vừa là quốc tang của Phụ Vương tại Yên Tử, Huyền Trân Công chúa trở về lại Phủ Thiên Trường và suy tư rất nhiều về lời dạy của Đức Phật, những buổi giảng của Phụ thân khi còn sanh tiền và nhất là về nỗi khổ của sanh, già, bịnh, chết. Nhiều khi nàng tự hỏi rằng: Ta từ đâu đến đây? Đến đây để làm gì? Cái già, cái bệnh có đến với ta chăng và cuối cùng là cái chết và chết sẽ đi về đâu? Thái Tổ Trần Thừa là cha của Trần Liễu và Trần Cảnh, họ vốn là anh em ruột với nhau, nhưng qua chủ mưu của Trần Thủ Độ, anh em họ đã trở thành gần như là thù địch với nhau. Mỗi bên đều sinh con đẻ cháu và con cái của hai nhà này lại lấy nhau, vừa là anh em chú bác mà cũng vừa là anh em cô cậu ruột. Trường hợp của ta đây cũng thế, gọi Mẹ ta là Khâm Từ Hoàng hậu đứng về bên nội, nhưng bên ngoại thì Mẹ cũng chính là cô của ta. Cha ta cũng thế vừa kêu Hưng Đạo Vương là Nhạc phụ mà cũng vừa kêu là Cậu ruột. Đó là chưa kể những sự "loạn luân" giữa em trai và chị ruột của mình nữa. Đây là luân hồi sinh tử? Đây là bảo vệ gia phong của Trần triều do chủ trương của Trần Thủ Độ hay còn gì nữa? Câu hỏi này chỉ có kinh Phật và chư Tăng Ni mới có thể giúp giải thích được cho thôi. Còn ta thì mù tịt. Vậy ta phải làm sao đây? Hỏi Mẹ, Mẹ làm ngơ, hỏi Anh, Anh chẳng trả lời, hỏi Chú, Chú không nói; còn hỏi đến Ông cậu Tuệ Trung Thượng Sĩ thì Ông nói toàn là tánh không, nên cuối cùng ta đã chẳng hiểu gì cả. Thôi cứ chờ đợi vậy.

Ta mới ở tuổi 21 cái xuân xanh nên việc già và bịnh ta chưa trải qua như những nàng cung nữ khác. Tuy nhiên ái biệt ly, cầu bất đắc là những điều trong 8 nỗi khổ mà Đức Phật đã dạy thì ta đã thể nghiệm quá nhiều rồi. Đó là cái tang của chồng, sự chia lìa với con thơ Chế Đa Đa và còn nỗi khổ của sự lo lắng Chế Chí sắp đem quân sang đánh Đại Việt để báo thù nữa. Nợ nước, tình nhà. Ôi! Sao mà ngao ngán quá! Có ai hiểu được điều ta đang ấp ủ?

Còn chết sẽ đi về đâu thì có nhiều cách giải thích cũng như trình bày của các vị Pháp Sư rồi, nhưng ta chắc rằng sẽ không muốn trở thành Công chúa nữa, dầu cho ở bất cứ triều đại nào trong lịch sử Đại Việt. Có nhiều người được sinh ra trong nhà giàu, quyền quý, danh vọng thì ham, nhưng ta thì chẳng quan tâm về những việc này. Âu đó cũng là do phước báu lẫn duyên nghiệp trong nhiều đời đan xen với nhau để tạo thành một mắt xích sanh tử như vậy, chứ có ai muốn như vậy bao giờ.

Đầu năm 1309 Huyền Trân đã đến núi Trấn Sơn (nay thuộc Bắc Ninh) gặp Quốc Sư Bảo Phác, đảnh lễ Ngài làm Thầy mình và Quốc Sư cũng đã cho nàng thọ Bồ Tát Giới tại gia với Pháp danh là Hương Tràng. Khi truyền Bồ Tát giới cho Huyền Trân, Quốc Sư đã dạy rằng:

Đức Phật khi còn tại thế đã chế ra các giới cho người xuất gia cũng như người tại gia hành trì. Vì có giữ giới mới sanh định, từ định mới sanh ra trí tuệ. Giới, Định, Tuệ được gọi là Tam vô lậu học để đối trị lại cũng như có công năng ngăn ngừa và diệt trừ tham, sân, si. Người tại gia khi quy y thì nguyện giữ 5 giới, 8 giới Bát Quan Trai, 10 giới Thập Thiện; nhưng cũng có thể tiến xa hơn nữa là thọ Bồ Tát Giới tại gia gồm 10 giới trọng và 48 giới nhẹ. Giới này các bậc xuất gia, sau khi thọ giới Tỳ Kheo hay Tỳ Kheo Ni cũng phải thọ, nên Phật gọi là: Đạo tục thông hành giới. Giới luật trên căn bản thuộc Thanh Văn Thừa, nếu không thọ Bồ Tát giới và hành Bồ Tát hạnh thì tâm Bồ đề khó phát sinh. Do vậy là Công chúa, Thái tử, những Đại thần, Tể tướng v.v... nếu muốn thực hiện hạnh từ bi của mình, không gì hơn là nên thọ giới Bồ Tát.

Giới không phải là sự trừng phạt hay uy quyền, mà là một sự bảo hộ cho người thọ trì giới cấm. Ai hành trì đúng giới luật, đời sống nội tâm của người ấy sẽ thăng hoa. Nếu ai làm sai giới luật Phật không phạt vạ người ấy, mà chính người ấy phải tự nhận thấy tội lỗi của mình, sau đó phát lồ sám hối thì tội kia mới nhẹ được. Giới giống như là một công năng tu tập, nếu ai siêng năng hành trì giữ giới thì chiếc áo nghiệp lực sẽ nhẹ và mỏng dần đi, còn ngược lại ai không thanh tịnh trì giữ giới luật thì người ấy sẽ tự mang sức nặng vào hai vai của mình và càng ngày càng lún sâu vào vòng luân hồi sanh tử. Nếu ai siêng năng lau chùi, giặt giũ thì chiếc áo ấy sẽ sạch, đẹp và thơm tho, người bên cạnh cũng sẽ được ảnh hưởng lây với những người giữ giới như vậy.

Những vị vua của Trung Hoa, Nhật Bản, Triều Tiên, Tây Tạng, Mông Cổ trước khi phong vương đều có làm lễ truyền thọ Bồ Tát giới tại gia này. Nay Công chúa phát tâm quy y thọ Bồ Tát giới tại gia thì ta cho nàng Pháp danh là Hương Tràng và nên lặp lại theo ta những lời sau đây:

Chúng sanh vô biên thề nguyện độ
Phiền não vô tận thề nguyện đoạn
Pháp môn vô lượng thề nguyện học
Phật đạo vô thượng thề nguyện thành

Nghĩa:

Chúng sanh không số lượng, thề nguyện đều độ khắp
Phiền não không cùng tận, thề nguyện đều dứt sạch
Pháp môn không kể xiết, thề nguyện đều tu học
Phật đạo không gì hơn, thề nguyện được viên thành

Chúng sanh đây gồm cả vô tình và hữu tình. Như cỏ, cây, đá, gỗ v.v… thuộc loại vô tình, nhưng chúng đều có sự sống, chúng ta cũng nên quan tâm chăm sóc đến chúng, còn những loại có tình thức như: con người, chó, mèo, heo, gà, ngựa, lừa v.v… tuy hình thù khác nhau nhưng con nào cũng ham sống, sợ chết, cho nên chúng ta không nên giết chết người, hay những con vật ấy, vì lẽ con người cũng có thể tái sinh làm con vật, mà con vật cũng có thể tái sinh thành người. Vòng luân hồi sanh tử ấy không xa lạ bao nhiêu đâu, nếu chúng ta không có tâm bỏ ác để hành thiện.

Phiền não thì nhiều vô số kể. Chính ta đã tự cột trói vào mình do tham, sân, si khởi lên, thì cũng chính tự ta phải mở trói ra và phải nguyện trừ bỏ những oan khiên nghiệp chướng ấy kể từ vô thỉ dẫn lại cho đến ngày nay. Cỏ phiền não ấy nó mọc sâu trong tâm thức của mỗi người từ trong bao đời rồi. Do vậy muốn dứt trừ phiền não không phải chỉ trong một ngày, một buổi mà phải trải qua thời gian nhiều năm tháng cũng như kiếp số, mới có thể đoạn trừ được. Phiền não ấy cũng chính là Bồ Đề, nếu chúng ta biết tu hành nghiêm mật và loại trừ những ma chướng trói buộc mình của việc tham, sân, si qua 5 phần triền cái và 7 kiết sử. Những thứ này trói buộc lại với nhau, khiến cho chúng ta khó nhận chân đâu là thật và đâu là giả. Giống như hai kẻ đang mù quáng yêu nhau mà có ai đó góp ý vào thì cái si mê của người kia nó sẽ hiện lên ngay và họ sẽ bênh vực cho việc yêu kia là đúng, kẻ khác mới là người sai. Lại cũng giống như người nghiện và say rượu. Khi say thì họ thấy chung quanh họ ai cũng là người say hết, chỉ có họ mới tỉnh mà thôi. Việc này do sự chấp trước mà ra. Nếu chúng ta biết rõ được mặt mũi của nó thì mình có thể khử trừ nó đi khỏi ngay nơi tâm mình. Ngược lại, nếu không làm chủ được mình thì tham, sân, si sẽ chính là chủ nhân của mình.

Pháp môn vô lượng thệ nguyện học có nghĩa là Đức Phật đã dạy chúng ta nhiều pháp môn để tu hành, cốt làm sao có thể thoát vòng sanh tử, tránh khỏi luân hồi. Đó là điều nên hành trì. So ra một công nương như con, sanh ra trong nhà quyền quý thì nên thọ trì Tứ Vô Lượng tâm là điều thích hợp nhất. Đó là: Từ vô lượng tâm, Bi vô lượng tâm, Hỷ vô lượng tâm và Xả vô lượng tâm. Tâm Từ, tâm Bi, tâm Hỷ, tâm Xả là những tấm kiếng chiếu hậu, giúp ta kiểm soát được lòng mình khi nghĩ đến tha nhân, ta có thật như thế hay không? Hay chỉ là những hình ảnh khách sáo, nhằm trang sức bề ngoài cho một tiểu thư đài các, cành vàng lá ngọc như con?

Lòng từ ấy phải thể hiện ở tấm lòng như Phụ hoàng của con, thấy con cái của mình mùa đông được mặc áo lông cừu cho đỡ lạnh, còn những người không biết luật lệ, lỡ bị phạm tội nên bị giam cầm, khiến cho họ bị sự đói khát, lạnh lẽo giày vò, nên Điều Ngự Giác Hoàng đã sai người phụ cấp thêm chăn, nệm và cơm nước cho họ. Đó là lòng từ của một đấng quân vương. Hoặc giả khi đói khát, mất mùa, bịnh dịch v.v… phàm là một đấng quân vương thì phải nên lấy cái khổ của họ làm cái khổ của chính mình, cho mở kho chứa gạo thóc ra phát cho dân. Có như vậy dân chúng mới thương vua và đây chính là việc thể hiện lòng từ.

Bi cũng thế thôi. Bi đây là bi mẫn, quan hoài đến người khác, xem thân họ như thân của mình, cha mẹ của họ cũng như cha mẹ của mình và sự khó khăn của họ cũng là sự khó khăn của mình thì khi nước nhà tao loạn, họ sẽ nghĩ đến ơn vua, lộc nước mà ra sức phấn đấu để trả nợ cho non sông, cốt đền ơn cứu mạng khi họ bị lâm vào cảnh khốn cùng. Việc thể hiện lòng từ bi không nhất thiết cần phải là của cải hay tiền bạc, mà có thể chỉ là một nụ cười cởi mở, một hành động thân thiện gần gũi, cho họ lời an ủi khi gặp khốn khó trong cuộc sống, giúp họ một hướng nhìn đích thực về tương lai. Nếu có thể cho ai một cái gì đó thì nên cho, nhưng khi làm một việc gì liên quan đến người khác thì nên nhớ rằng "Kỷ sở bất dục, vật thi ư nhơn", nghĩa là điều gì mình không muốn thì đừng làm với người khác.

Con đường chánh kiến sẽ dẫn đến giải thoát sanh tử, nếu chúng ta thực hành Bát Chánh Đạo một cách đúng đắn không sai lệch, không thiên vị với bất cứ người nào, được như vậy thì con đường vô thượng đó, chúng ta sẽ thành tựu một cách viên mãn. Chúng ta phải vui theo hạnh lành ấy mà hành trì, không có gì hối hận cả sau khi chúng ta làm được một việc phước đức. Dẫu chỉ là việc giúp cho một người say tỉnh rượu hay giúp cai nghiện cho một người nghiện ngập quanh năm, nhẫn đến việc cứu cho một Hoàng Đế khỏi sa vào địa ngục, tất cả đều bình đẳng và ta hoan hỷ để thực hành hạnh Bồ Tát ấy. Ngoài ra chúng ta phải xả bỏ hết tất cả những tự kỷ, bản ngã của mỗi người khi bố thí cho ai đó một điều gì. Nghĩa là xem việc giúp đỡ ấy là chuyện đương nhiên, chứ không cần người kia phải đáp đền lại thì mình mới cứu giúp. Người xưa thường nói rằng:

"Người trồng cây hạnh người chơi
Ta trồng cây phước để đời về sau"

Cây hạnh dầu có đẹp bao nhiêu đi chăng nữa, trải qua năm tháng sẽ già đi và chết. Còn phước đức hay phước báu khi đã thi ân thì ân ấy không bao giờ mất, nó sẽ còn mãi nơi thế gian này, đôi khi còn sanh sôi nảy nở ra nhiều hơn như thế nữa. Đó là ý nghĩa của việc làm mà không cần báo đáp. Làm cũng như không làm. Tuy không làm mà làm. Đó là tinh thần hỷ xả khi thực hành Bồ Tát hạnh vậy.

Cuối cùng là con đường đi đến quả vị Phật. Quả vị này là kết tinh của những việc làm trên của chúng ta. Nó không phải từ đâu đến, mà nó cũng chẳng phải đi về đâu cả. Nguyên thủy nó có đó, nhưng nó không hiển bày, vì lẽ chúng ta chưa đủ duyên. Nay Công chúa đã phát tâm quy y, thọ Bồ Tát giới thì nên nhớ như vậy mà hành trì. Đây là những lời Phật dạy, mà ta đã cố gắng tuyên bày.

Sau khi thọ giới Bồ Tát tại gia tại chùa Trấn Sơn ở Bắc Ninh với Quốc Sư Bảo Phác rồi, Huyền Trân Công chúa trở lại Phủ Thiên Trường với Pháp danh Hương Tràng và kể từ đây Pháp danh này được thay thế để gọi cho Huyền Trân Công chúa hay Hoàng hậu Paramecvari, vì tất cả đã trở thành dĩ vãng và bà muốn quên đi tất cả để tạo ra một nếp sống mới cho việc thực hành Bồ Tát hạnh này. Đầu tiên bà tập ăn chay mỗi tháng 6 ngày, sau đó lên 10 ngày và cuối cùng là ăn chay trường. Trong các Kinh điển Nam Truyền mà bà được nghe ở Chiêm Thành hay ở Phật Học Viện Đồng Dương thì bà hiểu rằng: Thời Đức Phật còn tại thế, Ngài khuyên các Đệ tử, trong đó kể cả Vua Tần Bà Sa La, cha của A Xà Thế, khi ông bị giam vào trong ngục thất, mỗi tháng nên thọ 8 giới quan trai vào những ngày mồng 8, 23, 24, 30, rằm và mồng một. Tại sao những ngày ấy gọi là ngày trai giới? Vì những ngày ấy chư Thiên từ cõi Trời giáng trần để xem xét việc lành dữ của nhân gian, nên chữ Trai theo Phật giáo nguyên thủy nó có nghĩa là thanh tịnh, chứ không phải là chay tịnh như Phật giáo Đại Thừa hành trì. Vì đi khất thực, tín thí cúng dường bất cứ thứ gì, chư Tăng Ni đều nhận để dùng với tâm thanh tịnh, nên việc cúng dường ấy trở thành thanh tịnh.

Ngày mồng 8 và ngày 23 trong mỗi tháng là ngày các Thiên Sứ đi tuần hành trong nhân gian này. Ngày 14 và 30, nếu tháng thiếu thì 29, là những ngày mà hai vị Đông Cung Thái tử từ cõi trời đến nơi Ta Bà này để thăm viếng nhân gian. Còn ngày Rằm và ngày Mùng Một thì chính Vua cõi trời Đế Thích đích thân đi vào nhân gian để xem xét việc lành dữ. Do vậy những ngày này nên giữ gìn 8 giới cho thanh tịnh. Đây là luật của Đức Phật chế tự ngàn xưa và giới này người Phật tử tại gia tự thọ giới ở nhà cũng được chứ không nhất thiết ở chùa và cũng không cần Thầy truyền trao giới pháp cho mình, mà tự mình đúng ngày đúng giờ đến trước bàn Phật để tự nguyện thọ giới và sau 24 tiếng đồng hồ thì đến trước bàn Phật để xả giới. Trong trường hợp thọ giới ở chùa có chư Tăng, Ni truyền giới cho lại càng quý hơn nữa.

Đến khi Phật giáo được truyền qua Trung Hoa và Đại Việt thì tinh thần Phật giáo phát triển mạnh hơn về tư tưởng cũng như học thuật và bao trùm mọi sinh hoạt trong đời sống thường nhật của người Phật tử, nên từ đó Kinh điển cũng thăng hoa lên tầm mức cao hơn sự nhận thức bình thường ở các nước theo Phật giáo Nam Tông. Ví dụ như bên Nam Tông chỉ nghe về

Tam Pháp Ấn, chứ ít nghe đến Tứ Pháp Ấn. Đó là Vô Thường, Khổ và Vô Ngã, nhưng khi chạm đến Phật giáo Đại Thừa thì chư Tổ thêm vào phần "Không" nữa. Đó là Vô Thường, Khổ, Không và Vô Ngã. Thiết nghĩ những điểm căn bản này không đi sai lời Phật dạy mà còn làm sáng tỏ cho tánh Không của Đại Thừa, nên cứ thế mà tinh thần được phát triển rộng thêm lên cho cân xứng với vị thế của Trung Hoa thuở bấy giờ. Các nhà Đại Thừa chủ trương có cái gì đó phải vượt xa hẳn Đạo Khổng và Đạo Lão, nhưng không chống trái lại các Đạo này thì Phật giáo mới được vua quan chấp nhận một cách tự nhiên và dễ dàng, nên phương tiện được mở bày ở nhiều cửa là vậy.

Đến việc ăn chay cũng thế. Nguyên ủy ở Trung Hoa có câu nói mà ta thường nghe là: "Vật dưỡng nhơn, chứ nhơn không dưỡng vật." Lý luận này chỉ đúng với những người có sức mạnh trong tay, họ ra sức chém giết những con vật nhỏ bé hơn con người để ăn nhậu say sưa cốt chỉ để thỏa mãn lòng dục, nhưng thật ra rất hại đến lòng Từ Bi, mà nguyên thủy ở Đạo Bà La Môn cũng chủ trương thuần túy chay tịnh chứ không sát sanh hại vật. Do vậy khi Phật giáo đến Trung Hoa cũng cần phải thay đổi quan điểm ăn chay này cao hơn một bậc nữa là không dùng đến thịt của chúng sanh, bất cứ là thịt gì. Nói chung là những vật biết sống và sợ chết khi bị giết. Những nhà Đại Thừa lý luận rằng: Những động vật răng bằng như con người, con bò, con ngựa v.v… thường chỉ ăn rau cỏ, chứ không ăn thịt; chỉ có những loài răng nhọn như hổ, báo, sư tử, cá sấu v.v… mới ăn thịt sống và những loại này có ruột non, lẫn ruột già rất ngắn; trong khi đó những động vật có ruột già và ruột non dài thường chỉ ăn rau quả, chứ không ăn thịt sống được, trong đó có cả con người. Thế nhưng con người lại quỷ quyệt hơn, tìm đủ mọi cách như chiên, xào, nấu, nướng làm cho thịt kia chín đi mới ăn được. Vì vậy con người có thể nói là một sinh vật mưu mô quỷ quyệt nhất. Các nhà Đại Thừa của Trung Quốc chủ trương lấy tình thương để giúp đỡ cho nhân loại, nên tinh thần Bồ Tát Đạo được thể hiện qua việc ăn chay kỳ hay ăn chay trường và tại Đại Việt chúng ta thuở bấy giờ cũng ảnh hưởng việc này không ít. Đặc biệt Thiền Phái Trúc Lâm đời Nhà Trần cũng thể hiện tinh thần ấy và được truyền thừa qua các vị Tổ như sau:

Đạo Viên, Thông Thiền, Nhật Thiển, Tức Lự
Chí Nhàn, Ứng Thuận, Tiêu Dao
Tuệ Trung Thượng Sĩ, Trần Thái Tông
Trần Nhân Tông, Thạch Kim
Pháp Loa, Hương Sơn, Pháp Cổ
Huyền Quang, Cảnh Huy, Quế Đường …

Hương Tràng nữ cư sĩ sau gần một năm ăn chay kỳ và Thọ Giới Bồ Tát và Bát Quan Trai hằng tháng 6 ngày, bà bắt đầu phát tâm ăn chay trường, bởi mỗi khi tụng Bồ Tát giới vào ngày Rằm hay Mồng Một, bà thấy giới thứ 20 là giới không sát sanh có đoạn dạy như thế này:

"Nếu là Phật tử, vì tâm từ bi mà nên làm việc phóng sanh. Vì tất cả nam tử là cha ta, tất cả nữ nhơn là mẹ ta. Từ nhiều đời ta đều thác sanh nơi đó. Nếu giết chúng để ăn thịt, thời chính là giết cha mẹ ta, mà cũng chính là giết người thân cũ của ta. Tất cả chất tứ đại đều là bổn thân bổn thể của ta, cho nên phải thường xuyên phóng sanh và khuyên bảo người làm. Nếu thấy người đời sát sanh, nên tìm cách cứu hộ cho chúng được thoát khỏi nạn khổ! Thường đem giới Bồ Tát giảng dạy để cứu độ chúng sanh.

Nếu ngày cha mẹ hay anh em chết, nên thỉnh Pháp Sư giảng kinh luật Bồ Tát giới. Người chết nhờ được phước đức ấy, hoặc được vãng sanh Tịnh Độ ra mắt chư Phật, hay thác sanh trong cõi trời, cõi người. Nếu không làm các điều trên đây, Phật tử này phạm vào tội nhẹ."

Khi đọc đến giới này Hương Tràng nữ cư sĩ tự nhiên phát tâm ăn chay trường để hồi hướng cho chồng mình, cha mình và cho bao nhiêu người thân quen hai bên nội ngoại nữa. Ngày xưa khi còn là Công chúa hay Hoàng hậu thì mỗi ngày, mỗi bữa bà đều được cung phụng đủ món ngon vật lạ, nào nem công chả phượng, sơn hào, hải vị, nhưng nào có ngon chi; còn bây giờ chỉ tương, chao, dưa muối, đậu phộng, bánh cuốn v.v… thế mà ngon đáo để. Bà nhìn Quốc Sư Bảo Phác thấy rằng Ngài đâu có thua kém ai, so với những người ăn thịt chúng sanh. Thân Ngài to lớn trang nghiêm, dáng đi oai vệ, trí tuệ tuyệt vời, nên Vua Anh Tông mới thỉnh Ngài làm Quốc Sư và cố vấn việc triều chính. Tâm từ của Ngài lan tỏa khắp trong nhân gian ai ai cũng rõ, mà Ngài đâu có dùng thịt chúng sanh, chỉ dùng toàn là tương chao đạm bạc. Cho hay cái ăn nó không quan trọng bằng cách tiêu thụ thức ăn đó. Người có lòng từ bi, khi ăn chay xong rồi, không lo nghĩ gì cả. Với thức ăn dễ tiêu, không có mỡ nhiều, bộ tiêu hóa làm việc nhanh chóng và dễ dàng hơn. Còn thịt ngon, vật lạ dầu xông hương ướp xạ gì gì đi nữa thì mùi vị vẫn tanh hôi, khi ăn qua khỏi cổ thì nó sẽ hành hạ bao tử suốt đêm không ngủ được, vì lẽ chất béo, mỡ khó tiêu và mãi cho đến ngày hôm sau vẫn còn khó chịu. Trong khi đó chay tịnh lại không phải lo về những vấn đề này.

Khi nghĩ đến ăn thịt chúng sanh tức là ăn thịt của mình hay ăn thịt của cha mẹ mình thì Hương Tràng nữ cư sĩ rùng mình. Đó chính là luân hồi sanh tử. Nếu ta thương thân xác của ta như thế này thì tại sao ta phanh thây xẻ thịt những chúng sanh khác để đáp ứng cho nhu cầu khoái khẩu của mình mà chẳng nghĩ đến cái đau của kẻ khác khi bị cắt cổ, nhổ lông cũng là cái đau của mình hay của cha mẹ mình thì chắc rằng không ai dám ăn thịt cả. Vì lẽ không có những thiện hữu tri thức ở gần kề nhắc nhở khuyên lơn nên mới bị phạm vào tội trực hay gián tiếp sát hại này. Từ miếng ăn ngon cho đến sắc đẹp, hương thơm, cảm xúc v.v… nó chỉ là những sự cảm thọ của mắt, tai, mũi, lưỡi, thân, ý mà thôi! Nó không là gì cả. Nếu ta nghe lời dạy của Ngài Nagajuna, Tổ của phái Trung Quán, người Ấn Độ nói thì chúng ta sẽ cảm nhận được điều ấy ngay. Rằng: "Tất cả những cơn dục của thế gian này đều giống như những cơn ngứa. Nếu ta gãi thì nó càng ngứa. Tốt nhất là đừng gãi." Đừng gãi như thế nào thì mỗi người trong chúng ta phải tự chiêm nghiệm và thực hành lấy. Dĩ nhiên là mỗi người sẽ có cách chặn đứng những cơn dục ấy bằng nhiều cách khác nhau, không ai giống ai cả.

Bây giờ Hương Tràng nữ cư sĩ tập trung vào những việc như sau: Đó là phóng sanh vào những ngày Thọ Bát Quan Trai và làm từ thiện giúp cho những người nghèo khó, cơ nhỡ. Về việc phóng sanh thì ở đây không khó lắm, vì các làng lân cận ở gần phủ Thiên Trường họ đều làm nghề nông và nghề chài lưới nên việc mua bán những chúng sanh còn sống như chim, cá, cua, sò, ốc, hến vào những ngày sóc vọng sẽ do các tỳ nữ lo giúp, Hương Tràng chỉ thỉnh một vài Thầy hoặc quý Sư Cô ở những chùa trong kinh thành đọc kinh phóng sanh trước khi trả chúng lại với thiên nhiên mà thôi. Cho nên việc phóng sanh động vật theo tinh thần Bồ Tát giới bà đã thể hiện rất chu đáo và kết quả thật rõ ràng. Ngoài ra Hương Tràng nữ cư sĩ còn đi thăm những nhà tù đang giam giữ những người lỡ phạm tội như trộm cướp, giết người v.v… Khi vào trong những lao ngục như vậy bà thường hay đem Tam Quy, Ngũ Giới hay Thập Thiện Nghiệp Đạo Kinh ra giảng giải cho họ nghe. Vì lẽ họ nghèo khổ quá, nên mới lỡ phạm tội và nếu những tội nhân nào biết bỏ ác theo thiện quy y Tam Bảo, thọ trì năm giới cấm thì bà tâu lên với Vua để xin được giảm án, thâu ngắn thời gian ở tù, để được về đoàn tụ với gia đình và sửa đổi cách sống cho phù hợp với nếp sống của một người dân lương thiện. Ví dụ như người nào phạm vào việc giết người, đâm thuê, chém mướn thì bà giảng về giới không sát sanh và sự lợi ích cũng như tai hại khi liên quan đến việc sát sanh như thế nào. Người nào phạm về tội trộm cướp hay đào tường khoét vách và đang bị tù tội nơi này thì bà giảng cho họ nghe về lợi ích của sự bố thí như thế nào. Người nào phạm vào giới tà dâm, đã có vợ nhà rồi, mà còn đi thông đồng với vợ của người khác, làm cho gia cang bị chia lìa, nghi ngờ lẫn nhau, cả nam lẫn nữ bà đều giảng cho họ nghe sự đoan chánh, tiết hạnh là như thế nào. Kẻ nào nói dối, gạt vua quan trốn thuế, dối đò mà bị tù tội thì bà khuyên họ nên nói lời nói chánh đáng không thêu dệt và bôi nhọ ai, cốt làm cho được phần mình và quên việc của người khác là điều không nên. Kẻ nào phạm tội uống rượu, cờ bạc và liên hệ với những hình sự khác mà đang phải rơi vào những chốn lao tù như thế này thì bà khuyên họ nên cai nghiện và sớm từ bỏ những chất say để cho chính bản thân mình có đầy đủ trí tuệ, không bị sai sử bởi những chất kích thích. Tựu trung những điều như thế, cũng là những việc đem cho, mà bà đã thực hiện được trong hơn một năm sau khi bà thọ Bồ Tát giới tại gia với Quốc Sư Bảo Phác, tại chùa Trấn Sơn vào năm 1309 vừa qua.

Kinh thành Thăng Long của Nhà Lý được xây dựng từ năm 1010, kể từ khi Lý Thái Tổ lên ngôi và mãi đến năm 1049 vua Lý Thái Tông cho xây dựng chùa Diên Hựu, sau này gọi là Liên Hoa Đài hay Nhất Trụ Tháp. Đây là ngôi chùa tiêu biểu của cung thành Thăng Long lúc bấy giờ và khi Nhà Lý mất ngôi vào năm 1222 và mãi đến năm 1226 triều Trần mới chính thức chấp chính. Trong thời gian gần 200 năm ấy kinh đô này thật là tráng lệ; ngựa xe như nước, áo quần như nêm. Ngày lẫn đêm khắp chốn kinh kỳ này đều có bóng dáng của giai nhân tài tử, của tao nhân mặc khách, của quan lại triều đình, của lính tráng, của những người buôn thúng bán bưng. Ai ai cũng chú mục vào ngành nghề của mình để làm ăn sinh sống.

Cho đến thời của Hương Tràng nữ cư sĩ vào năm 1309, 1310 cũng đã gần 300 năm như thế, chốn kinh thành này vẫn sinh hoạt như xưa, nhưng giờ này người nghèo khổ ở đâu nhiều quá, họ tập trung lên kinh thành để xin ăn. Dân chúng chủ yếu làm nghề nông, lúa gạo là nông sản chính, nhưng nhà nông bỏ thôn quê lên thành thị để xin ăn thì điều ấy chứng tỏ rằng đất đai ở đó bị mất mùa, nên mới ra nông nỗi ấy. Vì vậy bà đã tâu lên Hoàng huynh của mình là Vua Anh Tông, xin Vua cho mở kho của quốc gia ra để cứu đói, nếu không thì kinh thành Thăng Long này sẽ bị loạn, do cảnh đói khát chết chóc gây nên. Vua Anh Tông sau khi nghe xong rất động lòng và cho quan giữ kho cấp ngay cho bà một số giạ gạo cần thiết để cứu đói cho dân nghèo. Còn các quan trong triều sẽ thực hiện theo mệnh lệnh của triều đình. Bây giờ bà mới thấy cái lợi vì được sinh ra trong cung cấm. Nếu không phải bà là em ruột của đương kim Hoàng thượng thì tiếng kêu kia làm sao có thể đến tai vua một cách nhanh chóng như vậy được. Có lẽ đây cũng là một điều quan trọng, theo bà nghĩ. Tại sao Đức Phật Thích Ca Mâu Ni lại chọn sanh vào trong cung vua của dòng họ Thích? Nếu Đức Phật thị hiện vào một nhà dân giả nào đó thì việc làm và lời nói của Ngài đâu có ai dễ tin được, cho nên Ngài thị hiện vào chốn uy quyền như thế để độ cho những kẻ đang nắm quyền hành sớm bỏ ác làm lành và quay về nẻo thiện.

Từ thời Nhà Lý cũng đã có Ni Sư Diệu Nhân xuất thế. Bà là Lý Ngọc Kiều, con gái của Phụng Càn Vương Lý Nhật Trung (con vua Lý Thái Tông). Thuở nhỏ bà được vua Lý Thánh Tông nuôi ở trong cung, lớn lên được phong làm Công chúa. Khoảng năm 1058 bà được gả lấy chồng, nhưng sau khi chồng mất bà thủ tiết thờ chồng không chịu tái giá. Một hôm bà than rằng: Ta xem các pháp trong thế gian đều như mộng ảo, huống gì là những thứ vinh hoa phù phiếm mà có thể trông cậy được sao? Sau đó bà đem cho hết đồ trang sức, đến xin xuất gia và thọ Bồ Tát giới với Thiền sư Chân Không ở làng Phù Đổng, huyện Tiên Du, tỉnh Bắc Ninh. Theo thỉnh nguyện của bà, Thiền sư cho bà xuất gia tại Ni Viện Hương Hải làng Phù Đổng và cho bà Pháp danh là Diệu Nhân. Đến năm 1113, Ni Sư 72 tuổi, thấy thân thể khiếm an, nên gọi Ni chúng lại đọc bài kệ rồi an nhiên thị tịch. Kệ rằng:

Sanh lão bệnh tử
Tự cổ thường nhiên
Dục cầu xuất ly
Giải phọc thiêm triền
Mê chi cầu Phật
Hoặc chi cầu Thiền
Thiền Phật bất cầu
Đỗ khẩu vô nghiên (ngôn)

Nghĩa:

Sanh, già, bệnh, chết
Từ xưa vốn vậy
Muốn cầu ra khỏi
Cởi bỏ trói buộc
Mê mới tìm Phật
Lầm mới cầu Thiền
Thiền Phật chẳng cầu
Ngậm miệng không nói

Khi đọc đến hai câu của Ni Sư Diệu Nhân về mê và lầm. Hương Tràng nữ cư sĩ liền ngộ được tâm này vốn là giả tướng. Nó lại trùng hợp với lời nói của Ông cậu Tuệ Trung Thượng Sĩ là: "Phật không phải là Anh, Anh không phải là Phật; Phật không muốn thành Anh, Anh không muốn thành Phật. Em không nghe nói: Văn Thù là Văn Thù, giải thoát là giải thoát đó sao?" Đây là lời đối đáp giữa ông cậu Tuệ Trung với Mẹ nàng tại Phủ Thiên Trường một hôm trong bàn tiệc mà Hương Tràng nữ cư sĩ đã nghe được, nhưng lúc đó nàng chẳng hiểu gì cả. Nay ở tuổi 22 rồi, nàng đã ngộ được bài kệ của Ni Sư Diệu Nhân và quyết tâm theo đuổi tiếp tục hạnh nguyện của mình. Nàng tự hỏi rằng: Tại sao những người đi trước ta làm được, mà ta không làm được? Ví như Ni Sư Diệu Nhân đây cũng là cành vàng lá ngọc, con cháu của vua quan, gọi Ngài Lý Thái Tổ là ông Nội cũng đâu có khác ta là mấy khi gọi Tuệ Trung

Thượng Sĩ là Ông cậu ruột và Ông cố nội là Đức Thái Thượng Hoàng Trần Thái Tông của một thời oanh liệt xa xưa. Tại sao ta không là Công chúa Da Du Đà La mạnh dạn bỏ đi tất cả vàng vòng xuyến ngọc để theo bà Ma ha Ba Xà Ba Đề đến thành Tỳ Xá Ly bằng đôi chân trần để cầu Phật ban cho người nữ xuất gia? Và từ đó đến nay hơn cả 2.000 năm rồi đã có không biết bao nhiêu người nữa rời gia đình nhỏ hẹp của mình đi vào Chùa hay Tu Viện học đòi chí trượng phu để trở thành những kẻ giải thoát sanh tử, không bị trói buộc bởi luyến ái gia đình, trở thành những vị A La Hán hay Bồ Tát hiện sinh?

Ta nghĩ rằng Phụ Vương ta rất có lý khi bảo rằng: "Đối cảnh vô tâm hỏi chi Thiền", nên ta giờ này trở đi phát nguyện sẽ xuất gia đầu Phật sau khi đã suy nghĩ kỹ càng về chuyện sanh tử của đời mình cũng như mục đích của sự xuất gia mà Phụ hoàng của ta và Ni Sư Diệu Nhân đã truyền đạt lại.

Khâm Từ Hoàng hậu trầm ngâm một lúc và hỏi Hương Tràng rằng:

- Chắc con đã rõ việc quy y Tam Bảo và việc thế phát xuất gia đấy chứ?

- Thưa Mẹ! Con đã rõ. Quy Y Tam Bảo tức là trở về nương tựa với ba ngôi báu. Đó là Phật, Pháp và Tăng và thệ nguyện giữ tròn 5 giới cấm của Phật chế. Còn thế phát xuất gia là cạo tóc và nguyện ra khỏi nhà thế tục này để trở thành một Tăng Sĩ hay một Ni Cô. Do vậy quy y nó không có nghĩa là cắt tóc đi tu. Lại nữa, cái nhà mà chúng ta đang ở nó phiền não mọi điều, vì vậy Đức Phật khuyên chúng ta nên xa rời ngôi nhà đó và cuối cùng là ra khỏi ba cõi dục giới, sắc giới và vô sắc giới để được giải thoát sanh tử thì gọi đó là người xuất gia.

- Thế mà lâu nay mẹ nghĩ rằng quy y là thế phát như nhiều người nghĩ. Vậy Hương Tràng, con gái của Mẹ muốn quy y hay thế phát?

- Mẹ quên rồi sao? Khi Phụ thân con còn sống, vào đầu năm 1309 sau khi từ Chiêm Quốc về, con đã xin quy y và thọ Bồ Tát Giới với Ngài Quốc Sư Bảo Phác và Ngài cho con Pháp danh là Hương Tràng đó mà?

- À! Mẹ lớn tuổi rồi nên hay quên, chứ Mẹ vẫn thường gọi con là Hương Tràng thay cho tên Huyền Trân lâu nay rồi mà. Như vậy có nghĩa là con đã quyết?

- Thưa Mẹ! Như ý của con đã có lần thưa với Mẹ và Hoàng huynh, bây giờ con đã 23 tuổi rồi, được sinh ra trong một gia đình quyền quý bậc nhất ở chốn đế kinh này, phải đi lấy chồng xa xứ và mang lại cho Đại Việt này Châu Ô, Châu Lý ở phía Nam làm cho bờ cõi cũng như giang sơn gấm vóc của Phụ Vương ngày càng rộng mở. Rồi chồng chết, xa lìa con thơ, sau đó trở về lại cố quốc. Con còn nỗi đau nào hơn nữa để diễn tả cho trọn đạo vợ chồng, mẹ con đây? Lại thêm một cái tang của cha, là một vị vua, một vị hoàng đế đã vào sanh ra tử chống quân Nguyên Mông, sau khi thắng trận, cha con cũng đã xuất gia đầu Phật, rồi ông cũng ra đi ở tuổi 51. Còn con, bao nhiêu tai ương dồn dập như vậy, con đã thấm thía lời Phật dạy rồi. Cuộc đời này vốn vô thường, không có cái gì chắc thật cả, ngay tấm thân này. Như anh con đó, là một bậc minh quân, kế thừa nghiệp đế, nhưng nào có yên, ngồi trên Ngai vàng giống như ngồi trên đống lửa. Hôm nay lo Chế Chí ở Nam phương đem binh lính sang chinh phạt, ngày mai lo trừ loạn ở Bắc phương, rồi giặc giã, cướp bóc, đói khổ v.v… không biết bao nhiêu là chuyện phải giải quyết, nào có vui chi. Với con đã đủ tất cả rồi. Xin Mẫu hậu hãy hiểu cho lòng con.

- Người ta nói "Ăn cơm có canh, tu hành có bạn." Vậy con đi xuất gia với ai và ai là Thầy của con?

- Một thị nữ trước đây đã quy y cùng con, nay nàng ấy cũng muốn đi xuất gia để hầu cận giúp đỡ con trong những lúc cần và con cũng xin Quốc Sư Bảo Phác chứng minh cho con xuất gia, như lúc con thọ Bồ Tát giới vậy.

- Nhưng tại sao tại Phủ Thiên Trường này không đủ sức hấp dẫn để làm cho con sung sướng hay sao mà con phải tìm nơi yên tĩnh như vậy để tu hành. Vậy niềm vui của người xuất gia là gì vậy?

- Thưa Mẹ! Đó là: "Độc cư, nhàn cảnh."

- Độc cư nhàn cảnh thì ở đây cũng có thể thực hiện được vậy.

- Con sẽ đến Hồ Sơn, huyện Thiên Bản, nơi chùa Nộn Sơn để xin thế phát xuất gia, thưa Mẹ. Độc cư có nghĩa là ở yên một mình, chỉ lo thiền định và tư duy lời Phật dạy, còn ở đây làm sao ở một mình được? Suốt ngày bận rộn với không biết bao nhiêu việc thị phi. Còn nhàn cảnh tức là tâm mình không bị trói buộc vào đâu cả. Đó là sự giải thoát trong hiện thế.

- Có lẽ là vậy nên triều Trần này từ bên trên là Đức Thái Tổ, rồi đến Ông cậu con và phụ hoàng con đều đã chọn con đường này để đi, Mẹ không vì lý do gì mà ngăn cản con cả.

- Con xin tạ ân Mẫu hậu.

Và rồi ngày mồng 8 tháng 2 năm 1311, vào một buổi sáng tinh sương, sau thời công phu khuya trì tụng Thần chú Thủ Lăng Nghiêm, Ngài Bảo Phác đã được cung thỉnh lên Hậu Tổ rồi Chánh điện chùa Nộn Sơn để trao truyền quy giới của người xuất gia cho Hương Tràng nữ cư sĩ.

Hương Tràng chọn ngày này và đã được Quốc Sư Bảo Phác đồng ý, vì ngày ấy là ngày xuất gia của Thái tử Tất Đạt Đa và cũng là ngày xuất gia của Điều Ngự Giác Hoàng nữa, nên nàng chọn ngày này cũng hữu lý thôi. Trời hôm đó đã vào Xuân nên cảnh vật cũng đượm một màu xanh biếc. Thỉnh thoảng dọc đường có những cành hoa dại không tên nhiều màu sắc đang nở rộ, như khoe sắc thắm để đón nàng Công chúa đã một thời là Hoàng hậu, sẽ giã từ tất cả để trở thành một người xuất gia thật sự. Tâm tư của Hương Tràng giờ đây rỗng rang như chưa hề có một sự kiện gì đã xảy ra cho nàng trước đây cả. Đúng là những gì của dĩ vãng nên trả về cho dĩ vãng. Nàng cảm thấy lòng lâng lâng khi cùng với các tỳ nữ tiến dần vào Phật điện của chùa Nộn Sơn hay cũng còn gọi là Quảng Nghiêm tự tại Nam Định ngày ấy. Không gian của chùa như trầm lắng lại và hình như cảnh vật ở đây cũng đang lặng yên để chào đón một nữ hoàng của muôn loại đến ra mắt Thế Tôn và Quốc Sư Bảo Phác.

Hôm đó Hương Tràng mặc chiếc áo dài màu nâu, đầu chít khăn mỏ quạ, theo sau không binh hùng tướng dũng như khi còn là Hoàng hậu của Chiêm Quốc, mà bây giờ phía sau nàng toàn là những người hiểu đạo, muốn đến đây để học hỏi giáo lý nhiệm mầu của Đức Thế Tôn qua sự thí pháp của Quốc Sư Bảo Phác.

Trên bàn thờ hương án trước tượng Đức Thế Tôn hôm đó có bày biện một cái khay, trong đó có để một cái kéo, một con dao, một ly nước lạnh bên trong có để một cành hoa. Đây là những đồ dùng cần thiết cho bất cứ một lễ thế phát nào của cả nam hay nữ cư sĩ muốn xuất gia đầu Phật. Mặc dầu Hương Tràng là con vua, nhưng Ngài Bảo Phác là Thầy của vua, nên được gọi là Quốc Sư, là vị thế của một bậc Đường Thượng nơi chốn Già Lam lẫn triều đình bá quan văn võ. Ngài từ tốn hỏi han và khuyến tấn như sau.

- Chắc là con đã chuẩn bị xong tất cả?

- Bạch Ngài! Thực sự ra con đã chuẩn bị từ lâu rồi, nhưng nhân duyên chưa thuận tiện, nay thì Mẫu hậu và Hoàng huynh của con đã thuận ý, nên con thân hành đến đây để kính mong

Ngài cho con thế phát xuất gia cùng với một tỳ nữ nữa. Kính mong Ngài hoan hỷ hứa khả cho.

- A Di Đà Phật! Cửa Phật từ bi mở rộng để đón tiếp mọi người muốn quay về bờ giác. Nay Hương Tràng đã chay trường suốt mấy năm và cũng đã thọ Bồ Tát giới tại gia rồi và điểm cuối là muốn về xuất gia, nương tựa cửa Phật cho đến trọn đời, thì ấy hẳn là rất quý giá. Tiện đây điểm qua vài nét lịch sử của Phật giáo Đại Việt chúng ta để con và mọi người được rõ.

Kể từ khi Phật giáo được du nhập vào Giao Chỉ rồi Đại Việt này cho đến nay cũng đã hơn 1.500 năm rồi, có khi lên đến gần 2.000 năm cũng có. Vì lẽ những sử liệu từ xưa đến nay ghi chép lại các sự kiện kể cả thời Đức Phật cũng không rõ ràng, cho nên Phật giáo ở nước ta cũng không phải ngoại lệ. Có nhiều sử gia Phật giáo cho rằng Ngài Khương Tăng Hội sinh ra và xuất gia tại Giao Chỉ năm nào không biết, nhưng ông viên tịch vào năm 280, như vậy là vào cuối thế kỷ thứ 3 đã có Phật giáo và chư Tăng hành hóa tại nơi đây rồi. Vào năm 247 ông đã đến Kiến Nghiệp thuộc nước Ngô bên Trung Quốc và được Ngô Tôn Quyền tôn làm Thầy hay nói đúng hơn là Quốc Sư của nước Ngô. Như vậy cũng là một điều hãnh diện cho Giao Chỉ của chúng ta lắm đấy chứ? Nhưng sau này có một số nhà sử học lại cho rằng trong công cuộc kháng quân Đông Hán của Bà Trưng vào năm 43, thì đạo Phật đã có mặt tại Giao Châu này rồi. Một điều ít ai quan tâm và đề cập đến trong sách vở xưa nay là trong hàng tướng tá và binh sĩ của Hai Bà lúc ấy có rất nhiều Ni Cô đã tòng quân chinh chiến, chống lại kẻ xâm lăng miền Bắc. Cho hay việc "thay đổi áo nhà tu, mặc chiến bào" đã có tự ngàn xưa khi quê hương chúng ta không an bình, khi nào giặc giã yên ổn đâu đó, các vị trở lại con đường tu tập như trước. Và sau này thì cũng có một số sử gia cho rằng: Đạo Phật đã được truyền vào Đại Việt của chúng ta từ thời Hùng Vương thứ 18 mà hai người Phật tử đầu tiên theo Đạo Phật đó là Chử Đồng Tử và Công chúa Tiên Dung. Như vậy Đạo Phật đã có mặt tại Giao Châu này từ thế kỷ thứ 2 trước Tây lịch; nghĩa là chỉ sau thời Vua A Dục ở Ấn Độ không bao lâu là Đạo Phật đã có mặt tại đất nước Giao Chỉ này rồi.

Sau khi hai Bà Trưng tự vận nơi Hát Giang, đất nước chúng ta bị rơi vào vòng Bắc thuộc lần thứ nhất gần cả một ngàn năm như vậy và trong thời gian này những người như Mai Thúc Loan, Mai Hắc Đế nổi dậy chống kẻ thù phương Bắc trong thế kỷ 8 cũng đã có sự góp sức của Phật giáo không nhỏ. Năm 938 Ngô Quyền chính thức thắng quân Nam Hán tại sông Bạch Đằng và xưng vương, mở ra một thời kỳ tự chủ cho Đại Việt. Kể từ nhà Ngô, nhà Đinh, nhà Lê rồi Nhà Lý và nay đến Trần, không có triều đại nào là không có sự đóng góp của Phật giáo cho lúc hưng thịnh cũng như khi đất nước bị ngoại xâm, đã hợp lực cùng quan quân để dẹp giặc, cho nên năm 981 vua Lê Đại Hành mới phong cho Khuông Việt làm Thái Sư cho cả nước. Kế tiếp đến triều Lý thì vua Lý Công Uẩn xuất thân từ cửa chùa, được nhà Sư Lý Khánh Vân dạy dỗ và là con nuôi của Thiền sư Vạn Hạnh. Như vậy chúng ta chẳng xấu mặt chút nào, khi kể chuyện lịch sử này cho con cháu ngày sau nghe lại về những việc làm của cha ông chúng ta khi còn sinh sống trên dải đất này.

Đến cuối thời Lý thì Lý Huệ Tông cũng đã xuất gia có đạo hiệu là Huệ Quang Thiền Sư. Trần Thủ Độ, mặc dầu có công với Triều Trần của chúng ta, nhưng cũng đã dùng nhiều thủ đoạn độc ác, khiến cho Huệ Quang Thiền sư tu hành cũng chẳng được yên ổn tại Chùa Chân Giáo, mà qua những thủ đoạn của Trần Thủ Độ khiến cho ông phải tự chọn cái chết để yên thân. Kế tiếp là Ông cố của con, Đức Thái Thượng Hoàng Trần Thái Tông cũng đã xuất gia, rồi Thân phụ của con, Đức Thái Thượng Hoàng Trần Nhân Tông cũng vậy. Nếu cho cung vua là tuyệt đối giàu sang vinh hiển thì các vị này đã hưởng thụ tất cả những phú quý vinh hoa rồi. Vậy ở Đạo Phật có cái gì đó đặc biệt mà khiến cho họ phải từ bỏ ngai vàng, quyền thế để vào núi tu hành? Nếu Phật giáo không có một cái gì nổi bật thì những vị vua, Thái tử, hoàng hậu, công chúa như con đây ở đất nước Đại Việt mình phải vào chùa để làm gì? Ngay như Đức Phật Thích Ca Mâu Ni cũng vậy, Ngài xuất thân là một hoàng tử mà Ngài đã từ bỏ vương vị này để đi xuất gia, chỉ cầu thoát ly sanh tử, vượt qua khỏi sự sống chết lầm than. Cho nên hôm nay Hương Tràng cũng đến đây, mang nguyện vọng làm Bồ Tát, làm Phật thì ta không có lý do gì mà không cho phép con xuống tóc xuất gia cả.

- Mô Phật! Con xin vâng và thâm tạ Ngài. Ngài đúng là một vị Quốc Sư của Đại Việt và Ngài tinh thông lịch sử Đại Việt qua bao nhiêu thời đại như vậy, nên vua chúa đã phong cho Ngài chức này quả rất là xứng đáng.

Đoạn một thị giả mang khay lễ đến trước mặt Ngài rồi quỳ xuống và Ngài lấy nhành bông để sẵn trong ly nước, thấm nước rải 3 lần lên đầu Hương Tràng và đọc kệ rằng:

"Hủy hình thủ khí tiết
Cát ái từ sở thân
Xuất gia hoằng Thánh đạo
Thệ độ nhất thiết nhân..."

Mái tóc xanh từ từ rụng xuống dưới lưỡi dao sắc bén của Quốc Sư khi chạm đến đầu nàng. Cứ thế và cứ thế từng mảng tóc rơi lên trên nền nhà, khiến cho những tỳ nữ theo hầu hôm đó cũng tỏ ý tiếc nuối một thời khi nàng còn làm công chúa và hoàng hậu, thế mà bây giờ đã trở thành quá khứ rồi.

Nàng đảnh lễ Quốc Sư Bảo Phác và trở lại liêu phòng an nghỉ cùng với những nữ tỳ theo hầu. Những ngày sau đó Hương Tràng bắt đầu học Kinh Lăng Nghiêm, Di Đà, Phổ Môn, Bát Nhã và học luật để chuẩn bị cho những kỳ thọ giới Sa Di Ni, Thức Xoa Ma Na và Tỳ Kheo Ni giới. Khi học đến bài Văn

Cảnh Sách, Hương Tràng thấm thía không biết bao nhiêu là ý nghĩa trong cuộc sống thế trần cũng như sự thanh thoát của một người xuất gia học đạo. Đó là:

"Do nghiệp lực trói buộc mà có thân này, không khỏi bao điều khổ lụy. Thân thể từ cha mẹ sinh ra, vốn thật chỉ là giả hợp các duyên. Dù là nương nơi bốn đại mà tồn tại, nhưng bốn đại ấy chẳng lúc nào là không xung khắc."

Chỉ học một đoạn vào Văn Cảnh Sách này thôi Hương Tràng đã thấy thấm thía lắm rồi. Rõ ràng là như vậy, chúng ta sanh tử nhiều đời, trôi lăn trong muôn vạn nẻo là do nghiệp lực trói buộc mà ta thành người hay những động vật khác. Rõ ràng là có thân phải chịu khổ; giống như thân ta với muôn dặm gió sương, giờ đây được nương nơi cửa Phật, quả là một điều hữu phước hữu duyên. Thân này do cha mẹ ta sinh ra, nhưng nó thật ra chỉ là sự giả hợp của các duyên mà thành tựu. Đó là đất, nước, gió và lửa. Khi thuận thì nó hợp, khi nghịch thì nó tan. Tan hợp, hợp tan vốn là sự vô thường của tạo hóa lâu nay vậy. Các duyên này không phải lúc nào cũng thuận, mà chúng luôn luôn xung khắc để tồn tại và để di chuyển thay đổi.

"Vô thường già chết không hề hẹn trước. Sớm còn tối mất, thoắt chốc đã sang đời khác; như sương, như móc, thoạt có thoạt không; như cây ven bờ vực, như dây leo vách giếng, có chi bền chắc?"

Đến đoạn này thì Hương Tràng phải bị chinh phục ngay khi nghĩ đến thân phận của mình vốn là cành vàng lá ngọc, là công chúa, là hoàng hậu đã vang bóng một thời nhưng nay lại là một ni cô. Đó chỉ là sự vô thường thôi. Sự chết sẽ đến với mọi người và cái chết này nó không chờ đợi hay hẹn giờ ra đi, ngay cả với nàng rồi cũng vậy. Đời này đâu có gì vui, có nhiều người tối lên giường ngủ, đến sáng hôm sau không còn khả năng để xỏ chân vào đôi dép ngày hôm qua để đi tiếp cuộc đăng trình, cho nên không phải do vô thường đã ngự trị là gì? Nó giống như giọt sương mai dưới ánh thái dương, thoạt trông rất đẹp, nhưng khi mặt trời tỏa rạng thì giọt sương kia cũng tan biến theo hơi nóng ấy rồi. Chẳng khác nào như cây mọc rễ bên miệng giếng hay bên bờ vực sâu, làm sao bám vào đất được? Như vậy ở đây sự thực là gì? Tất cả những việc này tự mình không thể làm chủ mình được. Thế nên Phật gọi đây là vô thường.

"Niệm niệm nhanh chóng nối nhau, chỉ trong chớp mắt trút hơi thở đã qua kiếp khác. Sao lại có thể yên lòng mà bỏ phí cuộc đời trôi qua vô ích?"

Hỏi tức là cũng tự trả lời cho chính mình vậy. Tại sao chúng ta đã biết được rằng cuộc đời này nó không thật như vậy, mà chúng ta không dám buông bỏ? Lại cứ đeo đuổi theo nó mãi để làm gì? Vì sự thay đổi ấy nó xảy ra trong từng ý niệm, nhanh lắm, chẳng phải trong một phút, một giờ, một ngày, mà ngay trong từng suy nghĩ của chúng ta, đã có sự thay đổi rồi. Khi hơi thở này không còn nữa, tức là chấm dứt một sự sống và thần thức này sẽ nương vào một thân thể khác để đầu thai, tồn tại ở dạng Trung Ấm Thân trong vòng 49 ngày, sau đó nếu không đi đầu thai được, tâm thức kia sẽ trở thành cô hồn và lưu lạc khắp nơi để giúp đỡ hoặc phá hoại kẻ khác. Đã hiểu như vậy thì chúng ta không thể bỏ phí cuộc đời này, mà chúng ta hãy mau tỉnh thức, nếu không thì sẽ không còn kịp nữa.

"Làm người xuất gia, chẳng thể dâng cho cha mẹ miếng ăn ngon ngọt, cho đến quyến thuộc cũng đều dứt bỏ. Không lo việc nước, cũng chẳng kế tục việc nhà, xa lìa xóm giềng thân tộc, xuống tóc theo Thầy học đạo. Vậy nên trong lòng phải biết chuyên cần sớm tối công phu, ngoài học lấy đức hiền hòa không tranh chấp, xa lánh chốn thế tục, một lòng cầu giải thoát."

Bài văn này thật dài lại thật hay, cho nên gọi đây là bài văn cảnh tỉnh. Nó chưa chấm dứt ở đây, nhưng với Hương Tràng là quá đủ để bắt đầu cho một sự nghiệp mới vậy. Đó là khi đã xuất gia rồi thì ta không thể dâng cơm hầu nước trực tiếp cho cha mẹ ta được nữa, mà dẫu có muốn đi nữa, khi cha mẹ không còn tại tiền nơi trần thế này thì ta cũng chẳng biết làm sao! Còn bà con quyến thuộc, ta phải dứt bỏ xa lìa. Dây ái và dây ân sao mà nó oan nghiệt quá! Nó trói buộc chúng ta từ bao thời nay, nên chúng ta phải tự cởi trói ra, để chúng ta có thể thảnh thơi trong cõi luân hồi này. Bây giờ việc nước, người xuất gia cũng chẳng phải bận tâm, vì đã có những người khác làm nghĩa vụ thay thế cho mình. Cho đến khi nào đất nước cần, ta mới ứng phó, còn bây giờ ngay cả việc nhà cửa của cha mẹ, anh em và sự nối dõi dòng giống v.v... người xuất gia cũng chẳng phải bận lòng? Đây không phải là sự giải thoát trong hiện thế là gì? Nếu chúng ta người xuất gia không chịu rõ biết việc này. Ta đã quyết chí xuống tóc xuất gia như hôm nay, vì ta đã tìm được minh sư và chính Thầy sẽ chỉ cho ta thoát ra khỏi con đường lao lý của thân tâm. Cho nên từ đây về sau ta phải chuyên cần tu niệm, công phu kinh kệ sớm tối hai thời để tôi luyện tâm mình. Bên ngoài thì không tranh giành chức tước, quyền thế, sự thị phi nhân ngã với ai và bên trong thì luôn luôn nhớ nghĩ đến sự vô thường. Như vậy sẽ tạo ra một công đức mà người xuất gia luôn phải hành trì.

Với bản chất thông minh, lại thêm siêng năng cần mẫn ngày đêm thiền tọa công phu bái sám cũng như học kinh, luật và luận, nên chỉ trong thời gian gần một năm là Hương Tràng đã thuộc làu hầu như tất cả những gì cần để thể hiện khả năng của mình khi đi thọ giới Sa Di Ni. Nhưng ngặt nỗi quanh vùng năm đó không có giới đàn nào tổ chức, nên Quốc Sư Bảo Phác cho Hương Tràng thọ giới tại Chùa Quảng Nghiêm. Đàn Đầu Hòa Thượng là Ngài Bảo Phác. Yết Ma Giáo Thọ là hai vị Thượng Tọa ở chùa gần bên được cung thỉnh đến để truyền giới.

Sau khi thọ giới Sa Di Ni rồi, Hương Tràng cố gắng học luật Sa Di Ni 10 giới cũng như những Kinh điển khác để đăng đàn thọ Thức Xoa Ma Na. Đến đầu năm 1313 mọi nhu cầu đòi hỏi cho một giới tử Tăng cũng như Ni đã đầy đủ để có thể đến nơi "tuyển Phật trường" nhập chúng an cư và cùng ứng thí. Hương Tràng biết rằng thuở ấy ở Kinh đô Thăng Long đã có khoa thi Tam Giáo để chọn người ra làm quan qua ba cuộc khảo thí thi Hương, thi Hội và thi Đình rồi, nhưng chỉ cho nam nhơn mà thôi, còn nữ tử như nàng thì chỉ có học gia giáo tại cung đình. Nhưng tại đây, ở những ngôi Tổ Đình này chư Tổ đã y theo lời Phật dạy truyền giới cho cả Tăng lẫn Ni để "tuyển người làm Phật". Mới nghe qua thật quá lớn lao, nhưng đó là sự thật. Những người xuất gia phải là những kẻ mô phạm, dầu là Tăng hay Ni, mới có thể làm "bậc lương đống" không phải của triều đình mà cho ngôi nhà Phật Pháp. Qua lời Phật dạy, nếu ai tu hành chân chánh, giới luật nghiêm minh, người ấy đều có thể chứng thành Phật quả, nên Hương Tràng đã quyết chí tu tập suốt 2 năm nay.

Sau khi các giới tử trải qua cuộc khảo hạch về kinh, luật, luận, Hương Tràng đỗ đầu nên Quốc Sư Bảo Phác và Hội Đồng Giới Sư Tăng cũng như Hội Đồng Giới Sư Ni đều làm phép Yết Ma tán đồng cho Hương Tràng thọ Tam Đàn Cụ Túc cùng một lúc. Đó là giới Thức Xoa, giới Tỳ Kheo Ni và Bồ Tát giới xuất gia. Những ai được trúng tuyển khi thi khảo hạch này còn vinh dự hơn là Trạng Nguyên của triều đình, vì cánh cửa giải thoát đang được mở, không phải để đón chào những vị tân khoa Tiến Sĩ, mà để thấy những người có ý chí Trượng Phu, không ngại gian nan khổ cực để tự tìm con đường giải thoát sanh tử cho chính mình.

Giới Đàn Ni do các vị Hòa Thượng Ni cùng chư Ni truyền giới và sau khi chư Ni truyền giới Thức Xoa và Tỳ Kheo Ni xong, mang các giới tử Ni đến Hội Đồng Thập Sư Tăng để thọ giới lại qua việc chấp nhận, cũng như tuyên bày Bát Kỉnh Pháp để chư Ni nương theo đó mà tu hành. Hương Tràng hôm đó rất tự tin trước những vị Tuyên Luật Sư giới luật tinh nghiêm và vị Đàn Đầu Hòa Thượng Ni khi hỏi về những già nạn mà một giới tử cần phải trả lời. Đến sáng sớm ngày Rằm tháng Bảy năm 1313, giới đàn truyền giới Thức Xoa, Tỳ Kheo Ni và Bồ Tát xuất gia đã được chư Ni truyền cho Hương Tràng cũng như những giới tử đắc giới khác tại Tổ Đường chùa Quảng Nghiêm.

Ngồi chính giữa là một vị Đàn Đầu Hòa Thượng Ni. Vị này là một vị giới luật tinh nghiêm, tinh thông Tam Tạng và tướng hảo tuyệt vời và phải là vị đã từng an cư kiết hạ mỗi năm ba tháng, ít nhất là 10 hạ.

Còn hai vị ngồi hai bên phải, trái gọi là Yết Ma và Giáo Thọ A Xà Lê. Hai vị này phải an cư kiết hạ ít nhất 5 hạ trở lên. Khi chư Tăng hay chư Ni làm lễ kiết giới an cư hay thảo luận một vấn đề gì, cần phải gạn hỏi từ một đến ba lần. Vị Thầy Yết Ma có nhiệm vụ này và vị Thầy Giáo Thọ giống như một người hướng dẫn cho các giới tử những vấn đề cần thiết khi tra hỏi về y, áo, bình bát, tọa cụ v.v…

Còn hai bên là 7 vị Tôn chứng Sư Ni. Tất cả đều đầy đủ và nghiêm trang.

Sau đó là việc làm phép Yết Ma để truyền giới. Những gì các giới tử trả lời trong Đại Giới Đàn này đều đã được vị Thầy Giáo Thọ hướng dẫn trước đó rồi, để khi vào giới tràng không phải bỡ ngỡ. Thế mà cũng có nhiều vị trả lời không thông suốt như thường. Hương Tràng nhớ lại hôm trước khi vị Tuyên Luật Sư hỏi một giới tử Ni độ 50 tuổi rằng:

- Khi ngươi đi xuất gia có được chồng con cho phép không?

- Mô Phật! Không.

- Tại sao không? Ngài đập tiếng ấn thật lớn lên bàn trong sự ngỡ ngàng, trong khi đó vị Ni kia tiếp tục trả lời rằng:

- Bạch Ngài! Vì từ nhỏ đến giờ con chưa xuất giá vu quy.

Thế là Thầy trò cười thật lớn và ra tuồng như hiểu ý nhau nhiều hơn nữa. Trong luật Phật dạy rất rõ rằng: Người làm tướng không được đi xuất gia, vì lẽ đang trấn nhậm nhiệm sở nào đó mà bỏ vào chùa thì ai lo điều quân khiển tướng nơi chốn biên thùy? Người làm công, ở đợ, người mắc nợ cũng không được đi xuất gia. Nếu muốn đi vào chùa, trước đó phải thanh toán tất cả những nợ cũ, sau đó mới được phép vào chùa. Người nửa nam, nửa nữ cũng không được đi xuất gia. Người thân thể sáu căn không đầy đủ cũng không được đi tu. Vì lẽ giới ở đây thuộc hình tướng của Thanh Văn, nên thân thể phải đầy đủ, một cơ quan nào đó trong người thiếu cũng sẽ không thành tựu tướng của Tỳ Kheo hay Tỳ Kheo Ni. Nhưng giới Bồ Tát thì mọi người như trên đều thọ được và giới này nếu có phạm cũng không cần phải xả giới. Ngoài ra trong luật cũng chế rằng những người nam hay nữ không quá 60 tuổi mới được xuất gia. Nếu hơn tuổi này, quá già nua lụm cụm làm sao có thể kham nhẫn được những sự khó khăn nơi cửa thiền như thức khuya, dậy sớm, công phu, thiền tọa v.v… Tuy nhiên Phật cũng đã dạy rằng: Những việc này cũng tùy theo từng quốc độ, phong thổ, tập tục mà có thể thêm bớt, tùy nghi để xứng hợp với luật lệ nơi quốc độ đó.

Sau khi những giới của Thức Xoa và Tỳ Kheo Ni được tuyên bày thì Hội Đồng Thập Sư Ni đã mang tất cả các giới tử Ni vừa thọ giới qua bên giới đàn của Thập Sư Tăng để nghe giáo giới và được đắc giới. Hôm đó Ngài Bảo Phác Quốc Sư trong cương vị là Đàn Đầu Hòa Thượng đã dõng dạc bảo rằng:

"Một thời gian sau, lịnh bà Gotami vào hầu Phật và bạch rằng:

- Bạch Đức Đại Giác! Người phụ nữ có thể xuất gia theo Phật giáo được không?

Đức Thế Tôn đáp và Ngài dạy rằng:

- Di Mẫu Gotami, Bà không nên mộng ước xuất gia, người phụ nữ không nên xuất gia trong Phật giáo.

Bà Gotami yêu cầu Đức Thế Tôn cho bà xuất gia như thế đôi ba lần, nhưng Đức Thế Tôn vẫn từ chối, không chấp thuận.

Lịnh bà lấy làm buồn khổ, than khóc rồi ra về.

Sau khi Đức Thế Tôn ngự tại thành Ca Tỳ La Vệ một thời gian vừa phải rồi Ngài trở lại thành Vesali, Ngài ngụ tại Tịnh xá Kutagara.

Vì lòng hâm mộ Phật Pháp, nhất là bà thấy rõ quả báo của sự giải thoát, nên bà rất yêu chuộng việc xuất gia, rồi bà cùng với 500 bà hoàng có chí hướng xuất gia đồng tự cạo tóc, đắp y Tỳ Kheo Ni, mang bát, đi chân không từ thành Ca Tỳ La Vệ đến thành Tỳ Xá Ly, nơi Đức Thế Tôn đang thuyết pháp độ chúng. Do quý bà là dòng dõi vua chúa, chưa bao giờ đi bộ cũng như đi chân trần và đi một khoảng đường rất xa nên đôi chân của quý bà đều bị nứt nẻ, chảy máu, thân người bám đầy bụi đất, trông thật là thảm khổ. Quý bà mong được vào hầu Phật, mắt đẫm đầy lệ.

Trước khi quý bà hầu Phật thì gặp được Ngài A Nan. Bà Gotami bảo rằng:

- Sở dĩ mà bà tự cạo tóc, đắp y cà sa trước khi Phật cho phép, vì bà muốn xuất gia và cũng đã 3 phen thỉnh cầu Đức Thế Tôn nhưng Ngài không cho phép.

Đại Đức Ananda nói:

- Xin bà dừng lại nơi đây, tôi sẽ vào hầu Phật và xin cho quý bà xuất gia.

Đức Ananda liền vào hầu Phật. (Từ đây về sau viết theo tạng luật Culavagga).

Sau khi đảnh lễ Phật xong, rồi vào nơi phải lẽ và bạch Phật.

- Bạch Đức Thế Tôn, bà Gotami, hai chân phồng sưng lên, thân hình bà thật là tiều tụy, mình bám đầy bụi đường, bà rất khổ tâm, nay bà đang đứng khóc bên ngoài vì bà chắc chắn rằng: Đức Thế Tôn không ưng thuận cho người nữ xuất gia theo pháp luật của Phật. Vậy nên Đệ tử xin Đức Thế Tôn mở lượng từ bi cho phép hàng phụ nữ xuất gia theo pháp luật của Đức Thế Tôn đã giáo truyền.

- Ananda ơi! Ngươi đừng yêu cầu cho hàng phụ nữ xuất gia theo pháp luật của Như Lai đã giáo truyền.

Đại Đức Ananda yêu cầu như thế đến ba lượt, nhưng Đức Thế Tôn vẫn đáp như trước. Đại Đức Ananda mới nghĩ: Tại sao Đức Thế Tôn không bằng lòng cho phép hàng phụ nữ xuất gia theo pháp của Ngài đã truyền. Mặc dầu vậy, nhưng ta cũng phải cương quyết yêu cầu xin cho kỳ được. Ngài mới bạch hỏi Đức Thế Tôn rằng:

- Bạch Đức Thế Tôn! Khi hàng phụ nữ xuất gia theo giáo pháp của Ngài, những phụ nữ ấy có thể đắc từ quả Tu Đà Hoàn đến quả A La Hán không?

- Ananda! Nếu hàng phụ nữ xuất gia theo giáo pháp của Như Lai đã giáo truyền thì cũng có thể đắc đạo quả từ Tu Đà Hoàn trở lên A La Hán.

- Bạch Đức Thế Tôn! Nếu hàng phụ nữ mà xuất gia theo giáo pháp của Đức Thế Tôn đã giáo truyền có thể đắc từ quả Tu Đà Hoàn đến A La Hán. Vậy xin Đức Thế Tôn hãy mở lòng từ bi cho hàng phụ nữ xuất gia theo pháp luật của Ngài đã giáo truyền. Hơn nữa lệnh bà Gotami là người có ơn rất lớn đối với

Ngài, bà lại là Di mẫu của Ngài nữa, là người đã ra công nuôi dưỡng Ngài, cho Ngài bú từ giọt sữa, đút từ miếng cơm, sau khi Phật mẫu băng hà.

Theo chú giải của bộ luật này có giải và nêu ra câu hỏi rằng: Tại sao Đức Thế Tôn lại không cho phép hàng phụ nữ xuất gia? Có phải chăng Đức Thế Tôn là đấng có lòng từ bi vô lượng vô biên?

Đáp: Phải, đúng như vậy. Nhưng Đức Thế Tôn định phải có sự yêu cầu khó khăn nhiều lần như thế, để hàng phụ nữ nhận thức được rằng: Sự xuất gia được của chúng ta đây thật là khó. Nhờ vậy nên hàng phụ nữ mới cố gắng thu thúc giới luật hoàn toàn trong sạch.

Đức Thế Tôn liền dạy Đại Đức Ananda rằng:

Này Ananda! Nếu lịnh bà Gotami bằng lòng thọ Tám Trọng Pháp và vâng giữ Tám Trọng Pháp ấy là sự xuất gia của bà.

Tám Trọng Pháp ấy là:

1. Mặc dầu Tỳ Kheo Ni xuất gia đã được 100 hạ chăng nữa cũng phải kính trọng và đảnh lễ Thầy Tỳ Kheo mới xuất gia trong ngày ấy. (Đức Thế Tôn ra điều học này để răn các bà bớt lòng ngã mạn khinh người)
2. Tỳ Kheo Ni không thể nhập hạ nơi nào mà không có Tỳ Kheo (Đức Phật ra điều học này để chư Tỳ Kheo Tăng kiểm soát quý Tỳ Kheo Ni).
3. Tỳ Kheo Ni phải luôn thực hành theo hai điều là: Phải hành lễ phát lồ. Sau khi hành lễ xong phải đến nơi chư Tỳ Kheo cư ngụ để nghe lời giáo huấn của các Ngài (Đức Thế Tôn ra điều học này để các Tỳ Kheo Ni thường trực gần chư Tăng để nghe lời giảng dạy của chư Tăng mỗi tháng hai lần).

4. Mặc dầu các Tỳ Kheo Ni đã làm lễ nhập hạ xong, đến ngày ra hạ cũng phải hành lễ ra hạ và rồi cũng phải đến nơi cư ngụ của chư Tỳ Kheo Tăng để hành lễ ra hạ một lần nữa. (Đức Thế Tôn ra điều học này để các Tỳ Kheo Ni tự tỏ ra việc hòa nhau).
5. Nếu Tỳ Kheo Ni đã phạm tăng tàn và làm lễ phạt cấm phòng mỗi ngày và đã phát lồ bên Tỳ Kheo Ni xong, cũng phải đến phát lồ với chư Tỳ KheoTăng.
6. Nếu có giới tử muốn xuất gia Tỳ Kheo Ni, quý vị ấy đã cho xuất gia xong rồi, nhưng phải đưa đến cho xuất gia lại nơi chỗ có kiết giới của chư Tỳ Kheo Tăng.
7. Tỳ Kheo Ni không được quyền thóa mạ chư Tỳ Kheo.
8. Vị Tỳ Kheo luôn luôn có quyền giáo huấn chư Tỳ Kheo Ni, nhưng chư Tỳ Kheo Ni không bao giờ có quyền giáo huấn vị Tỳ Kheo. Vị Tỳ Kheo Ni không có quyền dễ duôi đối với vị Tỳ Kheo và phải hết lòng cung kính.

- Này Ananda! Nếu bà Gotami ưng thuận thọ trì Tám Trọng Pháp mà Như Lai đã dạy trên thì Như Lai chấp thuận cho bà xuất gia bằng cách thọ Tám Trọng Pháp.

Đại Đức Ananda ghi nhận tám điều ấy xong liền đến nơi của bà Gotami và bảo bà:

Nếu lịnh bà bằng lòng thọ Tám Trọng Pháp đó là phương pháp xuất gia của lịnh bà. Đại Đức Ananda liền đọc lại tám điều mà Đức Thế Tôn đã khẩu truyền.

Khi bà Gotami nghe xong Tám Trọng Pháp liền nói rằng:

- Bạch Đại Đức! Lẽ thường thanh niên thanh nữ đều ưa thích tắm rửa trang điểm; đầu giắt hoa sen hay hoa ma lị v.v... Cũng như tôi ưa thích Tám Trọng Pháp, vâng giữ hành theo trọn đời.

Đại Đức Ananda trở lại hầu Phật đảnh lễ xong và bạch rằng:

- Bạch Đức Thế Tôn! Di Mẫu Ngài là bà Gotami rất hài lòng thọ lấy Tám Trọng Pháp để xuất gia.

Đức Phật dạy: Ananda ơi! Nếu không có phụ nữ xuất gia trong giáo pháp của Như Lai đã giáo truyền thì phạm hạnh còn tồn tại trong thế gian này lâu dài hơn, chánh pháp còn tồn tại đến 1.000 năm. Nhưng khi có phụ nữ xuất gia trong giáo pháp của Như Lai đã giáo truyền thì phạm hạnh sẽ không còn tồn tại lâu dài. Chánh pháp chỉ còn tồn tại 500 năm.

Này Ananda! Trong gia đình nào có nhiều phụ nữ mà không có người nam, gia đình ấy sẽ bị kẻ trộm đánh cắp nồi cơm rất dễ. Điều này cũng như phụ nữ xuất gia trong giáo pháp nào thì phạm hạnh trong giáo pháp ấy càng không thể tồn tại được lâu dài, cũng như loại cào cào châu chấu đã đáp xuống ruộng lúa nào thì ruộng lúa ấy sẽ không tồn tại lâu được; hoặc cũng như những loại đuông đã sanh trong rẫy mía nào thì rẫy mía ấy cũng chẳng tồn tại lâu được. Những điều này cũng ví như những phụ nữ xuất gia theo pháp luật nào, giáo lý nào thì phạm hạnh của pháp luật ấy hay giáo lý của phạm hạnh ấy, không tồn tại được lâu dài. Do đó người thường đắp đê để ngăn không cho nước tràn ra khỏi ao hồ được. Cũng giống như Như Lai ra Tám Trọng Pháp cấm đoán Tỳ Kheo Ni, không cho các vị Tỳ Kheo Ni dễ duôi trọn đời."

Sau khi Hương Tràng và chư tân Tỳ Kheo Ni nghe Quốc sư Bảo Phác truyền đạt lại 8 trọng pháp này đối với một Tỳ Kheo Ni, Cô cũng cảm thấy rất hân hoan như bà Gotami thuở trước, hay gần đây hơn nữa là Ni Sư Diệu Nhân cũng đã khâm tuân 8 điều ấy và Ni Cô Hương Tràng giờ đây tự nghĩ rằng: Đức Phật là một bậc Thầy của trời và người. Ngài hiểu rõ tất cả mọi tâm ý của muôn loài, nên Ngài mới mở ra phương tiện và độ cho người nữ xuất gia thì không vì lý do gì mà Đức Phật cho các vị Tỳ Kheo có được nhiều ưu tiên hơn, còn chư Tỳ Kheo Ni bị đối xử có sự phân biệt như vậy. Nhìn chung tổng thể của Tám trọng pháp, đây chỉ là sự bảo hộ cho nữ giới và các nữ quyền mà thôi. Kể ra như vậy Đức Phật đã chủ trương quá dân chủ, vì ai cũng có khả năng thành Thánh, dầu cho là người nam hay người nữ; trong khi các xã hội Á Châu, nhất là những xã hội theo luân thường đạo lý của Khổng Mạnh thì chế độ "trọng nam khinh nữ" vẫn còn tồn tại cả mấy ngàn năm vẫn chưa chấm dứt hay thay đổi. Ngay cả các xã hội tân tiến bây giờ, sự thay đổi quan niệm nữ quyền ở các chế độ tự do mới được cổ vũ, còn ở thời đại của Đức Phật việc này khó xảy ra. Chỉ có Đức Phật là một bậc có tuệ giác thật tuyệt vời, Ngài mới có khả năng thấy biết được tất cả và tạo cho người nữ có một cơ hội như vậy.

Những ngày tháng sau đó từ năm 1313 đến năm 1340, cả gần 30 năm như vậy, năm nào Tỳ Kheo Ni Hương Tràng cũng an cư kiết hạ tại Quảng Nghiêm Tự hay các chùa khác tại núi Trấn Sơn nhằm thúc liễm thân tâm, tu hành thanh tịnh. Bà cũng được nhiều giới đàn mời làm Tôn Chứng Sư hay Yết Ma, Giáo Thọ Ni. Đôi lần bà cũng được thỉnh cầu làm Đàn Đầu Hòa Thượng để trao giới cho các giới tử Ni. Trong khi an trú tại Ngọa Am Vân ở núi Yên Tử vào những ngày cuối đời, nơi Điều Ngự Giác Hoàng đã truyền dạy cho bà trước khi Ngài viên tịch, bà cũng được tin Chế Chí, con của Chế Mân rồi Chế Năng cháu của Chế Mân đã đem quân sang đánh Đại Việt để đòi lại đất đai đã mất cũng như trả mối thù cũ cho cha, ông mình, nhưng cuối cùng rồi cũng bị vua quan Nhà Trần đánh chạy thối lui và quê hương Chiêm Quốc càng ngày càng thu hẹp lại. Với bà, tất cả đều là vô thường, là giả hợp và bà đã an nhiên thị tịch vào ngày mồng 9 tháng giêng năm Canh Thìn 1340. Thế thọ 54 tuổi, Đạo thọ 30, Hạ lạp 27. Ngày nay ở Huế trên núi Ngũ Phong có dựng đền thờ Huyền Trân và bà cũng là người được các vua chúa sau này ban cho nhiều sắc phong nhất.

Cuối đời Nhà Trần, Chế Bồng Nga lại đem đại quân qua Đại Việt để trả thù và nhiều khi kinh thành Thăng Long bị thất thủ, vua Trần Duệ Tông (1372-1377) bị giết chết tại thành Đồ Bàn khi ông cho quân tiến chiếm Đồ Bàn. Nhưng đến đời vua Lê Thánh Tông, vào giữa thế kỷ thứ 15 thì xem như thành Đồ Bàn bị đập phá hoàn toàn và giang sơn Đại Việt càng ngày càng được mở rộng về phương Nam và ngày nay người ta chỉ còn nghe lại bài hát "Hận Đồ Bàn" của Xuân Tiên ghi lại cảnh cũ người xưa để nhớ lại một thời vang bóng như vậy. Công hay tội giờ này ai biết được, vì lịch sử đã sang trang, nhưng nghiệp sát của chúng sanh chưa bao giờ tận diệt, thì con người vẫn còn trong vòng lao lý của sự sanh tử luân hồi.

Hận Đồ Bàn

Rừng hoang vu!
Vùi lấp bao nhiêu uất căm hận thù
Ngàn gió ru
Muôn tiếng vang trong tối tăm mịt mù

Vạc kêu sương!
Buồn nhắc đây bao lúc xưa quật cường.
Đàn đóm vương
Như bóng ai trong lúc đêm trường về.

Rừng trầm cô tịch
Đèo cao thác sâu
Đồi hoang suối reo
Hoang vắng cheo leo
Ngàn muôn tiếng âm
Tháng, năm buồn ngân …
Âm thầm hòa bài hận vong quốc ca.

Người xưa đâu?
Nay thấy chăng rừng xanh xanh một màu.
Đồ Bàn miền Trung đường về đây …
Máu như loang thắm chưa phai dấu
Xương trắng sâu vùi khí hờn căm… khó tan.

Kìa ngoài trùng dương đoàn thuyền ai nhấp nhô trên sóng xa xa tắp!
Mơ bóng Chiêm thuyền Chế Bồng Nga …
Vượt khơi.

Về Kinh Đô
Ngàn thớt voi uy hiếp quân giặc thù …
Triền sóng xô
Muôn lớp quân Chiêm tiến như tràn bờ …
Tiệc liên hoan
Nhạc tấu vang trên xứ thiêng Đồ Bàn
Dạ yến ban
Cung nữ dâng lên khúc ca về Chàm.

Một thời oanh liệt
Người dân nước Chiêm
Lừng ghi chiến công
Vang khắp non sông.
Mộng hoa dẫu tan
Cuốn theo thời gian, nhưng hồn ngàn đời còn theo nước non.

Người xưa đâu?
Mồ đắp cao hay đã sâu thành hào?
Lầu các đâu?
Nay thấy chăng rừng xanh xanh một màu.
Đồ Bàn miền Trung đường về đây …
Máu như loan thắm chưa phai dấu
Xương trắng sâu vùi khí hờn căm… khó tan.
Kìa ngoài trùng dương đoàn thuyền ai nhấp nhô trên sóng xa xa tắp!
Mơ bóng Chiêm thuyền Chế Bồng Nga …
Người xưa đâu?

Tạm kết

Sáng hôm nay ngày 23 tháng 5 năm 2017 sau thời tụng kinh Lăng Nghiêm và tọa thiền, tôi trở lại thư phòng ở chùa Viên Giác để viết lời kết cho quyển sách có nhan đề là *"Mối Tơ Vương của Huyền Trân Công chúa"* (phóng tác lịch sử tiểu thuyết vào cuối đời Lý, đầu đời Trần). Đây là tác phẩm thứ 65 của tôi viết bằng tay kể từ năm 1974 đến nay suốt trong 43 năm như vậy. Tôi bắt đầu viết quyển sách này vào ngày 16 tháng 2 năm 2017 tại Tu Viện Viên Đức ở miền Nam nước Đức. Nếu tính trung bình thì sau 100 ngày tôi đã viết xong tác phẩm này, nhưng trên thực tế thì trong 100 ngày ấy không phải ngày nào tôi cũng viết, vì có bao nhiêu việc Phật sự phải đảm đương vào cuối tuần và có ngày phải đọc sách, đọc kinh, nên thời gian 100 ngày ấy chỉ là thời gian tổng quát để hình thành một tác phẩm dày 414 trang viết tay như thế này và tôi nghĩ khi đánh máy xong in thành khổ A5 số trang cũng sẽ tương đương như vậy. Nếu ngày nào tôi quyết tâm chỉ viết không thôi thì sẽ được từ 20 đến 22 trang viết tay, với 36 dòng chữ nguệch ngoạc của mình. Tôi có một thói quen, không biết là có ai có không? Đó là tất cả các tác phẩm và dịch phẩm từ ngôn ngữ này sang ngôn ngữ khác, tôi chỉ viết tay chứ không tự đánh máy, vì lẽ nhiều lúc đánh máy lỡ quên hay đụng vào một nút nào đó, những gì đã được suy nghĩ bị xóa mất đi, nên tôi chọn viết tay cho chắc là vậy. Nếu có sai hay thiếu chữ nào thì sửa lại dễ dàng hơn, còn việc đánh máy và xem lại lỗi chính tả đã có những vị thư ký lo giúp.

Cái tật của tôi khi viết là không bao giờ xem lại những trang đầu, chờ cho xong trang cuối mới xem và sửa lại lần cuối. Do vậy chắc chắn có nhiều đoạn lặp đi lặp lại nhiều lần. Kính mong quý độc giả hoan hỷ cho điều này vậy. Ngoài ra tôi nghĩ sao thì viết vậy chứ không chải chuốt câu văn, nên có thể có nhiều vị không hài lòng mấy, nhưng nếu nói như người xưa rằng: "Xem văn để biết người", thì tôi là con người mộc mạc như thế đó. Ngay cả việc giảng pháp cũng vậy, cho đến nay tôi đã giảng trên 1.000 băng giảng, nhưng hầu như không nghe lại băng nào, vì nghĩ rằng cái gì nó đã qua rồi thì hãy cho nó qua đi. Suy nghĩ lúc đó, không phải là bây giờ. Do vậy níu lại quá khứ để làm gì cho bận tâm. Có thể đây là một việc dở, sai, ít phục thiện, nhưng cách riêng của tôi là vậy.

Quyển sách này có tất cả 13 chương và chỉ có 4 chương là viết tại Ấn Độ cũng như Thái Lan, còn 9 chương kia thì viết tại Viên Đức và Viên Giác. Từ ngày 16 tháng 3 năm 2017 đến ngày 30 tháng 4 năm 2017 vừa qua chúng tôi trong Phái Đoàn Hoằng Pháp Âu-Mỹ đã hành hương và tổ chức tu học tại các nước Á Châu như: Ấn Độ, Népal, Thái Lan, Lào, Đại Hàn và Nhật Bản. Tôi nghĩ rằng: Nếu có thì giờ rảnh thì sẽ viết trong thời gian ấy, nhưng thực ra trong gần một tháng rưỡi ấy hầu như ngày nào cũng bận, nên chỉ viết được 4 chương mà thôi. Sau khi về lại Đức phải lo tham dự lễ Phật Đản 2651 tại Chùa Viên Giác và các nơi, mãi cho đến sau ngày nhập hạ an cư 11 tháng 5 năm 2017 tôi mới có thì giờ nhất định trong mỗi ngày để hoàn thành tác phẩm này.

Thông thường đồng hồ reo vào 5 giờ 30 sáng, nhưng ở tuổi gần 70 này, tôi đã tự thức dậy lúc 4 giờ 30, sau đó xem xét một số công việc trong ngày sau khi đã làm vệ sinh cá nhân và 5 giờ 45 sáng là tôi đã có mặt tại Hậu Tổ để lễ Tổ cùng Đại chúng. Tại Phật điện chúng tôi tĩnh tọa 15 phút, sau đó là trì tụng Thần chú Thủ Lăng Nghiêm cũng như kinh hành và lễ bái Hồng Danh chư Phật cùng chư Bồ Tát. Độ 7 giờ 10 phút là xong mọi lễ nghi tại Phật điện, mọi người về liêu phòng của mình.

Từ khi thành lập Niệm Phật Đường Viên Giác năm 1978, rồi chùa Viên Giác từ năm 1981, kế đến là Tổ Đình chùa Viên Giác cho đến năm 2017 này là gần 40 năm như vậy, hầu như không có buổi sáng nào là không có thời Kinh Lăng Nghiêm cả. Đây là một dấu ấn khó phai mờ với chư Tăng Ni tu học tại đây cũng như những Phật tử về chùa công quả.

Sau khi từ Chánh điện xuống, phần tôi lo tập thể dục theo 7 động tác của Tây Tạng trong 15 phút, kế đó xem thư từ và 8 giờ sáng là giờ dùng sáng của Đại chúng, tôi có mặt tại trai đường. Sau khi dùng sáng xong từ 8 giờ 30 đến 9 giờ 30 là giờ tôi đi dạo sang Vô Học Cốc bên cạnh chùa. Từ 9 giờ 30 đến 11 giờ 30 sáng là giờ viết sách, đọc kinh, đọc Đại Tạng. Từ 11:30 đến 12:30 là giờ quá đường, kinh hành nhiễu Phật. Từ 12:30 đến 14:00 là giờ nghỉ trưa. Từ 14:30 đến 16:00 là giờ viết sách, dịch kinh hay đọc Đại Tạng. Nghỉ giải lao 30 phút xong, tôi bắt đầu lại phần cuối trong ngày là từ 16:30 đến 18:00 lại là giờ viết sách hay xem bài vở, đọc Đại Tạng Kinh và sau đó dùng chiều nhẹ. Từ 19:00 đến 20:00 là giờ tôi xem phim ảnh Phật giáo và từ 20:00 đến 21:40 là giờ lạy Kinh Đại Bát Niết Bàn quyển thứ 2 Phẩm Ca Diếp. Mỗi tối lạy chừng trên dưới 300 lạy trong 3 tháng an cư kiết hạ, sau đó ngồi thiền. Khi về lại liêu phòng đã gần 22:00 giờ và bắt đầu cho một giấc ngủ kéo dài đến 4:30 sáng hôm sau. Cứ thế và cứ thế, ngày lại tháng qua vẫn thế từ thứ Hai đến thứ Sáu và cuối tuần thì tôi đi tham dự Phật sự các nơi ở Đức hay Âu Châu.

Giờ giấc trong mùa Hè của 3 tháng An Cư Kiết Hạ là như vậy, nhưng giờ giấc của 9 tháng còn lại trong năm thì hơi khác đi một tí. Đó là 12:00 dùng trưa; 18 giờ dùng chiều và buổi tối trong 9 tháng này quý Thầy Cô tại chùa Viên Giác hành trì riêng với pháp môn tu của mình chứ không lễ bái kinh. Mỗi buổi chiều từ 17:00 đến 18:00 giờ trên Chánh điện đều có cúng Thí Thực Cô Hồn, phần này quý Thầy, Cô, Chú mới tập sự tham dự, còn phần của tôi thì không.

Nếu không bắt đầu viết thì trong 100 ngày ấy tôi cũng đã chẳng có tác phẩm thứ 65 này gồm 414 trang viết tay và nếu không lạy Phật hằng đêm trong mùa An Cư Kiết Hạ thì những kinh như: Ngũ Bách Danh, Tam Thiên Phật Danh, Vạn Phật sẽ không xong lạy nào từ năm 1984 đến nay, để từ đó tôi phát tâm lạy kinh Pháp Hoa rồi Kinh Đại Bát Niết Bàn mỗi chữ mỗi lạy. Cho đến nay sau hơn 33 năm những việc thực hành của tôi sắp viên mãn và thời gian còn lại của đời này chỉ chuyên tâm niệm Phật, cầu vãng sanh Tây Phương Cực Lạc mà thôi. Khi viết đến chương cuối thứ 13 này tôi đã xem cuộn phim về cuộc đời của Đức Phật tập thứ 44 cũng tương hợp với những gì về "Tám Pháp Trọng" mà Ni Cô Hương Tràng đã thọ trì, trước khi chấm dứt phần lịch sử tiểu thuyết này. Đó cũng là một điều ngẫu nhiên nhưng thật là có ý nghĩa.

Trong khi viết tác phẩm này, tôi cũng đã liên lạc với Đạo Hữu Giác Đạo Dương Kinh Thành, người đã soạn tuồng cải lương "Chuyện tình Liên Hoa Hòa Thượng" trước đây mấy năm và đã được Đạo Hữu đồng ý sẽ soạn thành một tuồng cải lương khác với nhan đề này. Hy vọng trong tương lai gần quý Đạo Hữu khắp nơi trên thế giới sẽ có sách này để xem và tuồng cải lương để nghe. Chỉ tiếc rằng Nghệ sĩ Út Bạch Lan đã về với Phật năm rồi, nếu không, bà sẽ giữ vai Thái Hậu Khâm Từ, mẹ của Huyền Trân Công chúa thì hay biết mấy. Tuồng cải lương "Chuyện tình Liên Hoa Hòa Thượng" bà đã giữ vai Thái Hậu, mẹ của Hoàng Cô rất là tuyệt vời. Sau khi sách và phim ra mắt độc giả khắp nơi đã được nhiều người khen thưởng, tuy cũng có một vài chỉ trích; nhưng theo Sầu Nữ Út Bạch Lan, bà đã nhận định rằng: "Dầu với tính cách lịch sử, chưa đúng hẳn, nhưng những lời thoại trong phim đã giúp cho những người nữ đi chùa sẽ lưu tâm hơn và đặc biệt là những Tăng Ni trẻ sẽ lấy đó làm bài học sống đạo cho chính mình." Lời nhận định này chắc rằng sẽ không sai, dầu cho bà đang ở tận một cảnh giới nào đi chăng nữa, thì những việc làm của bà đã cống hiến cho đời cũng như cho đạo vẫn mãi còn vang vọng nơi hậu thế này.

Lúc còn nhỏ cũng như khi đã lớn và nhất là ở tuổi già, tôi rất thích đọc và nhớ về lịch sử Việt Nam cũng như lịch sử của thế giới. Do vậy mà những sách nào liên quan về sử, nhất là lịch sử Phật giáo thì tôi lại tìm tòi đọc, nghiên cứu nhiều hơn. Trong đó có những quyển như: "Lược sử Phật giáo Việt Nam" của Hòa Thượng Thích Mật Thể. "Phật giáo Việt Nam Sử Luận I, II, III của Nguyễn Lang (Thiền sư Thích Nhất Hạnh). "Lịch sử Phật giáo Việt Nam tập I, II" của Giáo Sư Trí Siêu Lê Mạnh Thát. "Phật giáo Đàng Trong" của Nguyễn Hiền Đức. Bác sĩ Yên Tử Trần Đại Sỹ ở Pháp cũng đã viết về lịch sử Việt Nam ở ngoại quốc, nhất là phần cuối Lý đầu Trần với Hoàng tử Lý Long Tường tại Triều Tiên. Vua Trần Nhân Tông của Lê Mạnh Thát và nhiều sách văn học lịch sử khác. Gần đây thì phương tiện tra cứu dễ dàng hơn, nên chỗ nào không rõ thì tôi lên Internet, gõ vào Google để tìm về Huyền Trân Công chúa, Tuệ Trung Thượng Sĩ, Vua Trần Nhân Tông, Bình Ngô Đại Cáo của Nguyễn Trãi và Hịch Tướng Sĩ của Hưng Đạo Vương Trần Quốc Tuấn. Nhất là Phổ Hệ Nhà Trần và Huyền Trân Công chúa thì tôi phải dựa vào trang Wikipedia tiếng Việt truy cập để viết, cho hợp với thời gian cùng năm tháng của những sự kiện lịch sử đã xảy ra, nhưng chưa chắc đã đúng hoàn toàn. Những câu hay đoạn nào trong ngoặc kép hay ngoặc đơn đều là những phần trích dẫn của những sách đã nêu trên và "Tự Điển Toàn Thư Mở" đã giúp cho tôi hoàn thành tác phẩm này. Ngoài ra bài "Chúc thư chính trị của một danh tướng" do Trần Gia Phụng ở Canada viết, đã đăng trên báo Viên Giác số 216 xuất bản vào tháng 12 năm 2016 vừa qua đã giúp cho tôi rất nhiều để viết về Hưng Đạo Vương Trần Quốc Tuấn. Xin niệm ân tất cả.

Khi đọc sử Việt Nam nếu ai đó có quan tâm sâu sắc thì mới nghĩ đến những khía cạnh của Phật giáo đã đóng góp được những gì cho Dân Tộc và Đạo Pháp qua hơn 2.000 năm dựng nước và giữ nước, còn đa phần những sử gia bình thường họ ít quan tâm về việc này. Do vậy khi đọc và nhớ về lịch sử cả Đời và Đạo, tôi mong muốn làm sao có được sự kết hợp hài hòa đó và mọi người dân phải biết công lao của các vị Thiền sư và các vị Quốc Sư đã giúp cho Phật giáo và đất nước những gì, chứ không phải chỉ riêng những người Phật tử mới cần biết đến. Ví dụ như Vạn Hạnh Thiền sư đã có vai trò ảnh hưởng như thế nào với Lý Công Uẩn (Lý Thái Tổ).

Rất nhiều người biết Hưng Đạo Vương Trần Quốc Tuấn đã giúp cho Vua Trần Nhân Tông 2 lần đại thắng quân Nguyên Mông vào năm 1285 và 1288; nhưng ít người biết rằng Hưng Đạo Vương vừa là cậu (bác) ruột của Vua Trần Nhân Tông và cũng là Quốc trượng (nhạc gia) của Vua nữa.

Ngay cả là người Phật tử đi nữa nhưng họ cũng chẳng biết Tuệ Trung Thượng Sĩ và Thiên Cảm Hoàng hậu (vợ Vua Trần Thánh Tông) là anh em ruột với Hưng Đạo Vương Trần Quốc Tuấn.

Cũng chẳng ai biết rằng Tuệ Trung Thượng Sĩ Trần Quốc Tung đã giúp cho em mình là Hưng Đạo Vương Trần Quốc Tuấn chiến thắng 2 lần quân Nguyên Mông.

Cũng ít người biết rằng, Khâm Từ Hoàng Thái Hậu, con gái của Hưng Đạo Vương Trần Quốc Tuấn, vợ Vua Trần Nhân Tông, chính là mẹ của Huyền Trân Công chúa v.v…và v.v…

Dĩ nhiên là còn nhiều việc tế nhị của lịch sử nữa, nhưng chỉ xin nêu ra một vài việc tiêu biểu như vậy mà thôi.

Khi nói đến Huyền Trân Công chúa thì đã có nhiều sử gia viết rồi, ngay cả kịch, cải lương v.v… cũng đã có trình chiếu lâu nay, nhưng riêng tôi muốn xây dựng cái nhìn về Huyền Trân Công chúa ở nét Đạo Học và Phật Học Đông Phương, hơn là thêm mắm giặm muối cho cuộc tình Chiêm-Việt cũng như giữa nàng và Trần Khắc Chung có nhiều điều nghi ngờ, giả sử nên tôi đã lướt qua việc này, vì tôi nghĩ rằng là một Phật tử chân chánh không có ai phạm giới thứ ba khi chồng mình vừa chết, con mình bị thất lạc và trong lúc cư tang, làm sao có thể vui riêng với những bậc đáng bằng cha chú mình trong thời gian trên thuyền trở lại Thăng Long năm 1308 được.

Tôi không viết sử, nhưng dựa theo những sự kiện lịch sử để tôi phóng tác thành một lịch sử tiểu thuyết để chúng ta có một cái nhìn đúng đắn hơn về Huyền Trân Công chúa theo như tác phẩm "Am Mây Ngủ" của Thiền sư Nhất Hạnh đã viết.

Điều tôi muốn thăng hoa ở nàng Công chúa ấy không phải ở sắc đẹp hay tài giỏi, mà là ở khía cạnh Phật giáo khi trở lại quê hương Đại Việt bà đã làm gì. Từ năm 1311 cho đến khi bà mãn phần năm 1340 suốt gần 30 năm như vậy, với cuộc đời của một Tỳ Kheo Ni không lẽ không có một dòng chữ nào viết về bà? Đa phần lịch sử chỉ chấm dứt khi nắp quan tài đã đậy lại, nhưng một hành trạng suốt ba thập niên như vậy, mà chẳng thấy ai đả động đến gì cả nên sau khi tìm hiểu mọi sử liệu, nhất là những sử liệu Phật giáo về triều Lý và triều Trần tôi nhất định viết quyển "Phóng tác lịch sử tiểu thuyết" này để lại cho đời, vì biết rằng một ngày nào đó sẽ có những người tìm tòi đến lịch sử, có tài liệu để mà nghiên cứu hay trích dẫn. Điều đặc biệt của tôi mong mỏi là nối kết chất liệu và những sự kiện của Phật giáo với các nhân vật trong khoảng thời gian lịch sử này để ngày sau mọi người đều rõ biết, tri ân, chứ không phải chỉ nói thoáng qua về khía cạnh tâm linh này. Đây là những lý do cần quan tâm đến.

Lý do thứ nhất là tuổi của Thượng Tướng Trần Khắc Chung bằng tuổi với Ông Ngoại của Huyền Trân Công Chúa là Hưng Đạo Vương Trần Quốc Tuấn, nên một Ông lão, không thể có tình riêng với người con gái 20 tuổi, đáng tuổi con cháu của mình, dầu cho thời gian đi trên thuyền có bao nhiêu lâu đi chăng nữa cũng không thể xảy ra sự việc yêu thương ấy được. Hơn nữa trên thuyền lúc ấy còn có nhiều người khác.

Lý do thứ hai khiến chúng ta phải suy tưởng đến là vấn đề đạo đức của một xã hội trong thời Tam Giáo Đồng Nguyên như dưới Triều Trần, thì sự việc "Tam tòng tứ đức; Tam cương ngũ thường" là điều cần thiết cơ bản cho đạo đức mà người dân được giáo dục. Do vậy khi chồng mới chết, dẫu là người tầm thường dân giả đi chăng nữa cũng chẳng thể, hà huống gì một bậc mẫu nghi thiên hạ lại đi tục huyền hay tư thông với người khác phái sớm như thế? Làm sao họ có thể dám vượt qua vòng lễ giáo trong hoàn cảnh như vậy?

Thêm một vấn đề nữa là qua "Ngọa Vân Am" chúng ta được biết, sau khi Huyền Trân Công Chúa về lại Thăng Long, nàng đã xin Vua Anh Tông đi thẳng vào núi Yên Tử gặp Phụ Hoàng Trần Nhân Tông để trình bày những sự kiện đã xảy ra khi làm dâu ở Chiêm Quốc và đặc biệt là lúc Chế Mân băng hà. Điều quan trọng hơn nữa là Huyền Trân Công Chúa đã Quy Y Tam Bảo, sau đó thọ Bồ Tát Giới tại gia với Đạo Hiệu là Hương Tràng năm 1308 và trong năm này Thượng Hoàng Trần Nhân Tông cũng đã băng hà. Sau này nhân gian xưng tụng Ngài là Phật Hoàng Trần Nhân Tông. Và một hai năm sau tức năm 1309-1311, Huyền Trân Công Chúa đã chính thức xuất gia tại chùa Nộn ở Bắc Ninh và sau đó trở thành một vị Tỳ Kheo Ni rất lịch lãm trong chốn sơn môn suốt hơn 30 năm như thế, mà lịch sử cũng như chính sử chẳng đá động gì về cuộc đời và hành trạng tu tập của Bà cho đến năm 1340 Bà đã ra đi vĩnh viễn để theo dấu chân của Ni Trưởng Diệu Nhân thời Nhà Lý.

Trên đây là 3 trong nhiều lý do quan trọng để tôi cố gắng biên tập nên tác phẩm này. Dĩ nhiên khi đã viết thành sách, dựng thành phim sẽ có nhiều lời khen chê khác nhau, nhưng xin thưa cái gì của lịch sử xin trả về lịch sử nguyên thủy của nó, là điều mà người viết quyển tiểu thuyết này rất mong muốn vậy. Có người sau khi xem xong sách này qua lời kết, có đề nghị với tôi rằng: "Thầy nên chỉ viết là lời tạm kết mà thôi, vì biết đâu Thầy sẽ còn viết tiếp chuyện này hay chuyện khác nữa." Tôi đồng thuận với quan điểm này, vì tôi muốn lắng nghe tất cả và biết đâu trong tương lai sẽ có nhiều tác phẩm hay hơn tác phẩm này của tôi, thì tôi cũng chỉ xin nguyện làm một nhịp cầu để nối kết những gì đã xảy ra hơn 712 năm (1306-2018) về trước. Dầu thế nào đi chăng nữa thì tôi vẫn nguyện như ngày nào là: "Con xin nguyện làm một dòng sông để chuyên chở những trong đục của cuộc đời và con xin nguyện làm mặt đất để hứng chịu những sạch nhơ của nhân thế."

Tôi đã định là không còn biên thêm cuốn tiểu thuyết nào có liên quan về Phật giáo nữa, nhưng sau khi xem sách và băng Video về "Chuyện tình Liên Hoa Hòa Thượng" nên nhiều người có ý mong mỏi tôi viết thành tác phẩm "Mối tơ vương của Huyền Trân Công chúa" để gởi đến quý độc giả khắp nơi, biết đâu rằng có những người nhân đọc sách này hay xem tuồng cải lương sẽ bổ sung thêm nhiều sự kiện lịch sử tích cực, thì đó là điều vạn hạnh cho người cầm bút này.

Vào ngày 7 đến 17 tháng 4 năm 2017 vừa qua tôi đã có dịp sang Đại Hàn và gặp quý Phật tử Việt Nam đang sinh sống tại đó cũng như một số quý Thầy, quý Cô và Phật tử từ Việt Nam sang đây để thăm tôi và dự khóa tu học cũng như hành hương, trong đó có một Thầy nói một câu mà tôi rất cảm động. Đó là: "Con nhờ đọc quyển *Giai Nhân và Hòa Thượng* do Sư Ông viết, mà con phát tâm đi xuất gia đó." Như vậy hóa ra những tác phẩm như thế này đâu phải là vô bổ cho mọi người, nên tôi vẫn tiếp tục viết và dịch sách là vậy. Mỗi người trong chúng ta đều có sở thích riêng, không ai giống ai hết, nhưng nếu chúng ta chỉ phê bình mà không đóng góp gì cả cho việc chung thì nhiều người sẽ bị thiệt thòi.

Tháng 4 năm 2017 vừa qua, báo Khánh Anh xuất bản tại Pháp có trích in một số câu chuyện rất hay như sau:

"Có một chàng sinh viên sau khi tốt nghiệp hội họa, Thầy giáo bảo rằng: Anh vẽ cho tôi một bức tranh và sau đó đem để chỗ nhiều người qua lại và ở bên dưới bức tranh nên viết hàng chữ như thế này: "Xin đánh dấu những chỗ nào mà bạn thấy sai." Sau một tuần lễ, người sinh viên vừa tốt nghiệp ấy với dáng điệu tiu nghỉu đến trước vị Thầy của mình cùng bức tranh và thưa với Thầy rằng: "Bức tranh hầu như chỗ nào cũng sai." Thầy giáo yên lặng và bảo anh ta rằng: "Anh hãy vẽ một bức tranh khác, giống hệt như bức tranh vừa rồi và đề bên dưới bức tranh là: "Xin vẽ lại những chỗ bị sai." thì cả một tuần sau không có ai vẽ sửa được gì trên bức tranh.

Điều này có nghĩa là: Phê bình thì rất dễ, nhưng khi làm thì không phải ai cũng làm một cách dễ dàng được. Từ đó tôi thấy rằng: Câu chuyện này có lý và việc mình, mình cứ làm trong khả năng của mình, còn chuyện chê khen vốn là chuyện của thế gian lâu nay mà. Tục ngữ Trung Quốc cũng có một câu rất hay là: "Anh có thể tự bịt hai lỗ tai của anh lại, nhưng anh không thể bịt miệng của người ta được." Việc của người ta nói, đó là chuyện của người ta, còn mình có muốn nghe hay không, lại là một chuyện khác nữa.

Có người hỏi tôi rằng: "Làm sao để viết được nhiều?" Câu trả lời rất đơn giản là: "Hãy đọc thật nhiều kinh, sách, thì sẽ viết được nhiều thôi!" Nhưng bạch Thầy, ở hãng mỗi ngày làm từ 8 đến 10 tiếng, khi về nhà chỉ lo tắm rửa, ăn cơm, xem tivi đã hết giờ rồi, còn sức đâu mà đọc. Khi về hưu thì mỏi mệt rồi, mắt mờ, tai điếc, cháu nội, cháu ngoại cần đến mình, mình lại bận rộn hơn khi đi làm nữa. Thế là không đọc xong được một tác phẩm nào cả. Âu đó cũng là một việc chung của xã hội năng động ngày nay. Phương tiện thì có quá nhiều, nhưng con người thì luôn bị động trước những phương tiện đó. Bởi vì ta không tự làm chủ được chính mình. Khi nào mình tự biết mình là ai và cần làm gì thì lúc ấy ta sẽ chiến thắng được chính mình.

Tôi vẫn thường hay nói rằng: Hãy đừng nên tự cao, tự đại, tự mãn, tự ái, tự hạ mình mà hãy tự tin nơi mình để mình còn có thể bước xa hơn như thế nữa, và tôi cũng hay khuyên chính mình hoặc đệ tử của mình rằng: "Hãy đừng lợi dụng người khác về tiền tài, vật chất, tình yêu, giờ giấc v.v... mà hãy lợi dụng thời gian của ta có được trong 24 tiếng đồng hồ của mỗi ngày để chúng ta làm được một cái gì đó, thì việc này lại mang một ý nghĩa to lớn vô cùng. Hãy bắt đầu ngay vào một việc gì đó từ bây giờ mà bạn nghĩ là ta cần phải làm cho mình và cho người khác."

Tôi chấm dứt viết tác phẩm thứ 65 này với niềm Pháp lạc vô biên trong mùa An Cư Kiết Hạ của năm Đinh Dậu 2017 này. Vì mỗi tháng chúng tôi được Bố Tát tụng giới Tỳ Kheo hai lần vào sáng ngày Mồng Một và ngày Rằm sau thời công phu khuya. Có như vậy người xuất gia mới biết được rằng: Đâu là điều cần phải làm và đâu là điều cần phải tránh. Một lễ Phật, một cành hoa dâng Phật, một nén hương thơm, một cử chỉ trân trọng v.v... tất cả đều là những nét đẹp của cuộc đời và nơi cửa chùa.

Xin trân trọng được gởi tặng quý vị khắp nơi khi có cơ duyên đọc đến tác phẩm này. Dầu hay dầu dở, đó cũng là đứa con tinh thần của tác giả và người viết tác phẩm này cũng xin niệm ân những ai giúp chỉ cho những chỗ cần phải điều chỉnh lại để lần sau, nếu tác phẩm này có được tái bản, sẽ hoàn chỉnh hơn.

Xin cảm ơn Chú Sanh, Anh Như Thân, Thầy Hạnh Bổn đã miệt mài đánh máy, layout, sửa đổi cách trang trí cho thích hợp với người đọc và cô Thanh Phi ở xa tận bên Melbourne, Úc

Châu cũng đã xem lại và sửa lỗi chính tả cho toàn văn quyển sách này, cũng như góp thêm nhiều ý kiến hay trong một số đoạn văn. Đạo hữu chủ bút báo Viên Giác cùng những cây bút nữ của báo đã trợ duyên cho tôi không ít trong việc hoàn chỉnh tác phẩm này. Đạo Hữu Nguyễn Hiền Đức xa xôi tận Hoa Kỳ cũng đã đóng góp cho nhiều ý kiến rất tích cực. Như vậy người đọc đỡ phân tâm hơn khi phải đọc một cuốn sách có nhiều lỗi. Và cuối cùng xin cảm ơn tất cả quý độc giả ủng hộ cho tác phẩm này được phát hành rộng rãi khắp năm châu. Nếu không có người đọc thì tác phẩm này cũng không có giá trị. Nên độc giả chính là sức mạnh và sự tồn tại của Văn Học Phật giáo nước nhà qua sự thẩm định của quý vị về tác phẩm này. Nếu có được công ích nào đó.

Tất cả những tác phẩm của tôi viết và dịch ra tiếng Việt từ những ngôn ngữ khác đều không giữ bản quyền, vì mục đích chính là làm lợi lạc cho mọi người ở mọi thời đại, nên khi quý vị muốn tái bản để phát hành, chỉ cần liên lạc qua địa chỉ Chùa Viên Giác để được sự đồng ý của chúng tôi như vậy đã quá đủ rồi. Kính xin quý vị an tâm.

Viết xong sách này vào trưa ngày 23 tháng 5 năm 2017 tại thư phòng chùa Viên Giác, Hannover - Đức Quốc

Tác giả: Hòa Thượng Thích Như Điển

Bước đi vào lòng muôn dân

nhân đọc

MỐI TƠ VƯƠNG CỦA HUYỀN TRÂN CÔNG CHÚA

của HÒA THƯỢNG THÍCH NHƯ ĐIỂN

Nguyễn Hiền-Đức

Trạm trạm nhất phiến tâm
Minh nguyệt cổ tỉnh thủy

Nguyễn Du

(Vằng vặc một mảnh lòng
Giếng xưa trăng rọi bóng)

Quách Tấn dịch

Khoảng tháng 3 vừa rồi, Hòa Thượng Thích Như Điển, Phương Trượng Chùa Viên Giác (Đức Quốc) gởi cho chúng tôi bản thảo cuốn *Mối Tơ Vương Của Huyền Trân Công Chúa* với lời dặn dò: viết Lời cuối sách.

Đọc thư Thầy, chúng tôi vô cùng băn khoăn, lo lắng và hơi bị "ngộp" dưới cái bóng quá lớn và ảnh hưởng rộng khắp của Thầy. Chúng tôi "ngại" vì biết Thầy có nhiều mối quan hệ thân thiết với các bậc tài danh khắp nơi. Ngược lại, chúng tôi chỉ là kẻ sơ học nhiều mặt mà lại dám chấp bút viết Lời cuối sách này? Chúng tôi rất đắn đo trước cái vinh dự to lớn ấy, trước cái trách nhiệm nặng nề này. Nhưng rồi anh Văn Công Tuấn nhiều lần "trấn an", khích lệ. Và rồi, lại nghĩ rằng, Thầy Như Điển có lòng ưu ái, thương tưởng và muốn tạo điều kiện cho chúng tôi trong bước đầu tập tễnh học Phật. Xin cung kính niệm ân Thầy; và cũng qua đây kính mong quý vị độc giả thông cảm và lượng thứ cho những thiếu sót và non nớt không sao tránh khỏi, dù đã có nhiều cố gắng vượt lên chính mình, trong bài viết này của chúng tôi.

I. Đôi điều về tác giả...

Ngày 28 tháng 6 tới đây là kỷ niệm sinh nhật Hòa Thượng Thích Như Điển. Nếu tính tuổi Ta thì vào ngày này, Thầy tròn 70 tuổi. Cái tuổi "xưa nay hiếm" theo Cụ Đỗ Phủ! Chúng ta thành tâm kính chúc Thầy "Thân Tâm Thường An Lạc" để thực hiện, để hành trì một cách viên mãn cái lý tưởng, cái tâm nguyện của Thầy là "Hoằng Pháp Là Nhiệm Vụ, Lợi Sanh Là Lẽ Sống."

Đọc nhiều bài viết về Thầy; trong đó chúng tôi vui mừng và xúc động khi đọc tạp chí Viên Giác số đặc biệt Mừng 50 năm xuất gia và hành đạo của Hòa Thượng Thích Như Điển. Vì đây là một tuyển tập thể hiện rõ nét và ấn tượng nhất về một chặng đường giàu ý nghĩa và đáng nhớ nhất của Thầy Như Điển. Rằng đây là một tuyển tập thể hiện một cách chân thực và có trách nhiệm cao của tình Thầy - Trò trong sự nghiệp chung của Đạo và Đời Viên Giác Đức Quốc.

Tạp chí Viên Giác số đặc biệt này đã giới thiệu khá đầy đủ, sinh động và cảm động về chân dung của một người Thầy. Chúng tôi nghĩ, như thế cũng đã đủ để quý độc giả cảm nhận về cái "Tâm", cái "Tầm" của Tác giả. Vì vậy, thêm những trang viết nữa của chúng tôi về việc Giới thiệu Tác giả là không cần thiết.

Tuy nhiên, theo đề nghị của một số bạn bè, vốn học chung và kính trọng Thầy Như Điển từ lâu; chúng tôi thưa thêm đôi điều để đưa vào phần I này.

Anh Lương Hữu Dũng hiện sống ở Westminster, CA - một người bạn, học chung với Thầy Như Điển ở Trường Trung học Tư thục Bồ Đề Hội An nói với chúng tôi rằng: Hồi học ở Trường Bồ Đề Hội An, Thầy Như Điển là một "hiện tượng độc đáo" vì Thầy học "cực giỏi" lại có trí thông minh và trí nhớ vào loại "siêu" và "khủng". Lúc em và vợ là Mỹ Hạnh ghé Chùa Viên Giác ở Đức Quốc đảnh lễ Thầy, em thấy ngôi chùa đó "hoành tráng và nguy nga quá". Và tụi em ghi nhận thêm điều này, những người gặp Thầy đều cung kính dùng danh xưng: "Ngài". Thế vì sao, anh Hiền lại gọi Ngài bằng Thầy?

Tôi trả lời: Mấy chục năm qua, kể từ năm 1965, khi vào làm việc tại Tòa Viện trưởng Viện Đại Học Vạn Hạnh, anh thưa với Thầy của mình là Hòa Thượng Thích Minh Châu chỉ bằng một từ thôi: "Ôn". Với Hòa Thượng Thích Như Điển, anh dùng danh xưng "Thầy" vì từ này có rất nhiều điều gần gũi, thâm tình và rất Thầy-trò như anh mong muốn.

Và một người bạn khác đề nghị chúng tôi chọn ba "sự kiện" có ý nghĩa nhất, và ba lời tự bạch của Hòa Thượng mà anh tâm đắc nhất? Chúng tôi xin trả lời vắn tắt câu hỏi của bạn này:

Một là: Xây dựng Chùa Viên Giác;

Hai là: Xuất bản tạp chí Viên Giác;

Ba là: Các công trình dịch thuật, biên khảo và sáng tác.

Về việc xây dựng chùa Viên Giác, chúng tôi dẫn lời của Kiến trúc sư Trần Phong Lưu như sau:

"Phái đoàn sáu vị Linh mục Việt Nam từ khắp nơi về họp mặt với các Linh mục Đức ở địa điểm gần Hannover, đã ghé qua thăm chùa và phát biểu: "Có những việc Thầy làm được, mà chúng tôi không thể làm được. Cám ơn Thầy đã đem được Văn hóa Việt Nam, mỹ thuật và kiến trúc nước nhà sang đây để giới thiệu với dân Đức và người Tây phương."

Giáo sư Phạm Việt Tuyền, Chủ tịch Văn Bút Việt Nam Âu Châu, nhân buổi Đại hội ở Hannover, đã ngỏ lời cám ơn Thầy:

"Khi bước vào chánh điện giữa những hình tượng, trang trí Việt Nam, tôi đã thắp hương khấn Phật cầu Trời và van vái Tổ tiên để phù hộ cho cuộc hội họp Văn Bút Việt Nam Âu Châu dưới bóng mát mái chùa Viên Giác, được nhiều sự lợi lạc và cho các anh em cầm bút ngày càng đóng góp được nhiều điều hay, điều tốt như gương Thượng Tọa đã làm được phép lạ, là tạo lập giữa khung cảnh nước Đức một ngôi chùa Việt Nam, dựng lên các tôn tượng Phật Việt Nam và đem văn hóa Việt Nam trong vùng văn hóa Á Đông, cấy trồng trên đất Âu Châu, tại miền Bắc Đức, để người Tây phương được thưởng thức và sống thêm trong văn hóa Đông Phương. Chúng tôi vào nhà Tổ, đọc bảng đại tự "Tổ Tổ Tương Truyền" dựng trên bàn thờ chư Tổ, thấy Thầy còn giữ được truyền thống cho các thế hệ dân tộc, thể hiện không những cho tư tưởng Phật Giáo mà cho cả tinh thần Việt Nam trong mọi người theo tôn giáo khác nữa. Bên công cuộc lớn lao đó, truyền thừa di sản văn hóa cho đàn em cháu và hiến tặng món quà tư tưởng quý báu cho người Đức, dân Âu Châu và cả nhân loại thưởng ngoạn, chúng tôi muốn nương nhờ mái Chùa Viên Giác để đóng góp phần nhỏ bé của anh em Văn Bút, trong dòng sống chung của dân tộc từ năm 93 bước qua kỷ nguyên 21."

Thêm hai cảm tưởng nữa của hai nhân vật Tây và Đông Phương:

- Vào dịp Lễ Thượng lương, vị Kỹ sư cố vấn kỹ thuật người Đức, Tiến sĩ Meihorst đã tâm sự: "Thật không ngờ kiến trúc cổ truyền Việt Nam, lại đã thể hiện từ xưa những đường nét tân kỳ của nền kiến trúc hậu hiện đại (Post´ Moderne) rất gần với quan niệm thưởng ngoạn của Tây phương ngày nay và rất hài hòa với bao cảnh (Environment) của nước Đức.

Rồi nhân danh người công dân 50 năm của Hannover, Tiến sĩ Meihorst đã chào mừng Đại hội Tăng già Thế giới: "Thành phố Hannover hãnh diện với Trung Tâm Phật Giáo này" và vào dịp lễ Khánh thành. Ông đã kết thúc bài phát biểu:

"Hợp đúng với chủ đề Con Người, Thiên Nhiên và Kỹ Thuật của Hội chợ Thế giới năm 2000, ngôi chùa Viên Giác chẳng những là quê hương tinh thần của người Việt Nam sống tại Đức và ở Âu Châu mà còn là Trung tâm Trao đổi Tâm linh của mọi người thuộc mọi Chủng tộc và Tôn Giáo."

Cũng trong Đại Hội Tăng già Thế giới, tổ chức lần đầu tại Đức, vào lúc ngôi chùa Viên Giác mới lợp, chưa tô, giàn trò còn bày dựng ngổn ngang, vị Trưởng Lão Đại Đức Tích Lan, giáo sư Đại học Anh quốc đã mở đầu buổi thuyết pháp trước đám đông Phật tử Việt Nam:

"Tôi đến đây ngoài việc tham dự Đại hội, còn muốn tìm xem những điều mới lạ tại nước Đức, nhưng tôi thực không ngờ, Thượng Tọa Như Điển trẻ như vậy, trong một thời gian ngắn như vậy, lại có thể tạo dựng nên một công trình to lớn và tốt đẹp đến như vậy, nơi đất khách quê người, thuộc bản địa một tôn giáo lâu đời của văn minh Âu Tây..."

Báo Viên Giác là một tạp chí của kiều bào và Phật tử Việt Nam Tỵ nạn tại Cộng Hòa Liên bang Đức do Thầy Như Điển Sáng lập Chủ nhiệm. Viên Giác bảo tồn và phát huy truyền thống Văn Hóa Phật Giáo và Dân Tộc Việt bên cạnh những sinh hoạt Tôn Giáo, Xã Hội hoàn toàn không có tính cách thương mại, và góp phần trong công cuộc đấu tranh cho Tự Do Tôn Giáo ở quê nhà và cho một Việt Nam Độc Lập, phú cường thịnh trị. Báo bắt đầu xuất bản từ năm 1979, tính đến năm 2014, Viên Giác đã phát hành 200 số. Số lượng phát hành cao nhất là 6.000 bản tại Đức và 38 quốc gia trên thế giới. Đây là một trong những tờ báo Việt ngữ của Phật Giáo có mạng sống lâu dài nhất tại hải ngoại kể từ sau năm 1975 đến nay.

Tính đến nay, tạp chí Viên Giác đã tồn tại và phát triển gần 40 năm. Chúng tôi ở gần khu Little Saigon rất đông người Việt, chùa chiền lớn nhỏ đủ cả và Phật tử cũng rất đông, đông đến nỗi lễ Phật đản năm nay phải tổ chức ở công viên (park) mới đủ sức chứa người và xe, thế mà khó có thể tìm mua một tạp chí Phật Giáo ở các chùa, ở nhà sách Tự Lực lớn nhất Westminter. Chúng tôi mong rằng các công trình nghiên cứu, biên khảo về Văn học Phật Giáo hải ngoại sau 1975 cần dành cho tạp chí Viên Giác những đánh giá nghiêm túc, khoa học và trân trọng đúng với vai trò, vị trí vốn có của nó. Mong rằng sẽ có những nghiên cứu sinh viết những luận văn Thạc sĩ và luận án Tiến sĩ về tạp chí Viên Giác. Lại mong Ban Biên tập báo Viên Giác thực hiện công trình Tổng Mục Lục Tạp Chí Viên Giác theo từng chuyên mục để tạo điều kiện thuận lợi cho những người nghiên cứu và cần đọc lại Viên Giác.

Anh Phù Vân - Chủ bút Viên Giác đã nói rất ngắn gọn nhưng súc tích: "Tờ báo Viên Giác là lẽ sống của Thầy Như Điển."

Về các công trình dịch thuật, biên khảo và sáng tác của Thầy Như Điển

Đã có rất nhiều ý kiến nhận định, đánh giá rất cao về các công trình dịch thuật, biên khảo và sáng tác của Thầy Như Điển, ở đây chúng tôi trích dẫn một đoạn trong bài Cảm nhận về tác giả và tác phẩm, của anh Phù Vân Nguyễn Hòa:

"Tuy nhiên, nhận định về những tác phẩm của Thầy Như

Điển, cố Giáo sư, nhà biên khảo văn học Vũ Ký tại Vương Quốc Bỉ cho rằng "Hòa Thượng Thích Như Điển tuy không nhận mình là người làm văn hóa, nhưng qua những tác phẩm của Hòa Thượng lại chứng tỏ rằng Hòa Thượng không những là một nhà văn có kiến thức cao rộng về văn học Việt Nam; mà còn có hiểu biết thâm sâu về Phật học... Thầy còn có tư tưởng phóng khoáng nhìn xa về sự phát triển Phật Giáo trong tương lai qua chương trình đào tạo tăng tài. Từ đó Phật Giáo Việt Nam được thế giới nể trọng hơn..."

Nguyên Minh, một nhà phê bình văn học tại Việt Nam, cũng nhận định rằng:

"Những tác phẩm của Hòa Thượng Thích Như Điển đã đánh dấu bước phát triển văn hóa Phật Giáo đã bắt đầu khởi sắc. Những tác phẩm này về nội dung không đơn thuần là tôn giáo mà có sự trộn lẫn giữa đạo và đời, có sự đi về giữa Thánh đế và Tục đế...

Những thành tựu đã tạo được như ta thấy trong những tác phẩm của tác giả không phải là chuyện ăn may nói khoát. Đó là hoa trái của một quá trình chuyển hóa đi từ khổ học, khổ tu, khổ luyện. Tất cả những thiên tài, hiền minh, thánh triết không thể nào tự lột xác hóa thánh mà phải Tu. Tu có nghĩa là sửa, là chuyển hóa...

Cuối cùng tác giả là một nhà tu dấn thân. Xuất thân từ dòng Lâm Tế, chịu ảnh hưởng tư tưởng Đại Thừa của Thầy Tổ, tác giả luôn có ý tưởng nhập thế hành đạo. Hoạt động ở nước ngoài về văn hóa, xã hội, hành hương, xây chùa, viết sách, mở nhà xuất bản v.v... đều nhằm mục đích truyền bá giáo nghĩa đạo Phật trong đời sống hằng ngày cho người Việt Nam và người nước ngoài.

Cái đáng kính nể và khâm phục là thánh hóa cuộc đời mà không bị cuộc đời tục hóa."

Và Ni Sư Thích nữ Giới Hương, Tiến sĩ Phật học, đã viết: "Đây là những di sản tinh thần của Hòa Thượng. Đây là cả một kho tàng đạo đức Phật Giáo, và là cái nhìn rất riêng của Hòa Thượng về triết lý nhân sinh trong xã hội đương thời và với chính bản thân." [Chúng tôi nhấn mạnh – NHĐ]

Về ba lời "tự bạch" của Thầy Như Điển mà tôi tâm đắc nhất

Ba lời tự bạch mà chúng tôi chọn là:

+ "Chắc quý vị cũng không quên những lời phát nguyện của tôi đâu đó rằng: "Con xin nguyện mình sẽ làm một dòng sông để chuyên chở những trong đục của cuộc đời và con xin nguyện mình làm mặt đất để hứng chịu những sạch nhơ của nhân thế." Thiết nghĩ như thế cũng đủ cho một chuyến lữ du trong cuộc sống ngắn ngủi tạm bợ này.

+ "Việc học hành tu niệm của các Đệ tử cũng vậy. Tôi không coi trọng bằng cấp; nhưng tôi rất quý những người có học hành đỗ đạt đàng hoàng. Vì lẽ xã hội ngày xưa hay ngày nay và dẫu cho nhiều năm tháng trong tương lai đi chăng nữa cũng vậy, xã hội này vẫn phải cần những con người có đạo đức, có tu, có học như thế. Nếu không phải vậy thì xã hội này sẽ suy đồi. Cho nên tôi vẫn thường hay nói: "Bằng cấp không làm nên con người, mà chính tư cách mới làm nên con người" và "Sự học không làm cho người ta giải thoát, nhưng nếu muốn mở cánh cửa giải thoát kia thì không thể thiếu sự tu và sự học." Đây chính là phương châm hành hoạt của tôi trong cuộc đời này. Thế nhưng vẫn có nhiều người không thích như thường. Tôi tôn trọng việc ấy. Bởi vì đó là quyền tự do cá nhân của họ. Họ có quyền phê phán và nhận xét một sự việc, nhưng đúng hay sai là tùy theo hoàn cảnh, thời điểm cũng như của mỗi sự việc trong cuộc sống này. Đúng hay sai, xin để lại cho cuộc đời và thời gian sẽ giải trình cho nhân thế rõ về sau này."

+ "Tôi lấy tay mình khoát nước của dòng sông Mekong để rửa cũng có ý mong rằng nước sông Mekong sẽ chuyên chở những nỗi niềm xa xứ của tôi gần 35 năm rời xa đất Mẹ và gửi về tận đáy nguồn ấy một tấm chân tình của bao kẻ ly hương, trong đó có chính mình. Nước dĩ nhiên không rửa sạch được tội lỗi của cuộc đời, nhưng nước sẽ chuyên chở được đục trong của cuộc sống. Nước vô tình và không thiên vị một ai cả. Khi nước chảy đến chỗ đất bùn thì nước đục. Khi nước chảy đến chỗ cát, sỏi thì nước trong. Thật ra, trong hay đục nước vẫn là nước, chỉ có hoàn cảnh làm cho nước đục hay trong, chứ bản chất tùy duyên của nước thì không trong mà cũng chẳng đục."

Những chi tiết trên đây chúng tôi trích dẫn từ đặc san Viên Giác đã nêu để thay cho lời giới thiệu tác giả Mối Tơ Vương Của Huyền Trân Công Chúa.

II. Mối Tơ Vương Của Huyền Trân Công Chúa

Khi chưa đọc cuốn sách này, chúng tôi ngạc nhiên, tò mò và thắc thắc mắc tự hỏi: Vì lẽ gì mà một vị danh Tăng có cuộc sống cao đẹp và sự nghiệp lớn lao như Thầy; và Thầy là người cực kỳ tiết kiệm về thời gian, thế sao Thầy lại viết về mối tơ vương của một nàng công chúa?

Khi chúng tôi viết những dòng này, các phương tiện truyền thông tại Mỹ cũng như các buổi gặp gỡ bè bạn, nhiều người tỏ ra hết sức vui mừng, lạc quan về viễn tượng tốt đẹp của nền Hòa bình thế giới mở ra sau cuộc họp Thượng đỉnh Liên Triều ngày 27 tháng 4 năm 2018 vừa rồi. Sự tin tưởng, sự lạc quan ấy lại bùng lên khi nhiều người hướng tới cuộc họp mà người ta cho đó là một sự kiện vô tiền khoáng hậu trong lịch sử nhân loại, khi Tổng thống Mỹ Donal Trump gặp Lãnh đạo Bắc Hàn tại Singapore. Ông Donal Trump - người luôn tỏ rõ cái tham vọng làm cho nước Mỹ vĩ đại nhất; quyền lợi của Mỹ phải là trên hết, và ông lớn tiếng đe dọa rằng cái nút bấm nguyên tử hạt nhân của Mỹ là "bự" nhất, "to" nhất thế giới! Một ông "độc tài" gặp một ông "độc đoán" làm sao có được triển vọng Hòa bình? Người ta cũng đang tích cực, ồn ào vận động để Donal Trump được nhận giải Hòa bình năm 2018.

Thôi. Chúng tôi cần tìm một chút bình an trong tâm hồn:

- Xem hình ảnh các em học sinh tham gia cuộc tuần hành trên toàn nước Mỹ để yêu cầu Quốc hội sửa đổi luật sử dụng súng. Khẩu hiệu của các em thật đáng thương: "Các em muốn đến trường với cặp sách chứ không phải với súng đạn!"

- Nhân ngày Lễ Mẹ (Mother's Day), chúng tôi nhớ về Mẹ Teresa: Năm 1979, Mẹ đã được trao tặng giải Nobel Hòa Bình vì "những hoạt động diễn ra trong sự đấu tranh vượt qua sự nghèo khó và cùng quẫn, là những điều đe dọa hòa bình".

Thế giới chỉ hòa bình khi mọi người yêu thương nhau. Mẹ Teresa kể lại: "Nhiều người đến thăm tôi tại Calcutta và trước khi ra về thường ngỏ ý với tôi: 'Xin cho chúng tôi một lời khuyên để chúng tôi sống tốt đẹp hơn.' Tôi liền bảo họ: 'Quý vị hãy về và hãy ban tặng cho nhau những nụ cười. Một nụ cười cho vợ của ông. Một nụ cười cho chồng của bà. Một nụ cười cho con cái của ông bà. Hãy cười tươi với tất cả mọi người, bất luận người đó là ai. Với những nụ cười tươi như thế quý vị sẽ lớn lên trong tình yêu hỗ tương.'

- Chúng tôi đọc lại cuốn Nhu Cầu Vì Hòa Bình Và Ân Cần và cuốn Hãy Làm Một Cuộc Cách Mạng! của Đức Đạt Lai Lạt Ma, trong đó Đức Đạt Lai Lạt Ma đặt hết lòng tin vào các bạn trẻ, kêu gọi các bạn trẻ "Hãy biến mình thành những con người bất khuất vì Hòa Bình và Ngài khẳng định "Thế giới Từ bi là có thật."

- Trong Thông Điệp Vesak Liên Hiệp Quốc 2018, ngày 1/5/2018, Tổng Thư ký Antonio Guterres viết:

"Thế giới phải đối mặt với nhiều thách thức, từ xung đột tới sự biến đổi khí hậu, từ thành kiến tới việc gia tăng bất bình đẳng... Từ việc kêu gọi hòa bình, thay đổi khí hậu, đến việc nhân quyền, chúng ta biết rõ những lời Phật dạy có liên quan thiết thực đến công việc của Liên Hiệp Quốc ngày nay.

Bây giờ hơn bao giờ hết, tất cả chúng ta và các cộng đồng Phật Giáo trên thế giới mỗi ngày phải thực tập bức thông điệp khoan dung, thiện cảm, và nhân bản đến với mọi người. Chúng ta cùng nhau phản đối lại những ai kêu gọi xóa bỏ tình thương thành hận thù."

- Trong bài phát biểu Đạo Phật Và Nền Trật Tự Đạo Đức Mới tại cuộc hội thảo: "Đạo Phật và sự lãnh đạo về hòa bình" tổ chức tại Ulan Bato, Mông Cổ, ngày 15 tháng 8 năm 1989, Hòa Thượng Thích Minh Châu khẳng định: "Chúng tôi, những người Phật tử xem là hết sức khẩn thiết xây dựng một nền kinh tế mới, một nền trật tự đạo đức mới có khả năng làm lắng dịu mọi sân hận và mọi biến động, làm lành mạnh hóa không khí chính trị quốc tế hiện đại, chuẩn bị cho một kỷ nguyên mới nhân đạo hơn và có ý nghĩa hơn."

Hòa Thượng Thích Minh Châu giới thiệu một nền trật tự đạo đức mới, được xây dựng từ những lời dạy của Đức Phật, và được áp dụng trong thời điểm hiện tại, nếp sống đạo đức này sẽ làm giảm thiểu những nguy cơ của một cuộc chiến tranh hạt nhân và mở đầu một kỷ nguyên trong ấy hòa bình, an toàn và hòa hợp sẽ trở thành những đặc điểm thường hằng nổi bật nhất, các giá trị của con người được tán dương và tôn trọng.

Kính mong quý vị độc giả thông cảm và lượng thứ cho sự dài dòng này, vì chính nhờ nó mà chúng tôi tìm ra được câu trả lời cho câu hỏi: Vì sao Thầy Như Điển lại viết cuốn Mối Tơ Vương Của Huyền Trân Công Chúa?

Vì sao?

Vì hiện nay cả nhân loại đều mong muốn Hòa Bình. Bao nhiêu người đổ xô đi tìm những giải pháp cho Hòa Bình thế giới. Thế nhưng, chúng ta lại quên đi sự kiện cách đây hơn 700 năm có một người con gái rất trẻ, rất xinh đẹp, xuất thân từ hoàng cung, đã vì nền Hòa Bình của Đại Việt và Chiêm Thành mà hy sinh tất cả.

Rồi đến bây giờ Thầy Như Điển - người du hóa Hòa Bình của Phật Giáo ở 73 quốc gia trên thế giới đã viết về chuyện tình của Huyền Trân Công Chúa. Suy ra, ai hiểu rõ mối tơ vương của Huyền Trân hơn người cả đời nỗ lực rao giảng giáo lý Hòa Bình: TÂM BÌNH, THẾ GIỚI BÌNH.

Vâng; xin mời chư thức giả cùng chúng tôi đọc tác phẩm Mối Tơ Vương Của Huyền Trân Công Chúa của Hòa Thượng Thích Như Điển với tâm niệm Tâm Bình, Thế Giới Bình ấy.

Chuyện mới xảy ra hồi trung tuần tháng 4 này, ở thành phố Hội An, tỉnh Quảng Nam. Trong chương trình nhạc kịch "Ký Ức Hội An", khán giả vô cùng kinh ngạc khi thấy trên sân khấu một con voi trắng khổng lồ, triều thần Chiêm Thành đang long trọng cử hành hôn lễ của Quốc vương Chế Mân cùng Công chúa Đại Việt Huyền Trân ngay trên sông Hoài, Hội An! Không biết cái ông đạo diễn người Trung Quốc này có phải mù tịt về lịch sử Chiêm - Việt hay cố tình chơi khăm chúng ta? Nhân sự việc này, chúng tôi nhớ lại và thử tổng hợp một số ý kiến về Huyền Trân Công chúa qua sách báo xưa nay.

Trước hết là đoạn Ngô Sĩ Liên ghi lại trong Đại Việt Sử Ký Toàn Thư sự việc giải cứu Huyền Trân như sau:

"Theo tục lệ Chiêm Thành, chúa chết thì bà hầu của chúa phải vào giàn thiêu để chết theo. Vua biết thế, sợ công chúa bị hại, sai bọn Khắc Chung, mượn cớ là sang viếng tang và nói với người Chiêm: "Nếu công chúa hỏa táng thì việc làm chay không có người chủ trương, chi bằng ra bờ biển chiêu hồn ở ven trời, đón linh hồn cùng về, rồi sẽ vào giàn thiêu." Người Chiêm nghe theo. Khắc Chung dùng thuyền nhẹ cướp lấy công chúa đem về, rồi tư thông với công chúa, đi đường biển loanh quanh, chậm chạp lâu ngày mới đến kinh đô."

Văn Nhân trong bài "Niềm Riêng" của Huyền Trân Công Chúa, Tạp chí Sông Hương Số đặc biệt (T3-13) tháng 5/2013 phản biện:

"Một sự việc quan trọng như thế mà nhà chép sử chỉ gói gọn trong chừng ấy dòng một cách hết sức sơ sài, cẩu thả và hồ đồ. Điều đó đã gây ra bao sự hiểu nhầm đáng tiếc. Sao chép như vậy thì vô tình hay hữu ý Ngô Sĩ Liên đã hạ thấp nhân cách

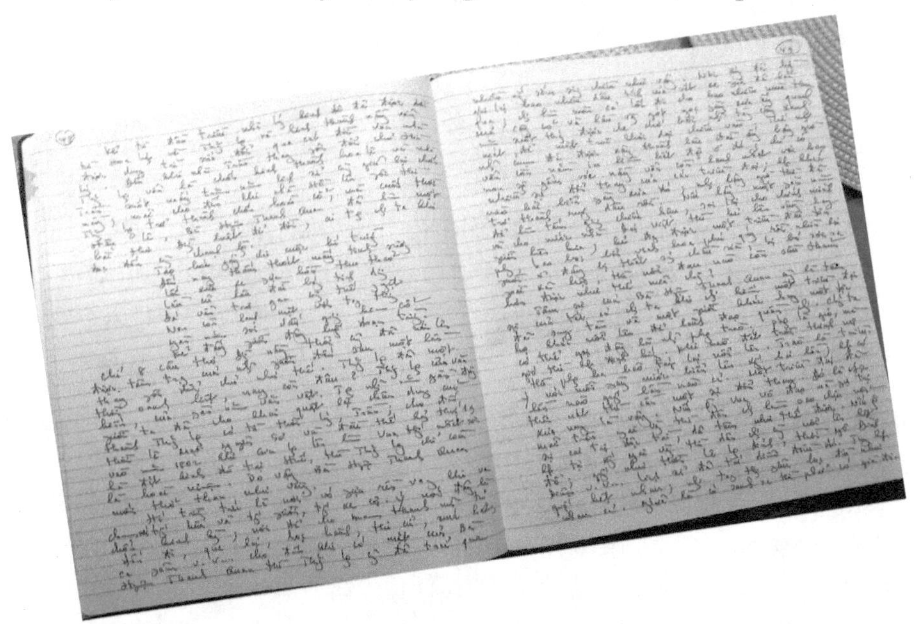

Mối Tơ Vương Của Huyền Trân Công Chúa
là tác phẩm thứ 65 mà Thầy Như Điển viết bằng tay. Rất lạ!

Thái Thượng hoàng Trần Nhân Tông, nhà vua Trần Anh Tông, hạ nhục thượng tướng Trần Khắc Chung lẫn Huyền Trân Công chúa. Một số người căn cứ vào hai chữ "tư thông" đã dựng lên cả một thiên tình sử li kỳ, hấp dẫn, mùi mẫn chẳng thua gì thiên tình sử giữa Phạm Lãi và Tây Thi lênh đênh trên Ngũ Hồ, bên Tàu. Từ đó đến nay lẻ tẻ cũng có một vài tiếng nói phản biện nhưng hầu như chưa ai bỏ công nghiên cứu, phân tích thật kỹ lưỡng, nghiêm túc về sự việc trên để minh oan cho Trần Nhân Tông, Trần Anh Tông, Trần Khắc Chung và Công chúa Huyền Trân."

Một bài nghiên cứu công phu, khoa học và thuộc loại hiếm hoi. Đó là bài "Công Chúa Huyền Trân Và Trần Khắc Chung" của Hồ Đắc Duy. Để trả lời câu hỏi "Có hay không chuyện tư thông giữa Công chúa Huyền Trân và Trần Khắc Chung?" Ông viết: "Dư luận và một số sử gia lại gán ghép tên nàng vào một uẩn tình không có thật, đúng hơn là một mối ô nhục khi bảo rằng nàng đã tư thông với Trần Khắc Chung! Tư thông là một từ mô tả việc quan hệ tình dục có sự đồng ý của cả hai phía một cách bất chính.

Bài viết này sẽ nêu ra những luận chứng mang tính khoa học không chỉ để minh oan mà còn đòi hỏi lịch sử phải trả lại sự vẹn toàn phẩm giá và tấm lòng trung trinh, danh dự không những cho Công chúa, Thượng hoàng Trần Nhân Tông cha của nàng, và cả triều đình bấy giờ *mà lẽ ra hậu thế phải tri ân thay vì ngộ nhận*." [chúng tôi nhấn mạnh - NHĐ.]

Cũng theo Hồ Đắc Duy: "Câu "Khắc Chung dùng thuyền nhẹ cướp lấy công chúa đem về, rồi tư thông với công chúa, đi đường biển loanh quanh chậm chạp lâu ngày mới về tới kinh đô". Câu này có vẻ như là một câu trong tiểu thuyết trữ tình hơn là xảy ra trên thực tế. Nếu đem phân tích trong điều kiện thực tế thì quả là thật gay cấn, riêng một chuyện tiếp tế lương thực, thực phẩm nước uống hay chống chọi lại một vài cơn bão, gió đổi mùa kiểu cấp 4, 5 là đủ xanh mặt rồi."

Nhìn từ góc độ pháp lý, Tường Linh trong bài *"Sự Thực Vụ Oan Tình Của Danh Tướng Trần Khắc Chung"* cho rằng sử gia Ngô Sĩ Liên đã lên án gay gắt đối với võ tướng Trần Khắc Chung, nhất là chuyện tư thông với Công chúa Huyền Trân; rằng các sử gia thời Hậu Lê đã vu khống Trần Khắc Chung vào tội rất nghiêm trọng.

Và: "Có thể, từ cơ sở này nên nhiều người đời sau đã thêu dệt nên câu chuyện tình đầy lâm ly, bi đát giữa Công chúa Huyền Trân và võ tướng Trần Khắc Chung. Thậm chí, có người còn dựa vào câu ca dao: "Tiếc thay hạt gạo trắng ngần. Đã vo nước đục, lại vần lửa rơm", cho là dân gian muốn ám chỉ câu chuyện thất tiết của nàng công chúa Đại Việt "Mượn màu son phấn. Đền nợ Ô, Lý". Tuy nhiên, phần đông sử gia ngày nay khẳng định, câu chuyện tình là sự gán ghép ác ý của các sử gia thời Hậu Lê."

Qua sự bịa đặt, vu khống này, Tường Linh cho rằng, căn cứ luật đời nay, có thể buộc tội các sử gia đời Hậu Lê theo Điều 122 Bộ Luật Hình Sự năm 1999.

Thử "lướt nhanh" qua những trang viết về Huyền Trân Công chúa

Chúng tôi tự nhận rằng mình ít đọc và chán đọc những sáng tác về Huyền Trân Công chúa vì nó mang đến cho mình cái cảm giác buồn phiền, bức xúc và thậm chí phẫn nộ vì những lẽ sau đây:

- Hầu hết người ta tập trung tụng ca một mối tình mà họ gọi là huyền ảo nhất, thơ mộng nhất và tuyệt đẹp nhất trong lịch sử nước ta, kể cả trong lịch sử nhân loại nữa, mới ghê cho chứ! Đó là chuyện tình của Huyền Trân Công chúa với Thượng tướng Trần Khắc Chung.

Chúng tôi tò mò đọc cuốn tiểu thuyết "Huyền Trân Công Chúa" của K. Đ khi viết về cuộc "giải cứu" Công chúa Huyền Trân và nhặt ra mấy hạt sạn như sau:

+ "Thế là Trần Khắc Chung được cử làm chánh sứ đi viếng tang. Sứ bộ đi trên một chiến thuyền có cả súng đại bác và những con ngựa nòi chạy tuyệt nhanh. Trời yên biển lặng nên chỉ trong năm ngày thuyền đã cập bến ở đầm Thị Nại."

+ "Khắc Chung cùng với bốn quân kỵ tiến thẳng lên thành Đồ Bàn. Tân vương tiếp sứ thần theo đúng cách một nước nhỏ tiếp nước lớn: hết lời cảm ơn sứ thần đã ngàn trùng vượt biển đến viếng và xin tạ ơn bằng một mâm vàng. Nhưng khi sứ thần xin bái kiến vương hậu thì tân vương dứt khoát chối từ. Chẳng những thế, ngay sau đó Huyền Trân còn được canh giữ nghiêm nhặt hơn. Túc trực quanh nàng không phải những ngự y mà là những tên lính ngự lâm lăm lăm gươm giáo trong tay.

Khắc Chung cũng không vừa, ngay trong đêm đó đã mật lệnh cho bọn quân kỵ tìm ra chỗ giam giữ nàng. Nhìn lướt qua thành quách không được xây bằng gạch đá mà chỉ đắp bằng đất đỏ, tướng quân cười thầm vì việc cứu công chúa dễ như lấy đồ trong túi." [chúng tôi nhấn mạnh – NHĐ]

+ Tác giả "đẻ" ra chuyện Công chúa Huyền Trân sinh con ngay trên thuyền "giải cứu" [tức thái tử Chế Đa Đa] ở trên một đảo nhỏ và đứa con của Nàng đã chết vì mấy mụ thổ dân trên đảo giẫm mạnh lên bụng nàng để đứa con vọt ra! Thử nghĩ, giải cứu một công chúa mà trên thuyền không có một nữ tỳ nào, rồi lại không biết gì về tình trạng thai sản của Công chúa, thì quả là... hư cấu dẫn đến... hư vô!

Chúng tôi thất vọng và thắc mắc về việc một số tác giả khi viết về Huyền Trân Công chúa với lời kết rất lạnh lùng này: "Huyền Trân Công chúa đi tu và sống những chuỗi ngày buồn thảm và hiu quạnh cho đến khi Bà mất, năm 1340."

Và, chúng tôi vô cùng phẫn nộ khi đọc câu này của Giáo sư Huỳnh Văn Lang trong cuốn "Những Công Chúa Sứ Giả", tập II, trang 117: "Về lại [Thăng Long], Thái Thượng Hoàng không phạt Trần Khắc Chung mà lại phạt Huyền Trân Công Chúa như là người đàn bà mất nết, bắt cạo đầu vào chùa tu cho đến chết."

Rồi chúng tôi lại nhớ đến những lời "phán" đầy ác tâm, ác ý, rất thiếu văn hóa ứng xử của "sử thần" Ngô Sĩ Liên, khi viết về Trần Khắc Chung, trong Đại Việt Sử Ký Toàn Thư: "Thói gian tà của Trần Khắc Chung thật là quá quắt lắm! Hắn giở trò chó lợn (trang 92). Và tiếp theo: "... Thế mà lại hùa với kẻ quyền quý làm hại người ngay thẳng, đi theo bọn gian tà, đẩy người lành đến nỗi oan khiên, hãm đức vua việc tội lỗi... thói nịnh hót lại hiện ra nữa..." (trang 114.)

Khủng khiếp quá!

May thay, chúng tôi lại có được niềm vui trước những tín hiệu đáng mừng liên quan đến Huyền Trân Công chúa, đó là:

Tháng 11 năm 2017, Nhà hát Cải Lương Việt Nam công diễn vở Ni Sư Hương Tràng. Vở diễn khiến người xem rơi lệ bởi những trầm luân trong cuộc đời của Công chúa Huyền Trân.

"Ni Sư Hương Tràng" do Tiến sỹ Bùi Hữu Dược viết kịch bản văn học, soạn giả Hoàng Thế Song chuyển thể thành cải lương, Nghệ Sĩ Ưu Tú Triệu Trung Kiên đạo diễn. Vở kịch khắc họa cuộc đời trầm luân của Huyền Trân Công chúa thông qua việc tái hiện lại chuyện tình của Chiêm quốc Chế Mân với Công chúa Huyền Trân.

Nhà báo T. Lê trong bài tường thuật buổi diễn viết: "Ni Sư Hương Tràng, câu chuyện về một người con gái Đại Việt đã góp phần viết nên những trang sử đẹp nhất về lòng nhân ái, đoàn kết, khoan dung. Hình ảnh của bà đi vào lịch sử như một điển hình về phụ nữ. Cuộc đời và công hạnh của bà sống mãi cùng non sông. Bà là Công chúa Trần Huyền Trân con gái của Đức vua Trần Nhân Tông. Vì mối bang giao Đại Việt và Chiêm Quốc, Huyền Trân chấp nhận được gả cho Chế Mân. Được Đức vua Chế Mân sủng ái, phong làm Chánh cung Hoàng hậu mặc dù Đức vua đã có Chánh cung Hoàng hậu Salimah, Huyền Trân cũng bắt đầu bước vào một cuộc chiến tàn khốc ngấm ngầm của ngôi vị và quyền lực. Tể tướng Sulayman bắt tay với ngoại bang muốn giành ngôi của Chế Mân, xúi bẩy Hoàng hậu Salimah làm phản. Chế Mân bị giết chết, Huyền Trân phải bước lên giàn hoả thiêu của Vương triều Chiêm Quốc sau khi vừa hạ sinh hoàng tử Chế Đa Đa."

Ngoại trừ cuốn "Am Mây Ngủ" của Thiền sư Thích Nhất Hạnh do Lá Bối, Paris xuất bản năm 1982, Nhà xuất bản Thuận Hóa, Thừa Thiên - Huế tái bản năm 2007 có viết sau khi về lại Thăng Long, Huyền Trân Công chúa xuất gia đầu Phật ở núi Trâu Sơn (nay thuộc Bắc Ninh) vào năm (1309), dưới sự ấn chứng của Quốc sư Bảo Phác. Công chúa thọ Bồ tát giới và được ban pháp danh Hương Tràng. Ngoài cuốn sách này, chúng tôi chưa được đọc sách báo nào khác viết về giai đoạn rất quan trọng và rất có ý nghĩa này trong cuộc đời của Huyền Trân - Hương Tràng.

+ Nhân sự kiện lịch sử kỷ niệm "700 Năm Thuận Hóa - Phú Xuân - Thừa Thiên-Huế", Hội Khoa Học Lịch Sử Việt Nam tổ chức cuộc Hội thảo Khoa học.

Giáo sư Phan Huy Lê là Chủ tịch Hội Khoa học Lịch sử Việt Nam. Ông là chuyên gia hàng đầu về lịch sử Việt Nam, được xếp ở vị trí số một trong tứ trụ của ngành sử học Việt Nam đương đại. Trong bài đề dẫn Hội thảo nhan đề "Tưởng Nhớ Công Lao Của Vua Trần Nhân Tông Và Công Chúa Huyền Trân", GS Phan Huy Lê đã có những nhận định, những đề xuất rất mực chân thành, tâm huyết, sâu sắc, nhân văn mà chúng tôi vô cùng tâm đắc và xúc động. Xin được trích dẫn đoạn này:

"Đất Thuận Hóa ra đời trong sự hội nhập vào lãnh thổ Đại Việt không phải bằng sự lấn chiếm hay xâm lược mà là sản phẩm của quan hệ đồng minh, của sự hòa hiếu và của một cuộc hôn nhân mang ý nghĩa lịch sử. Người thiết kế cuộc hôn nhân ngoại giao này là Thượng Hoàng Trần Nhân Tông và người vì nước mà thực thi là Công chúa Huyền Trân. Vì vậy kỷ niệm 700 năm Thuận Hóa, trước hết chúng ta nên tưởng nhớ tới công lao của vị Vua - Anh hùng kiêm Vua - Phật Trần Nhân Tông và Công chúa Huyền Trân. Tôi được biết thành phố Huế đã có tên phố Trần Nhân Tông và Huyền Trân, nhưng chưa thật tương xứng, do đó nhân dịp kỷ niệm 700 năm Thuận Hóa, tôi xin trân trọng đề nghị lãnh đạo thành phố Huế dành một vài đường phố hay trường học, công trình công cộng đặt tên cho ba nhân vật lịch sử: Trần Nhân Tông, Huyền Trân và Chế Mân (hay Jaya Sinhavarman IV). Thành phố Huế có dự định xây dựng đền thờ Công chúa Huyền Trân, tôi xin gợi ý nên thờ cả công chúa Huyền Trân và vua Chế Mân." Ông cũng bày tỏ sự tôn vinh đối với những cống hiến của các lớp cư dân tổ tiên trước đây, những anh hùng và danh nhân văn hóa của Chămpa, Đại Việt, Việt Nam trong lịch sử." [chúng tôi nhấn mạnh - NHĐ.]

Tiếp theo, chúng tôi vui mừng giới thiệu một tác phẩm mới lạ, độc đáo trong hàng loạt sách, báo viết về Huyền Trân Công chúa trước nay. Đó là thi phẩm dài 3.400 câu của nhà thơ Bùi Mạnh Hảo. Chúng tôi chưa được đọc thi phẩm này, cũng không tìm được tiểu sử tác giả nhưng chúng tôi vẫn cứ nghĩ rằng Bùi Mạnh Hảo là một nhà thơ tài hoa và là một Phật tử thuần thành. Qua những bài giới thiệu về thi phẩm này, chúng tôi ghi lại một cách tóm tắt một số ý kiến đánh giá cao nhà thơ Bùi Mạnh Hảo như sau:

+ "Bùi Mạnh Hảo thể hiện một cách chân thành và rõ nét sự ngưỡng mộ và lòng biết ơn Công chúa Huyền Trân, người mở nước có một không hai trong lịch sử Việt Nam."

+ "Bùi Mạnh Hảo đã xác quyết rằng sự thật về cuộc đời của Huyền Trân khác xa với những gì đã phản ánh trong các bộ sử. Ông không chấp nhận việc ý kiến của các sử gia đời trước cứ mãi "đóng đinh" một cách bất công và đầy oan nghiệt đối với Huyền Trân Công chúa. Khác với sử và các tác phẩm văn học, thi ca trước đây từng viết về Công chúa Huyền Trân, Bùi Mạnh Hảo đã khắc họa Công chúa Huyền Trân với hình mẫu lý tưởng của một người phụ nữ yêu chồng, một dạ theo chồng, cùng chồng xây dựng đất nước. Ngay cả khi, Quốc vương Chăm Pa Chế Mân qua đời thì Huyền Trân cũng một mực kiên trinh, không có lòng tơ vương trở về cố quốc và không có chuyện tơ lòng với tướng Trần Khắc Chung, bỏ thân chạy trốn để khỏi bị hỏa thiêu theo chồng."

+ "Nhà thơ Bùi Mạnh Hảo đã tỏ thái độ phản kháng trước những ý kiến có phần chủ quan dựa trên lỗi thời. Nhà thơ muốn thông qua tác phẩm của mình có một sự khẳng định mang tính chính thống để trả lại sự trong sáng của người xưa, để dân tộc Việt Nam và thế giới thấy rõ hơn tầm vóc tư tưởng vĩ đại của Phật Hoàng Trần Nhân Tông."

- "Vọng Niệm Huyền Trân". Đó là chủ đề Số Đặc Biệt của tạp chí Sông Hương phát hành tháng 4/2018. Theo chúng tôi, Sông Hương là một tạp chí có nhiều bài viết về Huyền Trân Công chúa công phu, nghiêm túc và có giá trị từ năm 2013 đến nay. Đọc những bài của Văn Nhân, Hồ Trung Tú, Hạ Nguyên, Trần Đại Vinh... viết về Huyền Trân Công chúa chúng tôi cảm thấy như được giải tỏa nhiều uẩn khúc.

- Xây tượng đài Huyền Trân Công chúa cao 9m ở cồn Hến nằm giữa sông Hương thuộc phường Vỹ Dạ chảy qua thành phố Huế. Bản tin cho biết: "Ngày 31/1/2018, UBND tỉnh Thừa Thiên - Huế vừa phê duyệt quyết định quy hoạch tượng đài, tranh hoành tráng, tượng, biểu tượng kiến trúc và vườn tượng đến năm 2020, định hướng đến năm 2030.

Xin trở lại với câu hỏi: Thầy Như Điển viết gì trong Mối Tơ Vương Của Huyền Trân Công Chúa? Để trả lời câu hỏi này, chúng tôi đi từng bước chậm rãi và thận trọng để tránh lạc đề và lạc đường.

Bước thứ nhất là tóm tắt nội dung chính mà Thầy muốn gởi gắm và chia sẻ cùng với độc giả khi đọc tác phẩm này qua Lời Dẫn Nhập và Lời Tạm Kết.

Tác giả Mối Tơ Vương Của Huyền Trân Công Chúa lưu ý chúng ta rằng: *"Đứng về phương diện lịch sử dân tộc và lịch sử Phật Giáo Việt Nam, chúng ta nên học và nên có cái nhìn tổng quát qua từng thời đại, cũng không nên chỉ nhìn từ phương diện Quốc Gia mà quên đi phương diện Đạo Pháp. "*, vì rằng: *"... chính Phật Giáo đã làm nền tảng cho hầu hết những thành tựu tốt đẹp của cả hai triều đại này, cho dù bên cạnh đó họ cũng phạm vào nhiều điểm xấu xa. Tuy vậy, lịch sử vẫn là lịch sử. Chúng ta không có quyền bẻ cong ngòi bút để viết theo những thói thị phi thường tình..."*

Tác giả khẳng định lý do tạo nên tiểu thuyết Mối Tơ Vương Của Huyền Trân Công Chúa là nhằm trả lại những gì của sự thật phải là sự thật, chứ không thể là những sự phán xét, nghi ngờ của những sự suy đoán phàm tình. Tác giả căn cứ lịch sử để khẳng định rằng Trần Khắc Chung là người có đạo đức tuyệt hảo và Phật học phải thâm hậu. Qua đó, Tác giả hy vọng rằng tác phẩm này sẽ giúp cho độc giả có một cái nhìn tương đối khách quan hơn về Huyền Trân Công chúa của một thời xa xưa đã đi vào lịch sử Dân Tộc và Đạo Phật Việt Nam.

Sách chia làm hai phần. Phần trước thuộc về cuối đời Lý, đầu đời Trần và phần sau chỉ riêng nói về nhân duyên của Huyền Trân Công Chúa cũng như mối tơ vương làm sao nên nổi ấy.

Trong "Lời Tạm Kết", Thầy Như Điển nhấn mạnh: "Khi đọc

sử Việt Nam nếu ai đó có quan tâm sâu sắc thì mới nghĩ đến những khía cạnh của Phật Giáo đã đóng góp được những gì cho Dân Tộc và Đạo Pháp qua hơn 2.000 năm dựng nước và giữ nước, còn đa phần những sử gia bình thường họ ít quan tâm về việc này. Do vậy khi đọc và nhớ về lịch sử cả Đời và Đạo, tôi mong muốn làm sao có được sự kết hợp hài hòa đó và mọi người dân phải biết công lao của các vị Thiền sư và các vị Quốc Sư đã giúp cho Phật Giáo và đất nước những gì, chứ không phải chỉ riêng những người Phật tử mới cần biết đến."

Phác họa hình tượng Huyền Trân Công chúa, Tác giả đã chọn lựa và thực hiện rất thành công theo cách thức riêng của mình, khác xa với những gì mà nhiều tác giả đi trước đã viết về Huyền Trân Công chúa. Đó là: Nêu lên khía cạnh Phật Giáo khi Huyền Trân Công chúa trở về Đại Việt và tập trung ghi nhận *"hành trạng suốt ba thập niên như vậy, nhưng chẳng thấy ai đả động đến gì cả"*.

Thầy Như Điển hy vọng rằng: *"... vì biết rằng một ngày nào đó sẽ có những người tìm tòi đến lịch sử, có tài liệu để mà nghiên cứu hay trích dẫn. Điều đặc biệt của tôi mong mỏi là nối kết chất liệu và những sự kiện của Phật Giáo với các nhân vật trong khoảng thời gian lịch sử này để ngày sau mọi người đều rõ biết, tri ân, chứ không phải chỉ nói thoáng qua về khía cạnh tâm linh này. Đây là những lý do cần quan tâm đến."* Và rằng: *"... biết đâu trong tương lai sẽ có nhiều tác phẩm hay hơn tác phẩm này của tôi, thì tôi cũng chỉ xin nguyện làm một nhịp cầu để nối kết những gì đã xảy ra hơn 712 năm (1306-2018) về trước."*

Chúng tôi rất cảm động khi đọc đoạn cuối Lời Tạm Kết của Thầy: *"Tất cả những tác phẩm của tôi viết và dịch ra tiếng Việt từ những ngôn ngữ khác, đều không giữ bản quyền, vì mục đích chính là làm lợi lạc cho mọi người ở mọi thời đại, nên khi quý vị muốn tái bản để phát hành, chỉ cần liên lạc qua địa chỉ Chùa Viên Giác để được sự đồng ý của chúng tôi như vậy đã quá đủ rồi. Kính xin quý vị an tâm."*

Nhớ lại khi lần đầu qua California, Mỹ, chúng tôi nhìn thấy ngoài hành lang, gần một nhà sách lớn nhất khu Sài Gòn Nhỏ có một chiếc bàn đặt nhiều sách, băng đĩa các bài giảng Pháp mà không thấy ai trông coi sách. Rồi thỉnh thoảng thấy có người đến trước cái bàn đó, chấp tay rồi lấy sách, băng mang đi, không tiền bạc gì cả. Lần đó, chúng tôi cũng đã thỉnh được một cuốn, khoảng tuần sau thêm một cuốn nữa. Đó là cuốn Tuệ Trung Thượng Sĩ Ngữ Lục Giảng Giải và Thiền Tông Việt Nam Cuối Thế Kỷ XX đều của Thiền sư Thích Thanh Từ. Hai cuốn sách rất cần đọc và đáng đọc này in trên giấy trắng tốt, dày đến hơn 1.000 trang.

Bước thứ hai, chúng tôi thử điểm qua kết cấu tác phẩm và những chủ đề tư tưởng chính của tác phẩm. Về kết cấu, bố cục tác phẩm, Thầy Như Điển chia làm 2 phần và nhấn mạnh rằng 13 chương sách gắn kết với nhau trở thành một thể thống nhất xuyên suốt toàn bộ tác phẩm. Đúng vậy. Chúng tôi nhận thấy bố cục như vậy là rất logique, rất hợp lý. Mạch ý và mạch văn nối kết nhau nhuần nhuyễn, khéo léo chuyển tải được toàn bộ nội dung theo đúng mục đích mà Tác giả đã đề ra từ trước.

Bước thứ ba là chúng tôi dõi theo từng chương trong sách để ghi lại những điểm chính cần nhấn mạnh, và cũng có thể, thêm đôi điều cảm nhận và trích dẫn lời của một số tác giả khác có liên quan đến nội dung mà Thầy Như Điển đã viết.

Chương I: Nỗi Niềm Cô Độc Của Vua Lý Huệ Tông

Đúng là Vua Huệ Tông cô độc. Cô độc đến tận cùng. Cô độc đến khốc liệt và bi thảm. Nhưng suy cho cùng thì khối nỗi niềm cô độc đó do chính Vua Huệ Tông bày ra cho chính mình để rồi nó quấn chặt lấy mình dẫn đến cái chết tức tưởi cho bản thân, và lớn hơn là sự cáo chung của cả một triều đại huy hoàng trong lịch sử. Ngoài việc không có con trai để nối dõi, Huệ Tông mắc phải hai sai lầm cực kỳ nghiêm trọng, đó là: yêu đương, sủng ái Trần Thị Dung một cách mù quáng, hai là lơ là, là nhu nhược để Trần Thủ Độ khuynh loát, nắm quyền sinh sát tối thượng trong triều. Huệ Tông nuôi ong tay áo và phải trả cái giá rất đắt là điều tất nhiên, không khác. Trước một Trần Thủ Độ gian manh, quỷ quyệt, mưu thần chước quỷ và đầy tham vọng tận diệt nhà Lý, lật đổ nhà Lý qua lời y dằn mặt, cưỡng ép, đẩy Huệ Tông vào bước đường cùng khiến Huệ Tông, không còn chọn lựa nào khác ngoài việc tự kết liễu đời mình: "Nhổ cỏ thì phải nhổ cả rễ sâu." Về sự việc này, Thầy Như Điển viết lời bình sâu sắc như sau:

"Ngày xưa vì tin duyên nợ, nên để Trần Thị Dung về làm vợ mình, nhưng nào ngờ đâu, đây cũng là nguyên nhân để cho Trần Thủ Độ ép ta vào ngõ bí. Mặc dầu Thái hậu đã bao lần can ngăn bảo hãy diệt Trần Thị Dung đi, nhưng ta nào có nghe, khi mà ái tình mê muội đã làm quên đi chữ hiếu và cái nhục của xã tắc sơn hà, nên ngày nay ta đã mất cả ngôi báu và cả thần dân trăm họ. Ôi cái tình! Đúng là "cái chi chi". Ai mà hiểu, mà làm chủ được khi yêu. Cho nên trong Thập nhị nhân duyên, Phật đã dạy tự ngàn xưa, tuy bắt đầu bằng Vô minh, nhưng nếu không tiêu trừ ái dục trước được, thì vòng luân hồi vẫn còn luẩn quẩn đâu đây! Điều ấy thật là chính xác. Cái điều mà Trần Thủ Độ nói chỉ là muốn ta dẹp hết con cháu Nhà Lý thôi, chứ làm sao hiểu sâu như lời Phật dạy là nhổ cho hết cỏ vô minh vốn đã nhiễm sâu nơi cội rễ của mọi người, đó mới là điều đáng nói. Bây giờ thì ta đã an bần lạc đạo, còn mong gì ở chốn triều ca nữa. Ngày xưa Trần Thủ Độ còn rập mình nhìn trước ngó sau tại chốn cung son, sau đó vì ta sủng ái Thị Dung nên đã cất nhắc y lên đến chức Điện tiền Chỉ huy sứ, nắm trong tay không biết bao nhiêu là quyền bính, vào ra tự tại nơi chốn cửu trùng không ai dám hé miệng hở môi. So ra ngày ấy và ngày nay khác xa nhau nhiều lắm."

Và:

"Chỉ làm vua 14 năm thôi, nhưng cả cuộc đời của ông đều ghi lại đậm nét cho bao nhiêu chuyện phế hưng của lịch sử cũng như của một triều đại huy hoàng dựng nước đã 200 năm như thế."

Lý Huệ Tông thì cô độc và bị Trần Thủ Độ cướp vợ. Trần Thái Tông thì ưu sầu và phải chịu cái nhục vì bị ép lấy chị dâu. Trần Thủ Độ chủ trương người họ Trần chỉ được lấy người họ Trần vì sợ rằng ngôi báu sẽ dễ bị soán đoạt. Từ đó chuyện "loạn luân" trong cung cấm xảy ra bình thường kéo dài từ đầu triều Trần 1226 đến cuối triều, năm 1400. Đây là một việc làm trái luân thường đạo lý, xấu xa và là một vết nhơ không bao giờ rửa sạch được của Nhà Trần.

Chúng tôi tin rằng độc giả sẽ vô cùng thích thú khi ngẫm, nghĩ những lời nói rất ngắn gọn nhưng vô cùng sâu sắc trong cuộc đàm đạo tại Yên Tử giữa Vua Trần Thái Tông và Quốc Sư Phù Vân. Xin trích dẫn mấy câu này:

- Trẫm vào đây để tìm Phật, chứ không tìm gì khác.

- Trong núi vốn không có Phật. Nếu tâm của Bệ hạ yên, tâm ấy chính là tâm Phật.

- Bệ hạ đã nói được câu: "Trẫm xem ngai vàng như đôi dép bỏ". Chính là Bệ hạ đã liễu ngộ được lý vô thường rồi. Tất cả cái gì có hình tướng, cái ấy đều không thật có mà ngay cả ngai vàng hay giang sơn này cũng vậy nữa. Đã vô thường thì do sự khổ chi phối. Cái khổ của Bệ hạ đối với Nhà Lý và bây giờ là cái khổ nhận bào thai của chị dâu làm con của mình và nhất là...

Nhà Vua đưa hai tay lên chắp lại, vái xá Quốc Sư và thưa rằng:

- Như vậy cũng được! Ta sẽ về, nhưng ban ngày quyết lo chính sự cho xong, đêm đến ta tụng kinh niệm Phật, ngồi thiền và dịch kinh viết sách.

Đoạn cuối chương này, Thầy Như Điển kết luận rằng, nếu đứng về phương diện văn học, tôn giáo, văn hóa, lịch sử, kiến trúc, ngoại giao, chiến tranh với Mông Cổ v.v... không có triều đại nào trong lịch sử Việt Nam mà hiển hách vinh quang được như vậy. Vì lẽ các Vua Trần có tu, có học, có thọ Bồ Tát giới, nên quyết tâm đem việc thực hành Bồ Tát hạnh đi vào đời, nên giang sơn gấm vóc mới còn lưu giữ lại được như ngày hôm nay. Tuy nhiên vấn đề trong cung cấm, vấn đề thay ngôi đổi chủ, vấn đề hôn phối v.v... khiến cho ta phải suy nghĩ rất nhiều.

Trong khi đó Nhà Lý hơn 200 năm và Nhà Trần được 175 năm. Nếu cộng cả Lý và Trần lại thì lịch sử Việt Nam của gần 400 năm ấy của hai triều đại này, xuyên suốt cả một dòng sông lịch sử của mấy ngàn năm, chưa có triều đại nào được vinh quang như Lý, Trần vậy.

Xin thưa thêm, trong bài đã dẫn trên, Hòa thượng Thích Minh Châu viết:

"Ở Việt Nam trong quá khứ, dưới hai triều đại nhà Lý và nhà Trần, có những ông vua kiêm Thiền sư như vua Trần Thái Tông, từng tuyên bố ông xem Ngai Vua như chiếc giày rách. Cháu Vua Trần Thái Tông là Trần Nhân Tông, sau khi lãnh đạo thành công trong cuộc kháng chiến thắng lợi chống quân xâm lược Nguyên Mông đã đắp áo cà sa, và trở thành vị sáng lập phái Thiền Tông Việt Nam đầu tiên gọi là Trúc Lâm Yên Tử. Vua Trần Nhân Tông có làm bài phú bằng tiếng Nôm nổi tiếng, kết thúc bằng bốn câu thơ chữ Hán, nói lên phong thái an nhiên tự tại của Vua, khi đối mặt với những thăng trầm của cuộc đời.

...

Hai câu cuối của bài thơ ngắn này xác chứng phong thái an nhiên tự tại của nhà Vua: "Khi đối mặt với thử thách, chúng ta giữ tâm chúng ta an nhiên tự tại". Ở đây có nghĩa là đối với tánh vô thường của thế giới khách quan, tâm nhà Vua luôn luôn an nhiên tự tại, không một chút gợn sóng. Câu này cũng nói lên một tư tưởng rất cơ bản của đạo Phật. Mỗi con người đều tự có trong mình nền móng giác ngộ được gọi là Phật tánh. Con người đã sẵn có trí tuệ giác ngộ chói sáng và bừng sáng. Như vậy con người không cần hướng ra ngoài để tìm hạnh phúc và giác ngộ."

Chương II: Trông vời cố quốc

Đây là những trang viết thắm đẫm và giàu cảm xúc về tình yêu quê hương, tình tự dân tộc và niềm tự hào dân tộc của những người Việt tha hương.

Với nguồn tài liệu phong phú, dồi dào được chọn lọc kỹ lưỡng, được trích dẫn khéo léo, Tác giả viết về sự kiện Hoàng tử Lý Long Tường cùng 6.000 người trong thân tộc Nhà Lý lên đường tìm nơi tỵ nạn trên 3 chiến thuyền. Sự ra đi của Hoàng tử Lý Long Tường vào thời điểm này là một mốc ngoặc lịch sử rất quan trọng đối với Nhà Trần. Lúc đi Hoàng tử đã mang theo những bảo vật của triều đình cả vương miện, áo long bào và đặc biệt là thanh "Thượng Phương Bảo Kiếm". Sau một tháng trời lênh đênh trên biển cả, 3 chiến thuyền đã cập bến hải đảo Đài Loan năm 1226.

Năm 1253 quân Mông Cổ đánh chiếm Triều Tiên và Hoàng tử Lý Long Tường đã lãnh đạo quân dân của mình mang theo, cùng với nghĩa quân địa phương trong vòng 5 tháng đánh trả lại quân Mông Cổ và sau khi thành công dẹp được giặc Nguyên Mông, Vua Cao Tông của Triều Tiên đã phong cho Hoàng tử Lý Long Tường là Hoa Sơn Tướng Quân. Lý Long Tường bây giờ được nhà Vua và triều thần nể vì, trọng dụng. Họ không còn xem ông là người của Đại Việt nữa, mà là con cháu của Triều Tiên. Về điều này, chúng ta trân trọng bộ sử của Bác sĩ Yên Tử Trần Đại Sỹ. Ông đã dày công hoàn thành và giới thiệu bộ ngoại sử độc đáo này cho người Việt ở trong và ngoài nước về một chuỗi bi hùng của lịch sử đã kinh qua gần 1.000 năm.

Chúng tôi cảm nhận rằng những trang viết về nỗi niềm hoài hương của Thầy Như Điển thật tâm huyết, chân thành, sâu lắng, nó làm cho chúng tôi thổn thức khôn nguôi. Mới biết rằng những tình cảm chân thành về Quê Hương bao giờ cũng lắng sâu, cũng đọng lại trong tâm hồn chúng ta.

Đọc Chương này, chúng tôi bỗng nhớ lại cái cảm giác thích thú nhưng rất ngậm ngùi khi mấy chục năm trước chúng tôi đọc Khóc Lên Đi, Ôi Quê Hương Yêu Dấu - Cry, The Beloved Country - của Alan Paton do Nguyễn Hiến Lê dịch; trong đó chúng tôi nhớ câu này: "Ai cũng có Quê Hương và chỉ một mà thôi, hãy trân trọng và bảo vệ nó tuyệt đối." Và nhớ đến một câu ngắn gọn của Ni sư Thích Giới Hương khi đọc tác phẩm Hương Lúa Chùa Quê của Thầy Như Điển: "Nét bút của ngài đã tạo ra sự sống trôi chảy và khơi dậy những xúc cảm cao thượng trong mỗi chúng ta."

Kính mời quý độc giả đọc lại đoạn văn dưới đây của Thầy Như Điển:

"Bản thân mình, tôi đã rời cố quốc Việt Nam từ năm 1972 đến năm 2017 là đúng 45 năm, nghĩa là gần nửa thế kỷ rồi. Trong nửa thế kỷ ấy tôi đã làm gì cho chính mình, cho tha nhân và cho người bản xứ, chắc quý vị đã rõ, nhưng trong tâm khảm của chính tôi, ở bất cứ một bài viết hay bài giảng nào cũng bàng bạc nỗi nhớ quê hương trong muôn thuở, không bút mực nào có thể tả hết được. Nếu viết thành văn, tả thành thơ, sắp thành núi... thì tình cảm đối với quê hương vẫn không phai mờ, khi nhớ về cội nguồn và quê cha đất Tổ xa xôi trong muôn vạn dặm đất trời ấy. Ai biết được nỗi xót xa này? Phải làm thân phận xa quê như Hoàng tử Lý Long Tường, Lý Dương Côn, của Lý Thừa Vãn, của Lý Kính Huy v.v... hay cả hằng trăm hằng triệu người Việt Nam đã bỏ nước ra đi bằng nhiều lý do khác nhau, thì lúc ấy mới

rõ được cội nguồn, vì sao lại như thế? Rõ ràng là do duyên sanh như Đức Phật thường dạy. Cái này sanh nên cái khác sanh, cái này diệt nên cái khác diệt. Cái này không có thì cái kia sẽ không có v.v... Đâu có ai nghĩ rằng khi sinh ra, chính mình phải rời xa Tổ quốc để mưu sinh đâu? Dầu cho xứ đó có vàng nhiều như Hoa Kỳ, Úc Châu hay Canada đi chăng nữa, thì đó chỉ là nơi mà cần phải đến, làm xong nhiệm vụ rồi lại về, chứ đâu có ai nghĩ là mình sẽ ở mãi lại một nơi cố định nào, ngoài nơi chôn nhau cắt rốn của mình?"

Chúng ta chia sẻ cái nỗi niềm Trông Vời Cố Quốc của hơn ba triệu người Việt đang ở khắp nơi trên thế giới, và chúng ta cũng rất xót xa, thương cảm những người trông vời cố quốc ngay chính nơi chôn nhau cắt rốn của mình. Và thương quá những người "Không biết nơi nao là chốn Quê nhà." Tiếng hát nghẹn ngào của Thái Thanh qua nhạc phẩm "Hoài Hương" của nhạc sĩ Phạm Duy làm chúng tôi bỗng nhận ra điều may mắn và hạnh phúc của Bùi Giáng, khi nhà thơ: "Thưa rằng tôi ở rất lâu Quê Nhà."

Chương III: Chốn kinh thành

Có người đã viết rằng: "Chiếu dời đô là bản khai sinh của kinh đô Thăng Long rồi Hà Nội ngày nay. Nước nào trên thế giới cũng có kinh đô nhưng hiếm có kinh đô nào có bản khai sinh mang dấu ấn cả ngàn năm như kinh đô Thăng Long của Đại Việt gần ngàn năm về trước. Bây giờ đọc lại ta đều cảm phục tài năng, trí tuệ, tầm nhìn và ý chí sáng suốt, quyết đoán của Lý Thái Tổ sáng lập triều Lý tồn tại 215 năm trải qua 3 thế kỷ oai hùng."

Thế nhưng, khi nhà Hồ lên ngôi thì Thăng Long trở thành chốn hoài cổ, mà cuối thời Hậu Lê, Bà Huyện Thanh Quan đã làm một bài thơ Đường để đời, ai trong chúng ta khi đọc đến cũng chạnh lòng. Thật là cảnh đời chẳng khác nào một sân khấu, luôn thay đổi, đổi thay, nắng sớm mưa chiều!

Trong chương này, Tác giả đề cập đến vị trí của các Vua Trần Thái Tông, Trần Thánh Tông, Trần Nhân Tông và Trần Anh Tông, rồi nhìn lại "Tộc Phả" các thế hệ vua và quan đời Nhà Trần, và Tác giả cho rằng: "Triều Trần thật ra là một triều đại quá rắc rối về vấn đề hôn phối cận huyết. Chỉ có một trong nhiều điều hay của Nhà Trần mà trước đó triều Nhà Lý không có, mà cả các triều đại sau này cũng như thế, là không ai có thể dám nhường ngôi cho con mình lúc còn trẻ trung để lên làm Thái Thượng Hoàng cả, ngoại trừ triều Trần." Sử sách cũng đã ghi lại rằng Vua Trần Thái Tông trong suốt 32 năm trên ngai vàng, ban ngày lo chăn dân, trị nước, tối lại đốt đèn xem kinh, tọa thiền, vấn đạo.

Dưới triều đại của Vua Trần Thánh Tông mọi việc chính sự vẫn chu toàn, Nhà Trần tiếp tục thịnh trị. Bắt đầu từ Vua Trần Thánh Tông, Nho giáo đã thịnh hành và có ảnh hưởng mạnh trong bộ máy nhà nước. Ông cư xử trong hoàng tộc rất là chí tình, đối với những vương tôn công tử, trừ lúc thiết triều, ông đều hòa mình vào với họ để ăn uống, vui chơi, nên tình thân trong hoàng tộc lại càng bền vững hơn xưa rất nhiều. Ông ở ngôi vua được 20 năm thì nhường ngôi cho con là Trần Nhân Tông.

Quân đội Nhà Trần toàn thắng vào năm 1285 và 1288 và bắt đầu bước vào vào thời kỳ thịnh trị lâu dài tiếp theo sau đó. Hội nghị Bình Than và Hội nghị Diên Hồng đã thành công rực rỡ và đây có lẽ là thời đại vàng son nhất của đời Nhà Trần.

Đọc nhan đề chương này, chúng tôi thoạt nghĩ nội dung chắc là khô khan, chỉ xoay quanh lịch sử hình thành, phát triển của một chốn kinh thành thôi. Thế nhưng Thầy Như Điển đã khéo léo nối kết nhiều sự kiện lịch sử, nhiều nhân vật lịch sử đan xen nhiều giải thích, nhiều thông tin khác như việc Kiến trúc sư người Đại Việt, đó là Nguyễn An là người thiết kế Tử Cấm Thành ở Bắc Kinh; đến tâm sự não nề của Vua Gia Long về đời sống trong cung cấm, lai lịch xuất thân của Vua Lý Thái Tổ; đến giai thoại của Thiền sư Hakuin (Bạch Ẩn Huệ Hạc) của Nhật Bản; rồi việc Triều Lý và Triều Trần chủ trương Tam Giáo đồng nguyên và kết lại bằng việc trích dẫn Kinh Nhứt Dạ Hiền Giả trong Nikaya. Chúng tôi rất thích thú đọc những trang rất hấp dẫn đó và nhất là có thêm được những kiến thức mới lạ và bổ ích.

Tạm kết chương này, chúng tôi đọc lại đoạn nhận định sâu sắc sau đây của Thầy Như Điển:

"Năm 1400 đến năm 1417 nhà Minh chiếm lấy Đại Việt. Đây là Bắc thuộc lần thứ 3 của Đại Việt, sau 400 năm độc lập tự chủ nhờ vào tinh thần dân tộc và triết lý Phật Giáo, cả vua tôi Nhà Lý cũng như Nhà Trần đều chọn Phật Giáo làm quốc giáo. Ngay như Nhân Tông và Anh Tông đều thọ Bồ Tát giới tại gia cũng như Bồ Tát giới xuất gia sau khi Nhân Tông đã đi tu, nhờ đó nên sơn hà xã tắc mới về được một mối như vậy. Lần thứ 3 Bắc thuộc này, người nhà Minh đã cho mang kinh sách của Đại Việt về thiêu đốt tại Kim Lăng và theo tương truyền rằng ngọn lửa ấy đã trải qua 3 tháng nhưng vẫn còn cháy ngùn ngụt. Việc ấy chứng tỏ cho ta thấy rằng văn học, lịch sử, tôn giáo, giáo dục thịnh hành biết bao nhiêu trong cả hai triều đại Lý - Trần. Do vậy phía Nam thì Chiêm Thành quấy phá muốn xâm chiếm Đại Việt, phía Bắc thì quân Nguyên Mông rồi quân nhà Minh cũng muốn tiêu diệt, vì nhà Minh không muốn Đại Việt sánh ngang hàng với phương Bắc về mọi phương diện."

Chương IV: Nhà vua Trần Nhân Tông

Năm 1274, khi Trần Khâm 16 tuổi, ông được vua Trần Thánh Tông chỉ định làm Thái tử nối ngôi. Sau nhiều lần từ chối ngôi Thái tử không thành, Trần Khâm đành chấp nhận ngôi Thái tử, nhưng ông vẫn duy trì nếp sống thanh tịnh trên tinh thần Phật Giáo. Ông cũng dùng nhiều thời gian để đàm đạo với Thiền sư Tuệ Trung Thượng Sĩ và tôn xưng vị này làm Thầy của mình.

Thầy Như Điển viết: *"Vua Trần Nhân Tông, sau khi nhường ngôi báu cho con là Trần Anh Tông, lên núi Yên Tử tu hạnh đầu đà và cuối đời trở thành Điều Ngự Giác Hoàng, và Ngài là vị Sơ Tổ của phái Thiền Việt Nam, đó là Trúc Lâm Thiền Phái, sau các phái Thiền từ Ấn Độ sang Trung Hoa rồi được truyền sang Việt Nam như: Tỳ Ni Đa Lưu Chi, Vô Ngôn Thông, Thảo Đường v.v… Đây là cái phúc của dân tộc Việt Nam đã có được một ông Vua biết hy sinh hạnh phúc cá nhân của mình để đi tìm cái chung cho dân tộc là vậy. Dĩ nhiên ông không thể so sánh với Phật Tổ Thích Ca Mâu Ni của Ấn Độ được vì ông chỉ là một học trò của hàng cháu chắt của Ngài từ Thiên Trúc đến Trung Hoa rồi Việt Nam qua cả mấy chục đời như vậy, nhưng ông là một ông Vua tuyệt vời trên tất cả những sự tuyệt vời khác."*

Vâng. Đúng là Trần Nhân Tông là "một ông Vua tuyệt vời trên tất cả những sự tuyệt vời khác!"

Trước hết Ngài tuyệt vời với lời nhắn nhủ như một di chúc cho muôn đời con cháu: **"Một tấc đất của tiền nhân để lại, cũng không được để lọt vào tay kẻ khác."**

Xin được lưu ý rằng, Quần đảo Trường Sa là mảnh đất đã gắn liền với đất nước Đại Việt từ khi dân Việt sinh sống ở đất Quảng Ngãi ngày nay. Vì vậy làm gì có con đường lưỡi bò của những kẻ Đại Hán bá quyền nước lớn đó?

Viết về vị Vua Phật - Phật Hoàng Trần Nhân Tông, một nhân vật kỳ vĩ và kỳ tuyệt của lịch sử Việt Nam và lịch sử Phật

Di Chúc Của Hoàng Đế Trần Nhân Tông

"Các người chớ quên, chính nước lớn mới làm những điều bậy bạ, trái đạo. Vì rằng họ cho mình cái quyền nói một đường làm một nẻo. Cho nên cái họa lâu đời của ta là họa Trung Hoa. Chớ coi thường chuyện vụn vặt xảy ra trên biên ải.

Các việc trên, khiến ta nghĩ tới chuyện khác lớn hơn. Tức là họ không tôn trọng biên giới qui ước. Cứ luôn luôn đặt ra những cái cớ để tranh chấp. Không thôn tính được ta, thì gặm nhấm ta. Họ gặm nhấm đất đai của ta, lâu dần họ sẽ biến giang san của ta từ cái tổ đại bàng thành cái tổ chim chích.Vậy nên các người phải nhớ lời ta dặn:

"Một tấc đất của tiền nhân để lại, cũng không được để lọt vào tay kẻ khác". Ta cũng để lời nhắn nhủ đó như một lời di chúc cho muôn đời con cháu."

Giáo Việt Nam chắc chắn là không bao giờ trọn vẹn như mong muốn của chúng ta. Ở đây chúng tôi xin giới thiệu ý kiến của hai vị có liên quan đến bài viết của Thầy Như Điển. Trước hết là ý kiến của Giáo sư Phan Huy Lê trong bài đã trích dẫn trên đây, viết:

"Cuộc hôn nhân này [Huyền Trân Công chúa - Chế Mân] được vua Trần Nhân Tông chuẩn bị rất chu đáo. Nhà vua rất yêu nước thương dân và tôn sùng đạo Phật. Sau khi đất nước đã yên bình, ngôi vua đã giao cho vua Trần Anh Tông, năm 1299 nhà vua xuất gia lên núi Yên Tử (Quảng Ninh), sáng lập ra Thiền phái Trúc Lâm. Đây là một Thiền phái mang tính dân tộc, tính nhập thế và tính nhân bản cao, đã qui tụ được mọi tông phái Phật Giáo lại gần như thành một giáo hội thống nhất của Phật Giáo Đại Việt. Nhà vua xuất gia với pháp danh là Điều Ngự đầu đà hay Hương Vân đại đầu đà, thường gọi là Điều Ngự Giác hoàng, nhưng tâm trí vẫn không ngừng lo toan việc nước. Nhà vua lên núi Yên Tử cũng vì "Đức ngài biết xem thiên hạ là công, trong nước vô sự nhưng phía Bắc vẫn có nước láng giềng mạnh, chưa được an tâm. Cái ý ấy không tiện nói ra, sợ người ta dao động, nên nhằm ngọn núi Yên Tử là núi cao nhất, phía đông nhìn về Yên Quảng, phía Bắc liếc sang hai xứ Lạng, dựng ngôi chùa, thời thường dạo chơi để xem động tĩnh, cốt để ngừa cái mối lo nước ngoài xâm phạm." (Ngô Thì Nhậm, Trúc Lâm tông chỉ nguyên thanh). Cũng vì lo cho vận nước, năm 1301 nhân sứ giả của vua Chămpa sang cống lễ vật, nhà vua theo sứ bộ thăm đất nước láng giềng phương nam này trong 8 tháng (từ tháng 3 đến tháng 8 năm Tân Sửu-1301) để củng cố mối quan hệ hòa hiếu giữa hai nước đã được nâng cao trong thời gian đồng minh chống Nguyên do chính nhà vua kiến lập. Đây là một cuộc viếng thăm ngoại giao đặc biệt, người cầm đầu bề ngoài là một đại sư nhưng thực sự vẫn là một Thái thượng hoàng đầy uy tín. Chính trong cuộc viếng thăm này, nhà vua đã hứa gả Công chúa cho vua Chế Mân nhằm thắt chặt hơn nữa quan hệ Đại Việt - Chămpa, một quan hệ láng giềng giữ vai trò trọng yếu trong bố phòng lực lượng tự vệ và trong cuộc đấu tranh chống họa xâm lược phương bắc mà nhà Tống và nhà Nguyên đã ra sức lợi dụng."

Giáo sư, Tiến sĩ Đỗ Quang Hưng, trong bài "Bài Học Nhập Thế Của Trí Thức Phật Giáo" có nhiều nhận xét rất đáng quan tâm. Xin được trích dẫn:

+ "Khái quát lại tôi thấy đội ngũ trí thức Phật Giáo như Khuông Việt, Pháp Thuận, Vạn Hạnh... có 3 đóng góp lớn. Thứ nhất, họ đã bắt đầu để lại các thư tịch, mà đỉnh cao nhất là Tam Tổ Hành Trạng. Thứ hai, họ tạo nên những tiếng nói không những của một danh tăng trong tôn giáo của mình mà trở thành những rường cột tư tưởng cho chế độ. Thứ ba, họ tạo ra một ảnh hưởng về nhân quần, về đời sống cộng đồng chung của đất nước này, từ đó tạo ra các giá trị hình thành cái gọi là con người

Việt Nam trong thời kỳ độc lập tự chủ. Ba đóng góp ấy là quá lớn."

Nói về trí thức Phật Giáo hiện đại, GS-TS Đỗ Quang Hưng cho rằng:

+ "Hiện nay chúng ta có một trí thức lớn là Thiền sư Thích Nhất Hạnh, tầm cỡ lắm. Có một lần, một nhà báo phương Tây hỏi tôi rằng, trong tư cách một nhà nghiên cứu tôn giáo, tôi sẽ xếp ông Thích Nhất Hạnh ngồi ở vị trí nào?

Tôi bảo, nếu như có 6 người là đỉnh cao Phật giáo hiện đại thì yên tâm là Thích Nhất Hạnh ngồi đấy. Nếu như có 5 người thì vẫn yên tâm là Thích Nhất Hạnh ngồi đấy. Nếu như có 4 người thì tương đối yên tâm là có Thích Nhất Hạnh. Nếu như có 3 người thì bắt đầu thấy băn khoăn, nhưng vẫn còn 30% niềm tin là sẽ có Thích Nhất Hạnh. Giảm nữa, nếu có 2 người thì chắc chắn không.

Tôi suy nghĩ kỹ rồi, nếu có 2 người thì đó sẽ là Đạt Lai Lạt Ma và Suzuki. Nhưng nói như vậy để thấy Thích Nhất Hạnh của chúng ta cũng có một tầm vóc, một sự ảnh hưởng vô cùng lớn trên phạm vi toàn cầu.

+ "Giáo sư Lê Mạnh Thát, một trong hiếm hoi những người nghiên cứu Phật Giáo sâu nhất ở Việt Nam nói với tôi một điều rất đáng chú ý rằng, thời xưa, mặc dù không có trí thức tu sĩ đứng ra làm thượng thư bộ này bộ nọ, ấy thế mà khi đất nước khó khăn, cần phải đi sứ phương Bắc thì họ lại là những người đi sứ đầu tiên.

+ "Tôi nhớ đến trường hợp của cụ Thích Minh Châu - một trí thức Phật Giáo lớn thời hiện đại, trong bối cảnh bắt đầu tiếp xúc với phương Tây, rất nhiều người hướng về phương Tây thì cụ quyết định đi học cái gì anh biết không?

Cụ đi học Phật pháp thiền Pali, từ đó dịch bộ Đại Tạng Kinh từ tiếng Pali sang tiếng Việt. Một trí thức như thế ở Việt Nam mình, hiếm lắm."

Xin trở lại với Huyền Trân Công chúa.

Bài "Huyền Trân Công Chúa" của Phan Vũ cho chúng tôi thêm thông tin này:

"Và cách nhau 600 năm, sống cách nửa vòng địa cầu, Phật hoàng Việt Nam (1258-1308) và Tổng thống Mỹ Lincoln (1809-1865) lại tìm được sự đồng cảm sâu sắc trong chính sách "Hòa giải và Yêu thương". Chính sự khoan hồng của Nhà Vua (trong chiến thắng quân Nguyên) và Tổng Thống (xóa bỏ nô lệ, chiến thắng Miền Nam ly khai trong Nội chiến nước Mỹ) vết thương chiến tranh đã mau chóng được hàn gắn, từ đó tái thiết đất nước hòa bình và thịnh vượng, mưu cầu hạnh phúc cho nhân dân Việt Nam và Hoa Kỳ. Cả hai bậc vĩ nhân đều biết rõ rằng không thể nào xóa tan được mây đen của thù hận nếu người chiến thắng cứ "sỉ nhục" kẻ chiến bại, theo cách này hay cách khác.

Chính vì thế, Phật hoàng Trần Nhân Tông là một vị hoàng đế anh minh được hết sức kính trọng, không những tại Việt Nam mà còn trên thế giới với việc thành lập Viện (Academy) Trần Nhân Tông năm 2012 thuộc Đại học Harvard, Mỹ (với Giải thưởng quốc tế Trần Nhân Tông về "Hòa giải và Yêu thương") như ý nguyện của vị Phật hoàng Việt Nam và Tổng thống Hoa Kỳ thứ 16 vậy."

Trong chương này Thầy Như Điển đã dành nhiều trang chân thành, tâm huyết để tán thán công đức của những vị Danh Tăng thạc đức đã dày công phiên dịch Đại Tạng Kinh. Thầy trân trọng giới thiệu cả Đại Tạng Nam Truyền được dịch từ tiếng Pali và Anh văn sang Việt ngữ từ năm 1964 đến nay, do

Cố Hòa Thượng Tiến Sĩ Thích Minh Châu, Viện Trưởng Viện Đại Học Vạn Hạnh Sài Gòn đề xướng và nay thì Đại Tạng Nam Truyền này đã có mặt khắp nơi trên thế giới gồm 3 tạng: Kinh, Luật, Luận với 13 quyển, tổng cộng hơn 10.000 trang kinh sách. Thầy Như Điển kết luận rằng: Công đức thật là bất khả tư nghì.

Là Phật tử, chúng ta cung kính niệm ân và tri ân những đóng góp to lớn của các vị Hòa thượng Trí Tịnh, Trí Nghiêm, Thiền Tâm, Hành Trụ, Viên Đức, Đổng Minh, Phước Sơn, Tịnh Hạnh... nữ cư sĩ Giáo Sư Nguyên Tâm Trần Phương Lan... đã góp phần vào việc phiên dịch Đại Tạng ra tiếng Việt.

Riêng Thầy Như Điển, những công trình dịch thuật và biên khảo của Thầy cũng là một điều bất khả tư nghì. Vì rằng, như Thầy đã viết:

"Cá nhân tôi cũng được một phước duyên là trước đây trong những mùa An Cư Kiết Hạ tại chùa Viên Giác Hannover, tôi dành 5 mùa An Cư, mỗi năm 3 tháng như thế để dịch xong quyển thứ 32 thuộc Luận Tập Bộ Toàn, nếu in hết, ngoại trừ Đại Trí Độ Luận và Đại Thừa Khởi Tín Luận, thì phần dịch của tôi cũng đến 5.000 trang A4 đánh máy. Công việc này phải kiên trì hằng ngày, hằng tháng, hằng năm mới có thể thành tựu được. Nếu mỗi ngày cứ đứng lên ngồi xuống nhiều lần và di chuyển đi đây đi đó, thì không mong gì có được những dịch phẩm như ý. Có lẽ nhờ được phước báu dịch Đại Tạng Kinh này mà chỉ trong một đời sống ngắn ngủi này, cá nhân tôi đã được đảnh lễ, trì tụng, nghe băng của hai Đại Tạng cả Bắc lẫn Nam Truyền như thế này. Đúng là một phước báu vô ngần. Nếu không có nơi Tam Bảo để nương tựa thì làm sao cá nhân tôi có những hạnh duyên và cơ hội tốt như vậy được. Phước báu này con xin dâng tất cả lên mười phương chư Phật chứng minh và gia hộ."

Nói về đại sự in ấn và phát hành Đại Tạng Kinh, Thầy Như Điển viết:

"Nếu nhìn lại quá khứ từ xa xưa đến nay, Việt Nam chúng ta đã trải qua nhiều triều đại huy hoàng như Lý Trần hay hưng thịnh như nhà Nguyễn, và trong hàng trăm năm đó chúng ta vẫn có những bậc Danh Tăng thạc đức, nhưng để làm một việc đại sự là in ấn phát hành Đại Tạng Kinh ngay cả bằng chữ Hán vẫn chưa kham nổi, đừng nói chi là tiếng Việt. Còn bây giờ bắt đầu chỉ một cá nhân Cố Hòa Thượng Thích Tịnh Hạnh đề xướng, chư Tôn Đức và Tăng Ni ở trong cũng như ngoài nước trợ duyên vào, nay thì mọi việc đã thành tựu. Việt Nam Phật Giáo ngàn đời sau vẫn còn ghi ân Hòa Thượng và những bậc Đại Tăng đã làm nên lịch sử phiên dịch này. Nếu những chiến công hiển hách triệt phá quân Nguyên Mông của vua Trần Thánh Tông và Trần Nhân Tông là lịch lãm trong đường gươm chiến đấu thành công, thì gia tài Pháp Bảo Đại Tạng Kinh tiếng Việt này còn cao cả, giá trị hơn nghìn lần sự chiến thắng kia. Nếu không phải vậy thì Vua Trần Nhân Tông tại sao phải đi xuất gia làm gì cho nhọc công, tốn sức, mà nên ở lại ngai vàng cũng như cung điện và cung phi mỹ nữ để hưởng những sự phú quý vinh hoa về vật chất vẫn hơn? Dĩ nhiên phải có những điều cao thượng hơn cả ngai vàng nên Ngài mới xuất gia học và hành đạo."

Và đây là đoạn cuối của chương Vua Trần Nhân Tông:

"Qua bài phú Cư Trần Lạc Đạo này ta thấy Đức Điều Ngự đã vẹn đường tu, chứng thành Thánh quả không còn vướng bận bất cứ một sự trói buộc nào trên con đường tìm sự giác ngộ giải thoát của Ngài. Và với tâm rỗng không ấy, Ngài đã trao truyền cho Pháp Loa làm Đệ nhị Tổ của Trúc Lâm, từ đó Thiền phái này phát triển mãi cho đến thế kỷ thứ 16, 17. Nay ở thế kỷ thứ 20, 21 này Hòa Thượng Thích Thanh Từ đã xiển dương lại Thiền Phái này tại Việt Nam cũng như hải ngoại và mong rằng với tâm nguyện này Ngài sẽ được thành tựu, và một lần nữa ngọn lửa tam muội của Điều Ngự Giác Hoàng sẽ được cháy sáng khắp nơi nơi."

Chương V: Tuệ Trung Thượng Sĩ

Chương viết về Tuệ Trung Thượng Sĩ ngắn gọn, chỉ khoảng 7-8 trang thôi vì Thầy Như Điển chỉ tập trung viết những nét chính về hành trạng của Tuệ Trung mà hầu như không sử dụng những nguồn tài liệu có liên quan đến nhân vật chính. Về Thơ của Tuệ Trung, Thầy Như Điển chỉ chọn 4 bài kèm cảm nhận ngắn gọn nhưng rất súc tích ở cuối mỗi bài. Qua bài viết này của Thầy Như Điển, chúng ta ghi nhận:

+ Tuệ Trung là người hướng dẫn Vua Trần Nhân Tông vào cửa Thiền và có nhiều ảnh hưởng đến tư tưởng của vị vua sáng lập ra Thiền Phái Trúc Lâm Yên Tử.

+ Trong 2 lần chiến thắng quân Nguyên Mông năm 1285 và 1288 đều có sự góp sức của ông, nhưng lịch sử cũng thờ ơ không ít. Sử chép rằng ngày 10 tháng 6 năm 1285 ông cùng với Hưng Đạo Vương đem hơn 20.000 quân giao chiến với tướng nhà Nguyên là Lưu Thế Anh và đuổi Thoát Hoan chạy dài đến sông Như Nguyệt (sông Cầu) và trong cuộc kháng chiến lần thứ 3 năm 1288, ông còn được giao những nhiệm vụ ngoại giao quan trọng, từng đến đồn trại đối phương vờ ước hẹn trá hàng, làm cho họ mất cảnh giác, sau đó cho quân đến đánh phá.

+ Ông được Vua Trần Thánh Tông nể vì, do kiến thức uyên bác về nội ngoại điển, được Vua tôn làm Đạo huynh. Ông sáng tác nhiều thi, kệ, một số được kết tập trong "Thượng Sĩ Ngữ Lục" rất nổi tiếng.

+ Ông là con nhà quan, nhà tướng, hoàng tộc, sĩ phu và là người tiêu dao tự tại nơi cửa Thiền nên khi ông còn sống cũng có nhiều giai thoại rất thiền rất đặc biệt như sau:

Một hôm Hoàng Thái Hậu Thiên Cảm mở tiệc trong cung điện. Trên bàn có cả thức ăn mặn và thức ăn chay. Tuệ Trung Thượng Sĩ gắp thức ăn không phân biệt chay hay mặn.

Hoàng Thái Hậu hỏi: "Anh tu Thiền mà ăn thịt cá thì làm sao thành Phật được?"

Ông cười đáp: "Phật là Phật, anh là anh. Anh chẳng cần làm Phật, Phật chẳng cần làm anh. Em không nghe các bậc cổ đức nói: Văn Thù là Văn Thù, giải thoát là giải thoát đó sao?"

Đúng là câu nói của những Thiền sư đã đạt đạo. Chỉ những người liễu đạt được tánh không thì mới trả lời được như vậy. Cái không ấy vượt lên trên tất cả cái có và cái không; nghĩa là Thiền sư khi làm động tác ấy không trụ vào có mà cũng không trụ vào không, mà ông trụ vào chỗ vô trụ; nghĩa là làm cũng như không làm, không làm nhưng mà làm. Đó là bản chất của Thiền, là sự tiêu dao tự tại của những Thiền sư lâu nay vốn vẫn là như vậy." Đó là lời bình của Thầy Như Điển.

Tuệ Trung Thượng Sĩ luôn luôn an lạc như xưa, ông tiêu diêu tự tại, không đoái gì đến chuyện triều đình nữa, vì ông quan niệm rằng: Phàm làm dân trong một nước, khi quốc gia lâm nguy, kẻ không có học vấn còn trách nhiệm với sơn hà xã tắc, thì kẻ sĩ không thể ngồi đó khoanh tay lại để chờ thời mà phải xông pha ra chiến trường để dẹp loạn. Sau khi giặc yên, mỗi người trở lại cương vị cũ của mình. Đó là nói về việc chiến tranh, còn bây giờ phương Bắc đã yên, phương Nam lại chẳng có chuyện gì cả, đã vậy đứa cháu làm Thái Thượng Hoàng ấy sang Chiêm Quốc thăm viếng và thấy cảm tình với vua tôi nhà Chiêm nên định gả con gái cho. Như vậy với ông, một kẻ thoát tục đã lâu, không cần để tâm đến nữa.

Qua việc Tuệ Trung Thượng Sĩ bị lịch sử thờ ơ, quên lãng, Thầy Như Điển mong muốn "trả lại những giá trị lịch sử đích thực cho những người làm nên lịch sử về lại với chỗ đứng của họ trong lòng dân tộc Việt, nên chỉ ghi thêm đậm nét đặc biệt của những vị vua, quan, tướng, Hoàng hậu, Công chúa dưới thời Lý cũng như Trần để sau này nếu ai đó đọc đến lịch sử

Việt Nam thì có thể hiểu rõ ràng cho một thời đại như thế. Nếu không có những bậc nhân tài hiền đức như vậy xuất thân, thì Việt Nam chúng ta sẽ xoay qua một hướng khác, có thể không độc lập tự chủ được một thời gian dài trong 400 năm như thế."

Và:

"Là Phật tử, là người Việt Nam, chúng ta không thể quên công ơn to lớn của ông đã cùng Trần Hưng Đạo đánh thắng quân Nguyên Mông, nên ngày nay chúng ta mới có cơ hội tồn tại trên dải đất hình cong như chữ S này."

Kính mời quý vị độc giả đọc lại 2 bài thơ ca ngợi Tuệ Trung Thượng Sĩ.

*** Thiền Tổ Trúc Lâm Trần Nhân Tông ca ngợi:**

Ngóng càng thêm cao
Khen càng thêm bền
Bỗng sau lưng đó
Xem lại trước liền
Đó là Thượng Sĩ
Vậy mới là Thiền.

*** Và Thiền Tổ Trúc Lâm Pháp Loa kính cẩn tán dương Tuệ Trung Thượng Sĩ:**

A!
Gang ròng nhồi lại
Sắt sống đúc thành
Thước trời tấc đất
Gió mát trăng thanh
Ối!

Theo lời của Thầy Như Điển, chúng tôi đã đọc lại một số bài viết về Tuệ Trung Thượng Sĩ của Quý Thầy Nhất Hạnh, Tuệ Sỹ, Trí Siêu Lê Mạnh Thát và lại thêm bài "Tuệ Trung Thượng Sĩ Kẻ Rong Chơi Giữa Sống Và Chết" của Thầy Thích Phước An;

bài "Tuệ Trung Thượng Sĩ Hiện Thân Của Duy Ma Cật Và Bàng Long Uẩn" của Như Hùng và bài "Siêu Tuyệt Thiền Sư Thi Sĩ" của Tâm Nhiên. Ở đây, chúng tôi xin trân trọng đề cập đến một công trình biên khảo rất công phu, nghiêm túc và đầy đặn nhất về Tuệ Trung Thượng Sĩ của Hòa thượng Thích Thanh Từ, đó là tác phẩm Tuệ Trung Thượng Sĩ Ngữ Lục Giảng Giải.

Trong Lời Đầu Sách, Hòa thượng Thanh Từ viết:

"... Quyển "TUỆ TRUNG THƯỢNG SĨ NGỮ LỤC" là một tác phẩm trác tuyệt, triết lý uyên thâm, văn chương thanh thoát. Thế mà, rất ít người Việt Nam chịu đọc, vì lẽ rất khó hiểu. Muốn cho đa số người Việt Nam hiểu được những tác phẩm hay của Tổ tiên mình, hàng Phật tử Việt Nam biết rõ đường lối tu hành của các bậc tiền bối, chúng tôi mạo muội giảng giải ra. Biết rằng làm như thế là trái tinh thần "đa nghi đa ngộ" của Thiền tông, song vì thương những người không biết của báu của ông cha mình, chúng tôi cam nhận sự chê trách của bậc tác giả mắt sáng, cốt cho độc giả đọc hiểu và ứng dụng được phần nào là thỏa nguyện của chúng tôi. Hơn nữa vì làm sống dậy Thiền Học Việt Nam nên chúng tôi không ngại đức mỏng tài hèn cố gắng giảng giải.

Quyển sách này do Ngài Điều Ngự (Trần Nhân Tông) ghi lời dạy của Thượng Sĩ, Thiền sư Pháp Loa lo khắc bản in. Trong phần chữ Hán có chia bốn phần: Đối cơ, Tụng cổ, Thi tụng, Tiểu sử. Chúng tôi dịch giảng đổi phần Tiểu sử lại trước để cho người đọc dễ lĩnh hội hơn..."

Những trang cuối cuốn sách này, Hòa Thượng Thích Thanh Từ viết:

"... Sử ghi rằng: Khi sắp tắt thở Ngài [Tuệ Trung Thượng Sĩ] nằm theo dáng kiết tường sửa soạn đi, thê thiếp thấy vậy khóc rống lên, Ngài mở mắt ngồi dậy quở vài câu rồi nằm xuống đi. Vậy có nhàn không? Ngài là người có địa vị, có gia đình có thê thiếp, biết bao sự trói buộc, mà học đạo rồi ngộ đạo và hằng sống với đạo, nên đối với sự sanh tử Ngài tự tại, đó là điều rất hiếm có.

Ở Trung Hoa ai cũng tán thán gia đình cư sĩ Bàng Long Uẩn, ở Việt Nam cũng có Thượng Sĩ là một cư sĩ ngộ đạo, mà chúng ta ít nghe người đời nhắc nhở tán thán. Ở các chùa thường đọc bài sám có nhắc tới câu "In như thiền định họ Bàng thuở xưa" tức là nhắc tới gia đình ông Bàng Long Uẩn. Thế mà không ai nhắc tới tên Tuệ Trung Thượng Sĩ. Như vậy cái nhìn của người Việt Nam là cái nhìn hướng ngoại, cái gì của người nước ngoài là hay là tốt, còn cái gì của nước nhà là tầm thường là xấu. Đó là cái bệnh hết sức trầm trọng của người Việt Nam. Chúng ta học lịch sử và sự truyền bá của Phật Tổ từ Ấn Độ, Trung Hoa chúng ta đều biết hết. Thế mà những bậc Thầy ở Việt Nam gần gũi nhất, mà chúng ta không biết gì cả, đó là một thiếu sót lớn. Giả sử quý vị biết sự nghiệp ông nội, ông cố, ông sơ, mà cha mẹ quý vị không biết, có được không? Cả ngày chúng ta cứ ca tụng ông sơ, ông cố, ông nội, cha mẹ gần mình mà không đoái hoài tới, có lỗi đạo làm con hay không? Thế nên học, chúng ta phải học cho thấu suốt ngọn nguồn. Phải hiểu Phật Giáo ở Ấn Độ truyền bá thế nào, sang Trung Hoa truyền bá ra sao, đến Việt Nam truyền bá như thế nào, người Việt Nam tiếp nhận Phật Giáo ra sao? Ai là người có công lao cho Phật Giáo Việt Nam hưng thịnh và phổ cập trong quần chúng? Nếu chúng ta biết các Tổ nước ngoài mà không biết đến công lao của những vị Tổ nước nhà, đó là việc đáng trách. Khi đem quyển Ngữ Lục này dạy cho quý vị học, là tôi có ý mong quý vị biết được những điều kỳ đặc cao quý của các Tổ Việt Nam rồi ứng dụng tu theo, để sau này đem ra chỉ dạy cho đàn hậu học biết tìm về nguồn Phật Giáo Việt Nam, như vậy mới xứng đáng là tu sĩ của Phật Giáo Việt Nam." (Thích Thanh Từ. *Tuệ Tung Thượng Sĩ Ngữ Lục Giảng Giải.* Hội Thiền Học Việt Nam xuất bản, 2005, tr. 560-562.

LỜI BẠT (trích)

Thượng Sĩ là ngọn đèn của Phật Hoàng, lấy tâm truyền tâm.

Đức Phật bỏ ngôi vị vương giả, đến ngồi dưới cội Bồ đề thành chánh giác, diễn nói thừa vô thượng, độ vô lượng chúng sanh, làm thầy trời người, người xưa được thật khai ngộ.

Thượng Sĩ làm Bồ tát tại gia, chấn hưng gia phong của Phật, đề khởi câu nói, dẫn dắt người hậu học, được ánh sáng siêu việt, Phật Hoàng thật được thành tựu chỗ này. Noi theo Phật Thích Ca được Phật Nhiên Đăng thọ ký thành Đẳng Chánh Giác, Phật Hoàng lấy đây ghi thành quyển Lục. Bác Lăng Vương hỏi Thiền Sư Dung đến chỗ cứu cánh, Thượng Sĩ lấy đó làm chỗ tựa.

Bởi vì tâm Phật Hoàng khởi từ cảnh giới Phật Tổ; lời của Thượng Sĩ cùng tột nguồn tâm tánh. Song Thượng Sĩ không thể làm thành đại báo cho Phật Hoàng, Phật Hoàng cũng không thể lên được chỗ uẩn tích của Thượng Sĩ, mà hay khiến người tối được sáng, kẻ điếc được nghe. Đây là sự trợ lực lớn lao cho Phật Giáo vậy.

Một hôm Phật Hoàng sai người mang quyển Lục này đến, bảo rằng: "Duy trì Phật pháp là nhiệm vụ của Quốc Vương Đại Thần, hãy viết riêng lời tựa và khắc bản in, để cho sự truyền bá được sáng tỏ. Nay Thượng hoàng đế (Trần Anh Tông) sai thần Trần Khắc Chung làm lời bạt ở sau, tức là noi theo vầng ngân hán chói lọi ở trước. Thần Trần Khắc Chung bái nhận quyển Lục này, thắp hương kính đọc. Mới đầu như say, kế đó như tỉnh, rốt sau tâm mắt sáng rỡ, không biết tự vì sao mà được vậy.

Thần kính cẩn đặt bút viết lời bạt.

TRẦN KHẮC CHUNG

(sđd,; tr. 537-538)

Chúng tôi đưa Lời Bạt này của Thượng tướng Trần Khắc Chung vào đây để được đọc lại một lần nữa một áng văn tuyệt vời của một người uyên bác về Phật học, văn võ song toàn. Và nhất là để thể hiện sự đồng thuận rất cao đối với sự khẳng định rõ ràng, minh bạch, dứt khoát với đầy đủ lý lẽ mang tính thuyết phục của Thầy Như Điển đối với Trần Khắc Chung - một nhân vật lịch sử lớn của Nhà Trần. Từ đó, với chúng tôi, hoàn toàn không có cái gọi là "tình sử Trần Khắc Chung - Huyền Trân Công chúa". Đây chỉ là sự gán ghép, sự bịa đặt mà thôi.

Chương VI: Hưng Đạo Vương Trần Quốc Tuấn

"Trần Quốc Tuấn hình như là một nhân vật thời chống Mỹ". Một sinh viên khoa Sử đã trả lời nhà báo tỉnh bơ như vậy. Nhiều sinh viên cho rằng Vua Càn Long và Vua Gia Long là một người. Theo báo Sài Gòn Giải Phóng (28/1/2018): Cách đây đúng 25 năm, Trường Đại học KHXH-NV TPHCM đã làm một cuộc thử nghiệm về kiến thức lịch sử với sinh viên. Kết quả, trong số hơn 600 sinh viên được khảo sát, chỉ vài chục phần trăm biết vua Hùng là Tổ nước ta. Còn anh hùng dân tộc nổi tiếng nhất lại là Quan Vân Trường. Thi tốt nghiệp, cả một trường trung học chỉ có một em đăng ký thi môn lịch sử. Những cảnh báo trên, dường như chẳng có ai để ý".

Trong khi đó, vào tháng 2 năm 1984, Hội đồng Khoa học Hoàng gia Anh quốc đã tổ chức một cuộc họp với sự có mặt của 478 nhà khoa học, nhà nghiên cứu lịch sử quân sự của nhiều nước trên thế giới.

Hội nghị đã đề cử danh sách 98 vị tướng soái xuất sắc từ thời cổ đại cho tới ngày nay rồi tiến hành lựa chọn 10 vị tướng soái kiệt xuất để in trong cuốn Bách khoa Toàn thư nước Anh. Kết quả bầu chọn: Ở thời trung đại chỉ có một vị tướng, đó là Trần Quốc Tuấn với số phiếu tuyệt đối 100% (478/478).

The New Encyclopedia Britannica viết về Trần Quốc Tuấn như sau (Dịch theo bản tiếng Anh trong TNEB Volume X, tái bản lần thứ 15), dẫn theo bài của Nhà giáo Dương Bích Hồng - Petro Times 22/2/2014.

"Trần Hưng Đạo, họ tên là Trần Quốc Tuấn, được phong là Hưng Đạo Vương (năm 1300), một gương mặt gần như huyền thoại của lịch sử Việt Nam, nhà chiến lược quân sự xuất sắc đã đánh thắng quân Mông Cổ của Thành Cát Tư Hãn, và là người anh hùng dân tộc trong nền văn hóa Việt Nam ngày nay.

Vương triều Đại Việt bị quân Mông Cổ tiến công lần thứ nhất năm 1258. Khi Thành Cát Tư Hãn đòi tiến quân qua đồng bằng sông Hồng để đánh chiếm nước Trung Hoa từ hướng Nam, trong lời Hịch tướng sĩ đầy xúc động, tướng quân Trần Hưng Đạo đã kêu gọi quân đội đánh đuổi xâm lược vì sự thống nhất của Tổ quốc, ông ban bố cuốn Binh thư yếu lược, một cẩm nang về nghệ thuật quân sự.

Trong lời tựa, ông phác ra tư tưởng Nho giáo về tinh thần trung quân, ái quốc và nghĩa vụ hy sinh chiến đấu thiêng liêng gần như là một bổn phận tín ngưỡng.

Sau một số trận thắng không quyết định, Hưng Đạo dụ hạm đội của quân Mông vào cửa sông Bạch Đằng năm 1288. Các chiến thuyền của Thành Cát Tư Hãn đã bị những cọc bịt sắt của quân nhà Trần cắm dưới mặt nước xé toạc và nhấn chìm, phỏng theo cách đánh của Ngô Quyền, một nhà quân sự lỗi lạc trước đó, năm 939.

Theo một số nguồn tư liệu, chiến dịch của Trần Hưng Đạo giành được thắng lợi là nhờ có sự ủng hộ của các tầng lớp nhân dân. Ông đã có công lớn trong việc truyền bá tư tưởng yêu nước trong nhân dân Việt Nam. Chính vì thế mà ông trở thành biểu tượng của Phong trào kháng chiến ở thế kỷ XX, bắt đầu từ cuộc kháng chiến chống Pháp."

Đọc tiểu sử Hưng Đạo Vương Trần Quốc Tuấn, chúng tôi rất cảm động về lời Vương căn dặn trước khi mất: "Thi hài hỏa táng chôn trong vườn An Lạc, gần cánh rừng An Sinh, không xây lăng mộ, lấp đất bằng phẳng, rồi trồng cây như cũ." Vương mất ngày 20-8 năm Canh Tý (1300), ai ai cũng tiếc thương, triều đình cho lập đền thờ ở Kiếp Bạc, huyện Chí Linh, Hải Dương. Dân chúng tôn kính gọi là Hưng Đạo Vương, Hưng Đạo Đại Vương, Đức Thánh Trần, đây là điều đặc biệt trong lịch sử. Nghiệm ra rằng chỉ có người sống tự tại, xem chết-sống chỉ là một hơi thở như lời dạy của Đức Phật mới để lại cho đời, cho người một bài học sâu sắc như vậy.

Xin trở lại với chương Hưng Đạo Vương Trần Quốc Tuấn của Thầy Như Điển:

Đọc chương này và một số bài viết về Vương của các tác giả khác; qua đó, chúng tôi có thêm cơ sở để khẳng định rằng, bằng tâm huyết, trí tuệ, bằng sự tôn trọng lịch sử, tôn trọng quá khứ... để suy ngẫm và rút ra những bài học thành công hay thất bại rất hữu ích cho ngày nay. Với sự am hiểu lịch sử nước nhà, bám chặt rễ vào lịch sử dân tộc, nhất là lịch sử Đời Trần; với lòng tôn kính tiền nhân, Thầy Như Điển đã phục dựng chân dung khá toàn diện của Hưng Đạo Vương Trần Quốc Tuấn.

Bài viết của Thầy đã xoáy sâu vào tâm cảm chúng tôi, cuốn hút chúng tôi vào việc chiêm ngưỡng chân dung kỳ vĩ, cao vời của Hưng Đạo Vương và làm sống dậy những trang sử hào hùng trong lịch sử chống ngoại xâm của dân tộc. Những sự kiện lịch sử oai hùng của dân tộc, những anh hùng kiệt xuất đó của dân tộc cùng với Hội nghị Diên Hồng - mà có nhà văn đã cho rằng đây là một Hội nghị có tính chất hoàn toàn dân chủ, là nguyên nhân chính đưa đến chiến thắng Bạch Đằng ba năm sau đó; của Hịch Tướng Sĩ, của Bình Ngô Đại Cáo... là những ngọn đuốc thắp sáng niềm tin của chúng ta trong những đêm dài tăm tối của một "Biển Đông dậy sóng!"

Trong chương này, Thầy Như Điển đã trải lòng mình ra, đã đắm mình trong lịch sử, trôi theo dòng lịch sử, thổi vào những trang viết của mình những cảm xúc chân thành và trí tưởng tượng phong phú. Chất văn, chất sử quấn quít, hòa quyện vào nhau. Mạch văn, ý văn nhuần nhuyễn, tinh tế. Bút lực mạnh mẽ, cuốn hút, giàu hình ảnh. Với chúng tôi, bài Hưng Đạo Vương Trần Quốc Tuấn của Thầy Như Điển là một bài viết hay nhất, có giá trị nhất. Quá lâu rồi, chúng tôi mới đọc được một bài đáng đọc như vậy. Xin niệm ân Tác giả, và xin được đọc lại một lần nữa đoạn cuối trong bài này của Thầy Như Điển:

"Nhìn xuyên suốt cuộc đời hành hoạt của Hưng Đạo Đại Vương Trần Quốc Tuấn qua 4 đời Vua Thái Tông, Thánh Tông, Nhân Tông và Anh Tông, ông đã một lòng vì quốc gia đại sự và với tâm nguyện quên thù nhà để trả nợ nước, nên qua 3 cuộc kháng chiến chống quân Nguyên Mông vào năm 1258, 1285 và 1288 chúng ta đều thấy rõ nét sự hy sinh của ông lúc xông trận đánh giặc, lúc phò vua cứu giá, lúc thưởng phạt cho binh sĩ, lúc ra hịch thúc quân v.v..., lúc nào cũng như lúc nào bốn chữ: Trung Quân Ái Quốc vẫn nằm trong tâm khảm của ông và chưa một lần thất bại, dầu ở trận đánh nào. Cho nên Thượng Hoàng Thánh Tông và Hoàng Đế đương triều Nhân Tông phong cho ông là "Thượng Phụ" cũng quá xứng đáng cho một đời chinh y đầy bụi, và sĩ khí can cường kia đã làm cho người đời sau phải tự nghiêng mình trước những nghĩa cử cao cả của Hưng Đạo Đại Vương."

Chương VII: Công Chúa Hoàng Triều

Mở đầu chương này, Thầy Như Điển viết:

"Từ bao đời nay, những người sinh ra và lớn lên ở bất cứ nơi nào đó trên cõi đời này đều có sự liên hệ với quá khứ của mình cả. Dầu cho đó là quá khứ của một kiếp hay hai kiếp sống trước đó, nhưng cũng có rất nhiều trường hợp phải trải qua nhiều kiếp như thế, thì chu kỳ sinh diệt và nhân quả mới gặp lại để trả ân hay trả oán, để hưởng phước lộc hay bị khổ lụy nơi chốn đọa đày. Với Phật giáo, thuyết nhân quả Đức Phật đã dạy tự ngàn xưa và cũng không phải Đức Phật sáng tạo ra thuyết này, mà Ngài chỉ là người chỉ rõ cho chúng sanh thấy về nhân duyên và nghiệp lực để thực hành với tư cách là một người Phật tử xuất gia hay tại gia. Ngài cũng chỉ giống như một kẻ dẫn đường, còn chúng ta chỉ cần theo dấu chân của người đi trước đã vạch sẵn, thì chúng ta sẽ có một lộ trình ngay ngắn, thẳng tắp trên đoạn đường sinh tử của mình", qua dẫn chứng trường hợp Thái tử Tất Đạt Đa ra đời như chúng ta đã biết.

Chúng tôi tóm tắt đôi điều về Huyền Trân Công chúa, qua bài viết này:

+ Nhà Vua muốn các con của mình được tài giỏi nên đã tuyển chọn những vị quan văn tài võ giỏi dạy cho các Hoàng tử và Công chúa học chung với các vương tôn công tử khác trong Trường Quốc Tử Giám.

+ Lần đầu tiên khi lên 4 lên 5 tuổi mà Huyền Trân đã nhận thấy cũng như phân biệt được thế nào là người cùng họ, khác họ hay người ngoại quốc rồi.

+ Huyền Trân được hưởng một nền giáo dục tốt nhất và căn cơ nhất ngay từ nhỏ. Cô bé say mê nghe nghe kể chuyện Phù Đổng Thiên Vương đại phá giặc Ân, rồi nào là Sơn Tinh Thủy Tinh, Cây tre trăm đốt, Sự tích cây Nêu ngày Tết, chuyện Công chúa Tiên Dung và Chữ Đồng Tử, Đầm Dạ Trạch v.v... đến chuyện Đường Tăng đi Ấn Độ thỉnh kinh. Những bài học như thế ghi những dấu ấn sâu đậm, kích thích sự tưởng tượng lành mạnh trong tâm hồn cô bé Huyền Trân.

"Đến năm 7 tuổi, cùng với các Công tôn Vương tử, Huyền Trân phải học chữ Hán và Tứ Thư, Ngũ Kinh, phải biết xem ngày, xem hướng và đặc biệt là phải biết rành rẽ giáo lý của Phật Giáo. Thời kỳ này được gọi là thời kỳ "Tam Giáo Đồng Nguyên". Ở tuổi này mà Huyền Trân đã như một người lớn tuổi. Huyền Trân lại có điều kiện nghe cậu ruột của mình là Tuệ Trung Thượng Sĩ đàm đạo Phật pháp với bà Nội Thiên Cảm và cả Phụ hoàng cũng như Tổ phụ của mình nữa. Lâu lâu nghe người lớn nói chuyện, Huyền Trân tuy chưa hiểu gì, nhưng thấy cũng hay hay.

Cũng trong năm này, Vua Trần Nhân Tông chính thức nhường ngôi cho con là Trần Anh Tông và ông lên làm Thái Thượng Hoàng, lui về ở Phủ Thiên Trường. Và rồi, ngày mồng Tám tháng Hai năm 1294, Vua xuất gia tại Chùa Bảo Tháp dưới sự chủ trì của Ngài Tuệ Trung Thượng Sĩ.

Nghe những lời đối đáp của Phụ thân và Mẫu hậu rồi chứng kiến buổi lễ xuất gia của Phụ hoàng, Huyền Trân đã bắt đầu lưu tâm về những từ như "vô thường", "cuộc đời là mộng ảo", "Niết Bàn". Rồi Huyền Trân lại nghe đến chữ "ái", chữ "thân" cũng như chữ "nhân", khiến nàng cũng thầm hiểu là chuyện ái ân chồng vợ xưa nay vốn là sự ràng buộc chăng?

Có lần Huyền Trân hỏi chú Khắc Chung:

- Chú thấy Phụ Vương con hôm nay [ngày nhà Vua xuất gia] có đẹp không?

- Sau này con lớn lên, con có thể xuất gia được không?

Cảm nhận những điều gì đó quá đặc biệt của Hương Tích tại núi Yên Tử, rồi tại suối Giải Oan, Huyền Trân mới cảm nhận được rằng cõi Phật mới chính là cõi giải thoát sanh tử luân hồi, còn trần gian thì phải vướng nhiều sự hệ lụy. Khi nhìn cung cách đạo mạo uy nghi của Phụ Vương qua mảnh áo nâu sồng, nàng thấy cha mình hạnh phúc hơn xưa rất nhiều và bây giờ tâm của ông rạng ngời như ánh sáng mặt trời, với ánh sáng ấy có thể rọi khắp muôn phương. Nếu ông tiếp tục làm vua hay Thái thượng hoàng thì ông chỉ làm lợi cho một ít thần dân mà thôi, còn ở đây tuy ông không có gì, nhưng ông đã có tất cả. Ông có thiên nhiên, có bầu trời và có cả một tâm Phật bao la rộng lớn như thế. Quả thật là phúc báu vô ngần."

Mới chỉ ngần ấy tuổi thôi mà Công Chúa Hoàng Triều đã cảm nhận được những điều cao xa như vậy về cõi Phật, về Phụ thân sau khi xuất gia. Thật xứng danh với cái tên: Huyền Trân (Huyền là màu đen, mà Huyền cũng có nghĩa là đẹp và Trân là trân bảo, trân quý, trên đời ít có.)

Chương Công Chúa Hoàng Triều kết thúc khi Huyền Trân về lại Hoàng cung để học hành, cũng như phải làm sao vừa lòng Mẫu hậu và những người chung quanh mình, khi mà Phụ hoàng không còn trực tiếp chăm lo cho mình ở Thiên Trường này nữa. Và rồi lại mở ra chương tiếp theo mang nhan đề: Ngàn Dặm Gió Sương.

Chương VIII: Ngàn dặm gió sương

"Ngàn Dặm Gió Sương" – một nhan đề thật giàu ấn tượng và nhiều ẩn dụ. Nó chính là những ghi chép, những mô tả, những cảm nhận về phong cảnh, về con người, về tôn giáo v.v... trong cuộc viễn du của Thái Thượng Hoàng Trần Nhân Tông từ Yên Tử đến Chiêm Thành.

Những bước chân trong Ngàn Dặm Gió Sương này khiến chúng ta bồi hồi xúc động khi nghĩ đến, khi nhớ về những bước chân "Hoằng Pháp Là Nhiệm Vụ, Lợi Sanh Là Lẽ Sống" của Đức Phật, của Ngài Huyền Trang trong cuộc thỉnh kinh vô tiền khoáng hậu trong lịch sử nhân loại, của rất nhiều bậc Thầy khác nữa mà một số vị chúng tôi đã được đọc trong sách *Cổ Thụ Lặng Bóng Soi* của Văn Công Tuấn.

Sau khi soạn lại Kinh Thập Thiện cho rõ ràng dễ hiểu hơn, Trần Nhân Tông quyết chí đi về phương Nam để thăm Chiêm Quốc. Thái Thượng Hoàng thấy rằng sau những cuộc chinh chiến thắng quân Nguyên Mông như thế, dân tình rất khốn khổ không đủ ăn, đủ mặc, tiền của đâu có dư để mà đến trường học chữ của Thánh Hiền, nên ông đã quyết chí đi lần này là muốn tận tai nghe và tận mắt thấy về cuộc sống tâm linh cũng như cuộc sống về vật chất của họ ra. Ngài cảm thấy an vui tự tại và cảm thấy rằng việc quyết định xuôi Nam của Ngài là điều tốt đẹp để thể hiện hạnh đầu đà của Ngài cũng như có cơ hội để tiếp cận đến dân chúng nhiều hơn trước đây.

Ngài đã đi - đi bộ thôi, qua nhiều nơi trên quê hương Đại Việt thân yêu như đèo Cả, rồi đèo Ngang và qua cả sông Gianh… Đầu năm 1301 thì Giác Hoàng đã đến tận đèo Hải Vân. Trên đường đi, Ngài giảng về tội cố sát, việc nói không thật. Lần này Kinh Thập Thiện được giảng đến chỗ thâm sâu của ý nghĩa hơn, nên Giác Hoàng cố gắng tập trung tư tưởng và giảng giải làm sao những điều khó hiểu mà bàng dân thiên hạ có thể hiểu được điều Ngài nói, thì đó là sự thành tựu của Pháp rồi. Lần này Ngài nói về không tham, không sân và không si.

Khi biết rằng Giác Hoàng và đoàn tùy tùng đã qua khỏi đèo Hải Vân, Chế Mân và triều đình đã đem quan quân, kiệu võng, xe ngựa v.v… để đón rước Thượng Hoàng. Tiếp đó là 9 tháng mà Thượng Hoàng đã chú tâm tìm hiểu về cuộc sống của muôn dân cũng như văn hóa và nghệ thuật của nước này. Giác Hoàng cũng không ngờ là tại Bằng An cũng đã có Phật Học Viện Phật Giáo cũng như Ấn Giáo và Hồi Giáo đã được xây dựng và đào tạo chung, hệt như tam giáo Phật, Nho, Lão tại quê hương Đại Việt. Ở đây chỉ khác là tinh thần Phật Giáo Nam Truyền chiếm đa số hơn Bắc Truyền, nên Ngài cũng phải "nhập gia tùy tục" vậy.

Chế Mân say sưa giới thiệu cho Giác Hoàng nghe về các địa danh như: Vijaya, Kauthara, Panduranga v.v…, cũng vào năm

875 tại kinh đô Mỹ Sơn có một Phật Học Viện Phật Giáo lớn nhất tại Đông Nam Á lúc bấy giờ, bởi lẽ Vua Indravarman rất sùng bái Phật Giáo và lấy tên là Laksurindra – Lokesvara. Có rất nhiều nhà Sư Ấn Độ nổi tiếng sống tại trung tâm này để dạy đạo vào thời điểm xa xôi ấy.

Giác Hoàng càng suy nghĩ nhiều hơn về tấm chân tình của Chế Mân cũng như nhân dân Chiêm Quốc trong 9 tháng qua đã đối xử với mình một cách chân thành và ấn tượng. Suy nghĩ thật chín chắn về những dự định của mình rồi, nhân một sáng mùa Thu năm 1301 tại kinh đô Đồ Bàn (Vijaya) trước mặt bá quan văn võ của Triều đình Champa, Thượng Hoàng Trần Nhân Tông đã long trọng tuyên bố việc ước gả Huyền Trân Công chúa cho Chế Mân. Đây là điều mà thật ra trước khi sang Chiêm Thành, Thượng Hoàng Trần Nhân Tông chưa bao giờ nghĩ đến. Nó chỉ phát xuất khi Ngài trông thấy những công trình mỹ thuật điêu khắc của các đền đài cung điện tại Mỹ Sơn, Đồ Bàn và Nha Trang v.v... cũng như sau khi tiếp xúc với dân chúng khi đi khất thực hằng ngày, Thượng Hoàng mới nghĩ ra điều đó. Có nghĩa là nếu cả hai nước Đại Việt và Chiêm Thành đang có biên giới liền nhau và phong tục, tập quán, ngôn ngữ v.v... tuy khác nhau rất nhiều, nhưng tinh thần đề phòng sự xâm lăng phía Bắc từ Trung Quốc thì không khác. Nếu cả 2 nước đều có mối giao hảo tốt hơn là mối giao hảo bình thường thì đó là một điềm lành, có lợi cho cả hai dân tộc, nên ý định gả Huyền Trân cho Chế Mân chỉ xuất phát từ ý định đó, chứ ngoài ra Thượng Hoàng Trần Nhân Tông đã không vì Chế Mân chiêu đãi quá đặc biệt mà có ý lợi dụng người đứng đầu của Chiêm Quốc. Vả lại Chế Mân đã có Chánh cung Hoàng hậu Tapasi, thì Huyền Trân có về đó cũng chỉ làm thứ phi là cùng...

Chúng tôi nghĩ không những trong chương IV (Nhà Vua Trần Nhân Tông) và chương này viết kỹ về Trần Nhân Tông mà trừ ba chương đầu, các chương còn lại bàng bạc hình ảnh kỳ vĩ, cao vời của Vua Trần Nhân Tông. Xin được chia sẻ với quý độc giả một vài thông tin liên quan mà chúng tôi đồng thuận và chọn lọc như sau đây:

+ Hồ Trung Tú, tác giả cuốn *Có 500 Năm Như Thế* được giải thưởng Sách Hay năm 2012, trong bài *Đi Tìm Ý Nghĩa Thực Của Đám Cưới Huyền Trân* đã viết:

"Trong lịch sử mối quan hệ Việt Chăm có một thời kỳ vô cùng đặc biệt, đó là giai đoạn cùng nhau hợp tác chống lại quân Nguyên Mông.

Sử Ký Toàn Thư và Cương Mục của Đại Việt chép lại thật ít các sự kiện này, thế nhưng trong các sách Trung Hoa, nhất là Nguyên sử, chúng ta tìm thấy nhiều chi tiết thật thú vị để từ đó có thể hiểu hơn việc *Nước non ngàn dặm ra đi - cái tình chi - mượn màu son phấn - đền nợ Ô- Lý...* buồn hiu hắt trong câu ca Huế điệu Nam Bình.

Dài dòng ra ngoài bài một cái chuyện vô cùng to như vậy không nhằm chứng minh pháp môn chính thức của Trúc Lâm Yên Tử là gì mà chỉ để góp phần hiểu mục đích thực sự Trần Nhân Tông trong chuyến vân du đến Chiêm Thành là thực sự vì đạo chứ không phải vì mục đích chính trị, và gả con gái Huyền Trân cho Chế Mân để lấy về Ô, Lý không phải là tâm thức, mục đích của người đã thực sự vì đạo như Trần Nhân Tông lúc ấy.

...Việc hứa gả Huyền Trân của Nhân Tông là không kèm điều kiện mà thực sự xuất phát từ sự nhận thấy Chế Mân là khả ái. Theo Maspéro, Chế Mân vì thấy triều đình do dự nên đã tự tăng thêm quà sính lễ. Và với hai Châu Ô, Lý, Trần Anh Tông đã đồng ý gả em gái.

Nhiều đánh giá khác nhau về cuộc hôn nhân này cho đến tận hôm nay, nhưng cho dù thế nào chăng nữa thì điều đó cũng ở ngoài ý nghĩ của người tạo nên cuộc hôn nhân đó, tức Trần Nhân Tông.

Đám cưới Huyền Trân đã được các nhà làm sử thời Lê đóng đinh vào Sử Ký Toàn Thư bằng những lời nhận xét khắc nghiệt: "Nhân Tông đem con gái gả cho Chiêm Thành là nghĩa làm sao? Nói rằng nhân đi chơi đã trót hứa gả, sợ thất tín thì sao không đổi lại lệnh đó được? Vua giữ ngôi trời mà Thượng Hoàng đã xuất gia rồi, vua đổi lại lệnh thì có khó gì mà đem gả cho người xa giống nòi để thực hiện lời hứa trước?" Ngô Sĩ Liên khi chép những lời bạt ấy hẳn đã có một độ lùi khá xa khi nhìn Chiêm Thành; với Trần Nhân Tông thì Chiêm Thành gần gũi hơn nhiều, đó không chỉ là trung tâm Phật Giáo mà, như đã nói, Thăng Long, trong các hố khảo cổ thời Lý Trần, là gần với phương Nam nhiều hơn phương Bắc."

+ Hồ Đắc Duy trong bài: Trần Khắc Chung Và Huyền Trân Công Chúa viết:

Và Marco Polo nhận định về Chế Mân: *"... người thanh niên anh hùng đó đã không chịu lùi bước trước kẻ thù."*

Xem như vậy giữa vua Trần Nhân Tông và Chế Mân đã có một sự gắn bó, liên kết với nhau trong một liên minh chống lại trong mưu đồ đánh chiếm vùng Đông Nam Á của quân Mông Cổ.

... Việc Thượng hoàng Trần Nhân Tông gả Công chúa Huyền Trân cho vua Champa ngoài việc thắt chặt bền vững thêm mối dây liên kết, tạo thêm sự hòa hiếu giữa hai nước, chắc chắn Thượng hoàng Nhân Tông, một vị anh hùng dân tộc đã từng đánh bại quân xâm lược Mông Cổ hai lần, một nhà ngoại giao khôn khéo, một vị lãnh đạo tài ba và cũng là một vị thiền sư trầm mặc phải có một cái nhìn như thế nào về Chế Mân và hạnh phúc lứa đôi cho người con gái yêu dấu của mình khi ngài quyết định gả Công chúa cho vua Champa lúc nàng mới lên 14 tuổi (1301). Sau khi hứa gả, Thượng hoàng Trần Nhân Tông chắc chắn đã phải sửa soạn cho công chúa một chế độ giáo dục đặc biệt, nhất là về ngôn ngữ, phong tục, văn hóa Champa. Và, Thượng hoàng chỉ cho phép thực hiện điều đó khi cô con gái cưng của ông đến tuổi trưởng thành, vững vàng trong cuộc sống vợ chồng và có một số vốn kiến thức văn hóa, phong tục, tập quán cũng như ngôn ngữ Champa.

Chương IX: Mối tơ vương dần hiện

Chương này viết về việc Công chúa Huyền Trân sẽ được gả sang Chiêm Quốc. Nghe tin này từ các nữ tỳ ở Vườn Ngự Uyển, Phủ Thiên Trường, Huyền Trân thốt lên: "Ta còn nhỏ dại, mới 14 tuổi đầu. Tại sao lại có chuyện này?"

Như chúng ta đã biết, Giác Hoàng Thiền sư sau 9 tháng ở Chiêm Quốc, Ngài đã về lại Ngọa Vân Am và cùng đàm đạo với một phái đoàn gồm có Hoàng hậu Khâm Từ, Tuệ Trung Thượng Sĩ, Vũ Thành Vương Doãn, cho đến Thượng Tướng Trần Khắc Chung, Lưỡng quốc Trạng Nguyên Mạc Đĩnh Chi, Vua Anh Tông, Thiên Trân, Huyền Trân Công chúa và những người cận vệ của Hoàng Đế đương triều.

Qua cuộc "hội ngộ" thâm tình này, với những ý kiến của Khâm Từ Hoàng hậu và các thành viên khác nhằm giải đáp những thắc mắc, những băn khoăn mà Huyền Trân Công chúa đã đặt ra ở trên. Xin được ghi lại thâm ý của Giác Hoàng như sau:

+ "Mục đích chính của ta muốn sang Chiêm Quốc là vì muốn tình giao hảo của hai nước càng ngày càng gần gũi hơn, và sau 9 tháng sống tại đó ta thấy rằng Chế Mân là một bậc quân vương anh hùng, tài ba lỗi lạc. Cai trị dân được ấm no, hạnh phúc, nhà nhà đều nghe tiếng giã gạo dưới ánh trăng khi mùa màng đã gặt hái, và đặc biệt là những kiến trúc chùa tháp thật là kỳ vĩ, có những đường cong giống như Ấn Độ Giáo, không lai kiểu kiến trúc Trung Hoa như đất nước Đại Việt của mình và còn nhiều thứ nữa cũng đáng nói lắm đấy chứ!"

+ "Phàm là con gái lớn lên phải lấy chồng, đó là việc trời đất xưa nay. Bây giờ Huyền Trân đã 14 tuổi, cái tuổi đã bắt đầu lớn khôn hiểu biết rồi. Vả lại cũng phải đợi năm ba năm nữa mới làm lễ cưới, nhiều lắm là lễ đính hôn nay mai để giữ lấy hôn ước ấy. Trừ phi Huyền Trân xuất gia thì không ai nài ép gì cả."

+ "Việc học chữ Chiêm Thành thì nhờ Lưỡng Quốc Trạng Nguyên tìm Thầy dạy cho Huyền Trân. Hoàng hậu Khâm Từ hướng dẫn cho công chúa biết cách xử sự đối với chồng, cũng như dạy cho công chúa những lễ nghi cần phải biết trước khi về làm dâu Chiêm Quốc. Còn Anh Tông hãy chọn người tài vào Quốc Sử Giám và Quốc Sử Quán để chuẩn bị cho sự giao hảo giữa hai nước, trước cũng như sau khi thành thân giữa Đại Việt và Chiêm Thành."

- Khi Giác Hoàng biết được ý định của Vua Anh Tông, Hưng Đạo Vương, Trần Khắc Chung về việc đòi Chiêm Thành nộp hai Châu Ô, Lý để nạp sính. Giác Hoàng cho biết: "Việc này ý các khanh như thế nào? Chứ còn ta thì đơn giản lắm. Chỉ vì ta thấy Chế Mân là một ông vua nhân từ, một anh hùng dân tộc của Chiêm Quốc. Vả lại suốt 9 tháng trường ta thực hành hạnh đầu đà đi khất thực hằng ngày để nuôi thân và hành hạnh của người xuất gia, ta thấy dân chúng ở đó rất là hạnh phúc, vì họ hiểu đạo lý cổ truyền, gìn giữ những gì xưa cũ và với tấm lòng từ bi của ta, ta chỉ muốn đem con gái Út của mình gả về đó làm vợ Vua Chế Mân thì hai nước Đại Việt và Chiêm Thành càng ngày sẽ càng được thân thiện hơn xưa nữa."

Chúng tôi nghĩ chắc chắn là chúng ta sẽ rất thấm thía và cảm động về nghĩa tình cha-con qua đoạn đối thoại này giữa Giác Hoàng và Huyền Trân Công chúa:

- Huyền Trân thưa: "Muôn tâu Đại sư, Mẫu hậu, hoàng huynh, quý cậu và chú, bác hiện tiền. Con vốn còn nhỏ dại chưa biết gì. Cái tuổi "ăn chưa no, lo chưa tới" và ngày xưa khi Đại sư xuất gia tại Chùa Bút Tháp, lúc ấy con mới 9 tuổi, nhưng khi thấy cậu Tuệ Trung đặt dao kéo lên đầu của Đại sư để cắt đi mái tóc hoa râm, lòng con xúc động vô cùng và kể từ dạo ấy con luôn tâm niệm rằng: Nếu một ngày nào đó con được theo Đại sư xuất gia đầu Phật, thì quả là một phước báu cho con."

- Bậy nào! Con gái của ta tuy hiểu biết cái khổ của đường tình duyên là gì rồi và sợi dây tơ của bà Nguyệt Lão đã xe cho hai người nam và nữ trở thành chồng vợ vẫn là chuyện đã an bày xưa nay mà!

- Con hổng chịu đâu! Con đâu thấy ông tơ bà nguyệt nào đâu! Con chỉ thấy Đại sư đã đi tu rồi, tại sao lại còn buộc con vào đường tình ái. Nếu cuộc đời này là hạnh phúc miên viễn, thì tại sao Đại sư không ở lại với chúng con tại Phủ Thiên Trường để hưởng vinh hoa phú quý, mà vào núi Yên Tử để làm gì vậy?

- Người lớn đã định ước rồi, thì con nên nghe theo và nếu ngày sau con vẫn còn có ý định xuất gia như ta vào lúc cuối đời cũng đâu có muộn. Xuất gia không phải chỉ để cạo tóc, mà cạo tâm. Vả lại ta thấy mái tóc của con còn xanh mướt một màu, hãy khoan vội chán cảnh sống lứa đôi, cố tìm nơi tịch tĩnh thì cũng chẳng lợi lạc gì trong lúc này."

Và chúng ta cũng rất cảm động, rất trân quý về tình Mẹ-con của Khâm Từ Hoàng hậu - Huyền Trân Công chúa.

Sau khi ở Yên Tử về, Hoàng hậu Khâm Từ và Công chúa Huyền Trân thì âu sầu ủ dột, mẹ con không rời nhau nửa bước, vì bà biết rằng con mình còn nhỏ dại chưa biết luật nghi của triều đình Chiêm Quốc như thế nào, khi một nàng dâu từ ngoại quốc về đó đóng vai thứ phi. Sự ăn uống ra sao? Ngôn ngữ sẽ như thế nào khi giao tiếp. Tuy nhiên theo phép tắc của hoàng triều và tinh thần "Tam tòng tứ đức" của Nho gia bà cũng đã dạy cho Huyền Trân rất kỹ về "Tứ Chánh Cần", về "Tam Tòng Tứ Đức". Mẹ giảng giải cho con rất kỹ về Công, Dung, Ngôn, Hạnh...

Chúng tôi trích dẫn nguyên văn những đoạn trên để chúng ta có thể hiểu rõ, hiểu đúng cái tâm nguyện hiếu hòa, từ bi, xem Đạo là trên hết của Giác Hoàng Thiền sư. Lại xin trích dẫn đoạn dưới đây để cảm nhận kỹ hơn, sâu hơn về điều mà Thầy Như Điển đã rất khéo léo gọi là "Mối Tơ Vương":

"Nàng nằm đó và suy nghĩ mông lung về người chồng tương lai. Ta với Chế Mân, hai người xa nhau trong muôn vạn dặm, chỉ biết về nhau qua Phụ hoàng ta thôi, và bây giờ ta phải làm vợ người. Nhưng cái tơ vương ấy từ đâu đến mà quấn chặt lấy ta như vậy? Nếu nói là tình yêu thì không đúng, vì trong tim ta chưa có hình ảnh của người ấy ngự trị. Hay là ta đã dễ dàng chấp nhận và tơ vương một mối tình mà Phụ hoàng ta đã vì việc nước, việc dân mà gán ép cho ta? Phận con gái chỉ biết vâng lời, nếu cãi lại lệnh cha, tức phạm vào tội khi quân, ta đâu nào dám, nhưng ta hy vọng rằng Phụ hoàng ta có cái nhìn đúng đắn, chuẩn mực.

Kẻ đa tình nào cũng là những kẻ yếu đuối, háo sắc, kể cả đàn ông lẫn đàn bà. Họ đa tình hay bị lụy vì tình bởi vì họ không làm chủ được trái tim của chính mình vậy. Nhịp đập của con tim không đi đôi với sự sai khiến của lý trí nên mới đa tình như vậy. Thế nhưng đã bị mắc vào lưới tình rồi, thì không cách nào gỡ cho ra được. Cho nên Đức Phật cũng đã dạy rằng: "Nếu có kẻ nào đó bị đọa vào địa ngục trong trăm ngàn kiếp, sau khi mãn hạn cũng có ngày ra khỏi được những chốn đọa đày kia. Còn những ai đã bị lưới tình giăng bủa thì cả trăm nghìn kiếp cũng mãi bị buộc ràng." Vậy thì ta và chàng có duyên nợ ba sinh gì đây chăng? Khác chủng tộc, khác ngôn ngữ, khác tập quán… thế mà thành vợ chồng, kể ra cũng là một điều lạ. Nhưng thôi! Bây giờ suy nghĩ mãi chuyện ấy cũng đâu có lợi ích gì. Nó! Chính cái tình ấy nó đã khuấy động tuổi thanh xuân của ta. Đúng là con ma ở cõi nào đến đây phá rối ta rồi còn gì nữa. Chỉ có con ma yêu tinh này ở một cõi xa xăm nào đó nó đã giăng bẫy tình, đã cài sâu vào tâm thức của hai kẻ lâu nay ở xa nhau không biết, mà bây giờ nó buộc vào thì làm sao gỡ cho ra đây. Dầu cho những đấng tài hoa hay những người mệnh bạc cũng đều bị dây tơ tình ái này cột chặt lại. Chỉ có những con người xuất trần thượng sĩ như Phụ vương ta, mới là người đáng ngưỡng mộ. Nhưng ta không hiểu tại sao Phụ vương ta đã tìm cách thoát tục xuất gia, mà còn ta thì không thể, ông còn buộc ta vào một tình thế khó phân giải như thế này?

Ôi! Cái tình là cái chi chi? "Xưa nay chẳng ai định nghĩa được. Khi đất trời này hình thành, sinh vật hiện hữu thì đã có những thứ tình này rồi." Và: "Cái tình này nó ghê gớm lắm. Dẫu cho người chết đã 1.000 năm đi nữa, mà khi nghe đến chuyện tình lại phải lòm còm bò dậy lắng nghe để rồi chấp nhận hay để tơ vương! Quả thật là khủng khiếp. Nó đến lúc nào ta cũng không hay, nó đi lúc nào ta cũng không biết. Thế mà nó đã làm cho không biết bao nhiêu người khổ đau vì nó."

Con đường phía trước của Huyền Trân Công chúa chắc hẳn sẽ có nhiều hoạn nạn, khổ đau. Xin niệm câu thần chú "Án Ma Ni Bát Di Hồng" để mọi việc đó sẽ dễ dàng tiêu tan.

Chương X: Tơ trời ai dệt?

Chương này bắt đầu từ khi đoàn tùy tùng Chiêm Quốc qua Đại Việt về đến Kinh đô Đồ Bàn tâu trình lên Quốc vương Chế Mân, cùng triều đình và bá quan văn võ việc mà Đoàn không không thể quyết định được, đó là việc Chiêm Quốc phải dâng nạp hai Châu Ô, Lý thì Đại Việt mới cho rước Huyền Trân Công chúa về bổn quốc.

Trước một vấn đề đại sự của sơn hà xã tắc như thế, Chế Mân trầm ngâm lo nghĩ và thấy cần phải hỏi ý kiến của triều thần. Các lời tâu của các quan tập trung vào những nội dung chính sau đây:

- Việc Chế Mân lập Hoàng hậu Tapasi, người Java lên làm Chánh cung đã làm thiên hạ trong nước lắm điều dị nghị. Nay, chỉ vì một lời hứa của Vua Trần Nhân Tông mà đính hôn với một công chúa Đại Việt thì lòng dân lại càng không yên.

- Nhiều ý kiến phân tích về địa hình, địa thế của Châu Ô và Châu Lý rất quan trọng, nếu cắt hai châu này để dâng cho Đại Việt dùng làm sính lễ kết hôn thì là điều rất không nên, vì đây là cái cớ để triều đình Đại Việt có thêm tai mắt ở phương Nam này. Một ý kiến khác cho rằng, tuy hai Châu Ô, Lý núi non hiểm trở, đất đai khô cằn, rừng sâu nước độc, nhưng đối với thế quân sự thì thật là tuyệt mỹ, vì lẽ địch quân muốn xâm chiếm Chiêm Quốc của chúng ta phải đi bằng đường bộ hay đường thủy để đến cố đô Mỹ Sơn ở Trà Kiệu, sau đó mới tiến chiếm Đồ Bàn được.

- Có một lời tâu khiến Chế Mân nổi giận. "Muôn tâu Thánh thượng! Theo chỗ ngu ý của hạ thần thì khi yêu, người ta không thể lấy thước nào để đo được cả. Ở đây Thánh thượng chưa thấy mặt Huyền Trân mà đã có ý sẵn sàng chấp nhận những điều kiện của Đại Việt yêu cầu, thì sau này nàng về, nương vào tài năng ăn nói, đêm ngày thỏ thẻ bên tai Thánh thượng, cả Chiêm Quốc này sẽ…"

Như vậy chúng ta thấy triều đình Chiêm Quốc rất lo ngại và thẳng thắn xin Chế Mân đình chỉ cuộc hôn nhân này; đây là điều mà họ cho là tốt nhất. Và họ cũng mong Chế Mân nghĩ kỹ việc này, bàn thêm việc này với quốc dân.

Sau nhiều tháng đắn đo suy nghĩ, Vua Chế Mân đã cho triệu tập những bô lão khắp nơi trong nước về kinh đô Đồ Bàn để tham khảo ý kiến về vấn đề dâng Châu Ô và Châu Lý để làm lễ cưới Huyền Trân. Đa phần họ đều chống đối lại việc này, tuy họ là những người thấp cổ bé miệng về việc nước, nhưng trái lại chuyện lương duyên tan hợp của nam nữ yêu nhau, thành tựu cũng như tan vỡ thì ở nơi họ có thừa.

Ý kiến của các bô lão thì bao giờ cũng phong phú, đa dạng, đa chiều và rất thâm thúy xuất phát từ thực tế đời sống vợ-chồng, tình yêu đôi lứa. Có cụ cho rằng cuộc hôn nhân này không phải là chuyện giản đơn chỉ của hai cặp nam nữ yêu nhau, mà là chuyện quốc gia đại sự, nếu chúng ta không can ngăn vua thì giang sơn này sẽ mất vào tay của Đại Việt, họ sẽ chẳng phải tốn một giọt máu nào mà vẫn có được Châu Ô, Châu Lý. Có thiệt hại chăng chỉ là mất một người con gái. Nhưng gái lớn lên phải lấy chồng, mà thân gái 12 bến nước, nay được Bệ hạ quan hoài, thì số nàng là số sung sướng chứ có sao đâu. Nhưng liệu ý kiến của chúng ta vua có chịu nghe không?

Một cụ khác phụ họa: Chuyện tình của chúng ta ngày xưa cũng vậy thôi! Có khi nào cha mẹ mình giải thích mà mình có thể chấp nhận đâu, bởi vì tình yêu nó làm cho con người ta u mê ám chướng, nhưng lúc đó ta nào có hiểu. Nay nàng con gái Đại Việt đang tuổi trăng tròn, lại do Thượng Hoàng Nhân Tông giới thiệu, làm sao chủ soái không tin tưởng và cố công cầu hôn được. Bây giờ ngồi ngẫm lại chuyện đời, có cụ còn cho mình là dại thì làm sao có thể khuyên vua được trong trường hợp này. Cuối cùng, từ các vị bô lão cho đến các quan ở triều đình chỉ biết thốt lên những lời như "Lương duyên tiền định" hay "tơ trời ai dệt" để tự an ủi cho mình, khi một đấng quân vương bị tình riêng chi phối quá nhiều.

Còn Huyền Trân cũng không kém gì nỗi khổ của Chế Mân. Ngoài việc nàng phải học ngôn ngữ Chiêm Thành, nàng còn phải học tất cả những phong tục, tập quán, lễ giáo, cách phục sức v.v… làm sao đừng mất đi bản chất truyền thống của Đại Việt, mà còn phải hội nhập vào phong tục, tập quán của xứ Chiêm Thành nữa, nên nàng phải tất bật với nhiều việc phải làm trước khi theo chồng về xứ lạ.

Những lời dạy dỗ, khuyên bảo, dặn dò, gởi gắm đầy ấp tình thương yêu, sự tin cậy và kỳ vọng của một người cha đối với người con gái Út trước khi vu quy quả thực chúng tôi không thể nào diễn tả bằng lời được. Đọc “Tơ Trời Ai Dệt?”, chúng tôi đã phải dừng lại nhiều lần; có khi trầm ngâm thổn thức; có khi cắm hoa, thắp nhang trên bàn thờ Phật, nhìn di ảnh của Ba tôi, Ba vợ tôi mà lâm râm khấn vái...

Giác Hoàng Thiền sư đã chỉ dạy, giảng giải cho con mình rất nhiều điều lợi lạc từ những điều căn bản, những giáo lý Phật pháp cao siêu cho đến những điều tưởng chừng đơn giản như: cách đối xử với những nô tỳ, việc trồng dâu nuôi tằm... không thiếu một điều gì, và tất cả những điều đó đều dưới cái nhìn quán chiếu. Chúng tôi không dám “nhân đọc” mà thưa trình thêm điều này điều nọ, chỉ xin được phép ghi lại 2 đoạn rất mực giàu cảm xúc và lay động lòng người:

+ “Vì vậy ta nghĩ rằng con gái út của ta về làm vợ của một ông vua như vậy cũng quá xứng đáng đi chứ. Tuy rằng ngôn ngữ bất đồng, phong tục khác nhau, nhưng ta biết con gái của ta rất thông minh, tài giỏi, chỉ mới hơn hai, ba năm nay thôi mà tiếng nước Chiêm đã nói rành rẽ lắm rồi và ngay cả phong tục tập quán nữa. Do vậy con hãy ra đi và hoàn thành những sứ mệnh cho Đại Việt như bên trên ta đã nói. Ta không vì một mục đích gì khác ngoài việc có cảm tình với Chế Mân mà gả con đi xa, và sau này khi ta đã lên Yên Tử để tịnh tu thiền tọa thì nghe đâu khi phái đoàn cầu hôn của Chiêm Quốc qua đây, ngoài việc dâng sính lễ vàng bạc, ngọc ngà châu báu, trầm hương ra, anh con là Anh Tông cùng với Thượng Tướng Trần Khắc Chung, Quốc Trượng Hưng Đạo Vương và kể cả Mạc Đĩnh Chi, Đoàn Nhữ Hài nữa cũng đều có ý là nếu Chế Mân muốn cưới được con thì phải dâng thêm Châu Ô và Châu Lý nữa. Đây thật ra là không phải ý của ta, và nghe đâu sau khi phái đoàn đính hôn về lại Đồ Bàn, họ đã đem việc quốc sự này ra để thảo luận với các quan văn võ triều đình cũng như các vị bô lão Chiêm Quốc thì đều bị tất cả chống đối. Thế nhưng Chế Mân đã yêu con thật sự mặc dầu đã có Chánh hậu Tapasi người Java rồi, nhưng có lẽ qua cuộc sống 9 tháng của ta tại Chiêm Quốc, cũng như lời ước hôn của ta, Chế Mân không nghi ngờ gì cả nên mới đi đến quyết định đơn phương như vậy. Nhưng dầu sao khi làm phận gái thuyền quyên, có nghĩa là khi người con gái lớn lên thì phải có chồng, theo chồng và phụng sự cơ nghiệp cho nhà chồng, mà nay con đã 16, 17 tuổi rồi, chứ còn nhỏ dại gì nữa, nên việc lấy chồng là chuyện đương nhiên thôi. Nếu ta không gả con cho nơi này thì cũng gả cho nơi khác, con hãy nhớ điều này."

Và:

"Kính bạch, tất cả những lời căn dặn của Ngài, con đã rõ. Con sẽ "y giáo phụng hành" và kể từ đây con sẽ không còn cô thân lẻ bóng nữa, và dầu cho con đang sống ở đây hay có mặt nơi Chiêm Quốc, thì ở đâu cũng là quê hương của con và tất cả những nơi ấy đều có những hình bóng nhân từ của Ngài và Mẫu hậu. Con xin lạy từ tạ Ngài 3 lạy trước khi xuất giá tùng phu. Bởi con biết rằng ngày con ra đi đường xa ngàn dặm, chưa biết lúc nào quay lại cố hương, nên 3 lạy này để tạ từ cho công ơn sanh thành dưỡng dục của Ngài. Còn Mẫu hậu, khi về cung và trước ngày xuất giá theo chồng, con sẽ thực hiện lễ nghi này nơi triều ca có bá quan văn võ. Con cũng sẽ đi thăm lăng tẩm của Tiên Đế. Từ Ngài Thái Tổ cho đến Ngài Thái Tông và Thánh Tông. Nếu không có những bậc tiên hiền này gầy dựng nên nghiệp đế của họ Trần, thì Huyền Trân Công chúa này cũng chỉ là một hạt bụi nhỏ trong kiếp hồng trần này mà thôi.

Ngoài ra ân giáo dưỡng của Mẹ Cha và Thầy Tổ cao xa và rộng sâu hơn cả trời biển nữa, cho nên suốt cả một đời này hay muôn kiếp về sau con sẽ mãi mãi ghi ơn tạc dạ nơi tấm lòng son này. Ngày mai chưa biết sẽ ra sao, nhưng con tin rằng: Nếu hiện tại tốt thì tương lai sẽ tốt và đây chính là cái nhân, mà cũng là cái quả nữa, con tin tưởng mãnh liệt về điều này. Bây giờ mọi vật đã đổi thay! Nhưng con tin vào nghiệp quả của mình không đến nỗi tệ, để con có thể làm được một cái gì đó cho quê hương Đại Việt. Con xin bái biệt tạ từ."

Tháng 8 năm 1308, Huyền Trân Công chúa từ Kinh đô Đồ Bàn Chiêm Quốc đã về đến Thăng Long, rồi một tháng sau, Huyền Trân đã đến núi đồi Yên Tử. Trước thềm Ngọa Vân Am, Giác Hoàng Thiền Sư đã nói với Huyền Trân Công chúa một lời nói, đúng hơn là một lời dặn dò thắm thiết, nghĩa tình: "Bây giờ tuổi ta đã lớn, chắc không còn sống được bao lâu nữa nên ta có mấy lời khuyên con, nếu sau này con có xuất gia học đạo."

Kính mời quý vị đọc những lời khuyên con học đạo của Giác Hoàng Thiền Sư trong chương "Cái Tang Chung". Những lời khuyên này đã được Thầy Như Điển chọn lọc kỹ lưỡng, công phu, sắp xếp hợp lý, khéo léo, dẫn dắt những người học đạo từ thấp đến cao bằng một lối hành văn trong sáng, dễ đọc, dễ nhớ. Và, ít ai có thể làm được điều này như Thầy Như Điển.

Chúng tôi nghiệm ra rằng, Huyền Trân Công chúa được hưởng rất nhiều phước báu, lợi lạc khi được thụ nhận những lời khuyên học đạo ngay từ những năm Nàng lên 4-5, tiếp theo là 9-10 tuổi, đến năm Vu quy, năm về lại Thăng Long… từ những lời khuyên của Phụ Hoàng. Đó là chưa kể những bài học vô ngôn, bài học từ Pháp thân mà chúng tôi nghĩ rằng Huyền Trân - Hương Tràng khắc cốt ghi tâm… Từ tâm cảm này, từ cuốn tiểu thuyết của Thầy Như Điển, chúng tôi sẽ làm một tuyển tập với nhan đề: "Những Lời Khuyên Con Học Đạo Của Phật Hoàng Trần Nhân Tông".

Chương XI: Công Chúa vu quy

Huyền Trân Công chúa xuống thuyền xuôi về phương Nam. Đó là vào cuối tháng 6 đầu tháng 7 năm 1306, Vua Trần Anh Tông cử Trạng Nguyên Mạc Đĩnh Chi, Ngự sử Đoàn Nhữ Hài, Thượng Tướng Trần Khắc Chung cùng một vị Hòa Thượng cầm đầu phái đoàn của Đại Việt gồm nhiều quan quân hộ tống để tiễn đưa cô dâu Huyền Trân về Chiêm Thành. Biết bao "ngàn dặm gió sương", biết bao "nước non nghìn dặm", biết bao "nghìn trùng xa cách". Thử hỏi ai mà không thương cảm!

Nhạc sĩ Phạm Duy cực kỳ tài hoa, lịch duyệt, ngưỡng vọng và thấu cảm ở mức rất cao trước sự hy sinh cao cả vì nước vì dân, vì một nền hòa bình lâu dài của hai nước Việt - Chiêm nên đã viết được một ca từ để đời tôn vinh công đức vời vợi của Công chúa Huyền Trân: "BƯỚC ĐI VÀO LÒNG MUÔN DÂN."

Cùng trong dòng cảm thức đó, Hạ Nguyên trong bài Vọng Huyền Trân (Sông Hương, số đã dẫn) đã làm cho chúng tôi cảm thấy vui mừng, hạnh phúc vì đã gặp được người tri âm. Đoạn văn giàu cảm xúc, thắm thiết đó như sau:

"Bước chân xuống thuyền của Huyền Trân, được nhạc sĩ Phạm Duy ghi nhận trong "Nước non ngàn dặm ra đi" là "Bước đi vào lòng muôn dân". Một bước chân của Nàng thôi, nhưng ranh giới biên cương hòa bình cũng từ ấy mở xuôi về phương Nam. Một bước chân nữ nhi rúng động triều đình lúc bấy giờ, mà bao nhiêu chiến tranh, bao nhiêu chia cắt đau thương, bao nhiêu hy sinh đều tạm thời chấm dứt, để cả dân tộc cùng mơ "Ước nuôi dần hòa bình trong ái ân". "Hòa bình trong ái ân"... ngẫm lại mà thấy thương thêm đất nước vốn triền miên trong khói lửa chiến tranh, lại thương nàng Huyền Trân, cành liễu năm đó qua đèo giữa tiếng chim kêu vượn hú tứ bề..."

"Công lao ngút ngàn của bước chân huyền thoại ấy đã khiến hậu thế quỳ gối theo những dấu chân hài ngọc Huyền Trân. Triệu triệu trái tim của hậu thế như đã cắm sâu xuống theo những dấu chân của Nàng. Và hậu thế cũng đã có cái nhìn phản biện đẫm chất nhân văn trước những câu ca dao, những dòng sử phi lý, oan nghiệt đối với Nàng."

Thầy Như Điển ở đoạn đầu chương này đã cảm thán:

"Thế mới biết cái tình cảm thiêng liêng của con người là gì khi mà quả tim yêu thương từ ái đã chạm sát vào tâm can của một người, một lần đi chưa biết bao giờ trở lại. Chính nàng cũng đã nhiều lần lấy khăn lau nước mắt và quỳ lạy hai lạy sau cùng để từ tạ mẹ cha cùng với ơn nghĩa nghìn trùng của sơn hà xã tắc. Ngay cả Vua Anh Tông, một vị vua rất cứng rắn với Sứ thần khi trao đổi việc nước, nhưng cũng không thể không chạnh lòng cho em mình, một người con gái nước Đại Việt sắp sang Chiêm Quốc làm dâu mà trước đó chưa một lần được diện kiến với chồng tương lai."

Và:

"Còn Công chúa thì tâm trạng như tơ vò không kém, vừa gạt lệ giã từ Mẫu hậu, người thân, giã từ quê hương và đồng bào ruột thịt và cũng nao nao trong dạ hướng về hình ảnh của một đấng quân vương chưa một lần gặp gỡ. Khung trời hạnh phúc xa xôi mờ ảo ấy chưa biết ra sao? Người vui kẻ buồn, người hờn kẻ trách, người oán kẻ than, người thích kẻ không. Do đó những thế hệ về sau này có một số tác giả hữu danh cũng như vô danh đã cảm thông với nỗi niềm của kiếp hoa trôi bèo giạt ấy, nên đã viết ra tâm sự Nam Bình được dân Thuận Hóa hát theo điệu Chiêm Thành.

Với trí tưởng tượng phong phú, sự hư cấu chuẩn mực, sự nhạy cảm tinh tế của một nhà văn thực tài, Thầy Như Điển đã lột tả được những nỗi niềm tâm sự của Công chúa Huyền Trân trong những ngày lênh đênh, bồng bềnh trên biển cả. Chỉ cần mấy dòng thôi mà Thầy đã vẽ được cái chân dung kỳ vĩ của Quốc Vương Chế Mân; vẽ được cái hồn cốt long lanh rực rỡ, yêu kiều, thùy mị của Công chúa Huyền Trân. Cuộc hạnh ngộ lịch sử trong mong chờ đã lâu giữa Chế Mân - Huyền Trân sao mà đẹp thế!

Rồi những trang viết thật hấp dẫn về cuộc đón tiếp long trọng Huyền Trân Công chúa tại Kinh đô Đồ Bàn; việc Chế Mân chính thức phong tước Hoàng hậu cho Huyền Trân Công chúa, và Đức Vua truyền dựng ngay một cột đá ở Posah để ghi lại sự kiện này, đến tiệc cưới linh đình, không khí sôi động trong buổi dạ yến cho đến việc Hoàng hậu Paramacvari về ngự ở Tây cung...

Tiếp theo là những trang viết rất thơ mộng, rất tình tứ, rất nồng nàn những yêu thương của một mối tình vương giả, khi chúng ta dõi theo bước chân của Chế Mân - Huyền Trân đến nhiều nơi trên khắp quê hương Chiêm Quốc để thăm viếng lương dân. Chúng ta chắc một điều là Huyền Trân vô cùng thích thú và yêu quý chồng mình vì chàng đã đưa Huyền Trân đi chiêm ngưỡng những di tích lịch sử, những thắng cảnh tuyệt đẹp của Chiêm Quốc như: Ngũ Hành Sơn, Thánh Địa Mỹ Sơn, Tu Viện Đồng Dương, Tháp Bằng An, vườn hoa Mai Uyển. Chúng ta vô cùng cảm động khi Chế Mân - Huyền Trân lập đại lễ cúng dường Trai tăng cho hơn 1.000 vị tại Đồng Dương.

Sử ghi: Tháng 6 năm 1306 Chế Mân rước Huyền Trân về làm vợ, Nàng vừa đúng 18 tuổi. Tháng 5 năm 1307 Chế Mân chết, thọ mạng 50 tuổi. Tháng 9 năm 1307 công chúa Huyền Trân sinh thế tử Chế Đa Đa tại kinh đô Vijaya.

Đúng là ... những ngày vui vẻ, hạnh phúc trong yêu đương qua rất nhanh!

Song Nhị trong bài "Công Chúa Huyền Trân Trong Hành Trình Đại Việt" cảm tác bài thơ như sau:

LỜI CẦU HÔN CỦA CHẾ MÂN

Nàng hỡi Huyền Trân Đại Việt ơi
Nước non Chiêm quốc đợi mong người
Mỹ nhân dẫu phải là khuynh quốc
Trẫm của Chiêm và trẫm của ngươi

Chiêm Việt đôi bờ bao dặm ấy
Tiền duyên hò hẹn mấy nghìn sau
Đồ Bàn cung điện ngôi Vương Hậu
Để có khanh và để có nhau

Ô Lý hai châu về xứ ngoại
Bao đời xứ sở một quân vương
Là đây tình sử trong thiên hạ
Rồi mấy nghìn sau hậu thế lường?

Rồi mấy nghìn sau đời kể lại
Cơ đồ Chiêm Quốc một Công Nương
Một trang sử viết thời Chiêm-Việt
Một cõi sơn hà cũng khói sương

Tiếng trống Đồ Bàn khai yến tiệc
Cung nghinh gái Việt mở Hoàng thành
Xin mời Công Chúa về cung điện
Chế của Chiêm và Chế của khanh...

Một con dân nước Việt, đi vào văn học sử Việt Nam từ những ngày sống ở Đồ Bàn - Bình Định đã yêu quý Chămpa đến độ lấy bút danh là Chế Lan Viên. Thi sĩ họ Chế này có những câu thơ rất lạ như sau:

Khi Quốc Vương Chế Mân và hai phái đoàn đưa rước Công Chúa Huyền Trân vào trong khuôn viên cung đình, trước mắt Huyền Trân:

Đây điện các huy hoàng trong ánh nắng
Những đền đài tuyệt mỹ dưới trời xanh

Chương XII: Cái tang chung

Nhan đề "Cái Tang Chung" thật ngắn gọn, mộc mạc nhưng rất gợi mở và nhất là rất nhân văn. Đúng như Thầy Như Điển đã viết ở cuối Chương trước:

"Nhưng bất hạnh thay, không phải chỉ riêng cho Hoàng hậu Paramecvari mà còn cho cả hai triều đình của Chiêm Quốc lẫn Đại Việt, là Quốc Vương Chế Mân đã băng hà vào tháng 5 năm 1307 nhằm năm Hưng Long thứ 15 của Đại Việt đời Vua Trần Anh Tông. Cả triều đình Champa vô cùng đau buồn trước sự băng hà của Đức Vua anh hùng của họ. Còn Đại Việt khi đón nhận tin này, chẳng khác nào "sét đánh ngang tai" cho mối giao hảo giữa hai nước đã được tốt đẹp lâu nay, bây giờ chẳng biết làm sao hơn là thông báo tin này đến Điều Ngự Giác Hoàng, Vua Trần Anh Tông và cả triều đình Đại Việt biết. Riêng Huyền Trân Công chúa đã khóc hết nước mắt cho một bậc Quân vương tài hoa bạc mệnh và nỗi niềm của một mệnh phụ phu nhân mới ngoài 20 tuổi đã quấn vành khăn tang để thờ chồng và còn nữa, trong mình bà vẫn còn giọt máu của Quân vương sắp đến thời kỳ khai hoa nở nhụy. Quả là một sự mất mát vô cùng to lớn cho cả hai dân tộc, mà trời cao có thấu hiểu hết nỗi khổ của bà trong hiện tại không?"

Huyền Trân Công chúa đã khẩn báo hung tin về triều đình Trần Anh Tông. Vua Trần Anh Tông cử một đoàn sang Chiêm Thành để phúng điếu tang lễ và thực hiện kế hoạch "giải cứu" Huyền Trân do Trần Khắc Chung dẫn đầu với hơn 200 quan quân tướng sĩ. Và kế hoạch này đã thành công vào tối ngày mồng Một tháng Tám năm 1307. Đó là một đêm lịch sử mà cả hai dân tộc không bao giờ quên.

Thầy Như Điển viết:

"Trên thuyền rồng đưa Hoàng hậu Paramecvari đi từ cửa Thị Nại ghé qua cửa Đại ở Hội An rồi Cù Lao Chàm và những cửa biển tiếp theo suốt đoạn đường đi dài cả hơn 1.000 cây số ấy. Lẽ ra nếu thuận gió Nồm thì chỉ cần có hai tháng là thuyền có thể cập bến gần Thăng Long, nhưng trời xui đất khiến như thế nào chẳng biết, nhiều khi thuyền trôi ngược chiều về đất Chiêm, dường như Tiên đế Chế Mân không muốn Hoàng hậu trở về lại Đại Việt, vì con thơ vẫn còn đó và bà vẫn còn được người dân Chiêm Quốc trọng vọng, nể vì."

Trong những ngày lênh đênh trên biển sau cuộc "giải cứu" mà Huyền Trân không hề được báo trước; trong buồn đau, xót xa cùng cực nổi trôi theo vận nước, mất chồng xa con, Nàng nhớ đến một đề tài mà các quần thần Chiêm Quốc hay đề cập đến, đó là việc họ phải dâng hai Châu Ô, Lý để làm sính lễ rước Nàng về làm dâu Chiêm Quốc. Còn bây giờ?

Huyền Trân nhủ thầm: "Mới chỉ hơn một năm xa Đại Việt để đi lấy chồng nơi xứ lạ mà lòng ta lúc nào cũng trông vời về cố quốc, nơi đó có cha mẹ ta, anh chị em ta và nhất là những món ăn thuần túy của Đại Việt mà nơi Chiêm Quốc không thể nào có được. Ta biết khi ta đi lấy chồng như thế đã có không biết bao nhiêu chuyện đồn đoán xa gần, có người thương và cũng lắm kẻ chê, nhưng ta vì quê hương Đại Việt nên đã ngậm đắng nuốt cay suốt cả dòng thời gian ấy. Không biết bây giờ ta trở lại quê hương, rồi chuyện gì sẽ xảy ra nữa đây?"

Đúng là có nhiều lời đồn đoán, gán ghép, bịa đặt rằng Huyền Trân Công chúa tư thông với Trần Khắc Chung. Về nỗi oan nghiệt này, Hoàng hậu Paramecvari tâm sự với người nữ tỳ như sau:

"Ta nghĩ rằng ông là thế hệ của cha mình, làm quan cả mấy triều và danh vọng thật cao ngất trời xanh, tuổi đã lớn, còn ta chỉ xứng hàng con cháu thì quan tâm đến những việc nhỏ nhặt ấy làm gì. Vả lại theo tục lệ của Đại Việt cũng như của Chiêm Quốc, người con gái đã lấy chồng rồi thì phải thực hiện câu "Tam tòng, tứ đức" chứ ta đâu có phải là kẻ lang bạt giang hồ mà ông ta lại chẳng hiểu. Chồng ta bây giờ đã không còn thì ta vui chi với những lời hoa nguyệt, dầu cho đó là những người có tuổi tác bằng ta, hơn nữa chồng ta mới về chầu Tiên đế chưa giáp năm thì làm sao ta có thể vui riêng với lòng ta được. Ngay cả những việc hát xướng, ca ngâm ta vẫn chối từ không tham dự, và rồi còn con ta nữa, đâu có người mẹ nào nhẫn tâm xa con không một lời từ giã mà không muốn gặp lại con đâu. Ngoài ra Phụ hoàng của ta là một bậc tu hành đắc đạo, sẽ trách ta là không trọn đạo vợ chồng. Có lẽ ta sẽ đi xuất gia cho trọn cả hiếu lẫn tình, chứ nếu ta vẫn còn tiếp tục con đường thiên lý này thì cuộc đời của ta sẽ tan vỡ mất. Vả lại anh ta rất nghiêm khắc, thay thế Phụ hoàng để cai trị muôn dân và vào năm 1296 lúc ta còn nhỏ đã biết được rằng Thượng Phẩm Nguyễn Hưng chỉ có tội đánh bạc mà đã bị anh ta ra lệnh đánh chết vào tháng 3 năm ấy. Khi ấy Phụ hoàng ta đã đi xuất gia rồi. Lẽ nào Thượng tướng Trần Khắc Chung không nhớ những việc này."

Đoạn tiếp theo là diễn biến của cuộc "giải cứu" Huyền Trân Công chúa. Chúng tôi xin cung cấp đến quý độc giả một số ý kiến liên quan đến sự kiện này như sau:

+ Mất một tháng cho chuyến hành trình rước dâu đi từ Thăng Long cho đến kinh đô Champa thì sớm nhất để công chúa có mặt ở Champa và chung sống với Chế Mân cũng vào khoảng cuối tháng 7 hay trung tuần tháng 8 năm 1307. Nếu tính sát sao như vậy, khi Chế Mân qua đời thì công chúa mang thai được 4 đến 5 tháng.

+ Theo phong tục vương triều Champa thì lễ trà tỳ cho vua là 7 đến 10 ngày sau khi vua băng hà. Người ta không hỏa táng đối với phụ nữ đang mang thai, trẻ sơ sinh và những người vị thành niên vì người Bà la môn tin rằng phải chôn để cho những người này về với cát bụi, còn người trưởng thành thì hỏa táng để cho họ trở về với hư không và đó cũng là lý do tại sao công chúa không bị hỏa táng theo Chế Mân.

+ Tháng 10, An phủ sứ Đặng Vân và Trần Khắc Chung sang đón Công chúa Huyền Trần, lúc đó Công chúa đang ở trong thời gian hậu sản, công chúa vừa sinh xong tháng trước."

+ "Lịch sử hai nước không ghi lại một cuộc rượt đuổi nào hay một sự tổn thất về người nào trong cuộc giải cứu. Và sau khi Huyền Trân về nước một thời gian khá dài không hề thấy phía Chiêm Thành động tĩnh gì. Điều đó cho chúng ta phỏng đoán khả năng cuộc giải cứu đã được tiến hành bằng biện pháp ngoại giao và công đầu thuộc về tài thuyết phục của Trần Khắc Chung. Bởi thế mà sau khi ông mất, triều đình ban tặng cho ông chức Thiếu sư (chức danh xếp hàng thứ hai thời bấy giờ). Chuyện một phụ nữ vừa chết chồng - người chồng mà nàng rất mực yêu thương và kính trọng; vừa mới buộc lòng xa lìa đứa con mình mới sinh, lại "tư thông" ngay với một người đàn ông bằng tuổi cha chú mình liệu có xảy ra? Còn Trần Khắc Chung vốn được Thái thượng hoàng và vua hết lòng tin tưởng, đang giữ một trọng trách trong triều đình, lại theo đạo Phật, là môn đệ của môn phái Thiền Tông, từng viết lời bạt cho tập Tuệ Trung Thượng Sĩ do nhà sư Pháp Loa biên soạn và Trần Nhân Tông hiệu đính… có lẽ nào lại đi làm cái việc xằng bậy ấy? Bởi thế, câu chuyện tình giữa Trần Khắc Chung và công chúa Huyền Trân chẳng qua là do người đời thêu dệt, đồn thổi mà thôi." (Văn Nhân: "Niềm Riêng" của Huyền Trân Công Chúa (Sông Hương số đã dẫn).

Đây là những lời tâm huyết, ruột gan của Huyền Trân Công chúa: "Ta vốn không có hai lòng, quyết chung thủy cùng chồng khi sống cũng như khi chết. Đấy là lời hứa trước thần Siva khi chúng ta cử hành hôn lễ."

Và:

- "Hoàng tử Chế Đa Đa mới mấy tháng tuổi. Ta đã giao cho một tỳ nữ trông coi để ta tiện việc lễ bái nguyện cầu. Bây giờ làm sao ta có được con ta. Không lẽ vừa mất chồng, lại phải mất con nữa hay sao?"

- "Nhưng ta lo lắng quá. Dẫu sao đi nữa thì cái xuân xanh của một người con gái không còn nữa, thân đã trao, tâm đã nguyện làm vợ người ta suốt đời chung thủy, nay đứt gánh giữa đường, chồng chết, con mất, cha mẹ ở đâu, làm sao con có thể sống với hoàn cảnh này được. Lẽ ra vào lúc này ta phải quyên sinh mới đúng. Có như thế mới trọn đạo tào khang; nhưng con ta chưa tìm ra được và cha mẹ cùng anh ta chưa gặp lại sau bao nhiêu ngày xa cách. Bây giờ ta phải chọn cách nào đây?

Mối tơ vương này ta phải tỏ cùng ai và ai sẽ là người có thể gỡ rối được mối tơ vò này trong tâm khảm của ta?"

Chương XIII: Huyền Trân Công Chúa thế phát xuất gia

Văn Nhân trong bài đã dẫn, viết:

"Riêng cái nỗi niềm của Huyền Trân sau khi về lại cố quốc mới là điều đáng phải quan tâm. Đó là nỗi buồn mất chồng, nỗi buồn xa con, nỗi ân hận vì sự bội ước, nỗi nhức nhói vì những lời đơm đặt đầy ác ý "miệng thế nhọn hơn chông mác nhọn"... Đó mới là nỗi buồn dai dẳng nhất, đau đớn nhất của Huyền Trân công chúa, cho dù nàng đã chọn con đường quy y cửa Phật."

"Đi tu để báo đền ơn sơn hà xã tắc và cho tất cả chúng sanh. Ý nghĩa này không cao cả và giải thoát sao? Tại sao một người nữ khi được sinh ra không dám thực hiện ý chí của một bậc đại trượng phu là lìa đời tìm đạo mà vướng chi vào chốn bụi hồng như muội này, Hoàng huynh thấy như thế có bất công chăng?"

Đó là câu trả lời mạnh mẽ, dứt khoát của Huyền Trân Công chúa với Hoàng huynh Trần Anh Tông.

Dưới đây là những đoạn mà chúng tôi trích dẫn trong Chương "Huyền Trân Công Chúa Thế Phát Xuất Gia":

"Là một Công chúa của triều đình, là cành vàng lá ngọc của vương triều Nhà Trần, là Hoàng hậu của một đấng minh quân và giờ đây tất cả đối với nàng chỉ là dĩ vãng. Lâu lâu dĩ vãng ấy đã hiện về với nàng, nhưng nàng để cho nó tự nhiên trôi qua một cách bình thản, không tiếc thương mà cũng chẳng luyến nhớ, nó giống như một cơn gió mùa Thu nhẹ đưa những cành lá mà thôi. Lá nào còn ở lại với cành thì cứ ở, lá nào rơi rụng vào thiên nhiên thì cứ rơi. Bây giờ chính là lúc mà nàng đã "đối cảnh vô tâm" như trong bài Cư Trần Lạc Đạo Phú mà Giác Hoàng Điều Ngự đã thực chứng tự thuở nào rồi.

"Sau đại tang cũng vừa là quốc tang của Phụ Vương tại Yên Tử, Huyền Trân Công chúa trở về lại Phủ Thiên Trường và suy tư rất nhiều về lời dạy của Đức Phật, những buổi giảng của Phụ thân khi còn sanh tiền và nhất là về nỗi khổ của sanh, già, bịnh, chết.

"Ta mới ở tuổi 21 cái xuân xanh nên việc già và bịnh ta chưa trải qua như những cung nữ khác. Tuy nhiên ái biệt ly, cầu bất đắc là những điều trong 8 nỗi khổ mà Đức Phật đã dạy thì ta đã thể nghiệm quá nhiều rồi. Đó là cái tang của chồng, sự chia lìa với con thơ Chế Đa Đa và còn nỗi khổ của sự lo lắng Chế Chí sắp đem quân sang đánh Đại Việt để báo thù nữa. Nợ nước, tình nhà. Ôi! Sao mà ngao ngán quá! Có ai hiểu được điều ta đang ấp ủ?"

Đầu năm 1309 Huyền Trân đã đến núi Trấn Sơn (nay thuộc Bắc Ninh) gặp Quốc Sư Bảo Phác, đảnh lễ Ngài làm Thầy mình và Quốc Sư cũng đã cho nàng thọ Bồ Tát Giới tại gia với Pháp danh là Hương Tràng.

Sau khi thọ giới Bồ Tát tại gia tại chùa Trấn Sơn ở Bắc Ninh với Quốc Sư Bảo Phác rồi, Huyền Trân Công chúa trở lại Phủ Thiên Trường với Pháp danh là Hương Tràng và kể từ đây Pháp danh này được thay thế để gọi cho Huyền Trân Công chúa hay Hoàng hậu Paramecvari, vì tất cả đã trở thành dĩ vãng và bà muốn quên đi tất cả để tạo ra một nếp sống mới cho việc thực hành Bồ Tát hạnh này.

Và rồi ngày mồng 8 tháng 2 năm 1311, vào một buổi sáng tinh sương, sau thời công phu khuya trì tụng Thần chú Thủ Lăng Nghiêm, Ngài Bảo Phác đã được cung thỉnh lên Hậu Tổ rồi Chánh điện chùa Nộn Sơn để trao truyền quy giới của người xuất gia cho Hương Tràng nữ cư sĩ.

"Những ngày tháng sau đó từ năm 1313 đến năm 1340, cả gần 30 năm như vậy, năm nào Tỳ Kheo Ni Hương Tràng cũng an cư kiết hạ tại Quảng Nghiêm Tự hay các chùa khác tại núi Trấn Sơn nhằm thúc liễm thân tâm, tu hành thanh tịnh. Bà cũng được nhiều giới đàn mời làm Tôn Chứng Sư hay Yết Ma, Giáo Thọ Ni. Đôi lần bà cũng được thỉnh cầu làm Đàn Đầu Hòa Thượng để trao giới cho các giới tử Ni. Bà trong khi an trú tại Ngọa Am Vân ở núi Yên Tử vào những ngày cuối đời, nơi Điều Ngự Giác Hoàng đã truyền dạy cho bà trước khi Ngài viên tịch, bà cũng đã được tin Chế Chí, con của Chế Mân rồi Chế Năng cháu của Chế Mân đã đem quân sang đánh Đại Việt để đòi lại đất đai đã mất cũng như trả mối thù cũ cho cha, ông mình, nhưng cuối cùng rồi cũng bị vua quan Nhà Trần đánh chạy thối lui và quê hương Chiêm Quốc càng ngày càng thu hẹp lại. Với bà, tất cả đều là vô thường, là giả hợp và bà đã an nhiên thị tịch vào ngày mồng 9 tháng Giêng năm Canh Thìn 1340. Thế thọ 54 tuổi, Đạo thọ 30, Hạ lạp 27. Ngày nay ở Huế trên núi Ngũ Phong có dựng đền thờ Huyền Trân và bà cũng là người được các vua chúa sau này ban cho nhiều sắc phong nhất.

Và rồi:

"Cuối đời Nhà Trần, Chế Bồng Nga lại đem đại quân qua Đại Việt để trả thù và nhiều khi kinh thành Thăng Long bị thất thủ, vua Trần Duệ Tông (1372-1377) bị giết chết tại thành Đồ Bàn khi ông cho quân tiến chiếm Đồ Bàn. Nhưng đến đời vua Lê Thánh Tông, vào giữa thế kỷ thứ 15 thì xem như thành Đồ Bàn bị đập phá hoàn toàn và giang sơn Đại Việt càng ngày càng được mở rộng về phương Nam và ngày nay người ta chỉ còn nghe lại bài hát "Hận Đồ Bàn" của Xuân Tiên ghi lại cảnh cũ người xưa để nhớ lại một thời vang bóng như vậy. Công hay tội giờ này ai biết được, vì lịch sử đã sang trang, nhưng nghiệp sát của chúng sanh chưa bao giờ tận diệt, thì con người vẫn còn trong vòng lao lý của sự sanh tử luân hồi."

Người xưa đâu?

* * *

Nhân ngày giỗ Huyền Trân Công chúa - Ni Sư Hương Tràng, Mồng 9 tháng Giêng năm nay, "Ngày tháng tưởng nhớ, cúng giỗ Công chúa Huyền Trân mỗi nơi có thể khác nhau. Nhưng tấm lòng tri ân công lao của nhân dân thì ở đâu cũng thế: thấu đáo vô cùng, sâu sắc vô cùng, trọn vẹn vô cùng."

Trần Đại Vinh, trong bài Công Chúa Huyền Trân Trong Tâm Thức Của Hậu Thế, viết:

"Công chúa Huyền Trân, người có ân đức lớn lao đối với mảnh đất Trung Trung bộ này, không chỉ là gương hy sinh cá nhân, để đem lại lợi ích cho nhân dân, mà còn là tấm gương hành trì hạnh bố thí cho con dân vùng Hổ Sơn, Vụ Bản, Nam Định, và tấm gương của người thanh khiết hóa bản thân mình để trở về với đạo sống bình đạm, chất phác và trong sáng của một nữ tu, làm tấm gương thanh sạch cho đời.

Tượng đá Thích Nữ Hương Tràng được dựng tại đền thờ công chúa Huyền Trân ở núi Ngũ Phong, phường An Tây, TP Huế.

Ảnh: Phanxipăng

Có thể hôm nay, cảm thức của người dân Huế không còn là nỗi niềm chua xót cay đắng mà là một sự đồng cảm về đức hy sinh, hạnh bố thí cao vời của người con gái trong hoàng gia nhà Trần, quên mình cho đất nước."

Thế là đến đây, sau 3 tháng, với 3 lần viết đi viết lại, chúng tôi mới có được bài cảm nhận liêu xiêu này. Viết một điều gì đó về cuốn sách này của Thầy Như Điển sao mà khó khăn, vất vả thế? Sao mà khiến chúng tôi lúng túng sinh ra lung tung đến thế? Nghĩ và viết làm sao cho đặng đây?

Trước khi đi vào phần tạm kết bài này, cho phép chúng tôi thưa trình vài điều, để trên cơ sở đó có cái nhìn đúng đắn hơn, chân thực hơn về tiểu thuyết lịch sử.

Thầy Như Điển ghi rõ: "Phóng tác tiểu thuyết lịch sử Đời Trần". Thầy ghi như thế là chính xác, vì theo thuật ngữ văn học thì phóng tác là "phỏng theo nội dung của một tác phẩm mà viết lại thành một tác phẩm khác theo một yêu cầu nhất định."

Ý thứ hai là "Hư cấu". Theo Bách khoa Toàn thư mở Wikipedia thì: "Hư cấu hay Giả tưởng là phương thức xây dựng hình tượng điển hình qua việc sáng tạo ra những giá trị mới, những yếu tố mới, như sự kiện, cảnh vật, nhân vật trong một tác phẩm theo sự tưởng tượng của tác giả. Đây là một yếu tố không thể thiếu của sáng tác văn học nghệ thuật. Văn học nghệ thuật bắt nguồn từ cuộc sống nhưng không sao chép nguyên nó. Từ những chất liệu thực tế, nghệ sĩ tổ chức, nhào nặn, sáng tạo ra những hình tượng nghệ thuật sinh động, rõ nét và điển hình hơn, tùy thuộc chủ đề của tác phẩm..."

Sở dĩ chúng tôi đề cập đến vấn đề này, bởi vì, theo lời một nhà văn thì: "Gần đây, một số tiểu thuyết viết về lịch sử đã bộc lộ những hạn chế về kiến thức lịch sử, cùng những cách nhìn nhận vấn đề, hư cấu nhân vật... gây phản cảm và dễ khiến người đọc hiểu theo hướng khác."

Chúng tôi đồng cảm với các ý kiến sau đây của một số nhà văn về tiểu thuyết lịch sử và hư cấu trong văn học lịch sử.

Nhà văn Lưu Sơn Minh: "Lịch sử không phải là con rùa để hết người này đến người kia lật ngửa để thể hiện bản lĩnh hay cá tính của mình." Nhưng, cũng giống như nhiều loại hình nghệ thuật khác, văn học dựa trên hư cấu nhưng để nói lên sự thật. "Hư cấu để đạt tới giá trị chân thực của cuộc sống, còn xuyên tạc là áp đặt cho lịch sử cái mà nó không có. Phải phân biệt giữa hai khái niệm đó."

Nhà văn Nguyễn Xuân Khánh, tác giả cuốn Hồ Quý Ly: "Bởi viết tiểu thuyết lịch sử đòi hỏi nhiều thời gian." Nhà văn phải làm việc như một nhà khoa học, như một học giả. Phải đọc rất nhiều, nghiên cứu thật kỹ lưỡng về đề tài mình viết. Phải về thăm các di tích, tìm lại những dư ảnh của thời đã qua, hỏi chuyện ông bà, cha mẹ,

Nhà văn Hoàng Quốc Hải - tác giả của hai bộ tiểu thuyết đồ sộ (gần 7.000 trang) về Triều Lý và Triều Trần được xem là một tiểu thuyết gia lớn về tiểu thuyết lịch sử. Ông nói: "Mỗi người có cách tiếp cận, khai thác và viết về lịch sử khác nhau. Tôi cho rằng tiểu thuyết lịch sử làm "sống lại" những giai đoạn lịch sử mà nhà văn cảm thấy hứng thú; trong đó, có thể tìm ra những bài học thành công hay thất bại...

Tiểu thuyết nói chung kể cả tiểu thuyết lịch sử đều phải lấy hư cấu làm phương tiện nghệ thuật và tiểu thuyết lịch sử cũng không có ngoại lệ. Vấn đề là phải hư cấu như thế nào đạt đến chân thực lịch sử và chân thực cuộc sống. Chân thực đến mức người đọc phải thừa nhận đây mới là lịch sử. Cũng không có nghĩa là sự bịa tạc, mà là sự tìm tòi đi đến chân thực."

Phạm Thị Thanh Phượng, trong bài "Cần thận trọng khi "giải thiêng" nhân vật lịch sử" trên tạp chí Văn nghệ Quân đội ngày 16/8/2017 đã nêu lên một hiện tượng rất đáng báo động đó là "không ít tác phẩm lợi dụng vấn đề "giải thiêng" để hạ bệ, bôi nhọ thần tượng, huyền thoại dân tộc. Nhân danh đổi mới, tinh thần dân chủ; tự khoác cho mình quyền năng sáng tạo, hư cấu, một số cây bút đã khai thác quá mức các yếu tố thuộc bản năng, đời tư; tô đậm những khuyết điểm, lỗi lầm nhỏ; tùy tiện hư cấu, bịa đặt, xuyên tạc hòng quy kết về tư cách đạo đức, hoài nghi nhân tính, phủ nhận giá trị lịch sử, văn hóa của nhân vật lịch sử trong đời sống tinh thần dân tộc, từ đó gây ra cái nhìn méo mó, lệch lạc về các giá trị lịch sử và nhân cách văn hóa của nhân vật lịch sử vốn đã được định hình, được cộng đồng, dân tộc ngưỡng vọng, chiêm bái."

Tác giả nêu lên mấy điều đáng quan ngại từ những cuốn tiểu thuyết, truyện ngắn lịch sử đã được xuất bản tại Việt Nam mấy năm gần đây (chúng tôi tóm tắt):

+ Tô đậm các bản năng tầm thường, đời sống tính dục thầm kín (của những nhân vật lịch sử) dẫn đến những điều "đáng tiếc..." nhằm hạ bệ, thóa mạ thần tượng dân tộc, từ Thiền sư Từ Đạo Hạnh, Nguyễn Trãi cho đến Vua Quang Trung, Vua Gia Long... Tác giả bài viết này thốt lên: "đọc mà thấy ớn lạnh!"

+ Thể hiện nhãn quan lịch sử phá cách, "lệch chuẩn".... đôi khi "sự tùy tiện", "phóng tay", "phá phách" quá đà đã khiến nhiều nhân vật lịch sử bị méo mó, văn chương về lịch sử mất đi giá trị nhân bản và tính chân thực của nó.

+ Đã có cái nhìn cực đoan khi xây dựng hình ảnh các vị tướng lĩnh Lam Sơn ít học, nhỏ nhen, thô lỗ, ích kỷ, tham lam, cuồng sát bên cạnh vẻ lịch lãm, nghĩa hiệp, hào hoa, quân tử của tướng lĩnh nhà Minh.

- Hoàng Nhân trong bài "Mùa biển động" trong làng văn, đã dẫn trên, viết:

"Một "cây bút" khác, trong một truyện ngắn đăng trên báo Văn Nghệ - Cơ quan của Hội Nhà Văn Việt Nam ca tụng "Trần Ích Tắc là người yêu nước, phải hy sinh cả tiền tài và danh vọng… Rồi công chúa An Tư hợp tác với kẻ thù, che chở cho Thoát Hoan khỏi bị quân ta bắt sống và cùng y trong cuộc chạy trốn đẹp như mơ. Nội dung truyện như vậy khiến người đọc phẫn nộ khi tác giả "lộn trái" những giá trị lịch sử đã được cả ta và địch thừa nhận trong gần một thế kỷ nay."

Với tình trạng xuống cấp thảm hại như vậy, rất đáng báo động như vậy trong tiểu thuyết, truyện ngắn lịch sử ở nước ta, nên chúng tôi đặt Mối Tơ Vương Của Huyền Trân Công Chúa ở vị trí cao, rất cao và "của tin còn một chút này làm ghi."

Từ những ý kiến trên, chúng tôi thử so sánh, đối chiếu để rút ra một vài "nhận định" về tác phẩm Mối Tơ Vương Của Huyền Trân Công Chúa.

Đôi điều về sự hư cấu trong Mối Tơ Vương Của Huyền Trân Công Chúa

Cả 13 chương trong cuốn sách này đều có hư cấu, nhiều ít tùy theo nội dung từng chương. Nếu không hư cấu thì làm sao chúng ta lại bùi ngùi, xót xa với những nỗi niềm cô độc đến khủng khiếp của Vua Lý Huệ Tông? Nếu không hư cấu thì sao lòng ta có thể ray rứt khôn nguôi với tâm trạng trông vời cố quốc của Hoàng tử Lý Long Tường? Nếu không hư cấu thì Hoàng thành Thăng Long chỉ là những mô tả không hồn cốt. Nếu không hư cấu thì làm sao chúng ta được sống lại với những trang sử oai hùng chống ngoại xâm với Hưng Đạo Vương Trần Quốc Tuấn? Nếu không hư cấu thì làm sao có được những trang dạy con học đạo dung dị mà cực kỳ sâu sắc của Vua Trần Nhân Tông? Không hư cấu thì làm sao có được chương viết đầy đặn về Ni Sư Hương Tràng, để lần đầu chúng ta được đọc một tác phẩm xuất sắc, trọn vẹn về Công chúa Huyền Trân như vậy… vân vân và... vân vân.

Điều mà chúng tôi muốn nhấn mạnh ở đây là, Thầy Như Điển rất chừng mực và chuẩn mực, rất trên tài và cao tay ấn khi hư cấu. Qua hư cấu, Thầy đã phục dựng như thật những giai đoạn lịch sử, Thầy đã xây dựng được những hình tượng riêng có của từng nhân vật, trong từng hoàn cảnh ở từng thời điểm... Thầy lại có sự tưởng tượng phong phú, dồi dào, đa chiều vừa chắt lọc, chắt chiu đến từng chi tiết nhỏ nên chúng tôi dù có "tò mò" đến đâu thì cũng chưa biết được đâu là hư cấu, đâu là tưởng tượng trong Mối Tơ Vương Của Huyền Trân Công Chúa!

Tài liệu lịch sử, hư cấu, tưởng tượng đan xen vào nhau, hòa quyện vào nhau, nương tựa vào nhau, ẩn ẩn hiện hiện như thế, phải nói thật đắc ý.

Những nhà văn thực tài tầm vóc cỡ Thầy Như Điển thường đem lại cho chúng ta những điều thú vị như vậy. Xin nêu vài điều về cái tài hư cấu của Thầy Như Điển:

Đây là đoạn viết về sự "giải cứu", nói đúng hơn là "cướp" Huyền Trân để đưa Nàng về Đại Việt. Việc để Yết Kiêu và Dã Tượng đục thuyền ôm Huyền Trân lên thuyền Đại Việt để trốn thoát là một chi tiết rất hay, rất khéo vì cái tài đặc biệt của hai vị lão tướng này, vì Huyền Trân Công chúa rất tin tưởng hai vị này.

Rồi đến đoạn hư cấu này mới thật là tuyệt diệu. Đó là đoạn ghi lại tâm sự giữa Huyền Trân với cô hầu gái trong chương "Cái Tang Chung". Cô hầu gái này, có lẽ do tình chị-em thắm thiết với Huyền Trân nên đã "bạo gan" hỏi Huyền Trân, xem liệu Nàng có "tơ vương" gì với Trần Khắc Chung không?

Và, đáng phục, đáng kính thay, Huyền Trân, trong một đoạn tâm sự, giãi bày rất ngắn với người nữ tỳ, qua lời của Thầy Như Điển, Huyền Trân đã thể hiện bản chất sống rất thực, rất đẹp từ trí tuệ đến tâm hồn; đó là tấm lòng chung thủy sắt son với chồng, tình yêu thương gan ruột, thiêng liêng với con, niềm hoài vọng da diết về những kỷ niệm đẹp cùng chồng trên quê hương Chiêm Quốc cùng với nỗi niềm trông vời cố quốc.

Tôn trọng và thận trọng với lịch sử:

Mối Tơ Vương Của Huyền Trân Công Chúa thể hiện rất rõ, rất sâu cái đức tôn trọng và thận trọng với lịch sử của Thầy Như Điển. Thầy không bao giờ "bẻ cong ngòi bút, viết sai sự thật theo lối thị phi thường tình". Thầy phê phán những điều xấu xa của Đời Trần, lên án những âm mưu quỷ quyệt của Trần Thủ

Độ. Thầy cảnh báo và chỉ cho chúng ta tránh những lệch lạc, sai đường khi đọc Đại Việt Sử Ký Toàn Thư, Khâm Định Việt Sử Thông Giám Cương Mục... Nghĩa là chúng ta cần phải suy luận và dùng quan điểm cá nhân để soi sáng lại phần sự kiện lịch sử nào xét thấy còn mập mờ.

Về việc một số tác giả cho rằng họ dựa vào "sự thật lịch sử" và "chính sử" khi viết về Huyền Trân Công chúa. Thế nhưng sự thật lịch sử là gì? Chính sử là gì? Về việc này, chúng ta có thể dẫn ý kiến của sử gia uyên thâm Trần Trọng Kim, rằng: "Việt Nam đến thế kỷ thứ 13 mới có lịch sử; mà các sử gia là những người làm việc dưới quyền chỉ đạo của Vua chúa, cho nên sự kiện lịch sử chưa hẳn đã được ghi lại trung thực, mà thường hay bị chính trị bóp méo ngòi bút của sử gia.

Và: "Năm 1479, sử thần Ngô Sĩ Liên là người đầu tiên tuân lệnh Vua Lê Thánh Tông sử dụng truyền thuyết dân gian để biên soạn lịch sử: Đại Việt Sử Ký Toàn Thư. Mà đã là truyền thuyết thì không thể hoàn toàn là sự thật vì truyền thuyết được nhân gian tưởng tượng thêu dệt bằng những chi tiết ly kỳ nên có phần mang tính hư cấu của nó."

Học giả Nguyễn Hiến Lê trong lời Giới thiệu bộ Lịch Sử Văn Minh - Bài Học Lịch Sử" của William Durant đã có nhận định rất đúng: "Viết về sử thì không thể nào khách quan được. Ta chỉ có thể đòi hỏi sử gia đừng có thành kiến và phải thận trọng thôi. Hai đức này William Durant đều có đủ."

Liên hệ với ý kiến này của Cụ Nguyễn Hiến Lê, chúng tôi nhận thấy rằng trong Mối Tơ Vương Của Huyền Trân Công Chúa, Thầy Như Điển luôn có những suy luận sâu sắc, chặt chẽ, logique, coi trọng việc dùng quan điểm cá nhân để soi sáng những góc tối của lịch sử; và điều thật đáng ghi nhận là Thầy Như Điển không bao giờ cường điệu, áp đặt, không có thành kiến và rất mực thận trọng.

Trả lại những giá trị lịch sử đích thực cho những người làm nên lịch sử...

Trong khi một số người đại ngôn, cố tình bôi nhọ, hạ nhục, lật đổ những thần tượng lịch sử như đã nêu, thì Thầy Như Điển, qua việc Tuệ Trung Thượng Sĩ bị lịch sử thờ ơ, quên lãng, Thầy mong muốn *"trả lại những giá trị lịch sử đích thực cho những người làm nên lịch sử về lại với chỗ đứng của họ trong lòng dân tộc Việt, nên chỉ ghi thêm đậm nét đặc biệt của những vị vua, quan, tướng, Hoàng hậu, Công chúa dưới thời Lý cũng như Trần để sau này nếu ai đó đọc đến lịch sử Việt Nam thì có thể hiểu rõ ràng cho một thời đại như thế. Nếu không có những bậc nhân tài hiền đức như vậy xuất thân, thì Việt Nam chúng ta sẽ xoay qua một hướng khác, có thể không độc lập tự chủ được một thời gian dài trong 400 năm như thế đâu."*

Thầy Như Điển đã thực hiện được cái tâm nguyện cao cả đó không những với Tuệ Trung Thượng Sĩ mà còn cả Vua Trần Nhân Tông, Trần Khắc Chung và đặc biệt đối với Công chúa Huyền Trân. Và, không chỉ có thế, Thầy Như Điển còn cảm nhận xa hơn, qua việc nêu lên một thực trạng đáng buồn để nhắc nhở chúng ta. Trong Chương II. Trông Vời Cố Quốc, Thầy đã viết:

"Lâu nay sử sách ở trong nước cũng chỉ chú mục theo Đại Việt Sử Ký Toàn Thư hay Khâm Định Việt Sử Thông Giám Cương Mục v.v... nhưng những sử này cũng ít đề cập đến những người đã bỏ nước ra đi và đã làm nên công trạng cho Đại Việt, cũng như những ảnh hưởng to lớn của các vị vua Phật tử, đã dùng căn bản đạo đức nào để dạy cho dân an và nước lạc, cũng như công lao của họ như thế nào trong các Hội Nghị Bình Than và Hội Nghị Diên Hồng để kháng chiến chống quân Nguyên Mông, dưới cái nhìn của Phật giáo thời ấy cũng như thời nay? Một Tuệ Trung Thượng Sĩ; một Hưng Đạo Vương Trần Quốc Tuấn; một Vua Trần Nhân Tông; một Huyền Trân Công chúa v.v... dưới nhãn quan của Phật Giáo thuở bấy giờ và ngay cả bây giờ cũng đã có nhiều người hay nhiều sử gia lãng quên hay cố tình lãng quên, chỉ vì khi một triều đại nào đó cầm quyền ngả theo Nho, Phật, Lão hay Thiên Chúa thì chỉ tô bồi Đạo giáo của mình theo, mà quên đi những chiến công hiển hách một thời. Nếu không có Phật Giáo và những công thần vĩ đại ấy thì làm sao gìn giữ và phát triển được nước Việt cho đến ngày nay."

Một ít vấn đề về kỹ thuật hành văn

Về lời thoại

Tiểu thuyết lịch sử có nhiều nhân vật, nhiều tuyến nhân vật. Mỗi nhân vật có hoàn cảnh riêng, số phận riêng, tâm tư tình cảm riêng... Vì vậy, cách thể hiện nội dung, chọn cách kể, cách dẫn dắt câu chuyện là điều rất quan trọng mang tính quyết định với thể loại tiểu thuyết lịch sử.

Ngay trong Chương I. Nỗi Niềm Cô Độc Của Vua Lý Huệ Tông, chúng tôi rất thích thú khi đọc đoạn đối thoại giữa Vua Trần Thái Tông, Quốc Sư Phù Vân và Trần Thủ Độ ở Yên Tử. Đoạn đối thoại rất ngắn, gọn nhưng đã lột tả được cái tâm trạng ưu sầu của Vua Trần Thái Tông: "Kính bạch Quốc sư! Chính vì thế mà trẫm đây áo não, giày vò. Cung son, gái đẹp, đàn ca hát xướng suốt ngày đâu có làm cho trẫm yên, cho nên trẫm trốn vào núi này để mong được yên thân và tìm Phật vậy."

Đoạn đối thoại đáng đọc và đáng suy ngẫm này, chúng tôi đã trích lại khi viết đôi điều tóm tắt ở Chương I.

Còn rất nhiều lời thoại rất sâu sắc, giàu ấn tượng, đọng mãi trong lòng người đọc mà chúng tôi đã nêu lên đây đó. Chúng tôi nhận ra rằng, một đặc điểm nổi trội ở Thầy Như Điển là giọng văn, ý văn toát lên một sự từ tốn, khiêm cung, hiền hòa, chân chất. Chúng tôi thử "tò mò" và "soi mói" lục tìm trong cuốn sách của Thầy xem có đoạn nào, cụm từ nào diễn tả sự cay cú, chì chiết, giận dữ và "ác độc" không, kể cả khi nói về quân thù xâm lăng nước ta. Kết quả là chúng tôi không sao tìm thấy điều này. Qua đó, chúng tôi "ngộ" ra rằng, chỉ có những người hành trì theo con đường "Tứ Vô Lượng Tâm", đã liễu ngộ và thực hành những lời dạy của Đức Phật mới có được tấm lòng thanh sạch, khoan dung, độ lượng, từ bi, tử tế, mới có thể làm được việc này.

Rất nhiều thông tin mới lạ, bổ ích

Thầy Như Điển là người đọc nhiều hiểu rộng, có trí nhớ thật quý và hiếm. Phải nói là Thầy uyên thâm, uyên bác về nhiều lĩnh vực: Phật học, lịch sử, văn học - nghệ thuật, ngoại ngữ... cộng với sự lịch lãm, lịch duyệt của một tâm hồn tinh tế của một Danh Tăng, của một nhà văn - nhà Sư viết Sử nên đọc bất cứ chương nào trong Mối Tơ Vương Của Huyền Trân Công Chúa, bên cạnh nội dung chính, chúng ta còn được thưởng thức những điều mới mẻ, lợi lạc, bổ ích và giàu đạo vị từ rất nhiều điều rất sinh động.

Dựa vào *Chương II. Trông Vời Cố Quốc* để dẫn chứng điều cảm nhận trên đây. Chúng tôi được trang bị thêm nhiều kiến thức có giá trị, rất đáng tin cậy mà trong đó có nhiều điều chúng tôi mới được đọc, được hiểu lần đầu:

+ Tại Triều Tiên có một dòng thứ 2 của họ Lý nữa. Đó là Lý Dương Côn, con nuôi của Vua Lý Nhân Tông, đã đến Triều Tiên vào khoảng năm 1127 (gần 100 năm trước Lý Long Tường sang Cao Ly tỵ nạn). Như vậy cũng có thể nói Lý Dương Côn là người Việt Nam đầu tiên ra đi tỵ nạn chính trị chăng? Thuở ấy ông làm đến chức Đô Đốc Thủy Quân, nên đã dùng thuyền ra đi tỵ nạn để tránh bị giết trong việc tranh giành ngôi báu thuở bấy giờ. Ông là Đô Đốc nên chắc rằng khi ra đi, không phải chỉ một mình, mà trên thuyền phải có thêm nhiều người nữa, nhưng dòng này thì không đông người và ít nổi tiếng như dòng của Lý Long Tường. Ngày nay tại Triều Tiên gọi dòng này là dòng Lý Tinh Thiện.

+ Sự kiện lần đầu tiên Việt Nam chúng ta nhận người tỵ nạn Trung Hoa chăng? Họ đến Hội An và xây dựng nhà cửa, phố xá bên sông Hoài. Chữ Hoài này có nghĩa là hoài cổ, hoài cố hương, nhớ quê xưa như Lý Long Tường đã ngồi nơi "Vọng Quốc Đàn" để nhớ về cố quốc.

+ Vai trò quan trọng của các bậc Đại Sư như Nichiren Shonin, Dogen Zenshi, Phù Vân Quốc Sư, Điều Ngự Giác Hoàng trước những trận cuồng phong vũ bão của quân Nguyên Mông... Dấu ấn tâm linh để đời của các ngôi chùa lịch sử như chùa Hải Ấn (Heiin Sa), nơi lưu giữ hàng nghìn mộc bản được khắc Đại Tạng Kinh lên đó, mãi cho đến ngày nay vẫn còn, khiến cho thế giới phải khâm phục và tuyên dương công đức của người xưa, bằng cách xếp ngôi chùa Hải Ấn và những mộc bản kinh văn này thuộc về "Di sản văn hóa thế giới". Chùa Bukkoku Sa (Phật Quốc tự) hay Tondo Sa (Thông Độ tự) v.v… Đây là những gia tài văn hóa khó tìm đâu ra được trên thế giới.

+ Trong thời gian tỵ nạn ở Thái Lan, Chúa Nguyễn Ánh cũng đạ hỗ trợ cho Phật Giáo và quốc gia Thái Lan không ít, khi giúp vua Rama Đệ nhị đánh thắng giặc Miến Điện. Bây giờ 18 đến 20 ngôi chùa Việt Nam được thành lập trên đất Thái vẫn còn đây và ở đó đã gởi hồn dân tộc của những người con xa quê hương Tổ Quốc, khi nhớ đến và nghĩ về nơi chôn nhau cắt rốn của mình. Khi về lại Việt Nam, Chúa Nguyễn Ánh trú ngụ tại các ngôi chùa: Khải Tường, Từ Ân, hay Đại Giác ở Biên Hòa. Thế mới biết Phật Giáo là bóng cây đại thọ, che chở cả hồn dân tộc Việt, chứ không phải chỉ che chở cho Hoàng gia mà thôi."

Bên cạnh nguồn tài liệu phong phú đã được chắt lọc như đã nêu, việc đưa những bài thơ của những nhà thơ nổi tiếng Việt Nam vào các Chương cũng là một điều rất đáng ghi nhận. Cụ thể như ở *Chương III. Chốn Kinh Thành* là những bài thơ của Bà

Huyện Thanh Quan, Nguyễn Du, Trần Tế Xương. Qua *Chương IV. Nhà Vua Trần Nhân Tông* là thơ của Chu Mạnh Trinh, Trần Tuấn Khải, Mạc Đĩnh Chi và bài Cư Trần Lạc Đạo nổi tiếng của Vua Trần Nhân Tông. Việc đưa bài Hịch Tướng Sĩ với bản dịch thơ của Cử nhân Nguyễn Văn Bình, bản dịch ra Việt văn của Ngô Tất Tố và Bình Ngô Đại Cáo của Nguyễn Trãi, tuy khá dài nhưng hết sức cần thiết.

Với nguồn tài liệu dồi dào, phong phú đó, cộng với ý nghĩa của những bài thơ, lời bình của Thầy hòa quyện nhau, gắn bó nhau, bổ sung cho nhau để tô đậm và làm tăng sức sống của nội dung chính của chủ đề tư tưởng trong từng Chương. Cái tài, cái tình và độ sâu lắng của Thầy Như Điển là ở đây!

Những bài pháp ngắn về giáo lý Phật Giáo

Đến đây, chúng tôi nhớ đến một nhận xét rất hay, rất đúng của Thầy Thích Nguyên Tạng, trong bài "Hoằng Pháp Là Nhiệm Vụ...". Thầy Nguyên Tạng viết: "Tất cả những tác phẩm văn học Phật Giáo này, Hòa Thượng Như Điển đã khéo léo lồng vào những bài giáo lý ngắn, những tư tưởng Phật học từ thấp đến cao, để giúp cho người đọc thâm nhập Phật lý khi đọc truyện."

Đúng thế. Trong *Mối Tơ Vương Của Huyền Trân Công Chúa*, Chương nào Thầy cũng "lồng vào những giáo lý ngắn..." Những đoạn giáo lý ngắn này đã được Thầy chọn lọc hết sức kỹ lưỡng và đặt đúng chỗ nên có tác dụng tích cực đối với những người học Phật. Xin kính mời quý độc giả cảm nhận vậy. Về phần mình, chúng tôi chắc chắn là sẽ làm một tập với nội dung "Tôi học Phật từ một cuốn tiểu thuyết của Hòa Thượng Thích Như Điển."

Nhớ khi hầu chuyện với Ni Sư Như Đức - tốt nghiệp Cao học Phật học khóa đầu tiên tại Phân khoa Phật Học Viện Đại học Vạn Hạnh, trú trì Thiền Viện Viên Chiếu ở Đồng Nai. Chúng tôi bạo gan thưa với Ni Sư rằng: "Sao con thấy quý Thầy Thiện Hoa, Minh Châu, Trí Tịnh, Thanh Từ viết, giảng những điều cao siêu, vi diệu của Phật pháp mà rõ ràng, đơn giản và dễ hiểu đến như vậy. Con muốn học cách viết, cách nói này quá mà không biết đến đời nào, kiếp nào mới theo được các Thầy."

Ni Sư Như Đức nhẹ nhàng và ôn tồn bảo: "Khó. Rất khó bước theo bước chân của các vị Thầy, của các Đạo Sư. Phải tu tập, liễu ngộ lắm lắm mới đạt tới cõi thượng thừa này. Chính cô cũng muốn học điều này lâu rồi nhưng đâu có được!"

Đọc một số tác phẩm của Thầy Như Điển, chúng tôi nhận thấy Thầy "giảng Pháp" nhẹ nhàng, đơn giản mà sâu sắc và dễ "thấm" như các vị Danh Tăng trên đây.

Những Thông điệp trong Mối Tơ Vương Của Huyền Trân Công Chúa

Đến đây, chúng tôi xin thử tổng hợp và nêu lên các thông điệp từ Mối Tơ Vương Của Huyền Trân Công Chúa. Đó là:

- Thông điệp Hòa Bình (Tâm Bình, Thế Giới Bình)
- Thông điệp của lòng yêu thương, lòng từ bi
- Thông điệp về tình tự quê hương và niềm tự hào dân tộc
- Thông điệp về đức hy sinh của người phụ nữ vì nước, vì dân, vì chồng con
- Thông điệp về sự tôn trọng lịch sử, về quá khứ của dân tộc
- Thông điệp về sự gắn bó mang tính quy luật: Đạo Phật - Dân tộc Việt.
- Thông điệp về tinh thần yêu nước, ý thức dân tộc và nêu cao các giá trị văn hóa dân tộc.

v.v...

Nhưng cái thông điệp bao trùm, xuyên suốt, quán xuyến như một sợi chỉ đỏ rực sáng trong tác phẩm đó là *"Hoằng Pháp Là Nhiệm Vụ, Lợi Sanh Là Lý Tưởng"*, đó là tâm nguyện, là lẽ sống, là kim chỉ nam hành đạo của Thầy Như Điển.

Mong Thầy Như Điển viết thêm nhiều cuốn tiểu thuyết lịch sử nữa.

Xin được "kiến nghị" điều này, rằng Thầy Như Điển hãy tiếp tục viết thêm nhiều cuốn tiểu thuyết như *Mối Tơ Vương Của Huyền Trân Công Chúa*, vì đã có người quyết định xuất gia sau khi đọc *Chuyện Tình Của Liên Hoa Hòa Thượng*. Vì rằng, thể loại tiểu thuyết dễ chuyển tải nhiều nội dung hơn, nhiều chi tiết hơn, sự hư cấu, trí tưởng tượng có điều kiện phát huy tốt hơn, mềm mại, uyển chuyển hơn, gần gũi với người đọc hơn, dễ thu hút người đọc hơn vì tính hấp dẫn, lôi cuốn mà các thể loại khác khó có được.

Vì vậy, chúng tôi tin rằng quý vị đã đọc *Mối Tơ Vương Của Huyền Trân Công Chúa* sẽ đồng thuận với chúng tôi về việc mong Thầy Như Điển tiếp tục viết tiểu thuyết lịch sử; trước hết về lịch sử Đời Trần, xin được bạo gan đề nghị Thầy viết cho những cuốn sau:

+ Vua Trần Nhân Tông Và Thiền Phái Trúc Lâm

+ Vua Trần Nhân Tông Và Cuộc Viễn Du Chiêm Quốc

+ Tuệ Trung Thượng Sĩ - Một Thiền Sư - Thi Sĩ

+ Trần Quốc Tuấn Và Sức Mạnh Của Lòng Dận

+ Một Công Chúa, Một Ni Sư Lừng Danh Đại Việt v.v...

Xin nhắc lại lời tự bạch của Thầy Như Điển mà chúng tôi rất tâm đắc:

"Chắc quý vị cũng không quên những lời phát nguyện của tôi đâu đó rằng: "Con xin nguyện mình sẽ làm một dòng sông để chuyên chở những trong đục của cuộc đời và con xin nguyện mình làm mặt đất để hứng chịu những sạch nhơ của nhân thế". Thiết nghĩ như thế cũng đủ cho một chuyến lữ du trong cuộc sống ngắn ngủi tạm bợ này."

Chúng tôi rất thích đoạn Học giả Nguyễn Hiến Lê viết về quẻ Thủy Phong Tỉnh, giúp ích đời như giếng nước trong cuốn Kinh Dịch - Đạo Của Người Quân Tử: Đó là cái giếng nước "Càng dâng lên càng trong. Nước mạch chảy vô giếng hoài, nên nước không kiệt, nước giếng chỉ lên tới một mực nào đó, đầy mà không tràn. Công dụng của giếng là ai cũng lại giếng để lấy nước, kẻ qua người lại, ai cũng nhờ nó mà có nước. Nó giúp mọi người mà như vô tâm."

Với chúng tôi, cái dòng sông đó, cái giếng nước này chính là một biểu tượng sinh động của cuộc đời và đạo nghiệp của Thầy Như Điển.

Với dòng nước mát dịu, trong sạch, thanh khiết, với rất nhiều Tâm huyết, Trí tuệ, Từ tâm, Thầy Như Điển đã rửa sạch mối oan tình nghiệt ngã mà Huyền Trân Công chúa đã phải âm thầm gánh chịu hơn 700 năm qua. Theo chúng tôi, Thầy Như Điển là người đầu tiên và duy nhất tính đến thời điểm này đã làm được việc này một cách nhân văn nhất, đầy đủ nhất, trọn vẹn nhất, sâu sắc nhất và đáng kính phục nhất.

Theo chúng tôi, đó là niềm vui, niềm hạnh phúc của tác giả Mối Tơ Vương Của Huyền Trân Công Chúa.

Cung kính "Vọng Niệm Huyền Trân – Ni Sư Hương Tràng!"

Vô vàn niệm ân Hòa Thượng Thích Như Điển, Phương Trượng Chùa Viên Giác, Đức Quốc!

Nguyên Tánh Nguyễn Hiền-Đức

Santa Ana, California/ USA ngày 06 tháng 6 năm 2018

(Kỷ niệm Sinh nhật Phùng Ngọc Đức

và Nguyễn Phùng Lộc Uyển)

----

* Nguyễn Hiền-Đức, người viết Lời Bạt này là cựu Phụ khảo, Trưởng phòng Tu Thư, Thư ký Tòa soạn tạp chí Tư Tưởng Viện Đại Học Vạn Hạnh, trùng tên với Bác sĩ Nguyễn Hiền Đức, tác giả cuốn Phật Giáo Đàng Trong [BT]

Cùng Một Tác Giả

1	Truyện cổ Việt Nam 1 & 2	Nhật ngữ	1974, 1975
2	Giọt mưa đầu hạ	Việt ngữ	1979
3	Ngỡ ngàng	Việt ngữ	1980
4	Lịch sử Phật Giáo Việt Nam Hải Ngoại trước và sau năm 1975	Việt & Đức ngữ	1982
5	Cuộc đời người Tăng sĩ	Việt & Đức ngữ	1983
6	Lễ nhạc Phật Giáo	Việt & Đức ngữ	1984
7	Tình đời nghĩa đạo	Việt ngữ	1985
8	Tìm hiểu giáo lý Phật Giáo	Việt & Đức ngữ	1985
9	Đời sống tinh thần của Phật Tử Việt Nam tại ngoại quốc	Việt & Đức ngữ	1986
10	Đường không biên giới	Việt & Đức ngữ	1987
11	Hình ảnh 10 năm sinh hoạt Phật Giáo Việt Nam tại Tây Đức	Việt & Đức ngữ	1988
12	Lòng từ Đức Phật	Việt ngữ	1989
13	Nghiên cứu Giáo Đoàn Phật Giáo thời nguyên thủy I, II , III	dịch từ Nhật ngữ ra Việt & Đức ngữ	90, 91, 92
14	Tường thuật về Đại hội Tăng già Phật Giáo thế giới kỳ 5 khóa I tại Hannover, Đức Quốc	Việt, Anh, Đức ngữ	1993
15	Giữa chốn cung vàng	Việt ngữ	1994
16	Chùa Viên Giác	Việt ngữ	1994
17	Chùa Viên Giác	Đức ngữ	1995
18	Vụ án một người tu	Việt ngữ	1995
19	Chùa Quan Âm (Canada)	Việt ngữ	1996
20	Phật Giáo và con người	Việt & Đức ngữ	1996
21	Khóa giáo lý Âu Châu kỳ 9	Việt & Đức ngữ	1997
22	Theo dấu chân xưa * (Hành hương Trung quốc I)	Việt ngữ	1998

23	Sống và chết theo quan niệm của Phật Giáo	Việt & Đức ngữ	1998
24	Tiếp kiến với Đức Đạt Lai Lạt Ma	Việt & Đức ngữ	1999
25	Vọng cố nhân lầu (Hành hương Trung Quốc II)	Việt ngữ	1999
26	Có và Không	Việt & Đức ngữ	2000
27	Kinh Đại Bi * (dịch từ Hán văn ra Việt văn)	Việt & Đức ngữ	2001
28	Phật thuyết Bồ Tát Hành Phương Tiện Cảnh Giới Thần Thông Biến Hóa Kinh	dịch từ Hán văn ra Việt ngữ	2001
29	Bhutan có gì lạ?	Việt ngữ	2001
30	Kinh Đại Phương Quảng Tổng Trì	dịch từ Hán văn ra Việt ngữ	2002
31	Cảm tạ xứ Đức	Việt & Đức ngữ	2002
32	Thư tòa soạn báo Viên Giác trong 25 năm (1979 - 2003, 2004)	Việt ngữ	2003
33	Bổn Sự kinh	Dịch từ Hán văn sang Việt ngữ	2003
34	Những đoản văn viết trong 25 năm qua	Việt & Đức ngữ	2003
35	Phát Bồ Đề Tâm kinh luận	Dịch từ Hán văn sang Việt ngữ	2004
36	Đại Đường Tây Vức Ký	Dịch từ Hán văn sang Việt ngữ	2004
37	Làm thế nào để trở thành một người tốt	Việt ngữ	2004
38	Dưới cội bồ đề	Việt ngữ	2005
39	Đại Thừa Tập Bồ Tát Học Luận	Dịch từ Hán văn sang Việt ngữ	2005
40	Bồ Đề Tư Lương luận	Dịch từ Hán văn sang Việt ngữ	2005

41	Phật nói luận A Tỳ Đàm về việc thành lập thế giới	Dịch từ Hán văn sang Việt ngữ	2006
42	Giai nhân và Hòa Thượng	Việt ngữ	2006
43	Thiền Lâm Tế Nhật Bản	Dịch từ Nhựt ngữ sang Việt ngữ	2006
44	Luận về con đường giải thoát	Dịch từ Hán văn sang Việt ngữ	2006
45	Luận về bốn chân lý	Dịch từ Hán văn sang Việt ngữ	2007
46	Tịnh Độ tông Nhật Bản	Dịch từ Nhật ngữ sang Việt ngữ	2007
47	Tào Động tông Nhật Bản	Dịch từ Nhật ngữ sang Việt ngữ	2008
48	Phật Giáo và khoa học	Việt ngữ	2008
49	Pháp ngữ	Việt ngữ	2008
50	Những mẩu chuyện linh ứng của Đức Địa Tạng Vương Bồ Tát	Dịch từ Nhật ngữ sang Việt ngữ	2009
51	Nhật Liên tông Nhật Bản	Dịch từ Nhật ngữ sang Việt ngữ	2009
52	Chân Ngôn tông Nhật Bản	Dịch từ Nhật ngữ sang Việt ngữ	2010
53	Chết an lạc, tái sanh hoan hỉ	Dịch chung với T.T. Nguyên Tạng từ Anh ngữ sang Việt Ngữ	2011
54	Chuyện tình của Liên Hoa Hòa Thượng	Việt Ngữ	2011
55	Tư tưởng Tịnh Độ Tông	Việt ngữ	2012
56	Những bản kinh căn bản của Tịnh Độ Tông Nhật Bản	Dịch từ Đức ngữ sang Việt ngữ	2012
57	Dưới bóng đa chùa Viên Giác	Việt ngữ, viết chung với Trần Trung Đạo	2012
58	Diệu Pháp Liên Hoa kinh / Văn cú	Dịch từ chữ Hán sang tiếng Việt	2013

59	Hương Lúa Chùa Quê (Hoài Niệm Tuổi Thơ)	Việt ngữ viết chung với H.T. Thích Bảo Lạc	2013
60	Hiện tượng của tử sinh	Việt ngữ	2014
61	Nhật Bản trong lòng tôi	Việt ngữ	2015
62	Nước Úc trong tâm tôi	Việt ngữ	2016
63	Nước Mỹ bao lần đi và đến	Việt ngữ	2017
64	Thiền quán về Sống và Chết	Dịch từ Anh ngữ sang Việt ngữ với TT. Thích Nguyên Tạng	2017
65	Mối tơ vương của Huyền Trân Công Chúa	Việt ngữ	2018
66	Phật Giáo Việt Nam tại Âu Châu	Việt ngữ (sắp xuất bản)	2019

Chùa Viên Giác

Karlsruher Strasse 6

30519 Hannover - GERMANY

Tel. 0511 - 879630 - Fax: 0511- 8790963

Homepage: htttp://www.viengiac.de

Email: info@viengiac.de

www.ingramcontent.com/pod-product-compliance
Lightning Source LLC
LaVergne TN
LVHW101936220826
846093LV00006B/31

* 9 7 9 8 2 1 5 3 6 3 0 7 2 *